மோகினி - ஞானியின் பார்வையில்

(தீய சக்திகள் பற்றிய முழுமையான ஆராய்ச்சி)

பொருளடக்கம்

மோகினி - ஞானியின் பார்வையில்

(தீய சக்திகள் பற்றிய முழுமையான ஆராய்ச்சி)

முன்னுரை

தீய சக்திகள் பற்றிய நம்பிக்கைகள் மனிதகுலத்தின் வரலாறு முழுவதும் காணப்படுகின்றன. ஒவ்வொரு கலாச்சாரமும், ஒவ்வொரு மதமும், ஒவ்வொரு காலகட்டமும் இவற்றைப் பற்றிப் பேசியுள்ளன. இந்த உலகளாவிய நிகழ்வு வெறும் தற்செயல் நிகழ்வா? அல்லது இதற்குப் பின்னால் ஏதேனும் உண்மை இருக்கிறதா? இந்த நூல் பண்டைய ஞானத்தையும் நவீன அறிவியலையும் இணைத்து அந்த உண்மையைத் தேடுகிறது.

ஆராய்ச்சி என்றால் என்ன?

ஆராய்ச்சி என்பது, ஒரு குறிப்பிட்ட கேள்விக்கு அல்லது கருதுகோளுக்கு (hypothesis) விடையளிக்கும் நோக்கில், முறைப்படி முழுமையாகவும் ஆழமாகவும் ஆய்வு செய்து உண்மையைக் கண்டறிவதாகும். ஆராய்ச்சி என்பது நம்பிக்கைகளின் அடிப்படையில் இல்லாமல், நடுநிலையுடன் பாரபட்சமற்றதாக இருக்க வேண்டும்.

சக்தி என்றால் என்ன?

ஒரு செயல் நிகழ தேவையான ஆற்றல் அல்லது திறனைக் குறிக்கும் சொல் சக்தி. பொதுவாக சக்தி என்பது வேலை மற்றும் ஆற்றலுடன் தொடர்புடையது.

"சொல்லடி சிவசக்தி – எனைச் சுடர்மிகும் அறிவுடன் படைத்துவிட்டாய்" என்றுரைக்கும் மகாகவி பாரதியாரின் பின்வரும் கவிதை வரிகள் சக்தியைப் பற்றி விளக்குவதோடு மட்டுமல்லாமல், சக்தியின் உணர்வையே நமக்கு ஊட்டிவிடும்:

துன்ப மிலாத நிலையே சக்தி,
தூக்க மிலாக்கண் விழிப்பே சக்தி,
அன்பு கனிந்த கனிவே சக்தி,
ஆண்மை நிறைந்த நிறைவே சக்தி,
இன்ப முதிர்ந்த முதிர்வே சக்தி,
எண்ணத் திருக்கும் எரியே சக்தி,
முன்புநிற் கின்ற தொழிலே சக்தி,
முக்தி நிலையின் முடிவே சக்தி.

சோம்பர் கெடுக்கும் துணிவே சக்தி,
சொல்லில் விளங்கும் சுடரே சக்தி,
தீம்பழந் தன்னில் சுவையே சக்தி,
தெய்வத்தை எண்ணும் நினைவே சக்தி,
பாம்பை அடிக்கும் படையே சக்தி,
பாட்டினில் வந்த களியே சக்தி,
சாம்பரைப் பூசி மலைமிசை வாழும்
சங்கரன் அன்புத் தழலே சக்தி.

வாழ்வு பெருக்கும் மதியே சக்தி,
மாநிலங் காக்கும் மதியே சக்தி,
தாழ்வு தடுக்குஞ் சதிரே சக்தி,
சஞ்சல நீக்குந் தவமே சக்தி,
வீழ்வு தடுக்கும் விறலே சக்தி,
விண்ணை யளக்கும் விரிவே சக்தி,

ஊழ்வினை நீக்கும் உயர்வே சக்தி,
உள்ளத் தொளிரும் உயர்வே சக்தி.

சக்தி என்பது நன்மை தீமை என்ற பாகுபாட்டிற்கு அப்பாற்பட்டு செயல்படுவதைக் குறிக்கும். மேற்கண்ட கவிதையில் சக்தி என்பது மனிதனுக்கு நன்மை பயப்பது என்ற நடையில் இருந்தாலும், பாரதியார் தனது வசன கவிதைகள் தொகுப்பில் சக்தியைப்பற்றி மேலும் தெளிவாக விளக்குகிறார்:

சக்தி வெள்ளத்திலே ஞாயிறு ஓர் குமிழியாம்.
சக்திப் பொய்கையிலே ஞாயிறு ஒரு மலர்.
சக்தி அநந்தம், எல்லையற்றது, முடிவற்றது;
அசையாமையில் அசைவு காட்டுவது.

சக்தி அடிப்பது, துரத்துவது, கூட்டுவது,
பிணைப்பது, கலப்பது, உதறுவது,
புடைப்பது, வீசுவது, சுழற்றுவது,
கட்டுவது, சிதறடிப்பது, தூற்றுவது,
ஊதிவிடுவது, நிறுத்துவது, ஓட்டுவது,
ஒன்றாக்குவது, பலவாக்குவது,
சக்தி குளிர் செய்வது, அனல் தருவது,
குதுகுதுப்புத் தருவது, குதூஹலந் தருவது.
நோவு தீர்ப்பது, இயல்பு தருவது. இயல்பு மாற்றுவது,
சோர்வு தருவது, ஊக்கந் தருவது.
எழுச்சி தருவது, கிளர்ச்சி தருவது,
மலர்விப்பது, புளகஞ் செய்வது,
கொல்வது, உயிர் தருவது.

சக்தி மகிழ்ச்சி தருவது, சினந் தருவது,
வெறுப்புத் தருவது, உவப்புத் தருவது.
பகைமை தருவது. காதல் மூட்டுவது.

உறுதி தருவது. அச்சந் தருவது,
கொதிப்புத் தருவது, ஆற்றுவது.

சக்தி முகர்வது, சுவைப்பது, தீண்டுவது, கேட்பது, காண்பது,
சக்தி நினைப்பது, ஆராய்வது, கணிப்பது,
தீர்மானஞ்செய்வது.
கனாக்காண்பது, கற்பனை புரிவது, தேடுவது சுழல்வது,
பற்றி நிற்பது, எண்ணமிடுவது, பகுத்தறிவது.

சக்தி மயக்கந் தருவது, தெளிவு தருவது,
சக்தி உணர்வது.

பிரபஞ்சம் முழுவதும் பரவியிருக்கும் ஒரு மகத்தான ஆற்றலை நம் முன்னோர்கள் "சக்தி" என்று அழைத்தனர். இந்தச் சக்திதான் உயிருள்ளவற்றையும் உயிரற்றவற்றையும் இயக்குகிறது, படைக்கிறது, அழிக்கிறது. நிலம், நீர், நெருப்பு, காற்று, ஆகாயம் என்ற ஐம்பூதங்களாக நாம் காணும் இந்தப் பௌதிக உலகம், உண்மையில் மிகவும் நுண்ணிய, கண்ணுக்குத் தெரியாத சூக்கும ஆற்றலின் வெளிப்பாடே. கல்லும் காற்றும், நீரும் நெருப்பும், மனிதனும் விலங்கும் — இவை அனைத்தும் அந்த ஒரே மூல ஆற்றலின் வெவ்வேறு வடிவங்கள்.

இந்த மூல ஆற்றலுக்கு நல்லது கெட்டது என்ற பாகுபாடு இல்லை. இயற்கை தன் வழியில் இயங்குகிறது — சூரியன் வாழ்வையும் தருகிறது, வறட்சியையும் தருகிறது. நீர் உயிர் காக்கிறது, ஆனால் வெள்ளம் உயிர் அழிக்கிறது. இயற்கையின் ஆற்றல் நடுநிலையானது — அது எப்படிப் பயன்படுத்தப்படுகிறது என்பதில்தான் நன்மையும் தீமையும் பிறக்கின்றன.

மத நோக்கில் பார்க்கையில், இந்தச் சக்தியே இந்து மரபில் ஆதி பராசக்தியாக வழிபடப்படுகிறாள், பிற மதங்களில் கடவுளின் நித்திய சக்தியாகப் போற்றப்படுகிறது. எல்லா மதங்களும் ஒரே உண்மையை வெவ்வேறு பெயர்களில் சொல்கின்றன: இந்தப் பிரபஞ்சத்தை இயக்கும் ஒரு அளப்பரிய ஆற்றல் உண்டு.

ஆனால் இந்த மூல ஆற்றல் மனிதனின் கைகளுக்கு வரும்போது என்ன நடக்கிறது? அங்கேதான் நன்மையும் தீமையும் உருவாகின்றன. மனிதனுக்கு இருக்கும் சுதந்திரத் தெரிவுதான் இந்த வேறுபாட்டை உருவாக்குகிறது. ஒரே நெருப்பு, சமையலுக்கும் பயன்படும், கொலைக்கும் பயன்படும். ஒரே அறிவியல் அறிவு, மருந்து உருவாக்கவும் பயன்படும், விஷம் கலக்கவும் பயன்படும். மனிதன் தேர்வு செய்கிறான் — அறமா, அதர்மமா? இந்தத் தேர்வின் விளைவுதான் கர்மா.

நவீன அறிவியலும் இதையே வேறு மொழியில் சொல்கிறது. பெரு வெடிப்பில் பிறந்த ஆற்றல்தான் இன்று நாம் காணும் அனைத்தும். ஐன்ஸ்டீனின் $E=mc^2$ சொல்வது: ஆற்றலும் பொருளும் ஒன்றே, வெவ்வேறு வடிவங்கள் மட்டுமே. உங்கள் உடலும் ஆற்றல், இந்தப் புத்தகமும் ஆற்றல், காற்றும் ஆற்றல் — எல்லாம் ஒரே மூல ஆற்றலின் வெவ்வேறு வெளிப்பாடுகள். இந்த அறிவியல் உண்மைதான் நம் முன்னோர்கள் "எல்லாம் பிரம்மமே" என்று சொன்ன
பொருள். மனிதகுலத்திற்குக் கேடு விளை
நுண்கிருமிகளும், விபத்துக்களும், இயற்கைப் பே
கூட இந்த மூல ஆற்றலின் இயல்பான சம
உட்பட்டவையே.

இயற்கையில் தீமை என்பது கிடையாது, இருப்பது சமநிலை மட்டுமே. ஒரு சிங்கம் மானை வேட்டையாடுவது இயற்கையின் சமநிலை, ஒரு சுழற்சி. ஆனால் மனிதன் வேறு — அவனுக்கு உணர்வு இருக்கிறது, தெரிவு இருக்கிறது, பொறுப்பு இருக்கிறது. அந்த நோக்கத்தில்தான், அந்த எண்ணத்தில்தான், நன்மையும் தீமையும் பிறக்கின்றன.

எனவே, தீய சக்தி என்பது ஒரு தனி ஆற்றல் அல்ல, அது மனிதனின் தவறான தெரிவுகளால், அறியாமையால், சுயநலத்தால் மாற்றப்பட்ட மூல ஆற்றலே. நல்ல சக்தி என்பது அதே மூல ஆற்றல், ஆனால் மனிதனின் சரியான தெரிவுகளால், அறிவால், அன்பால் வழிநடத்தப்பட்டது. இந்த உண்மையைப் புரிந்துகொள்வதே ஆன்மீக வளர்ச்சியின் முதல் படி, அறிவியல் புரிதலின் அடிப்படை.

தீய சக்திகள்: வரையறை

தீய சக்தி என்பது ஒரு மனிதனின் மீது கெட்ட விளைவுகளை ஏற்படுத்தும் எதிர்மறையான சக்தி அல்லது ஆற்றல் எனப் பொருள்படும். இது ஒருவரின் உடல் மற்றும் மனம் ஆகியவற்றில் கெட்ட விளைவுகளை ஏற்படுத்தும். பொதுவாக மனிதகுலத்திற்குத் தீமையினை ஏற்படுத்தும் விளைவுகளைத் தீய சக்தியின் செயல் என்கிறோம். இயற்கைச் சீற்றங்கள் மற்றும் அதன் விளைவால் ஏற்படும் பேரழிவுகள் தீய சக்தியின் செயல் என்று சொல்லப்படுவதில்லை. மாறாக மனிதனை (உடலையோ அல்லது மனதையோ) தவறான செயல்களின் வழி நடத்தி, அதன் பொருட்டு அவனுக்கோ அவன் சுற்றத்தாருக்கோ தீமையினையும் அழிவையும் ஏற்படுத்துகின்ற எதிர்மறை ஆற்றலையே தீய சக்தி என்கிறோம்.

இது போன்ற தீய சக்திகளின் மூலத்தைப் பற்றி ஆராய்ந்தால், அவை உலகில் பல்வேறுபட்ட பகுதிகளில், பல்வேறுபட்ட காலங்களில் தோன்றிய மதங்களில் இருந்தே வருகின்றன என்பதும் தெளிவாகிறது. இத்தகைய தீய சக்திகளைப் பற்றிய செய்திகள் அனைத்து மதங்களிலும் மிகவும் முக்கியத்துவம் வாய்ந்ததாகவும் உள்ளன.

இழந்த அறிவு: பூனைக் கதை

மனித சமுதாயத்தின் வளர்ச்சி என்பது அவன் தன் ஆறாம் அறிவைப் பயன்படுத்த ஆரம்பித்த பிறகுதான் மற்ற உயிரினங்களிடமிருந்து அவனை வேறுபடுத்தி, தற்போதுள்ள நவீன விஞ்ஞான உலகத்திற்கு வித்தாக அமைந்தது. மனிதகுலத்தின் ஆரம்பக் காலங்களில் தோன்றிய அறிவானது, கூட்டாக வாழும் சமுதாயங்கள் அல்லது மதங்களின் மூலமாகவே பல்வேறுபட்ட பழக்கவழக்கங்கள் மற்றும் சடங்குகளாக உலகம் முழுவதும் உள்ள மக்களுக்குத் தலைமுறை தலைமுறையாகக் கடத்தப்பட்டுள்ளது. சடங்கு, சம்பிரதாயம், நடத்தை மற்றும் நம்பிக்கைகள் போன்றவற்றிற்கான அறிவைக் காலப்போக்கில் மக்கள் தொலைத்திருக்கலாம் அல்லது அதுபற்றிய பல தவறான விளக்கங்கள் இடையில் கொடுக்கப்பட்டிருக்கலாம். அறிவைத் தொலைத்து வெறும் நம்பிக்கையின் அடிப்படையில் மட்டுமே செய்யப்படும் செயல்களின் காரணமாக, அறிந்தோ அறியாமலோ, காலப்போக்கில் பல மூடநம்பிக்கைகள் அவற்றுள் உட்புகுந்திருந்தன. இது போன்ற மூடப் பழக்கவழக்கங்கள் மற்றும் நம்பிக்கைகள் காலப்போக்கில் மனித சமுதாயத்தில் பல நடைமுறைச் சிக்கல்களையும் ஏற்படுத்தியிருக்கும்.

ஒரு குட்டிக்கதை: அது ஒரு குருகுலம். தினமும் குரு யாகம் செய்து இறைவனுக்குப் பூஜை செய்து சீடர்களுடன் உணவருந்துவது வழக்கம். அவ்வாறு யாகத்தில் அமரும்போது, ஆசிரமத்தில் புதிதாக அடைகலம் புகுந்திருந்த பூனைக்குட்டியொன்று அடிக்கடி தொந்தரவு செய்துகொண்டிருந்தது. இதைக் கவனித்த குரு பூனைக்குட்டியைக் கட்டிவைக்கும்படி சீடர்களிடம் சொன்னார். இது தினமும் தொடரவே, குரு யாகத்தில் அமரும் முன்பே பூனைக்குட்டி கயிற்றால் கட்டப்பட்டது. ஆண்டுகள் பல கடந்தன, குரு மாண்டார், அவரின் சீடர் ஒருவர் குருவானார், பூனையும் மாண்டது. அன்றொருநாள் பூஜை நடைபெறும் காலம் கடந்துகொண்டிருந்தது, சீடர்கள் அனைவரும் கட்டிப்போடுவதற்காக ஒரு பூனையைத் தீவிரமாகத் தேடிக்கொண்டிருந்தனர்.

தீய சக்திகளைப்பற்றிய நம் அறிவும் அத்தகையதே, ஏனெனில் அவைபற்றிய பல செய்திக் குறிப்புகள் ஆயிரம் ஆண்டுகளுக்கும் மேல் பழமையான மதங்களிலிருந்து வருகின்றன. இவ்வளவு பழமையான செய்திகள் காலப்போக்கில் கலப்படத்தால் சிதைவது இயற்கை. ஆனால் பேய்களைப் பற்றிய நம் கண்ணோட்டம் அறிவியல் வளர்ந்துவிட்ட இந்தக் காலகட்டத்திலும் மூடநம்பிக்கைகளாலும், கற்பனைப் புனைவுகளாலும் அதிகம் நிரம்பி வழிகிறது. இதன் காரணமாகவே இன்னும் பல பேய்க் கதைகளை மையமாகக்கொண்ட திரைப்படங்கள் வசூலைக் குவித்து வரவேற்பைப் பெறுகின்றன.

தற்போதைய நிலை: இரு முனைகள்

அறிவியல் வளர்ந்துவிட்ட இந்தக் காலத்தில், தீய சக்திகளாகக் கருதப்படும் மோகினி, பேய், பிசாசு, சாத்தான்,

வேதாளம் போன்றவை படிப்பறிவு இல்லாத பாமர மக்களைப் பயத்தின் மூலம் கட்டுப்படுத்தும் ஒரு கருவியாகவும் மற்றும் வெறும் மூடநம்பிக்கையாகவும் ஒருசாரரால் கருதப்பட்டாலும், இன்னும் சில மக்கள் அவை உண்மை என்றும் மனிதர்கள் இது போன்ற தீய சக்திகளால் இன்றளவும் பாதிக்கப்படுகிறார்கள் என்றும் நம்புகின்றனர். மதங்களிலிருந்து வரும் தீய சக்திகள் பற்றிய செய்திகள் அறிவுபூர்வமாகத் தெளிவாக விளக்கப்படாமலேயே உள்ளன; அவை பெரும்பாலும் நம்பிக்கையின் அடிப்படையிலேயே இருக்கின்றன.

இது போன்ற தீய சக்திகள் வெறும் மூடநம்பிக்கை என்று புறந்தள்ளுபவர்கள் மேற்கோள் காட்டும் காரணங்கள் அனைத்தும், காலப்போக்கில் கலந்துள்ள மிகைப்படுத்தப்பட்ட கட்டுக்கதைகளை மட்டுமே சுட்டிக்காட்டி, வேறு எந்த நடுநிலை நோக்கும் இல்லாமல் ஒருதலைபட்சமாகவே உள்ளன. மேலும் தீய சக்திகளை நம்புவர்கள் கூறும் காரணங்கள் பகுத்தறிவிற்குப் புறம்பாகவோ அல்லது சாதாரண பரிசோதனைக்கும் தகுதியற்றதாகவோ வெறும் நம்பிக்கையின் அடிப்படையிலேயே இருக்கின்றன. சுருக்கமாகப் பார்த்தால், தீய சக்திகளை மறுப்பவர்கள் மற்றும் ஏற்றுக்கொள்பவர்கள் ஆகிய இருதரப்பும் எந்தவொரு அடிப்படைப் புரிதலுமின்றி நம்பிக்கையின் அடிப்படையிலேயே இருக்கின்றனர்.

தீய சக்திகள் என்றால் என்ன? அவற்றின் வகைகள், அவை எவ்வாறு மனிதனைப் பாதித்தன, தீய சக்திகளிடமிருந்து எவ்வாறு மீண்டுவருவது அல்லது எவ்வாறு காத்துக்கொள்வது என்பது போன்ற செய்திகளை ஆராய்ந்தால் அவற்றின் உண்மைத்தன்மையை எளிதில் அறிந்துகொள்ள முடியும்.

நம் அணுகுமுறை

"எப்பொருள் யார்யார்வாய்க் கேட்பினும், அப்பொருள்
மெய்ப்பொருள் காண்பது அறிவு"

என்னும் வள்ளுவரின் வாக்கிற்கிணங்க, ஆயிரம் ஆண்டுகளுக்கும் பழமையான தீய சக்திகளின் மெய்ப்பொருளை அறிய வேண்டுமெனில், அதை மிகவும் கவனமாகவும் எச்சரிக்கையாகவும் கையாள வேண்டும். அதை ஆராய முற்படும் நபர் சொந்த விருப்பு வெறுப்பு மற்றும் நம்பிக்கைகளைப் புறந்தள்ளி மிகவும் நடுவுநிலையுடன் செய்தியின் உண்மைத்தன்மையை வெளிக்கொண்டுவர முயல வேண்டும்.

பகுத்தறிவிற்குப் பொருந்தாத செய்திகளை ஆராய்ந்து அவற்றைப் புறந்தள்ள வேண்டும். தீய சக்திகள் என்றால் என்ன? அவற்றின் வகைகள், அவை எவ்வாறு மனிதனைப் பாதித்தன, தீய சக்திகளிடமிருந்து எவ்வாறு மீண்டுவருவது அல்லது எவ்வாறு காத்துக்கொள்வது என்பது போன்ற செய்திகளை ஆராய்ந்து, அவை நவீனகால மனித சமுதாயத்துடன் ஏதேனும் வழியில் பொருந்தி வருகின்றதா என்பதையும் தெளிவாக விளக்க வேண்டும்.

இந்த நூலின் நோக்கம்

இந்த நூல் ஒரு பயணம் — பழமையிலிருந்து புதுமைக்கு, மர்மத்திலிருந்து விளக்கத்திற்கு, அச்சத்திலிருந்து புரிதலுக்கு.

நாம் முதலில் நம் வேர்களை நோக்கிச் செல்கிறோம்: வேதங்கள், புராணங்கள், உபநிஷத்துகள், ஆகமங்கள்,

பல்வேறு மத நூல்கள் — இவற்றில் தீய சக்திகள் பற்றி என்ன சொல்லப்பட்டுள்ளது என்பதை ஆராய்கிறோம். அசுரர்கள், தேவர்கள், ராட்சசர்கள் பற்றிய கதைகளை வெறும் புராணக் கதைகளாக அல்ல, மாறாக மனித அனுபவத்தின் குறியீடுகளாகப் படிக்கிறோம். பேய், பிசாசு, பூதம், வேதாளம் போன்ற கருத்துக்களுக்குப் பின்னால் மறைந்திருக்கும் உண்மைகளைத் தேடுகிறோம்.

இதனோடு நில்லாமல், நவீன மனவியலையும் மருத்துவத்தையும் நோக்கித் திரும்புகிறோம். நோய்களும் கிருமிகளும் எப்படிப் பண்டைய காலத்தில் "தீய சக்திகள்" என்று புரிந்துகொள்ளப்பட்டன என்பதை ஆராய்கிறோம். உளவியல் விளக்கங்கள் மூலம், மனித நடவடிக்கைகளின் ஆழமான காரணங்களைத் தேடுகிறோம். குடும்பத்திலும், வீட்டிலும், சமூகத்திலும் தீய சக்தி இருப்பதற்கான அறிகுறிகளை — அவை பண்டைய காலத்தில் எப்படி அடையாளம் காணப்பட்டன, இன்று எப்படி அறிவியல் ரீதியாகப் புரிந்துகொள்ளப்படுகின்றன என்பதை விளக்குகிறோம்.

உலகம் முழுவதும் பயணித்து, பிற மதங்கள் மற்றும் கலாச்சாரங்களில் "தீய சக்தி" பற்றிய கருத்துக்களை ஒப்பிடுகிறோம். கிறித்தவம், இஸ்லாம், புத்தம், ஜைனம் — இவை அனைத்திலும் தீமை பற்றிய புரிதல்கள் எப்படி ஒத்திருக்கின்றன, எங்கே வேறுபடுகின்றன என்பதைப் பார்க்கிறோம்.

தீய சக்திகளின் உண்மைத்தன்மையை ஆராயும் இந்தப் பயணத்தில் உங்களை அழைக்கிறோம்.

அத்தியாயம் 1: பேய்கள்: வரையறையும் செயல்களும்

1.1 தீயசக்திகள் ஓர் பார்வை

மனித நாகரிகத்தின் பழங்காலத்தில் இருந்து இன்று வரை, கண்ணுக்குப் புலப்படாத சக்திகள் மீதான நம்பிக்கை உலகின் ஒவ்வொரு மூலையிலும், ஒவ்வொரு பண்பாட்டிலும் வேரூன்றி நிற்கிறது. பேய், பிசாசு, பூதம் என்று பல்வேறு பெயர்களில் அழைக்கப்படும் இந்த தீயசக்திகள், மனிதர்களின் வாழ்வில் நேரடியாக தலையிட்டு, துன்பங்களையும் இன்னல்களையும் நோய்களையும் ஏற்படுத்தும் என்ற நம்பிக்கை அனைத்து மதங்களிலும் பரவலாக காணப்படுகிறது. இந்த நம்பிக்கைகள் வெறும் மூடநம்பிக்கைகளா? அல்லது மனித உளவியலின் ஆழமான அடுக்குகளை வெளிப்படுத்தும் சத்தியங்களா? இந்த கேள்விக்கான பதிலைத் தேடி, நாம் பல்வேறு மத மரபுகளின் வழியாக ஒரு பயணத்தை மேற்கொள்கிறோம்.

பேய் என்றால் என்ன? இக்கேள்விக்கான பதில் பல நூற்றாண்டுகளாக மனித சமுதாயத்தின் கூட்டு நினைவில் பதிந்துள்ளது. நிறைவேறாத ஆசைகளுடன் இறந்த மனிதர்களின் ஆன்மா அல்லது ஆவி என்று பொதுவாக இவை கருதப்படுகின்றன. பலவீனமான மனநிலையில் உள்ள மனிதர்களைப் பிடித்து, அவர்களின் உடல் வழியாகத் தன் ஆசைகளை நிறைவேற்றிக்கொள்ள முயல்கின்றன என்பது பழங்கால நம்பிக்கை. பழிவாங்குதல், மரணம் ஏற்படுத்துதல், தற்கொலைக்குத் தூண்டுதல் போன்றவை பேய்களின் முக்கிய குணங்கள் என நம்பப்படுகின்றன. சாதாரண மனிதர்களின் கண்களுக்குப் புலப்படாத இவை, சாதாரண

மனித ஆற்றலை விஞ்சிய சக்தி வாய்ந்தவை என்பதால் 'தீய சக்தி' என்று அழைக்கப்படுகின்றன.

தங்களைப் பகுத்தறிவுவாதிகள் என்று கூறிக்கொள்ளும் பலர், பேய், பிசாசு, பூதம், கடவுள் போன்றவை வெறும் மூடநம்பிக்கைகள் என்றும், மனிதனைப் பயத்தின் வழியே கட்டுப்படுத்தி அடிமைப்படுத்தப் பயன்படுத்தப்பட்ட கருவிகள் என்றும் வாதிடுகின்றனர். அறிவியல் ரீதியாக விளக்க முடியாத நிகழ்வுகளுக்குப் பயந்தோ அல்லது அறியாமையாலோ, இயற்கைக்கு அப்பாற்பட்ட சக்திகளை மக்கள் நம்பத் தொடங்கினர் என்கின்றனர். ஆதிகாலத்தில் மனிதன் அறியாமையின் இருளில் இருந்ததால், கண்ணுக்குத் தெரியாத அச்சங்களே இத்தகைய நம்பிக்கைகளுக்கு வித்திட்டன என்பது இவர்களின் கருத்து. மின்னல் தாக்கி உயிரிழந்ததால் மின்னலை வழிபட்டனர், பாம்பு கடித்து இறந்ததால் பாம்பை வழிபட்டனர் - இவையே மூடநம்பிக்கைகளின் தொடக்கமாக அமைந்தன என்று இவர்கள் வாதிடுகின்றனர். கண்ணுக்குத் தெரியாத ஒன்று மனிதனுக்குள் புகுந்து அவனை இயக்கவோ கட்டுப்படுத்தவோ முடியும் என்பது முற்றிலும் மூடத்தனம் என்பதே இவர்களின் உறுதியான நிலைப்பாடு.

இறந்தவர்களின் நிறைவேறாத ஆசைகள் : திருப்தியடையாத ஆசைகளுடன் இறந்தவர்களின் ஆன்மாக்கள் நிறைநிலை அடையாமல் இரு உலகங்களுக்கும் இடையே சிக்கிக் கிடக்கின்றன என்று பண்டைய மக்கள் நம்பினர். இதுவே பேய் அல்லது ஆவி. இவை பலவீனமான மனிதர்களின் உடலில் புகுந்து, அவர்கள் வழியாக தங்கள் விருப்பங்களை நிறைவேற்றிக் கொள்கின்றன என்பது பழங்கால நம்பிக்கை.

யார் இந்த சிக்கிய ஆன்மாக்கள்? பழிவாங்க வேண்டும் என்ற கொந்தளிப்புடன் இறந்தவன், அடையாத புகழ், பதவி, செல்வத்தின் தாகத்துடன் மரணமடைந்தவர், நிறைவேறாத காதலுடன் உயிர் துறந்தவர், பசியால் வாடி மாண்டவர் - இவர்கள் அனைவரும். இவர்களின் ஆன்மாக்கள் இந்த உலகிலேயே தங்கி, தங்களின் ஆசைகளை நிறைவேற்ற மீண்டும் வாய்ப்பு தேடுகின்றன என்பது பல கலாச்சாரங்களிலும் பொதுவான நம்பிக்கையாக இருந்தது.

எனவேதான் பழிவாங்குதல், கலகம் விளைவித்தல், பிரிவினை ஏற்படுத்துதல், அச்சம், துக்கம், வெறுப்பு மற்றும் கவலை ஏற்படுத்துதல், உடல் மற்றும் மனதளவில் மனிதனை முடக்குதல், துரதிர்ஷ்டம் மூலம் புகழ், தொழில் மற்றும் செல்வத்தை நிர்மூலமாக்குதல், கொலை மற்றும் தற்கொலைக்கு தூண்டுதல் போன்றவை பேய்களின் முக்கிய குணங்களாக நம்பப்பட்டன. மனிதர்களின் கண்களுக்கு புலப்படாதவை, சாதாரண மனித ஆற்றலை விஞ்சிய சக்தி கொண்டவை - இதனாலேயே இவை 'தீய சக்திகள்' என்று அழைக்கப்படுகின்றன.

இன்னொரு முக்கியமான நம்மிக்கையும் இருந்தது, அதாவது இறந்தவர்களுக்கு முறையான இறுதி சடங்குகள் செய்யப்படாத பட்சத்தில், அவர்களின் ஆன்மாக்கள் சாந்தியடையாமல், முழுமையான விடுதலை பெறாத நிலையை அடைகின்றன என்றும் நம்பப்பட்டது. எனவேதான் இறந்தவர்களுக்கு முறையான ஈமச் சடங்குகள் மிக அவசியமானதாக கருதப்பட்டது. பிண்ட தானம், தர்ப்பணம், வழிபாடு என்று பல்வேறு சடங்குகள் உருவாகின. இந்த சடங்குகள் இறந்தவரின் ஆன்மாவிற்கு சாந்தியையும்,

அடுத்த பிறவிக்கான பாதையையும் அமைத்துக் கொடுக்கும் என்று கருதப்பட்டது.

உடல் அற்ற ஆவிகளின் தேவை : ஆனால் இந்த ஆன்மாக்களுக்கு ஒரு பெரிய குறைபாடு இருந்தது. இந்த ஆவிகளால் தனித்து இயங்க முடியாது என்பதே அது. அவை பெரும்பாலும் மனிதனின் கண்களுக்குப் புலப்படாதவை, உடல் அற்றவை. எனவே, இந்த உலகில் எதையாவது செய்யது அவைகளின் விருப்பத்தை நிறைவேற்ற வேண்டுமென்றால், உயிருள்ள ஒரு மனிதனின் உடல் அவசியம் தேவைப்பட்டது. இங்குதான் "பிடித்தல்" என்ற கருத்து உருவானது. பேய்கள் பலவீனமான ஒருவரை பிடித்துக் கொண்டு, அந்த நபரின் உடல் வழியாக தங்கள் ஆசைகளை நிறைவேற்றிக் கொள்ள முயற்சிக்கும் என்று நம்பப்பட்டது.

ஆட்கொள்ளுதல் - உலகளாவிய நம்பிக்கை

இந்து மத நூல்களில் : குறிப்பாக கருட புராணம் மற்றும் அதர்வ வேதத்தில், இறந்தவர்களின் ஆன்மாக்கள் பல்வேறு நிலைகளில் இருப்பதாக விரிவாக விவரிக்கப்படுகிறது. இவை முக்கியமாக மூன்று வகைகளாகப் பிரிக்கப்படுகின்றன - பூதங்கள், பிரேதங்கள், பிசாசுகள்.

முதலாவது பூதங்கள். இவை இறந்த பின்னர் முறையான சடங்குகள் செய்யப்படாத காரணத்தால் முழுமையான விடுதலை பெறாத ஆன்மாக்களாகும். பஞ்ச கோசங்களின் கோட்பாட்டின்படி, மனித உடல் ஐந்து உறைகளால் (கோசங்கள்) ஆனது. இறந்த பின்னர், இந்த உறைகள் ஒவ்வொன்றாக விலகி, ஆன்மா விடுதலை அடைய வேண்டும். ஆனால் முறையான சடங்குகள் இல்லாதபோது, ஆன்மா

இந்த உலகிலேயே சிக்கிக் கிடக்கிறது. பொதுவாக ஒரு நபர் இறந்த பதிமூன்று நாட்கள் வரை பிரேத யோனியில் இருக்கிறார், இந்தக் காலத்தில் பிண்டதானம் மற்றும் தர்ப்பண சடங்குகள் செய்யப்பட வேண்டும். இவை முறையாக செய்யப்படாவிட்டால், ஆன்மா பூதமாக மாறி, தனிமையான இடங்களில், பழைய வீடுகளில், கல்லறைகளில் அலைந்து திரிகிறது.

இரண்டாவது பிரேதங்கள். இவை மிகவும் விசேஷமான வகையினர். பூரணமாக திருப்தியடையாத ஆசைகளுடன் இறந்தவர்களின் ஆன்மாக்கள் மனோமய கோசத்தில் - அதாவது ஆசை உடலில் - சிக்கியுள்ளன. பசி, தாகம், காமம், பழிவாங்கும் உணர்வு, துக்கம் போன்ற நிறைவேறாத விருப்பங்கள் இவர்களை இந்த உலகில் கட்டிவைத்திருக்கின்றன. கருட புராணத்தின்படி, பிரேதங்கள் வைதரணி நதியைக் கடந்து யமலோகத்திற்குச் செல்லும் வரை தீராத பசி மற்றும் தாகத்தால் கொடூரமாக அவதிப்படுகின்றன. இவர்களுக்கு வழிபாடும் உணவுப் பிண்டங்களும் அளிக்கப்பட்டால் மட்டுமே சற்று ஆறுதல் கிடைக்கும்.

மூன்றாவது மற்றும் மிகவும் கொடூரமானவை பிசாசுகள். மகாபாரதத்தின்படி, பிசாசுகள் பிரம்மாவால் படைக்கப்பட்டன, இவை இறந்தவர்களின் எச்சங்களை உண்பதற்காகவே உருவாக்கப்பட்டன என்று கூறப்படுகிறது. அதர்வ வேதத்தில் விவரிக்கப்பட்டுள்ளபடி, பிசாசுகள் சுடுகாடுகள், வெறிச்சோடிய காடுகள், போர்க்களங்களில் வசிக்கும் கொடிய ஆவிகள். இவை தங்கள் வடிவத்தை மாற்றிக் கொள்ளும் அபூர்வமான திறன் கொண்டவை. மனிதர்களின் உயிர் ஆற்றலை உறிஞ்சி உண்டு வாழ்கின்றன.

வன்முறையான மரணங்கள், கொடூரமான குற்றங்கள், தற்கொலைகள், அல்லது ஆழ்ந்த வெறுப்பு காரணமாக உருவாகும் இந்த பிசாசுகள், விஞ்ஞானமய கோசத்தை சிதைத்து, முழு தமோ குண சக்தியால் இயக்கப்படுகின்றன.

ஏழாம் நூற்றாண்டில் எழுதப்பட்ட நீலமத புராணம், காஷ்மீர் பள்ளத்தாக்கு நாகர்கள் மற்றும் பிசாசுகள் என்ற இரண்டு இனத்தவர்களால் வசிக்கப்பட்டதாகக் கூறுகிறது. இது பண்டைய காலங்களில் பிசாசுகள் பற்றிய நம்பிக்கை எவ்வளவு ஆழமாக வேரூன்றியிருந்தது என்பதை வெளிப்படுத்துகிறது.

கிறிஸ்தவ மரபில் வீழ்ந்த தேவதூதர்கள்: கிறிஸ்தவ மதத்தில் பேய்கள் பற்றிய கருத்தாக்கம் சற்று வேறுபட்டது. விவிலிய போதனைகளின்படி, பிசாசுகள் என்பவை சாத்தானுடன் சேர்ந்து கடவுளுக்கு எதிராக கலகம் செய்து வீழ்ந்த தேவதூதர்கள் என்று நம்பப்படுகிறது. எசாயா 14:12-15 மற்றும் 2 பேதுரு 2:4-10 போன்ற வசனங்களின் அடிப்படையில், சுமார் மூன்றில் ஒரு பங்கு தேவதூதர்கள் சாத்தானுடன் கலகம் செய்து பரலோகத்திலிருந்து வீழ்ந்ததாக பலர் ஊகிக்கின்றனர். இந்த வீழ்ந்த தேவதூதர்கள்தான் இன்று பிசாசுகளாக மனிதகுலத்திற்கு தொல்லை கொடுக்கின்றன என்பது கிறிஸ்தவ நம்பிக்கை.

புதிய ஏற்பாட்டில், இந்த பிசாசுகள் "அசுத்த ஆவிகள்" அல்லது "தீய ஆவிகள்" என்று அழைக்கப்படுகின்றன. பிசாசுகள் மனிதர்களை ஆட்கொள்ளும் திறன் கொண்டவை, இது விவிலியத்தில் "demonized" என்ற சொல்லால் குறிப்பிடப்படுகிறது. இயேசு கிறிஸ்து தனது போதனைக் காலத்தில் பல பிசாசு பிடித்தவர்களை குணப்படுத்தியதாக

சுவிசேஷங்களில் பல இடங்களில் குறிப்பிடப்பட்டுள்ளது. மாற்கு 1:23-27 வசனங்களில், ஜெப ஆலயத்தில் அசுத்த ஆவி பிடித்த ஒரு மனிதனை இயேசு குணப்படுத்திய நிகழ்வு விரிவாக விவரிக்கப்படுகிறது.

கதரேனே பகுதியின் பிசாசு பிடித்தவர்களின் கதை மூன்று சுவிசேஷங்களிலும் - மத்தேயு 8:28-34, மாற்கு 5:1-20, லூக்கா 8:26-39 - காணப்படுகிறது. இந்த இரண்டு நபர்கள் கல்லறைகளுக்கு இடையில் வாழ்ந்தனர், கூர்மையான கற்களால் தங்களைத் தாங்களே காயப்படுத்திக் கொண்டனர், அந்த வழியாக செல்லும் அனைவருக்கும் பயங்கர அச்சத்தை உண்டாக்கினர். இயேசு அவர்களிடமிருந்து பிசாசுகளை விரட்டியபோது, அந்த பிசாசுகள் அருகில் மேய்ந்துகொண்டிருந்த பன்றிக் கூட்டத்திற்குள் நுழைந்தன, அந்த பன்றிகள் குன்றிலிருந்து கீழே விழுந்து இறந்தன என்று விவரிக்கப்படுகிறது.

கிறிஸ்தவ மரபின்படி, பிசாசுகள் மனிதர்களை மட்டுமல்ல, விலங்குகளையும் ஆட்கொள்ளும் திறன் கொண்டவை. **ஒரு நபரை பல பிசாசுகள் ஒரே நேரத்தில் ஆட்கொள்ளலாம்** என்பது கிறிஸ்தவ நம்பிக்கையின் விசேஷம். மகதலேன் மரியாவிலிருந்து ஏழு பிசாசுகள் விரட்டப்பட்டதாக லூக்கா 8:2 குறிப்பிடுகிறது. கதரேனே நாட்டில் பிசாசு பிடித்த ஒருவனிடம் , உன் பெயர் என்ன என்று கேட்டபோது அவன் "லேஜியன்" என்று பதிலளித்தான், ஏனெனில் ஆயிரக்கணக்கான பிசாசுகள் அவனுக்குள் நுழைந்திருந்தன.

இஸ்லாமிய மரபில் ஜின்களும் ஷைத்தான்களும்: இஸ்லாமிய மதத்தில் பேய்கள் பற்றிய கருத்து இன்னும் வேறுபட்டது. இங்கு ஜின்கள் என்ற தனி வகை உயிரினங்கள் பற்றிய விரிவான விவரணை உள்ளது. இஸ்லாமிய

நம்பிக்கையின்படி, ஜின்கள் என்பவை **புகையற்ற நெருப்பிலிருந்து** படைக்கப்பட்ட இயற்கைக்கு அப்பாற்பட்ட உயிரினங்கள். மனிதர்கள் மண்ணிலிருந்து படைக்கப்பட்டதுபோல, ஜின்கள் நெருப்பிலிருந்து படைக்கப்பட்டன.

முக்கியமாக, மனிதர்களைப் போலவே ஜின்களும் தங்கள் செயல்களுக்கு பொறுப்பேற்க வேண்டியவர்கள். அவர்களுக்கும் சுதந்திர விருப்பம் உண்டு. இறைவனின் வழிகாட்டுதலை ஏற்கும் விசுவாசிகளாகவோ அல்லது நிராகரிக்கும் காஃபிர்களாகவோ இருக்கலாம். இந்த கருத்தாக்கம் கிறிஸ்தவ பிசாசுகளிலிருந்து மிகவும் வேறுபட்டது.

இஸ்லாத்தில் இரண்டு முக்கிய வகைகள் உள்ளன. முதலாவது ஜின்கள் - இவை நல்லவையாகவோ கெட்டவையாகவோ இருக்கலாம். பல்வேறு காரணங்களுக்காக **மனிதர்களுக்குள் நுழைந்து உடல்ரீதியாக ஆட்கொள்ளலாம்.** காதல், பழிவாங்குதல், அல்லது வேறு காரணங்களுக்காக மனிதர்களை பிடிக்க முயல்கின்றன. இரண்டாவது ஷைத்தான்கள் - இவை தீய பிசாசுகள். இவை நேரடியாக உடலில் நுழைவதில்லை, மாறாக இதயத்தை - கல்ப் என்று அழைக்கப்படும் மனதை - தாக்கி, பாதிக்கப்பட்டவர்களை தீமையின் பக்கம் திருப்ப முயல்கின்றன.

இஸ்லாமிய எழுத்துக்களின்படி, உண்மையான ஜின் பிடிப்பு ஒரு நபரை வலிப்புத் தாக்குதல்களுக்கு உள்ளாக்கலாம் மற்றும் புரிந்துகொள்ள முடியாத மொழியில் பேச வைக்கலாம். பிடிக்கப்பட்டவர் **தன் சொந்த விருப்பத்தின்படி சிந்திக்கவோ பேசவோ இயலாமல்,**

ஜின்களின் முழுக் கட்டுப்பாட்டிலேயே செயல்படுகிறார் என்று கூறப்படுகிறது. குர்ஆன் 2:275 வசனம் இதற்கு ஒரு முக்கிய சான்றாக கருதப்படுகிறது. "ரிபா (வட்டி) உண்பவர்கள் மறுமை நாளில் ஷைத்தான் தொட்டு பைத்தியம் பிடித்தவர் போல எழுவார்கள்" என்று அது கூறுகிறது. இது ஜின் பிடிப்பு என்பது சாத்தியம் என்பதற்கான ஆதாரமாக கருதப்படுகிறது.

உலகின் எல்லா மதங்களிலும், எல்லா கண்டங்களிலும், பேய்கள் மனிதர்களை ஆட்கொள்வது என்பது மிக முக்கியமான நம்பிக்கையாக இருந்து வந்திருக்கிறது. இது வெறும் ஒரு சில கிராமங்களின் மூடநம்பிக்கை அல்ல. 1969 இல் அமெரிக்காவின் நேஷனல் இன்ஸ்டிடியூட் ஆஃப் மென்டல் ஹெல்த் நிதியுதவியுடன் நடத்தப்பட்ட விரிவான ஆய்வில் வியக்கத்தக்க உண்மை ஒன்று வெளிப்பட்டது. உலகம் முழுவதும் 488 வெவ்வேறு சமூகங்களை ஆய்வு செய்தபோது, அவற்றில் 74 சதவீதம் சமூகங்களில் ஆவி-பிடிப்பு நம்பிக்கை இருப்பது கண்டறியப்பட்டது.

இந்து மரபில் ஆட்கொள்ளுதல் என்பது மிகவும் துல்லியமாக விவரிக்கப்பட்டுள்ளது. பிசாசுகள் பாதிக்கப்படக்கூடிய, மனரீதியாக பலவீனமான நபர்களை குறிவைக்கின்றன. துக்கத்தில் இருப்பவர்கள், கோபத்தில் சுழல்பவர்கள், பயத்தில் வாடுபவர்கள் - இவர்கள் எளிதாக பிடிக்கப்படக்கூடியவர்கள். பிசாசு ஒருவரின் விஞ்ஞானமய கோசத்தில் - அதாவது அறிவு உடலில் - நுழைந்து முழுக் கட்டுப்பாட்டையும் எடுத்துக் கொள்கின்றன. பூதம் அல்லது பிசாசு பிடித்தவர்களுக்கு உடல் மற்றும் மன நோய்கள் ஏற்படும். அவர்கள் சாதாரண மனிதர்கள் செய்யாத அசாதாரண செயல்களில் ஈடுபடுவர். குரல் மாறும்,

ஒருவேளை அவர் அறியாத மொழியில் பேசுவார். மற்றவர்களுக்கு பயங்கர அச்சத்தை ஏற்படுத்துவார்.

கிறிஸ்தவ மரபில் ஆட்கொள்ளுதல் இன்னும் விரிவாக விவரிக்கப்பட்டுள்ளது. **பிசாசுகள் மனிதர்களை மட்டுமல்ல, விலங்குகளையும் ஆட்கொள்ளும் திறன் கொண்டவை.** ஆட்கொள்ளப்பட்டவர்களுக்கு உடல் மற்றும் மனம் இரண்டுமே கடுமையாக பாதிக்கப்படலாம். குருட்டுத்தன்மை முதல் மனநலக் கோளாறுகள் வரை பல்வேறு துன்பங்கள் ஏற்படலாம்.

இஸ்லாமிய மரபில் ஜின்கள் பல காரணங்களுக்காக மனிதர்களை ஆட்கொள்ள முயல்கின்றன. சில நேரங்களில் அது அவர்கள் மீது கொள்ளும் காதலாக இருக்கலாம், சில நேரங்களில் பழிவாங்குதலாக இருக்கலாம், சில நேரங்களில் வேறு வரையறுக்கப்படாத காரணங்களாக இருக்கலாம். இஸ்லாமிய பார்வையின்படி, சிதைந்த ஆன்மா - நஃப்ஸ் என்று அழைக்கப்படும் அந்தரங்க மனம் - தீமையால் பாதிக்கப்பட்டிருந்தால், அது ஜின்களால் ஆட்கொள்ளப்படுவதற்கான வாய்ப்பை பெரிதும் அதிகரிக்கிறது.

ஒரு நபரை பேய் பிடித்தது என்றால் என்ன நடக்கும்? அவரின் உடலுக்குள் சென்ற அந்த ஆவியானது அவரைக் கட்டுப்படுத்த துவங்கும். பெரும்பாலும் எதிர்மறையான முறையிலேயே இவை செயல்படுகின்றன. எனவேதான் இவை தீய சக்திகள் என்று அழைக்கப்பட்டன. ஆனால் ஒரு கேள்வி எப்போதும் எழுந்துகொண்டேயிருக்கிறது - எவ்வாறு கண்ணுக்குத் தெரியாத ஒரு சக்தி ஒரு மனிதனை இயக்க முடியும்? இவை வெறும் மூடநம்பிக்கை என்பது

பெரும்பாலோரின் கூற்று. ஆனால் இந்த நம்பிக்கைகள் ஏன் இவ்வளவு பரவலாக, இவ்வளவு காலமாக உலகெங்கும் நிலைத்திருக்கின்றன என்பது சிந்திக்க வேண்டிய விஷயம்.

ஆனால் இங்கே ஒரு முக்கியமான கேள்வி எழுகிறது: கண்ணுக்குத் தெரியாத ஒரு சக்தி வேறு ஒரு உயிரினத்துள் நுழைந்து, அதன் இயக்கத்தை அதன் விருப்பத்திற்கு எதிராக மாற்ற முடியுமா? ஒரு உயிரினை தன் சொந்த இச்சைகளின்படி இயக்க முடியுமா? இது அறிவியல் பூர்வமாகச் சாத்தியமா? இக்கேள்விக்கு, நம்பிக்கை உள்ளோரும் நம்பிக்கை அற்றோரும் சொல்லும் முதல் பதில் 'இல்லை, இது ஓர் மூடநம்பிக்கை' என்பதாகவே இருக்கும். ஆனால் நவீன அறிவியலின் கண்டுபிடிப்புகள் என்ன சொல்கின்றன? நம்மை வியப்பில் ஆழ்த்தும் உண்மைகள் ஏதேனும் வெளிப்படுகின்றனவா என்று ஆராய்வோம்.அதற்கு முன், புராணங்கள், மத நூல்கள், உலகம் முழுவதும் காணப்படும் பிற கலாச்சார நம்பிக்கைகள், நாட்டுப்புறக் கதைகள் ஆகியவற்றில் இந்தத் தீய சக்திகள் எவ்வாறு விவரிக்கப்படுகின்றன என்பதை ஓரளவு தெளிவாகப் பார்த்துவிடுவோம்.

1.2 மோகினி! கண்டதும் காதல் கொண்டதும் மோகம்!

மோகினிப் பிசாசு என்பது நாட்டுப்புற பேய்க்கதைகளில் வரும் ஒரு வகை பேய். மோகினி என்பது ஒரு அழகான இளம் பெண்ணின் ஆன்மா. நிறைவேறாத ஆசைகளுடன், அகால மரணமடையும் திருமணம் ஆகாத கன்னிப் பெண்கள் மோகினிப் பிசாசாக வருவர் எனக் கூறப்படுகிறது. இவர்கள்

திருமணம் ஆகாத வாலிபர்களை தனது மயக்கும் தோற்றத்தால் ஆசைகாட்டி தனியே அழைத்துச் சென்று கொன்று விடுவார்கள் என்று கூறுகின்றனர். இது பெறும்பாலோர் அறிந்த மோகினி பேய் பற்றிய பொதுவான மற்றும் சுருக்கமான கதையாகும்.

மேலோட்டமாக பார்க்கும் போது, இந்த செய்தி நம்பகதன்மையற்ற ஆராய்ச்சிக்கு பொருந்தாத மூடநம்பிக்கையாகவே தோன்றுகின்றது. எனினும் ஒரு சுருக்கமான நாட்டுப்புற கதையையோ அல்லது செய்தியை மட்டும் வைத்து மோகினி பிசாசு என்பது மூடநம்பிக்கை என்ற முடிவுக்கு வரமுடியது. மோகினி என்ற பெயரின் காரணம், இலக்கியம் மற்றும் புராணங்களில் காணப்படும் வரலாற்று குறிப்புகள், பிற மதங்கள் மற்றும் கலாச்சார தொடர்புகள் பற்றி முழுவது அறிந்து கொண்டபின், தற்காலத்தில் ஒத்துப்போகும் நிகழ்வுகளுடன் ஒப்பிட்டு பார்க்கும்போது இதற்கு ஒரு தெளிவான விடை கிடைக்கும்.

மோகினி பெயர் காரணம் : மோகினி என்பது, மோகம் அல்லது மோகி(த்தல்) என்ற வினைச்சொல்லில் இருந்து தோன்றிய பெயர்ச்சொல், மோகனம் என்பது பேரழகு, கவர்ச்சி அல்லது வசீகரம் என்று பொருள்படும். சமஸ்கிருதத்தில் மோஹினி என்ற பெயருக்கு கவர்ச்சிகரமான, பேரழகுடைய, மோகத்தில் ஆண்களை மயக்கும் வல்லமை உடையவள் என்று பொருள்.

மோகம், காமம், போகம், விரகம் (விரகதாபம்), போன்ற சொற்கள் அடிப்படையில் காதல், பாலியல் ஈர்ப்பு மற்றும் சிற்றின்ப நாட்டம் சார்ந்தவை. பொதுவாக விரக தாபம் காதலர் இடையே ஏற்படும் பிரிவு வேதனையை குறிக்கும்.

மோகம் என்றால் பெரும்பாலும் எதிர்பாலினத்தவர் மீது தோன்றும் அளவுகடந்த காதல் அல்லது உடல்ரீதியான ஈர்ப்பு அதன் காரணமாக வரும் மதிமயக்கம் அல்லது மோகித்தவரை அடைய துடிக்கும் வேட்கை என்று பொருள் கொள்ளலாம். "ஆசை அறுபது நாள், மோகம் முப்பது நாள்!" மோகம் என்ன செய்யும்? மோகம் அவசரத்தில் சுய கட்டுப்பாட்டை இலக்கச்செய்கின்றது, நீண்டகால விளைவுகள் பற்றி சிந்திக்காமல் உறவின் உடனடி அல்லது குறுகிய கால இன்பத்தில் மட்டுமே கவனம் செலுத்துகிறது. மோகம், அதீத சிற்றின்ப ஆர்வம் மற்றும் காம மயக்கத்தால், சித்தம் கலங்கி தன்னிலை மறந்து எதிர்காலம் பற்றி சிந்திக்காமல் செயல்படும் நிலைக்கு மனிதனை இட்டுச்செல்கின்றது.

தற்போது நாம் அதிகம் கேள்விப்படும் மது மோகம், சினிமா மோகம், ரீல்ஸ் மோகம் என்று வரும் செய்திகள் அனைத்தும் மனிதன் குறுகிய மற்றும் உடனடி அற்ப சுகத்திற்காக, நீண்டகால விளைவுகள் பற்றி சிந்திக்காமல் செய்யும் மதிகெட்ட செயல்களே ஆகும்.

மோகன ராகம் கர்நாடக இசையில் ஒரு பிரபலமான, மனிதவர்க்கத்துக்குத் தெரிந்த மிகப் பழைய ராகம் ஆகும்.

மோகினியாட்டம் கேரள மாநிலத்தில் தோன்றிய இந்திய பாரம்பரிய நடன வடிவங்களுள் ஒன்று. இந்த நடனம் அதன் பெயரை விஷ்ணுவின் அவதாரம்மாகிய மோகினியிலிருந்து பெறுகிறது. இதன் தோற்றத்தின் சரியான காலம் தெரியவில்லை என்னினும் ஆரம்பகால குறிப்பு பதினாறாம் நூற்றாண்டின் சட்ட நூலான வியாவஹாரமாலாவில் காணப்படுகிறது, ஆனால் நடனத்தின் வேர்கள்

மிகபழமையானவை. அனைத்து பாரம்பரிய இந்திய நடனங்களைப் போலவே மோகினியாட்டம் பற்றிய குறிப்புகள் நாட்டிய சாஸ்திரத்தில் உள்ளன. இது கேரளாவின் பாரம்பரிய தனி நடன வடிவமாகும்.

மோகினி என்ற பெயர்ச்சொல் எதர்ச்சையான சொல் அல்ல அது மிகவும் ஆழமான பொருள்கொண்ட மிகவும் தொன்மையான சொல் என்று புலனாகின்றது. சற்று ஆழ்ந்து சிந்தித்தால் மோகம் என்பது காமம், காதல், கோபம், பயம் போன்ற மனிதனை இயற்கையாக இயக்கும் பலமான சக்திகளுள் ஒன்று என்று சொல்லலாம். எனவேதான் பாரதியார்

"மோகத்தை கொன்று விடு அல்லால் எந்தன் மூச்சை நிறுத்தி விடு... "

என்று மோகத்தின் பிடியில் இருந்து விடுபட இறைவனிடம் வேண்டி பாடுகிறார்.

1.2.1 தமிழ் சிற்றிலக்கியத்தில் மோகினி.

மேலகரம் திரிகூட ராசப்பக் கவிராயர் பெருமான் அவர்கள் இயற்றிய திருக்குற்றாலக் குறவஞ்சி தமிழ்ச் சிற்றிலக்கியங்களுள் ஒன்றாகும். இது குறவஞ்சி நூல்களுள் முதன்மையானதாகக் கருதப்படுகின்றது. குற்றாலக்குறவஞ்சியானது இறைவன்மீது பாடப்பெற்றதால் திருக்குற்றலாக்குறவஞ்சி எனும் பெயர் பெற்றது. குற்றால நாதனே பாட்டுடைத் தலைவன். அவனைக் காதலிக்கும் வசந்தவல்லி கதைத் தலைவி ஆவாள். குற்றாலக் குறவஞ்சியில் மோகினி என்பது தலைவி வசந்தவல்லியின் அழகினை குறிக்க வழங்கப்பட்ட பெயராகும். தலைவி

வசந்தவல்லி பந்தாடும் அழகை இனிய சந்த நயத்தோடு எடுத்துரைக்கும் புகழ்பெற்ற பாடல் இது.

செங்கையில் வண்டு கலின்கலின் என்று
செயம் செயம் என்றாட இடை
சங்கதம் என்று சிலம்பு புலம்பொடு
தண்டை கலந்தாடஇரு
கொங்கை கொடும்பகைவென்றனம் என்று
குழைந்து குழைந்தாடமலர்ப்
பைங்கொடி நங்கை வசந்த
சவுந்தார் பந்து பயின்றனளே

காமவேள் கலகம் மூட்டிப்
பொன்னணித் திலகம் தீட்டிப்
பூமலர் மாலை சூட்டி
வன்னமோ கினியைக் காட்டி
வசந்த**மோ கினி**வந்தாளே

இந்திரை யோவிவள் சுந்தரி யோதெய்வ
ரம்பையோ **மோகினியோ** மன
முந்திய தோவிழி முந்திய தோகர
முந்திய தோவெனவே உயர்
சந்திர சூடர் குறும்பல வீசுரர்
சங்கணி வீதியிலே மணிப்
பைந்தொடி நாரி வசந்த ஓய்
யாரிபொற் பந்து கொண்டாடினளே!

1.2.2 புராணங்களில் மோகினி

மகாவிஷ்ணுவின் அவதாரங்களில் ஒன்றான கண்டாரை மயக்கும் பேரழகு பெண்வடிவில் தோன்றியது மோகினி அவதாரம் ஆகும். மோகினி பற்றிய புறான கதைகளை சுருக்கமாக முதலில் காண்போம். இந்து மதத்தில் விஷ்ணு பின்வரும் சந்தர்ப்பங்களில் மோகினியாகத் தோன்றியதாகக் கூறப்படுகிறது.

1) பாற்கடலை கடைந்தபோது தேவர்களுக்கும் அசுரர்களுக்கும் இடையில் அமிர்தத்தைப் பகிர்ந்து கொடுக்க மோகினி தோன்றுதல்.
2) பஸ்மாசுரனை அழித்து சிவனை காக்கும் பொருட்டு தோன்றுதல்.
3) பிச்சாடனரைத் தொடர்ந்து தாருகவனத்திற்குச் சென்று முனிவர்களை மயக்குதல்.
4) அரவான் கதை
5) சிவனும் மோகினியும் இனைந்து ஹரிஹரபுத்திரன் பிறப்பு.

மேலும் விரதங்களில் சிறப்பானதாக கருதப்படுவது, பெருமாளை நோக்கி ஏகாதசி அன்று கடைபிடிக்கப்படும் விரதம். வருடத்தில் சராசரியாக 25 ஏகாதசி வருகின்றது, அதில் பன்னிரண்டாவது ஏகாதசியின் பெயர் மோகினியாகும்.

குறிப்பு : இந்துமத கலாச்சாரத்தில் சொல்லப்பட்டுள்ள கதைகள் எல்லாம் நேரடி செய்திகளாக அல்லாமல் உருவகங்கள் மூலம் விளக்கப்பட்டுள்ளன. மிகப்பெரிய தத்துவங்களை எல்லாம் குழந்தைக்கும் பாமரருக்கும் கூட புரியும் வண்ணம் உருவாக்கப்பட்டவை. குறிப்பாக இவை

சிறுவர்களுக்கு குருகுலத்தில் கற்பிக்கப்பட்வை. எனவே அது வெருமனே அறிவுப்பூர்வமான செய்திகளாகவும் ஒழுக்கத்தை மட்டும் போதிப்பதாக இல்லாமல் கற்பவர்களின் ஆர்வத்தையும் கற்பனைகளையும் தூண்டும் விதமாக அமைந்துள்ளது. புறான கதைகள் எல்லாம் பல ஆயிரம் ஆண்டுகளுக்கும் முற்பட்டது, அவ்வளவு தொன்மையான காலகட்டத்தில் கூரப்பட்டுள்ள கதையை அப்படியே எடுத்துக்கொண்டு ஒவ்வொரு வார்த்தைகளுக்கும் மொழிபெயர்ப்பு செய்து பொருள் கொள்வது அறிவுடைமை ஆகாது. இன்றளவும் கதை வடிவில் ஒரு பொருளை விளக்கும் பொழுது அது எளிதில் பெரும்பான்மையானவர்களுக்கு புரிந்துவிடுகிறது. இதற்கு சிறந்த உதாரணம் சிறுவர்களுக்கு கற்பிக்கப்படும் நீதிநெறி கதைகள். எனவே புராண கதைகளில் வரும் உருவகங்களுக்கு அதிக முக்கியதுவம் அளிக்காமல், கதையின் அனுபவத்தின்வழி அறியப்படும் நன்னடத்தை அல்லது படிப்பினையினை கவனித்தால் பொருள் விளங்கும். உலகம் முலுவதிலும் இந்த நடைமுறை காணப்படுகிறது, இது அனைத்து மதங்களுக்கும் பொருந்தும்.

பாற்கடலை கடைதல் : சொர்க்கத்தில் சுகபோக வாழ்வு வாழ்ந்த தேவர்களின் தலைவன் இந்திரன் தன் ஆணவத்தாலும் அலட்சியத்தாலும், துர்வாச முனிவர் பரிசளித்த பராசக்தியின் மாலையை ஐராவதத்தின் காலில் மிதிபட காரணமாகிறான். இதன் காரணமாக துர்வாச முனிவர் தேவர்களுடைய பலம், செழிப்பு மற்றும் அதிர்ஷ்டம் ஆகியவற்றை இழக்கச் செய்து சபித்தார். சாபத்தின் காரணமாக, இந்திரனும் தேவர்களும் வலிமை குறைந்து, தங்கள் பிரகாசத்தை இழந்தனர். தேவர்களின் பலவீனமான

நிலையைப் பயன்படுத்திக் கொண்டு, அசுர மன்னன் மகாபலியும் அவனது படையும் சொர்க்கத்தின் மீது தாக்குதலைத் தொடங்கி விரைவில் இந்திரனின் ராஜ்யத்தைக் கைப்பற்றினர்,

இந்திரன், தனது ராஜ்ஜியத்தை மீண்டும் பெறுவதற்காக பணிவுடன் விஷ்ணுவை வழிகாட்டுதலுக்காக அணுகினார். விஷ்ணு, இந்திரனிடம், இழந்த சக்தியை மீட்டெடுப்பதற்கான ஒரே வழி மரணமில்லா பெருவாழ்வு தரும் அமிர்தத்தை பெற பாற்கடலை கடைவதே என்று கூறினார்.

விஷ்ணுவின் ஆலோசனையைப் பின்பற்றி, தேவர்களும் அசுரர்களும் இணைந்து பாற்கடலை கடைந்து அமிர்தத்தை எடுக்க ஒப்புக்கொண்டனர். மந்தார மலை மத்தாகவும், வாசுகி பாம்பு கயிற்றாகவும் பயன்படுத்தப்பட்டது. தேவர்கள் பாம்பின் ஒரு பக்கத்தையும், அசுரர்கள் மறுபக்கத்தையும் பிடித்திருந்தனர். பாற்கடலை கடையும் செயல்முறை நீண்டதாகவும் கடினமாகவும் இருந்தது, மேலும் நல்லது மற்றும் கெட்டதுமான பல்வேறு பொருட்கள் பாற்கடலில் இருந்து வெளிப்பட்டன.

முதலில் கயிறாகப் பயன்படுத்தப்பட்ட வாசுகி பாம்பு வலி தாங்காமல் கொடிய ஆலகால விஷத்தை கக்கியது. சிவன் உலகைக் காப்பாற்ற அந்த விஷத்தை உட்கொண்டார், உமையம்மை சிவபெருமானின் கழுத்தை பிடித்துக்கொண்டதால், விஷம் கழுத்திலேயே தங்கி நீல நிறமாக மாறியது. இதனால் அவருக்கு திருநீலகண்டம் என்ற பெயர் வந்தது.

காமதேனு, உச்சை சிரவஸ் என்னும் வெள்ளைக்குதிரை, ஐராவதம் என்னும் வெள்ளை யானை, கற்பகவிருட்சம்,

அறுபதாயிரம் பேரழகு வாய்ந்த அப்சராக்கள் என்னும் தேவகன்னிகள் (இவர்கள் இசை மீட்டுதல், பாடல் மற்றும் நடன கலைகளில் வல்லவர்கள். ரம்பை, மேனகை, திலோத்தமை ஆகியோர் நன்கு அறியப்பட்ட அப்சரசுகள்). சங்கநிதி பதுமநிதி ரத்தினங்கள், வருணி எனப்படும் மது, பாரிஜாத மலர், இறுதியாக அமிர்த கலசத்துடன் தன்வந்திரி கடலிலிருந்து வெளிப்பட்டார்.

இந்நிலையில் அமிர்தத்தை பங்கிட்டுக்கொள்வதில் தேவர்களுக்கும் அசுரர்களுக்கும் மோதல் ஏற்பட்டது. அப்பொழுது விஷ்ணு ஒரு அழகான மயக்கும் பெண்ணான மோகினியின் வடிவத்தை எடுத்து இரு குழுக்களுக்கும் இடையில் அமிர்தத்தை நியாயமாக விநியோகிக்க முன்வந்தார். மோகினியின் அழகில் மயங்கிய அசுரர்கள் அவள் எதைச் சொன்னாலும் கேட்கும் மனநிலையில் இருந்தார்கள். மோகினியின் வடிவத்தில் இருந்த விஷ்ணு, தேவர்களை ஒருபுறமும் அசுரர்களை மற்றொரு புறமும் அமர்த்தி அமிர்தத்தை பங்கிட்டார். அசுரர்களின் கவனமெல்லாம் மோகினியின் அழகில் இருக்க, தேவர்களின் கவனம் அமிர்தத்தில் இருந்தது. தேவர்களுக்கு மட்டும் அமிர்தம் கிடைத்தது, அசுரர்கள் மோகினியின் அழகில் மயங்கி அமுதத்தை பெறாமல் ஏமாந்தனர். இதில் ஸ்வர்பானு என்ற ஒரு அசுரன் மட்டும் மோகினியின் சூழ்ச்சியை உணர்ந்து அதில் மயங்காமல், தேவர்களைப் போல தனது உருவத்தை மாற்றிக்கொண்டு சூரியனுக்கும் சந்திரனுக்கும் நடுவில் அமர்ந்து, மோகினியிடம் இருந்து அமிர்தத்தை பருகினான்.

தேவர்கள் அமிர்தத்தைக் குடித்தவுடன், அவர்கள் தங்கள் தெய்வீக வலிமையையும் அழியாமையையும் மீண்டும்

பெற்றனர். இந்த சக்தியைக் கொண்டு அசுரர்களை வென்று இந்திரன் சொர்க்கத்தின் ராஜாவாக மீண்டும் தனது அரியணையைப் பிடித்தான்.

*குறிப்பு : தேவர்கள் மனிதருக்கு நன்மை செய்பவர்களாக சித்தரிக்கப்பட்டிருந்தாலும், பல இடங்களில் முனிவர்கள் அல்லது மனிதர்களின் தவத்தை ரம்பை, மேனகை, ஊர்வசி போன்ற அப்சரசுகளின் மூலம் தடுத்தனர் என்ற வரலாறும் இங்குள்ளது. இவர்கள் தங்கள் இசை, நாட்டியம் மற்றும் பேரழகால் முனிவர்கள் தவத்தில் முன்னேறாமல் தடுத்தனர் என்கிற செய்திகளும் உண்டு.

கதை உணர்த்தும் செய்திகள் :

1) மரணமில்லா நிலை எய்திய தேவர்களுக்கு அரசனான, சொர்க்கலோகத்தின் தலைவன் இந்திரன் ஆயினும், சுக போகங்களில் திலைத்து, பெற்றுள்ள அதிகாரபலத்தினால் ஆணவம் கொண்டு, தான் முறைப்படி செய்யவேண்டிய பணியினை அலட்சியபடுத்தினால், பதவி பறிபோகும், பலம் செல்வம் செல்வாக்கு நீங்கும், தனக்கு கீழ் இருப்பவர்களிடம் தோற்க நேரிடும், அவமானத்தாலும் கவலையாலும் தோற்றப்பொழிவு நீங்கும். இது தனியொருவரை மட்டுமன்றி அவரை சார்ந்த பலருக்கும் தீங்கை கொண்டுவரலாம்.

இந்த கருத்து இன்றளவும் உயர் பதவிகளுக்கு செல்பவர்களுக்கு பொருந்தும்.

2) இழந்த பலத்தை மீண்டும் பெற பல சிரமங்களை தாண்டவேண்டும். அதுமட்டுமின்றி இழந்த பதவியையும் அதிகாரத்தையும் பெற போராடவேண்டியிருக்கும். பலத்தையும் உயர் பதவியை அடையும் போரட்டத்தில்,

இலக்கை மறந்து பெண்ணாசையில் மயங்கினால் (அசுரர்கள்) உரிமையையும் இழந்து ஏமாற்றமே மிஞ்சும்.

3) “தெய்வத்தான் ஆகா தெனினும் முயற்சிதன்
மெய்வருத்தக் கூலி தரும்”
மோகினி அசுரர்களுக்கு அமிர்தமளிக்க விரும்பாத போதும், பெண்ணாசை என்ற மாயையில் சிக்காமல், முயற்சிசெய்த அசுரன் ஸ்வர்பானு அமுதம் பருகினான்.

4) காமத்தில் ஒருவன் வீழ்ந்து கிடக்கும் வரை, நித்தியத்துவம் எனப்படும் பேரின்பநிலை தரும் அமுதத்தினை பருகமுடியாது.

விஷ்னு புராணம் பஸ்மாசுரன் கதை : அசுரர்களின் அரசனான பஸ்மாசுரன் என்பவன் சிவபெருமானை நோக்கி தவமியற்றி, தான் யார் தலையில் கைவைத்தாலும் அவர்கள் எறிந்து சாம்பலாக வேண்டும் என்ற வரத்தினைப் பெற்றான். தனது வரத்தை சோதித்து பார்பதற்காக சிவபெருமானின் தலையிலேயே கை வைக்க முயன்றான் பஸ்மாசுரன். அவனிடமிருந்து தப்பிக்க ஒரு குகையை உருவாக்கி அதில் மறைந்துகொண்டாராம் சிவபெருமான். சிவபெருமானை காக்க, திருமால் மோகினி அவதாரம் எடுத்து அசுரனின் முன் சென்றார். மோகினியின் அழகில் மயங்கிய பஸ்மாசுரன் தான் யார் என்பதையே மறந்துவிட்டான். மோகினியின் மீது காதல் வயப்பட்டு தன்னை மணந்து கொள்ளும்படி அவளை வேண்டினான். தன்னைப் போலவே நன்றாக நடனமாடத் தெரிந்த ஒருவரை மட்டுமே திருமணம் செய்து கொள்வேன் என்று மோகினி சொல்லி அவனை இனங்கவைத்தாள். ஆட்டத்தில் திடீரென மோகினி தன்தலையில் கையை வைத்திருக்கும் அசைவை ஆட, யோசிக்காமல் பஸ்மாசுரனும் அதையே செய்தான். மோகினியின் மயக்கப்பிடியில் தான்

பெற்ற வரத்தினை மறந்து தலையில் கைவத்த பஸ்மாசுரன் எறிந்து சாம்பல் ஆனான்.

கதை உணர்த்தும் செய்திகள் : ஒருவன் பலகால கடின தவத்தினால் பயனால் இறைவனிடம் அரிய சக்திவாய்ந்த வரம் பெற்றபோதிலும் , அவன் எதற்காக வேண்டி விரும்பி அவ்வரத்தை பெற்றானோ அதை அடையாமல், பெண்ணாசையால் மதிகெட்டால் அவன் தானாகவே அழிந்து போகிறான்.

பிச்சாடனர் திருக்கோலம்: தாருகாவன முனிவர்கள் கடவுள் கொள்கையில் நம்பிக்கையின்றி, இறைவனை மதியாது, வேள்வியே தெய்வமென்று ஆணவத்தினால் மதி மயங்கினர். அம்முனிவர்கள் கூட்டம் தாம் செய்யும் வேள்விகளின் (கர்மங்களின்) வாயிலாகவே தெய்வத்தின் அருள் இன்றி அனத்தையும் பெறமுடியும் என்று செயல்பட்டனர், இதன் விளைவால் உலகுக்கு பல தீமைகள் நடந்தன. தாருகாவன முனிவர்களின் ஆணவத்தினை அழிப்பதற்காக சிவபெருமான், அழகிற்சிறந்த இளம் ஆடவன் போல் உருவம்கொண்டு, பிச்சையேற்கும் வடிவிலமைந்த திருக்கோலம் பிச்சாடனர் ஆகும். திருமாலை மோகினி வேடத்தில் வரச்செய்து, சிவபெருமான் பேரழகு பொலியும் இளைஞனாக ஆடையின்றி தாருகாவனத்துள் பிட்சைஎடுக்கும் கோலத்தில் சென்றார். பிச்சாடனர் அழகில் முனிவருடைய மனைவியர்கள் அனவரும் காமமயக்கம் கொண்டு தங்கள் கணவர்களை விட்டு சிவபெருமான் பின்னே சென்றனர். முனிவர்கள் மோகினியின் காமவேட்கையில், வேள்வி மற்றும் வேத மந்திரம் ஓதுதல் போன்ற தங்களது கடமைகளை மறந்தனர். இதனால் முனிவர்கள் தவவலிமை குன்றி, விளக்கில் விழும் விட்டில் பூச்சிகள்போல்

மோகினியின் காமதீயில் விழுந்து வெம்பினர். சிவபெருமானும் திருமாலும் மறைந்தபின், ரிஷிகள் தங்களின் மனைவிமார்கள் கற்பை இழ்ந்து சிவனின் பின் சென்றதையும், தங்களின் தவவலிமை குன்றி இழிநிலை அடைந்ததையும் அறிந்து சினம்கொண்டு யாகத்திலிருந்து காட்டு விலங்குகளை ஏவி சிவனை அழிக்க முயன்றனர். ஆனால் இறைவன் அவற்றை ஆபரணமாகவும் கொண்டார், இதன்பின் ரிஷிகள் தங்களது தவறினை உணர்ந்து நல்லறிவு பெற்று ஈசனை வணங்கினர். மதுரை மீனாட்சியம்மன் கோவிலில் இத்திருக்கோலத்தின் பேரழகு பொலியும் சிற்பமொன்றுள்ளது. இன்றளவும் தமிழக சிவத்தலங்களின் மாசி, பங்குனி அல்லது சித்திரை மாதங்களில் நடைபெறும் பெருவிழா உற்சவத்தின் போது பிக்ஷாடானர் திருவீதியுலா சிறப்பாக நடைபெற்றுவருகின்றது.

கதை உணர்த்தும் செய்திகள் : நவீன விஞ்ஞான சாதனைகள் இறை நம்பிக்கையை முன்னெடுக்காமல் சரியான திட்டமிடுதல் மற்றும் செயல்படுத்தல் மூலமாகத்தான் வெற்றியடைந்துகொண்டிருக்கின்றது. அதாவது தேவர் அணியில் எங்கோ தேவலோகத்தில் இருப்பதாக சொல்லப்படும் குரு, சூரியன், சந்திரன், செவ்வாய் மற்றும் அசுரர் அணியில் இருப்பதாக சொல்லப்படும் சுக்கிரன், புதன், சனி ஆகியோரை (கோள்களுக்கு) ஆராய செயற்கைகோள்களை அனுப்புவதுவரை நவீன மனிதன் வெற்றி கண்டுள்ளான். அதுபோலவே பல்லாயிரம் ஆண்டுகளுக்கு முன் மனிதர்கள் இறைநம்பிக்கையின்றி செய்யும் காரியத்தை சரியாக செய்யும்பொழுது வெற்றியடைய முடியும் என்று, பல வேள்விகளால் அதாவது செயல்களின் மூலம் வேண்டியதை அடைந்த தாருகாவன முனிவர்கள்

இன்றளவும் பாராட்டுக்குறியவர்களே. இதுவரை தாருகாவன முனிவர்கள் செயலில் ஒரு குறையும் இல்லை. ஆனால் உயர் நிலையில் இருக்கும் ஒருவர் தம்மால் அனைத்தையும் செய்யமுடியும் என்ற ஆணாவத்தில், பெண்ணாசையில் மயங்கி, தம் மேல்நிலைக்கு உரிய கடமைகளை செய்ய தவரும்போது வீழ்ச்சியையும் அவமானத்தையும் சந்திக்க நேரிடுகிறது.

அரவான் கதை: இந்து காப்பியமான மகாபாரதத்தில், இந்தியாவின் வடகிழக்கில் நாடுகடத்தப்படும் அருச்சுனன், நாகர்களின் பாதாள உலகமான நாகலோகத்திற்குச் சென்று, நாக இளவரசியான உலுபியை மணக்கிறான். உலுப்பி இடுப்பிற்கு மேல் மனித உடலும், இடுப்பிற்கு கீழ் பாம்பு உடலும் கொண்ட நாககன்னி ஆவாள். அருச்சுனனுக்கும் நாக இளவரசி உலுப்பிக்கும் மகனாக பிறந்தவர் அரவான். அரவு (பாம்பு) என்ற வார்த்தையிலிருந்து அரவான் என்ற தமிழ்ப் பெயர் உருவாகியிருக்க வேண்டும் என்று நம்பப்படுகிறது. அரவானுக்கும் பாம்புக்கும் உள்ள தொடர்பானது அவரது உருவத்தோற்றத்திலும் வெளிப்படுகிறது.

மகாபாரதப் போரில் பாண்டவர்கள் வெற்றி பெற வேண்டும் என்பதற்காகப் போர் துவங்கும் முன்பு காளிக்கு அரவான் தன்னை களபலி கொடுத்ததாக கூறபடுகின்றது. தான் இறப்பதற்கு முன்பு திருமணம் செய்து கொள்ள வேண்டும் என்ற அரவானின் விருப்பத்தை கிருஷ்ணர், மோகினி வடிவமாகம் ஏற்று நிறைவேற்றினார். ஒரு நாள் இல்லற வாழ்விற்குப் பின் அரவான் களப்பலியாகிறான்.

தமிழ் நாட்டில் கூவாகதில் நடைபெறும் கூத்தாண்டவர் திருவிழாவில் முக்கியக் கடவுளாக அரவான் உள்ளார்.

திருநங்கைகள் அரவானின் வழிவந்த காரணத்தால் தென்னிந்தியாவில் அரவாணி என்று அழைக்கபடுகின்றனர். அரவான் களப்பலி கூத்தாண்டவர் வழிபாட்டில் மையமாக உள்ளது. அரவான் மோகினி திருமணத்தை காட்டும் விதமாக, கோவிலில் கூடும் பல்லாயிரக்கணக்கான திருநங்கைகள் முதல் நாள் அரவானை கணவனாய் ஏற்று தாலி கட்டி கும்மியடித்து, பாட்டுப்பாடி ஆடிப்பாடி மகிழ்கின்றனர். மறுநாள் கணவன் பலியானதை உணர்த்தும் விதமாக தாலி அறுத்து அழுது அவர்கள் விதவைக் கோலம்கொண்டு சோகத்தில் ஆழ்ந்துவிடுகிறார்கள். கூத்தாண்டவர் வழிபாடு தீராத நோய்களை நீக்குவதாகவும், வாழ்வில் அனைத்து வகையான பேறுகளும் பெற்று, மரண பயம் நீங்கி மகிழ்சி பெருகும் என்றும், அரவானின் முகத்தில் தூவப்பட்ட அரிசியை உண்பதன் மூலம் பிள்ளைப் பேறு பாக்கியம் உண்டாகும் என்றும் பக்தர்கள் நம்புகின்றனர்.

அரவான் பற்றிய தமிழ் குறிப்புகள் ஒன்பதாம் நூற்றாண்டில் பெருந்தேவனார் எழுதிய மகாபாரதத் தமிழ்ப் பதிப்பான பாரத வெண்பாவில் காணப்படுகின்றன. மகாபாரதத்தின் தமிழ்ப் பதிப்புகளில் மட்டுமே களப்பலி பற்றிய செய்திகள் காணப்படுகின்றன. திரௌபதி வழிபாட்டு மரபிலும் அரவான் முக்கியப் பங்கு வகிக்கிறார்.

மகாபாரதத்தில் குறிப்பிடப்பட்டுள்ள நாகலோகம் இன்றைய மணிப்பூருக்கு அருகில் உள்ள நாகாலாந்தாக இருக்கலாம் என்று பெரும்பாலோரால் கருதப்படுகின்றது. தங்களுக்கென தனித்துவமான கலாச்சாரங்கள் மற்றும் மொழிகளைக் கொண்ட பல்வேறு நாகா பழங்குடியினர் இன்றளவும் நாகாலாந்தில் வசித்து வருகின்றனர். நாகா என்ற சொல், நாகாலாந்தில் வசிப்பவர்கள் உட்பட அந்தப் பகுதியைச்

சேர்ந்த பல்வேறு இனக்குழுக்களின் கூட்டு அடையாளத்தை உள்ளடக்கியதாக உள்ளது. அரவான் கதை கலாச்சாரம், இடம், காலம் மற்றும் மொழி அமைப்பில் வேறுபடுகின்றது.

கதை உணர்த்தும் செய்திகள் : தியாகம், வீரம் மற்றும் மரண பயத்தை வெல்லும் விதமாகவே நம்மால் அரவானின் கதையை பார்க்க முடிகின்றது. அரவானின் உருவத்தோற்றம், பெயர் மற்றும் தாய் நாக இளவரசி மூன்றும் அவர் சராசரி மனிதர் அல்ல எனவும் பாம்புகளுடன் உள்ள ஏதோவொரு நெருக்கமான தொடர்பினையும் காட்டுவதாகவே தென்படுகின்றது, என்னினும் வேறு எந்த யூகத்திற்கும் நம்மால் செல்ல இயலவில்லை.

ஹரிஹரபுத்திரன் ஐயப்பன் பிறப்பு : அரக்கர்குல தலைவன் ரம்பா ஒரு எருமையை மணம் முடித்து அவர்களிருவருக்கும் மனிதஉடல் எருமைதலையுடன் பிறந்த குழந்தையே மகிஷாசுரன் ஆவான். எருமையை வாகனமாக கொண்டவன். அக்னி/பிரம்மா கடவுளிடம் சக்திவாய்ந்தவனாகவும், யாராலும் போரில் வெல்ல முடியாதவனாகவும், ஒரு பெண்ணால் மட்டுமே மரணம் நேரவேண்டும் என்ற வரத்தை பெற்றிருந்தான். மேலும் மகிஷாசுரன் தனது வெளிப்புற வடிவத்தை மாற்றக்கூடிய ஒரு தீய உயிரினமாக விவரிக்கப்படுகிறான். அவனுக்கு மரணம் என்பதே கிடையாது, அவன் இரத்ததுளி விழும் இடங்களில் இருந்து உயிர்பெற்று எழுந்தான். சொர்க்கத்தில் இருந்த அனைத்து கடவுள்களையும் விரட்டிச்சென்று அழிவை ஏற்படுத்தினான். தேவர்கள் மனிதர்கள் அனைவரையும் ஈவு இரக்கம்மின்றி கொன்று துன்புறுத்தி அடிமையாகினான். மகிஷா என்றால் எருமை மற்றும் அசுரன் என்றால் அரக்கன் அல்லது பேய் அதாவது “எருமை பேய்” என்று மொழிபெயர்க்களாம் .

பார்வதி தேவி துர்க்கையாக அவதரித்து மகிஷாசூரனை வீழ்த்தியதால் துர்க்கைக்கு மகிஷாசூரமர்தினி என்ற பெயரும்வந்தது. எருமை அரக்கன் மகிஷாசுரனை துர்கா தேவி வதம் செய்வதை சித்தரிக்கும் கலைப்படைப்பு இந்தியா, நேபாளம் மற்றும் தென்கிழக்கு ஆசியா முழுவதும் காணப்படுகிறது. மகிஷாசுரனின் கதை தேவி மகாத்மியம், தேவி பாகவதம் மற்றும் மார்கண்டேய புராணம் போன்ற இந்து நூல்களில் பல இடங்களில் குறிப்பிடப்பட்டுள்ளது.

மகிஷாசுரனின் சகோதரி மகிஷி தன் சகோதரன் கொல்லப்பட்டதற்கு பழிக்குப்பழி வாங்கவேண்டுமென்று கடும் தவம் இருந்தாள். விஷ்ணுவுக்கும் சிவனுக்கும் மகனாகப் பிறந்த ஒரு குழந்தையால் அல்லாது, வேறு எவராலும் தனக்கு மரணம் உண்டாகக் கூடாது என்ற வரத்தை பெற்று தேவலோகம் சென்று தேவர்களைத் துன்புறுத்தத் தொடங்கினாள். மகிஷியின் கொடுமையை தாங்கமுடியாமல் தேவர்கள் இறைவனிடம் சென்று தங்களை காப்பாற்ற வேண்டினர். இதனையடுத்து சிவபெருமான் மகாவிஷ்ணுவிடம் மோகினி அவதாரத்தை காட்ட வேண்டினார். மோகினியின் அழகைக்கண்டு பரவசம் அடைந்து காதல்வயப்பட்டதில் அழகிய ஆண் குழந்தை ஹரி ஹர புத்திரன் ஐயப்பன் பிறந்தார். அழுதயாற்றின் கரையில் நடந்த கடுமையான போரின் முடிவில் மகிஷியை ஐயப்பன் வீழ்த்தி, அவளின் வேண்டுகோளுக்கினங்கி மோட்சமும் அளித்தார்.

ஸ்ரீராமன் யுகத்தில் சபரி என்ற பெயர்கொண்ட ஒரு சன்யாசினி தவம் செய்த மலையான சபரிமலையில் நித்திய பிரம்மசாரி ஐயப்பன் கோவில்கொண்டு இன்றளவும் திரளாக

வரும் லட்சகனக்கான பக்தர்களுக்கு அருள்பாலித்துவருகிறார்.

கதை உணர்த்தும் செய்திகள் : சரியான மற்றும் தூய்மையான வாழ்க்கை முறை, தவம், துறவறம் என்று பிரம்மச்சாரி இளைஞனாக வரும் சுவாமி ஐயப்பன் சைவ மற்றும் வைணவ மதங்களின் இடையே இருந்த காழ்ப்புணர்வை நீக்கி நல்வழி காட்டுகிறார் என்று கூறலாம். தர்மத்தின் மீதான அவரது பக்தி , ஒழுக்கம் மற்றும் விரதமுறை மானுடர்களுக்கு நல்வழிகாட்டும் விதத்தில் அமைந்துள்ளது. ஐயப்பன் வரலாற்று கதை உணர்தும் செய்தி மிகப்பொதுவானதாக இருந்தாலும் ஐயப்ப விரத வழிபாட்டு முறை அளப்பறிய நன்மையளிப்பதாக அமைந்துள்ளது.

குறிப்பு : அப்சராக்கள் அழகாகவும் தெய்வீக ஆற்றல் பெற்றவர்களாகவும் இருப்பர். பாற்கடலை கடையும் பொழுது தோன்றிய இவர்கள் தேவ லோக காந்தர்வர்களின் மனைவியர் ஆவர். சிறப்பாக நடனமாட வல்லவர்களான இவர்கள் தம் விரும்பியபடி தமது உருவத்தை மாற்றிக்கொள்ள முடியும் என்று கருதப்படுகிறது. ஊர்வசி, ரம்பை, மேனகை, திலோத்தமை ஆகியோர் நன்கு அறியப்பட்ட அப்சரசுகள். இறைநிலை அடைய அல்லது தெய்வத்தை காண வேண்டும் என்று கடும் தவம் இயற்றும் முனிவர்கள் பலர் ஊர்வசி, ரம்பை போன்ற தேவகன்னிகளின் ஆடல் பாடல் கலைகளில் மயங்கி தவபலத்தை இழந்த கதைகளும் பல உண்டு.

இந்து மதத்தில் ஆசையை மண்ணாசை, பொன்னாசை, பெண்ணாசை என்று மூன்றுவிதமாப் பிரிக்கலாம். பெண்ணாசை என்ற மாயையால் நேர்ந்த வீழ்ச்சியை பாற்கடலை கடைதல், பஸ்மாசுரன் வதம், தாருகவன முனிவர்களின் கதைகளில் நம்மால் நேரடியாக

காணமுடிகின்றது. பகவத்கீதையில் தன்னை தரிசிக்க வருபவர்கள் தன்னுடைய மாயையைக் கடப்பது சவாலானது என்கிறார் கிருஷ்ணர். பக்தி, ஒழுக்கம், வீரம் மற்றும் தியாகத்தால் இறைநிலையை எட்ட இயலும் என்பதை சுவாமி ஐயப்பன் மற்றும் அரவானின் வழிபாடு நமக்கு காட்டுகின்றது. இதிலிருந்து பெண்ணாசையை விளக்கும் தத்துவமாகவே மோகினி அவதாரம் நமக்கு தென்படுகின்றது.

1.2.3 உலகெங்கும் மோகினி

மேற்கத்திய நாடுகள் - இன்குபஸ் மற்றும் சக்குபஸ்

மேற்கத்திய நாட்டுப்புறக் கதைகளில் தென்படும் "இன்குபஸ்" (Incubus) மற்றும் "சக்குபஸ்" (Succubus) பேய்கள் மனிதர்களுடன் கனவுகளிலும் தூக்கத்திலும் பாலியல் தொடர்பு கொள்ளும் என்று நம்பப்படுகிறது.

இன்குபஸ் என்பது தூங்கும் பெண்களுடன் உறவு கொள்ளும் ஆண் பேய். இதன் மூலம் சூனியக்காரிகள், அசுரர்கள் அல்லது உருச்சிதைந்த குழந்தைகள் பிறக்கலாம் என்று நம்பப்பட்டது. லத்தீன் மொழியில் இன்குபஸ் என்றால் "ஒருவர் மீது படுத்துக்கொள்வது" என்று பொருள் - முட்டைகளை குஞ்சு பொரிக்கும் இன்குபேட்டர் இயந்திரத்தின் பெயரும் இதிலிருந்தே வந்தது. சுமேரிய மன்னர் பட்டியலில் (கிமு 2400) ஹீரோ கில்காமேஷின் தந்தை லிலு என்று குறிப்பிடப்பட்டுள்ளார் - இன்குபஸ் போன்ற பேய் பற்றிய ஆரம்பகால தெளிவான குறிப்பு இதுவே.

சக்குபஸ் என்பது மிகவும் கவர்ச்சிகரமான பெண் பேய். இவை ஆண்களை மயக்கி அவர்களிடமிருந்து விந்தணுக்களை சேகரிக்கும் - தனக்கு உயிர்வாழவும் கேம்பியன் எனப்படும் கலப்பின சந்ததியை உருவாக்கவும் இது தேவைப்படுகிறது. இவை இருவரும் தங்கள் பாதிக்கப்பட்டவர்களின் உடல் மற்றும் மன ஆரோக்கியத்தை விரைவாக சீர்குலைத்து இறுதியில் மரணத்தை ஏற்படுத்தும்.

இஸ்லாம்: இஸ்லாமிய இறையியலில் நேரடியாக காமம் சார்ந்த பேய்கள் என்ற வரையறை இல்லை. எனினும், இஸ்லாமிய உலகின் சில பகுதிகளில் உள்ள நாட்டுப்புறக் கதைகளிலும் உள்ளூர் நம்பிக்கைகளிலும், ஜின்கள் மனிதர்களுடன் பாலியல் ரீதியான தொடர்புகளைக் கொண்டிருக்கலாம் என்ற கருத்து காணப்படுகிறது. குறிப்பாக அரேபிய நாட்டுப்புறக் கதைகளில் வரும் காரினா என்ற ஆவி தூங்கும் மனிதர்களின் கனவுகளில் தோன்றி விந்து இழப்பு அல்லது பலவீனம் போன்ற விளைவுகளை ஏற்படுத்தும் என்று சில பிரதேசங்களில் நம்பப்படுகிறது.

இவை பெரும்பாலும் உள்ளூர் கலாச்சார நம்பிக்கைகளே, இஸ்லாமிய இறையியலின் பிரதான போதனைகள் அல்ல என்பதை கவனத்தில் கொள்ள வேண்டும். பெரும்பாலான இஸ்லாமிய அறிஞர்கள் இத்தகைய நம்பிக்கைகளுக்கு குர்ஆன் அல்லது ஹதீஸ்களில் நேரடியான வலுவான ஆதாரங்கள் இல்லை என்று தெளிவுபடுத்துகின்றனர்.

சீனா - மாய நரி மற்றும் மோ குய்

சீனாவில் பேய்களைக் குறிக்கும் பரந்த சொல் குய் (Gui - 鬼). இது அமைதியடையாத இறந்தவர்களின் ஆவிகளைக்

குறிக்கும். கவர்ச்சியான அல்லது மாயாஜால சக்திகள் கொண்ட பேய்கள் யாவ்காய் (Yaoguai) என்ற தலைப்பின் கீழ் வகைப்படுத்தப்படுகின்றன - ஜியாங்ஷி, மோ குய், ஹுலி ஜிங் (நரி ஆவி), பையி ஷே, யாட்சா, லோச்சா, யுவான் குய், நு குய், மர ஆவி, பாம்பு ஆவி, முயல் ஆவி, புலி ஆவி, மீன் பேய், ஆமை பேய் என பெரிய பட்டியல் நீள்கின்றது.

இவற்றுள் மிகவும் பிரபலமான காம அரக்கி ஹுலி ஜிங் - மாய நரி. உருமாறும் தன்மை கொண்ட இவள் அழகிய இளம் பெண் வடிவில் வந்து ஆண்களை காமம் மற்றும் மோகத்தில் ஈர்க்கிறாள். தன் சக்தியை வளர்த்துக்கொள்ளவும், நீண்ட ஆயுளைப் பெறவும், அல்லது அழியாத நிலையை அடையவும் அவள் சூழ்ச்சியில் மயங்கிய ஆண்களின் உயிர்சக்தியை உறிஞ்சி விடுகிறாள்.

மோ குய் என்பது தீய ஆவி அல்லது பிசாசு. இது காம ஆசையை தூண்டும், மனதை மயக்கும், உடலை சோர்வடையச் செய்யும் பிசாசாக வர்ணிக்கப்படுகிறது. பல கதைகளில் இவை இரவில் தூங்கும் ஆண்கள்/பெண்களை பாலியல் முறையில் தொல்லை தருகின்றன.

இவ்வகையான கதைகள் வெறும் மூடநம்பிக்கையை விதைக்கும் விதமாகவோ, அச்சம் அல்லது குற்ற உணர்வை வளர்க்கும் நோக்கிலோ பரவவில்லை. மாறாக திருமணத்திற்கு அப்பாற்பட்ட பாலியல் உறவுகள், கட்டுப்படுத்தப்படாத பாலியல் இச்சையின் அபாயங்கள் மற்றும் சமூக ஒழுங்கின் சீர்குலைவு போன்றவற்றை பிரதிபலிக்கும் வண்ணமே அமைந்துள்ளன.

ஜப்பான் - கிட்சூனே மற்றும் யுகி-ஒன்னா

ஜப்பானியப் புராணங்களிலும் காமம் சார்ந்த கவர்ச்சியான பேய்கள் உள்ளன. கிட்சூனே, யுகி-ஒன்னா மற்றும் ஜொரோகுமோ போன்றவை அழகிய பெண்களாக உருமாறும் ஆற்றல் கொண்டவை. அவை ஆண்களை மயக்கி தங்கள் கவர்ச்சியால் மனிதர்களின் உயிர்ச் சக்தியை உறிஞ்சுவது, அவர்களுடன் திருமணம் செய்து கொள்வது, காதலில் ஈடுபடுவது அல்லது வெறுமனே அவர்களை ஏமாற்றுவது போன்ற செயல்களில் ஈடுபடும்.

யுகி-ஒன்னாவின் தேடல் கதைக்கு கதை மாறுபடும். சில நேரங்களில் அவள் ஒரு பாதிக்கப்பட்டவர் இறப்பதைப் பார்த்து திருப்தி அடைகிறாள். மற்ற நேரங்களில் காட்டேரியாக பாதிக்கப்பட்டவர்களின் இரத்தத்தை அல்லது உயிர் சக்தியை உறிஞ்சுகிறாள். அவள் எப்போதாவது சக்யூபஸ் போன்ற பாணியில், பலவீனமான விருப்பமுள்ள ஆண்களை பாலியல் அல்லது முத்தத்தின் மூலம் வடிகட்ட அல்லது உறைய வைக்க வேட்டையாடுகிறாள்.

உலகளாவிய நம்பிக்கை : இது மட்டுமன்றி ஆப்பிரிக்கா, தென்னமெரிக்கா, பண்டைய எகிப்து, கிரேக்கம், ரோமா மற்றும் பாபிலோனியா போன்ற நாகரிகங்களிலும் இதுபோன்ற காம பேய்கள் பற்றிய நம்பிக்கைகள் இருந்தன. இவை பெரும்பாலும் தூக்கத்தின் போது தோன்றி, பாலியல் ரீதியான உறவு கொண்டவையாகவோ அல்லது இனப்பெருக்கம் தொடர்பான அச்சுறுத்தல்களைக் கொடுத்தவையாகவோ சித்தரிக்கப்பட்டன. மனித இனம் முழுவதும் காம பேய்கள் என்ற கருத்து எங்கும் காணப்படுகிறது என்பது குறிப்பிடத்தக்கது.

1.3 பெருமை என்னும் ஆவி - ஆணவப்பேய்

உலகின் எல்லா பெரிய மத மரபுகளும் "பெருமை" என்பதை ஒரு சாதாரண மனிதக் குணமாக அல்லாமல், மனிதனை மனிதத்திலிருந்து அசுர நிலைக்கு தள்ளும் ஆழமான தீய சக்தியாகவே பார்த்துள்ளன. இந்து மதத்தில் "அகங்காரம்" ஒரு ஆவி அல்லது பேய் என நேரடியாக சொல்லப்படவில்லை என்றாலும், அது வீழ்ச்சிக்கு காரணமான அசுர குணமாக கருதப்பட்டு, "தானே கடவுள், தன்னையே உலகம் வழிபட வேண்டும்" என்னும் மூட நிலைவரை ஒரு மனிதனை கொண்டு செல்வதாக பல இடங்களில் விவரிக்கப்பட்டுள்ளது. புத்த மதம் அதை மனதின் களங்கமாக வர்ணிக்கிறது. ஜைன மதம் பெருமையை ஆன்மாவை கரைக்கும் விஷமாக சொல்கிறது. கிறித்தவம் பெருமையை முதல் பாவமாகவும் சாத்தானின் வீழ்ச்சிக்கு காரணமாகவும் கருதுகிறது. இஸ்லாம் "கிப்ர்" (Kibr) எனும் பெருமையை ஷைத்தானின் அடையாளமாகவும், அவனது முதல் பாவமாகவும் எச்சரிக்கிறது.

பெயர்கள் வேறுபட்டாலும், எல்லா மதங்களும் ஒரே உண்மையை சொல்கின்றன - பெருமை என்பது மனித உள்ளத்தில் நுழையும் ஒரு தீய சக்தி. இது பெரும்பாலும் அதிகார இச்சை, பொறாமை, கோபம் போன்ற தீய உந்துதல்களுடன் இணைந்து மனிதனை சிதைக்கும் ஆழமான சக்தியாக வர்ணிக்கப்படுகிறது. அது ஒழுக்கம், கருணை, தர்மம் ஆகிய நற்குணங்களை மெதுவாக அழித்து, ஒரு மனிதனை அநீதியின் பாதையில் செலுத்துகிறது.

புராணங்களும் இதிகாசங்களும் வெறும் தெய்வங்கள் மற்றும் அசுரர்களின் போர்க் கதைகள் அல்ல. அவை மனித மனதின் ஆழத்தில் புதைந்திருக்கும் அகங்காரம், பயம், பேராசை,

ஆற்றாமை போன்ற குணங்களின் உருவகங்கள். நம்மால் எளிதில் கண்டுகொள்ள முடியாத நமது இருண்ட பகுதியை வெளிச்சம் பாய்ச்சிக் காட்டுபவை. இந்து புராணங்களில் வரும் சில அசுரர்களைப் பற்றி சுருக்கமாகப் பார்ப்போம்.

1.3.1 ஹிரண்யாக்ஷன் – அதிகாரப் பசியின் அழிவு வடிவம்

ஹிரண்யாக்ஷன் பிறப்பிலேயே மாபெரும் பலம் கொண்டவன். பிரம்மாவை நோக்கிக் கடும் தவம் புரிந்து, எந்த ஒரு மனிதனாலும், தேவனாலும் அல்லது மிருகத்தாலும் தனக்கு அழிவு வரக்கூடாது என்ற வரத்தைப் பெற்றான். தன் வலிமையால் மூன்று உலகங்களையும் வென்றான். ஆனால், வெற்றி அவனுக்கு மனநிறைவைத் தரவில்லை.

இந்த மனநிலையில், ஹிரண்யாக்ஷன் பூமாதேவியையே கடத்திச் சென்று, பிரபஞ்சக் கடலின் ஆழத்தில் ஒளித்து வைத்தான். புராணங்கள் கூறுவதுபோல், பூமியையே ஒரு பாய்போலச் சுருட்டி, பிரபஞ்சத்தின் ஆழ்கடலுக்குள் மறைத்துவிட்டான். இதனால் பூமியில் உயிர்கள் வாழ முடியாத நிலை ஏற்பட்டது. முனிவர்களும் தேவர்களும் மகாவிஷ்ணுவிடம் முறையிட்டனர்.

மகாவிஷ்ணு ஒரு ராட்சத வராக அவதாரம் எடுத்தார். இது விஷ்ணுவின் தசாவதாரங்களில் மூன்றாவது அவதாரம். அவர் கடலுக்கு அடியில் சென்று, தனது கொம்புகளால் பூமியைத் தாங்கி மேலே கொண்டு வர முயன்றார். பூமியை மீட்டு வரும்போது, ஹிரண்யாக்ஷன் விஷ்ணுவைத் தடுத்துப் போருக்கு அழைத்தான். இருவருக்கும் இடையே நீண்ட நேரம் கடும் போர் நடந்தது. இறுதியில், வராக மூர்த்தி தனது முழு வலிமையால் ஹிரண்யாக்ஷனை அழித்தார்.

ஹிரண்யாக்ஷனின் கதை, கட்டுப்படுத்த முடியாத அதிகாரப் பசியின் இறுதி விளைவை விளக்குகிறது. பூமி (பூமாதேவி) என்பது படைப்பு, பொறுமை மற்றும் வாழ்வின் ஆதாரம். ஹிரண்யாக்ஷன் பூமியை ஆழ்கடலில் மூழ்கடிப்பது என்பது, ஒருவனின் அகங்காரம் வாழ்வின் ஆதாரத்தையே அழித்து, அனைத்தையும் தன் கட்டுப்பாட்டுக்குள் கொண்டுவர நினைக்கும் மனநிலையின் குறியீடு. இது ஒரு வகை மனப்பிறழ்வு; அனைத்தையும் அழிப்பதன் மூலம் தான் பெரியவன், வலிமையானவன், உயர்ந்தவன் என்று நிரூபிக்க முயலும் செயல். ஹிரண்யாக்ஷனின் அழிவு, அதர்மம் ஒழிந்து தர்மம் நிலைநாட்டப்பட்டதைக் குறிக்கிறது.

1.3.2 ஹிரண்யகசிபு — அகங்காரத்தின் உச்சம்

விஷ்ணுவின் வராக அவதாரம் தன் தம்பி ஹிரண்யாக்ஷனைக் கொன்றதால், ஹிரண்யகசிபு விஷ்ணுவின் மீது அளவற்ற வெறுப்பும் பழிவாங்கும் எண்ணமும் கொண்டான். இந்த வெறுப்பே அவனை கடும் தவத்தில் ஈடுபடத் தூண்டியது. பிரம்மாவினிடமிருந்து மரணமில்லா வரம் வேண்டும் என்று கேட்டபோது, பிரம்மா அதை மறுத்தார். ஆனால் அவன் தந்திரமாக சிந்தித்து, தனக்கு மனிதனாலோ, விலங்காலோ, பகலிலோ, இரவிலோ, வீட்டிற்கு உள்ளேயோ, வெளியேயோ, எந்த ஆயுதத்தாலோ மரணம் நேரக்கூடாது என்று வரம் பெற்றான்.

இந்த வரம், பிரபஞ்சத்தின் அத்தனை சாத்தியக்கூறுகளையும் தன் கட்டுப்பாட்டுக்குள் கொண்டுவந்துவிடலாம் என நம்பிய அவனது தந்திரமான ஆனால் பாதுகாப்பற்ற மனதின் வெளிப்பாடு. வரத்தின்

வலிமையால் அவன் அழிவில்லாதவனாக மாறியதாக எண்ணி, "நானே கடவுள், என்னையே அனைவரும் வணங்க வேண்டும்" என்று அறிவித்தான். அவனது உலகம் அவனைச் சுற்றியே சுழன்றது. 'நான்' என்ற அகம்பாவத்தின் உச்சபட்ச வடிவமாக அவன் மாறினான்.

இந்தச் சூழலில், அவனது சொந்த மகன் பிரகலாதன், விஷ்ணுவின் மீது ஆழ்ந்த பக்தி கொண்டிருந்தான். "இல்லை, உன்னை விட உயர்ந்த சக்தி ஒன்று இருக்கிறது, அதுவே விஷ்ணு. என் விஷ்ணு எங்கும் இருக்கிறார்" என்று பிரகலாதன் கூறியபோது, ஹிரண்யகசிபுவால் அதைத் தாங்கிக்கொள்ள முடியவில்லை. பிரகலாதன் அவனுக்கு மகனாகத் தெரியவில்லை; தன் அதிகாரத்திற்கும், தன் 'நான்' என்ற அடையாளத்திற்கும் ஏற்பட்ட மிகப்பெரிய அச்சுறுத்தலாகத் தெரிந்தான். தன் மகனையே எதிரியாகப் பார்க்கும் இந்த மனநிலை, அகம்பாவத்தின் உச்சபட்ச மன உளைச்சலாகும். தன் நம்பிக்கையை மகன் கைவிடாததால், அவனைப் பலமுறை கொல்ல முயன்றான். ஒரு சர்வாதிகாரி, தனக்கு எதிரான சிறு கருத்தையும் தாங்கிக்கொள்ள முடியாமல் அழிவுப்பாதையில் பயணிப்பதற்கு இது ஓர் சரியான உதாரணம்.

இறுதியில், விஷ்ணு நரசிம்ம அவதாரம் எடுத்தார் — மனிதனும் அல்ல, விலங்கும் அல்ல. தூணிலிருந்து வெளிப்பட்டார் — உள்ளேயும் இல்லை, வெளியேயும் இல்லை. அந்திப் பொழுதில் தோன்றினார் — இரவும் இல்லை, பகலும் இல்லை. தன் மடியில் வைத்து — பூமியிலும் இல்லை, ஆகாயத்திலும் இல்லை. நகங்களால் கொன்றார் — ஆயுதமும் இல்லை. பிரம்மாவின் வரங்களை

மீறாமல், அவனது அத்தனை விதிகளுக்கும் அப்பாற்பட்ட ஒரு சக்தியால் அவனது அகங்காரம் அழிக்கப்பட்டது.

ஹிரண்யகசிபுவின் கதை, 'நான்' என்ற சிறைக்குள் சிக்கியவன், தனக்கு புரியாத சக்தியாலேயே அழிக்கப்படுவான் என்ற உளவியல் பாடத்தைக் கற்பிக்கிறது. அகம்பாவத்தின் உச்சபட்ச வடிவமும், அதன் தவிர்க்க முடியாத வீழ்ச்சியும் இக்கதையின் மையக்கருத்தாகும்.

1.3.3 நரகாசுரன் — தீபாவளியின் கதை

வராக அவதாரத்தின்போது மகாவிஷ்ணுவிற்கும் பூமாதேவிக்கும் மகனாகப் பிறந்தவன் நரகாசுரன். தெய்வீகப் பெற்றோருக்குப் பிறந்தவன் என்றாலும், அவன் அசுர குலத்தைச் சேர்ந்த 'பாணாசுரன்' என்பவனுடன் சேர்ந்த தீய சகவாசத்தால் அசுரத் தன்மை கொண்டவனாக மாறினான். நல்ல பெற்றோருக்குப் பிறந்த ஒருவன் கூட தீய சகவாசத்தால் அசுரனாக மாற முடியும் என்பதற்கு இது ஓர் எடுத்துக்காட்டு.

நரகாசுரன் பிரம்மாவை நோக்கித் தவம் செய்து ஒரு விசித்திரமான வரத்தைப் பெற்றான். "தன்னைத் தன் தாயைத் தவிர வேறு யாராலும் கொல்ல முடியாது" என்பதே அந்த வரம். ஒரு தாய் தன் மகனைத் தானே கொல்ல மாட்டாள் என்ற நம்பிக்கையில் அவன் இந்த வரத்தைக் கேட்டான்.

வரத்தைப் பெற்ற ஆணவத்தில், நரகாசுரன் அளவுகடந்த கொடுமைகளில் ஈடுபட்டான். பாகவத புராணமும் ஹரிவம்ச புராணமும் அவனது குற்றங்களை விரிவாக விவரிக்கின்றன. அவன் வருண பகவானின் புனித குடையையும், தேவலோகத் தாய் அதிதியின் (இந்திரனின் தாய்) காதணிகளையும்,

மந்தார மலையின் உச்சியில் உள்ள தேவர்களின் விளையாட்டுத் திடலான மணி-பர்வதத்தையும் திருடினான். எங்கு கைக்குக் கிடைத்தாலும் செல்வங்களையும் நகைகளையும் தன் வீட்டிற்குக் கொண்டுவரச் செய்தான்.

அவனது மிகப்பெரிய குற்றம், பல்வேறு ராஜ்ஜியங்களைச் சேர்ந்த 16,100 அரசகுலப் பெண்களை வலுக்கட்டாயமாகக் கடத்தி, தன் அரண்மனையில் சிறைவைத்தது. தேவர்கள், கந்தர்வர்கள், மனிதர்கள் மற்றும் அப்சரஸ்களின் கன்னிகைகளை கூட விட்டுவைக்கவில்லை. ஒரு சந்தர்ப்பத்தில், த்வஷ்டாவின் மகளான அழகிய சதுர்தசியையும் பலவந்தமாக வன்கொடுமை செய்தான். சொர்க்கத்தில் உள்ள தேவர்களைத் துன்புறுத்தி, இந்திரனின் ராஜ்ஜியத்தையே தாக்கினான். புனிதமான இடங்களையும் ரிஷிகளையும் எதிர்த்து வந்தான்.

தேவர்களின் முறையீட்டை ஏற்று, மகாவிஷ்ணு கிருஷ்ண அவதாரத்தில் நரகாசுரனை அழிக்கப் புறப்பட்டார். அப்போது அவரது மனைவியான சத்யபாமா — பூமாதேவியின் அம்சம் — உடன் சென்றார். போரின்போது, நரகாசுரன் எய்த அம்பு தாக்கி கிருஷ்ணர் மயக்கமடைவது போல நடித்தார். தனது கணவன் தாக்கப்பட்டதைக் கண்டு கோபமடைந்த சத்யபாமா, வில்லை எடுத்து நரகாசுரனை நோக்கி அம்பு எய்தார். இவ்வாறு நரகாசுரன் தனது தாயாலேயே (சத்யபாமா பூமாதேவியின் அவதாரம் என்பதால்) வதம் செய்யப்பட்டான். பிரம்மாவின் வரம் நிறைவேறியது.

மரணத் தருவாயில் தனது தவறை உணர்ந்த நரகாசுரன், கிருஷ்ணரிடம் ஒரு வேண்டுகோள் விடுத்தான்: "நான் அழியும் இந்த நாளை மக்கள் துக்க நாளாகக் கருதாமல், தீமைகளை

அழித்து ஒளிமயமான நாளாக மகிழ்ச்சியுடன் கொண்டாட வேண்டும்." இதனாலேயே நரகாசுரன் கொல்லப்பட்ட தினம் 'நரக சதுர்த்தசி' அல்லது தீபாவளியாகக் கொண்டாடப்படுகிறது.

நரகாசுரனை வதம் செய்த பின் ஏற்பட்ட இரத்தக் கறையை நீக்க, கிருஷ்ணர் எண்ணெய் தேய்த்துக் குளித்ததாகக் கருதப்படுகிறது. அதனாலேயே தீபாவளி அன்று அதிகாலையில் எண்ணெய் தேய்த்துக் குளிக்கும் வழக்கம் (கங்கா ஸ்நானம்) உள்ளது. இந்தச் சடங்கு நீராடல் வெறும் உடல் சுத்தத்தை மட்டுமல்ல, நரகாசுரன் பிரதிநிதித்துவப்படுத்திய ஆன்மீக இருளையும் எதிர்மறைப் போக்குகளையும் அகற்றும் ஆன்மீகத் தூய்மைப்படுத்துதலையும் குறிக்கிறது.

புராண விளக்கவுரைகளின்படி, நரகாசுரன் அறியாமை, தீய குணம், அநீதி, பேராசை மற்றும் பாலியல் முறைகேடு ஆகியவற்றின் உருவமாக இருக்கிறான். அவனது செயல்கள் பிரபஞ்ச ஒழுங்கை ஆன்மீக ரீதியாக மாசுபடுத்தின. அவனது சொந்தத் தாயான பூமாதேவியே, அவனைத் "தேவர்களுக்கு அச்சமூட்டுபவன்" என்று அழைத்து, அவனது அழிவிற்காகப் பிரார்த்தனை செய்தாள். நரகாசுரனின் கதை, தீய சகவாசம் எவ்வாறு ஒருவனை அழிவுப் பாதைக்கு இட்டுச் செல்கிறது என்பதையும், தர்மத்திற்கு எதிரான அதர்மம் இறுதியில் தோல்வியடையும் என்பதையும் உணர்த்துகிறது.

1.3.4 சும்பன்–நிசும்பன் – ஆணவத்தின் இரட்டை வடிவங்கள்

சும்பன் மற்றும் நிசும்பன் ஆகிய இருவரும் அசுர குலத்தைச் சேர்ந்த வலிமைமிக்க சகோதரர்கள். இவர்கள் பிரம்மாவைக் குறித்துக் கடும் தவம் செய்து, "எந்த ஒரு ஆணாலோ அல்லது தேவனாலோ தங்களுக்கு மரணம் நேரக்கூடாது" என்ற வரத்தைப் பெற்றனர். பெண்கள் பலவீனமானவர்கள் என்ற எண்ணத்தில், அவர்கள் ஒரு பெண்ணால் தங்களுக்கு ஆபத்து வரும் என்பதை எதிர்பார்க்கவில்லை.

தவ வலிமையால் மூன்று உலகங்களையும் வென்ற அவர்கள், இந்திரலோகம் மீது போர் தொடுத்து தேவர்களைத் துரத்தினர். தேவர்களின் செல்வங்கள் மற்றும் அதிகாரங்கள் அனைத்தையும் பறித்துக் கொண்டனர். உலகில் உள்ள சிறந்த பொருள்கள் அனைத்தும் தங்களுக்கே சொந்தம் என்ற மமதையில் வாழ்ந்தனர்.

தேவர்களின் துயர் துடைக்க, பார்வதி தேவியின் உடலிலிருந்து 'கௌசிகி' (அம்பிகை) என்ற தேவி தோன்றினாள். அவளது பேரழகைக் கண்ட சும்பன், நிசும்பன் ஆகியோரின் தூதர்களான சண்டன் மற்றும் முண்டன், அவளைப் பற்றித் தங்கள் அரசர்களிடம் வர்ணித்தனர். தேவியின் அழகைப் பற்றிக் கேள்விப்பட்டதும், அவர்களின் மனதில் உரிமைப் பசி பிறந்தது. "மூவுலகின் சிறந்த ரத்தினங்கள் எங்களுக்கே சொந்தம், அந்தப் பெண்ணும் ஒரு ரத்தினம், எனவே அவளும் எங்களுக்கே உரியவள்" என்று அவர்கள் நினைத்தது, அவர்களின் ஆணாதிக்க மனப்பான்மையின் வெளிப்பாடு. அவர்கள் சக்தியை (தேவியை) ஒரு தனித்துவமான ஆற்றலாகப் பார்க்கவில்லை;

தங்களின் அதிகாரத்தால் அடையக்கூடிய ஒரு பொருளாக மட்டுமே பார்த்தனர்.

அசுரர்கள் தேவியைத் தங்களுக்கு அடிமையாக்க அல்லது திருமணம் செய்துகொள்ள எண்ணித் தூது அனுப்பினர். ஆனால் தேவி, "யார் போரில் என்னைத் தோற்கடிக்கிறார்களோ, அவர்களுக்கே நான் சொந்தம்" என்று சவால் விடுத்தாள். அவர்கள் முதலில் தூது அனுப்பியது, பின் ஆசை காட்டியது, இறுதியில் போருக்கு வந்தது என அவர்களின் ஒவ்வொரு செயலும், தங்களின் ஆசை நிராகரிக்கப்படுவதைத் தாங்கிக்கொள்ள முடியாத அகந்தையின் வெளிப்பாடு. தனக்கு கிடைக்காதது வேறு ஒருவருக்கும் கிடைக்கக் கூடாது, அதை அழித்துவிட வேண்டும் என்ற மனநிலை தேவிக்கு எதிராகப் போர் செய்யவைத்தது.

தேவியின் சவால் கேட்டு ஆத்திரமடைந்த சும்பன், நிசும்பன் ஆகியோர் தங்களது பெரும் சேனையை அனுப்பினர். முதலில் தூம்ரலோசனன் என்பவன் கொல்லப்பட்டான். அடுத்து வந்த சண்டன் மற்றும் முண்டன் ஆகியோரை தேவியின் நெற்றியிலிருந்து தோன்றிய காளி வதம் செய்தாள். இதனாலேயே காளிக்கு 'சாமுண்டி' என்ற பெயர் வந்தது. அதன்பின்னர், ஒரு துளி இரத்தம் கீழே விழுந்தால் அதிலிருந்து ஆயிரம் ரக்தபீஜர்கள் உருவாகும் வரம் பெற்ற ரக்தபீஜன் என்பவனை தேவி காளியின் உதவியுடன் அழித்தாள்.

இறுதியில், அவர்கள் எந்தப் பெண் சக்தியை அடிமைப்படுத்த நினைத்தார்களோ, அந்த மகாசக்தியாலேயே அவர்கள் அழிக்கப்பட்டனர். ஒரு பெண்ணின் சுயத்தை மதிக்காமல், அவளை அடைய நினைத்த அவர்களின் ஆணவமே,

அவர்களின் அழிவைத் தேடித் தந்தது. கட்டுக்கடங்காத பேராசையும், ஆணவமும், குறிப்பாகப் பெண்மையைப் போகப்பொருளாகப் பார்க்கும் மனநிலையும், தகுதிக்கு மீறிய ஒன்றை அடைய நினைக்கும்போது வீழ்ச்சி நிச்சயம் என்பதே இக்கதை சொல்லும் உளவியல் பாடம்.

1.3.5 கம்சன் – மரண பயத்தின் கொடூர முகம்

மகாபாரதம் மற்றும் விஷ்ணு புராணத்தின்படி, கம்சன் மதுராவின் மன்னரான உக்ரசேனனின் மகன். அசுரர்களின் அம்சமாகப் பிறந்த இவனது கதை, அதீத அதிகாரப் பசியும், மரண பயத்தால் உண்டாகும் கொடுமைகளையும் விளக்குகிறது. அவனது அதிகாரப் பசியால் தனது தந்தை என்றும் பாராமல் உக்ரசேனரைச் சிறையில் அடைத்துவிட்டு, மதுராவின் அரியணையை வலுக்கட்டாயமாகக் கைப்பற்றினான். தனக்கு எதிராக இருப்பவர்களை ஒடுக்கி, ஒரு கொடுங்கோல் ஆட்சியை நடத்தினான். தன்னை முழு அதிகாரமுள்ள சாம்ராட்டாக அறிவித்து, யாதவ குலத்தைச் சேர்ந்த பெரியோர்களையும் முனிவர்களையும் துன்புறுத்தினான்.

கம்சன் தனது தங்கை தேவகி மீது மிகுந்த பாசம் வைத்திருந்தான். அவளுக்கும் வசுதேவருக்கும் திருமணம் நடந்தபோது, கம்சனே மகிழ்ச்சியுடன் தேரோட்டிச் சென்றான். அப்போதுதான் அவனது வாழ்க்கையின் திசை மாறியது. ஒரு அசரீரி, ஆகாயத்திலிருந்து வந்த குரல், அவனை நோக்கி கர்ஜித்தது: "கம்சா! நீ பாசத்துடன் அழைத்துச் செல்லும் உன் தங்கையின் எட்டாவது குழந்தை உன்னைக் கொல்லும்." இந்தக் குரலைக் கேட்டதும் கம்சனின் அன்பு உடனே அதிகாரப் பயமாக மாறியது. அவன்

பயத்தின் அடிமையாகிவிட்டான். அவனது வாழ்க்கை, வாழ்வதைப் பற்றியதாக இல்லாமல், மரணத்தைத் தவிர்ப்பதைப் பற்றியதாகவே மாறியது. உடனே தேவகியைக் கொல்லத் துணிந்தான். வசுதேவர் அவனிடம் கெஞ்சி, தங்களுக்குப் பிறக்கும் குழந்தைகளை அவனிடம் ஒப்படைப்பதாக வாக்குறுதி அளித்ததால், திருமண வேளையிலேயே இருவரையும் சிறையில் அடைத்தான்.

பயம் ஒரு மனிதனை எவ்வளவு கொடூரமானவனாக மாற்றும் என்பதற்கு கம்சனே சிறந்த உதாரணம். அவன் அன்பான தங்கையையும், அவள் கணவனையும் சிறையில் அடைத்தான். தேவகிக்கும் வசுதேவருக்கும் பிறந்த முதல் ஆறு குழந்தைகளையும் கம்சன் ஈவு இரக்கமின்றி கல்லில் அடித்துக் கொன்றான். இது வலிமையின் செயல் அல்ல; பயத்தின் உச்சபட்ச கோழைத்தனம். பிறக்கப்போகும் குழந்தையால் ஆபத்து என்று தெரிந்ததும், பிறந்த ஒவ்வொரு குழந்தையையும் குரூர முறையில் கொன்றான்.

அவனது ஒவ்வொரு செயலும் அந்தத் தீர்க்கதரிசனத்தைச் சுற்றிப் பின்னப்பட்டது. அவனது ராஜ்ஜியம் முழுவதும் ஒருவித இருண்ட சூழல் நிலவியது. தீர்க்கதரிசனத்தைப் போக்க வேண்டும் என்ற பேராசையில், யக்ஞங்கள், வேத நாடகங்கள், பக்தி வழிபாடுகள் ஆகியவற்றைத் தடை செய்து, தன்னைப் போற்றாதவர்களை சிறை, கொலை ஆகிய தண்டனைகளுக்கு உள்ளாக்கினான்.

எட்டாவது குழந்தை — கிருஷ்ணர் — தப்பித்துவிட்டான் என்பதை அறிந்தவுடன், அவனது பயம் வெறியாக மாறியது. மதுரா மற்றும் அதன் சுற்றுவட்டாரத்தில் பிறந்த அனைத்துக் குழந்தைகளையும் கொல்ல உத்தரவிட்டான். அவன் கண்ணில் பட்ட ஒவ்வொரு குழந்தையும் கிருஷ்ணனாகத்

தெரிந்தது. கிருஷ்ணனை அழிக்க பல அசுரர்களை — பூதனை, திருணாவர்த்தன், சகடாசூரன், பகாசூரன், அகாசுரன் போன்றவர்களை — கோபாலர்களிடம் அனுப்பி, கிருஷ்ணனுடன் சேர்த்து முழு கோகுல மக்களையும் அச்சத்திலும் தாக்குதலிலும் வைத்தான். அவன் கிருஷ்ணனைக் கொல்ல அனுப்பிய இந்த அசுரர்கள், அவனது பயத்தின் வெளிப்பாடுகளே. ஆனால் அவர்கள் அனைவரும் கிருஷ்ணரால் அழிக்கப்பட்டனர். ஒவ்வொரு தோல்வியும் அவனது கோபத்தையும் ஆணவத்தையும் அதிகமாக்கியதே தவிர, அவனைத் திருத்தவில்லை.

"தன்னை யாராலும் கொல்ல முடியாது" என்ற ஆணவத்தில், கிருஷ்ணனையும் பலராமரையும் மதுராவிற்கு அழைத்து, கொடிய யானையை விட்டும், மல்யுத்த வீரர்களிடம் யுத்தம் செய்வித்தும் கொன்றுவிடலாம் என்றும் எண்ணி சதி ஏற்பாடுகள் செய்தான். அந்தச் சதிகள் அனைத்தும் முறியடிக்கப்பட்டன. மல்யுத்த அரங்கில் மற்ற வீரர்களி வீழ்ந்ததும், கிருஷ்ணர் நேரடியாக கம்சனை வீழ்த்தி, மார்பில் ஏறி அவனை வதம் செய்தார். கம்சன் இறந்த உடனே, சிறைப்பட்டிருந்த தேவகி, வசுதேவர் மற்றும் பிற யாதவர்கள் விடுவிக்கப்பட்டனர்.

கம்சனின் கதை, ஆழமான பாடத்தைக் கற்பிக்கிறது. தீர்க்கதரிசனமே அவனது அழிவுக்குக் காரணமாகியது. அவன் பயப்படாமல் இருந்திருந்தால், ஒருவேளை கிருஷ்ணனை எதிரியாகப் பார்க்காமல் இருந்திருக்கலாம். ஆனால், அவன் பயத்தாலேயே தனக்கான எதிரியை வளர்த்து, இறுதியில் அந்த எதிரியாலேயே அழிக்கப்பட்டான். நாம் எதற்கு அதிகமாக அஞ்சுகிறோமோ, அதுவே நம் அழிவுக்குக் காரணமாகிவிடும் என்ற உளவியல் விதியை இக்கதை

விளக்குகிறது. ஆணவமும் அநியாய அதிகாரமும் எவ்வளவு வலிமையானதாக இருந்தாலும், இறுதியில் தர்மத்தின் முன் வீழும் என்பதை கம்சனின் வதம் குறிக்கிறது.

1.3.6 தாரகாசுரன் மற்றும் சூரபத்மன் — இரட்டைப் பேரழிவுகள்

திதியின் மகனான வஜ்ராங்கன் மற்றும் வஜ்ராங்கி ஆகியோருக்குப் பிறந்தவன் தாரகாசுரன். அவனது பிறப்பிற்கு முன்பே பயங்கரமான சகுனங்கள் தோன்றின. பூமி அதிர்ந்தது, புயல்கள் எழுந்தன, கடல்கள் கொந்தளித்தன, மலைகள் குலுங்கின. இவை அனைத்தும் உலகிற்கு அவன் எதிர்காலத்தில் ஏற்படுத்தப்போகும் அச்சுறுத்தலைக் குறிப்பதாக இருந்தன.

தாரகாசுரன் மதுவனக் காட்டில் பிரம்மாவை நோக்கி கடுமையான தவம் செய்து, "சிவபெருமானின் ஏழு வயது மகனால் மட்டுமே நான் கொல்லப்பட வேண்டும்" என்று வரம் பெற்றான். இது ஒரு தந்திரமான கோரிக்கையாக இருந்தது, ஏனெனில் அந்த நேரத்தில் சிவன் ஆழ்ந்த தியானத்தில் இருந்தார், திருமணம் ஆகாதவராக இருந்தார். இதனால் இந்தக் கோரிக்கை நிறைவேற முடியாத ஒன்றாகத் தோன்றியது.

வரம் பெற்ற பிறகு, தாரகாசுரன் சுவர்க்கத்தையே ஆக்கிரமித்து, தேவர்களை வெளியேற்றி, தன்னை புதிய இந்திரனாக அறிவித்துக் கொண்டான். இந்திரன் தனது தெய்வீக யானையான ஐராவதத்தைத் தாரகாசுரனுக்குக் கொடுக்க வேண்டிய கட்டாயம் ஏற்பட்டது. குபேரன் தனது செல்வம் அனைத்தையும் அவனிடம் ஒப்படைத்தான். பிரபஞ்சத்தில் எங்கெல்லாம் நல்ல மற்றும் விலைமதிப்பற்ற

பொருட்கள் இருந்தனவோ, அவை அனைத்தும் தாரகாசுரனின் சொத்தாயின. திசைக் காவலர்களான தேவர்கள் அவனது அடிமைகளாயினர். சுவர்க்கத்தின் அப்சரஸ் மங்கைகள் அவனது பணிப்பெண்களாயினர்.

ஸ்கந்த புராணம் அவனது ஆட்சியின் கொடூரத்தை விரிவாக விவரிக்கிறது. எல்லா இடங்களிலும் திருட்டு, கொலைகள் மற்றும் கொள்ளைகள் அதிகரித்தன. பிரம்மாவால் தேவலோகத்தை விட்டு வெளியேறும்படி கேட்கப்பட்ட பிறகும், அவனது தீய குணம் தணியவில்லை. தன்னைத் தடுப்பவர் எவருமில்லை என்ற கர்வம் கொண்டு, தேவர்களைத் தொடர்ந்து துன்புறுத்தினான். அவர்கள் எப்போதும் அச்சத்தில் இருந்தனர்.

தாரகாசுரன் தேவர்களை முழுப் போருடன் தாக்கியபோது, அவனது அசுரப் படையில் ஜம்பன், குஜம்பன், காலநேமி, மஹிஷன், மேகன், சும்பன், மதனன் போன்ற சக்திவாய்ந்த தளபதிகள் இருந்தனர். போரில், இந்திரன், யமன், குபேரன் மற்றும் அஸ்வினி குமாரர்கள் கூட தோற்கடிக்கப்பட்டனர். விஷ்ணுவே தாரகாசுரனுடன் போரிட்டபோது, ஜம்பன் ஒரு கதாயுதத்தால் விஷ்ணுவையே மயக்கமடையச் செய்தான். அத்தனை வலிமை கொண்டவனாக இருந்தான் தாரகாசுரன்.

இறுதியில், சிவன் மற்றும் பார்வதியின் ஆறுமுகப் புதல்வரான கார்த்திகேயப் பெருமான் — முருகன் — தோன்றினார். போரின் ஆறாவது நாளில், ஸ்கந்த சஷ்டியன்று, அவர் தனது தெய்வீக வேலால் தாரகாசுரனைக் கொன்றார். உலகம் சிறிது நிம்மதி பெற்றது. தாரகாசுரன் இறந்துவிட்டான், அவனது கொடுமையிலிருந்து தப்பித்துவிட்டோம் என்று மக்கள் நினைத்தனர்.

ஆனால் அந்த நிம்மதி நீடிக்கவில்லை. காஷ்யப முனிவருக்கும் சுரசைக்கும் பிறந்த சூரபத்மன், தாரகாசுரனைப் போலவே வலிமைமிக்கவனாக மாறினான். அவனுக்கு சிம்மமுகன் உட்பட சகோதரர்களும், அஜமுகி என்ற ஒரு சகோதரியும் இருந்தனர். அவன் சிவபெருமானிடம் கடும் தவம் செய்து சக்திவாய்ந்த வரங்களைப் பெற்றான். நூற்றெட்டு யுகங்களுக்கு நூற்றெட்டு உலகங்களை ஆளும் ஆதிக்கத்தை அவன் பெற்றான்.

சூரபத்மன் ஒரே நேரத்தில் ஆயிரத்தெட்டு ராஜ்ஜியங்களை ஆட்சி செய்தான். அவனுடைய ஆட்சி அமைப்பு மிகவும் ஒழுங்கமைக்கப்பட்டிருந்தது. அவன் தன் மகன்களான பானுகோபன், அக்னிமுகன், ஹிரண்யகன், வஜ்ரபாகு மற்றும் பிறரை குறிப்பிட்ட கொள்கைகளைச் செயல்படுத்த நியமித்தான். அரமஹன் என்ற ஒரு மந்திரி அவனது தலைமை ஆலோசகராகப் பணியாற்றி, உளவு மற்றும் இராணுவ உத்திகளை ஒருங்கிணைத்தார். ஆயிரத்தெட்டு உலகங்களில் சிதறிக்கிடந்த அனைத்து அசுரப் படைகளுக்கும் அவன் கட்டளையிட்டான்.

தனது மகன் பானுகோபனைத் தளபதியாகக் கொண்டு, சூரபத்மன் தேவலோகத்தின் மீது படையெடுத்தான். கந்த புராணம் இந்தக் கொடூரத்தை விவரிக்கும்போது நடுக்கம் ஏற்படுத்துகிறது. அந்தத் தீய அரக்கர்கள் ஒவ்வொரு வீட்டிற்குள்ளும் பலவந்தமாக நுழைந்து, பெண்களை இழுத்துச் சென்று துன்புறுத்தி, அவர்களின் நகைகளைப் பறித்தனர். அவர்கள் கண்ணில் பட்ட அனைவரையும் அடித்து துன்புறுத்தி குழந்தைகளை இரக்கமின்றி கொன்றனர் .
அவனது படைகள் சுவர்க்கத்தின் அழகான தோட்டங்களைச் சூறையாடி அழித்தன. வீடுகளுக்குத் தீ வைத்தன.

சுவர்க்கத்திலிருந்து பெரும் செல்வத்தைக் கொள்ளையடித்து, சிறைப்பிடிக்கப்பட்ட தேவதைகளைக் கொண்டே அதைச் சுமந்து செல்ல வைத்தன. ஜெயந்தன் — இந்திரனின் மகன் — உட்படப் பிடிக்கப்பட்ட தேவதைகளைச் சிறையில் அடைத்தன. திருமாலின் பக்தர்களை அடிமைப்படுத்தி, அவர்களை வீட்டு வேலைகளைச் செய்யும்படி கட்டாயப்படுத்தினான்.

சூரபத்மன் சசிதேவியை — இந்திரனின் மனைவியை — சிறைப்பிடிக்க விரும்பினான். இது தெய்வீக உலகின் மீதான அவனது கட்டுப்பாடற்ற அதிகார மற்றும் ஆதிக்க ஆசையை வெளிப்படுத்தியது. அசமுகி சீர்காழியில் மறைந்திருந்த இந்திராணியைக் கடத்தச் சென்றான். தெய்வீகப் பெண்கள் கூட பாலியல் வற்புறுத்தலுக்கு இலக்காக இருந்தனர்.

சூரபத்மன் தேவர்கள், ராட்சசர்கள், கந்தர்வர்கள், சித்தர்கள், வித்தியாதரர்கள், மனிதர்கள் மற்றும் நாகர்கள் ஆகியோரிடமிருந்து பெண்களைக் கொண்டுவந்து, தன் மகன்களுக்குத் திருமணம் செய்து வைத்து, ராட்சசக் கூட்டத்தைப் பெருகச் செய்தான். அந்தக் கூட்டத்தைச் சேர்ந்த அனைவரும் நல்லவர்களைத் துன்புறுத்தி, தீய செயல்களைச் செய்து, அநீதியையும் தீமையையும் பரப்பி வந்தனர்.

அவனது ஆட்சியில் மதச் சுதந்திரமும் இல்லை. தக்கனின் வேள்வியில் கலந்துகொண்டு அவிர்பாகத்தை உண்ட தேவதைகள், தண்டனையாகச் சிறையில் அடைக்கப்பட்டனர். பக்திச் செயல்களிலும் புனிதச் சடங்குகளிலும் பங்கேற்பது தடைசெய்யப்பட்டு, கடுமையாகத் தண்டிக்கப்பட்டது. திருமால் பக்தர்களைச்

சிறையில் அடைத்து அடிமைப்படுத்துவதன் மூலம், அவர்கள் தாங்கள் தேர்ந்தெடுத்த தெய்வத்தை வழிபடுவதை திறம்படத் தடுத்தான். இறுதியில், ஆறுமுக முருகப் பெருமான் சூரபத்மனை எதிர்கொண்டார். நீண்ட போருக்குப் பின், முருகன் தனது வேலால் சூரபத்மனை இரண்டாகப் பிளந்தார். முருகனின் அருளால், அவனது ஒரு பகுதி மயிலாகவும், மறுபகுதி சேவலாகவும் மாறியது. இவையே முருகனின் வாகனமும் கொடியுமாக ஆயின.

தாரகாசுரன் மற்றும் சூரபத்மன் ஆகியோரின் கதைகள், அகங்காரமும் அதிகார வெறியும் எவ்வளவு பெரிய அழிவை ஏற்படுத்தும் என்பதை விளக்குகின்றன. தந்திரமான வரங்களும், பெரும் சக்தியும் கூட, இறுதியில் தர்மத்தின் முன் தோற்றுப் போகும் என்பதை இக்கதைகள் உணர்த்துகின்றன.

முடிவுரை

ஹிரண்யாக்ஷன் அதிகார வெறியின் உருவம். ஹிரண்யகசிபு அகங்காரத்தின் சின்னம். கம்சன் பயத்தின் அடிமை. சும்பன், நிசும்பன் ஆணவத்தின் வெளிப்பாடு. தாரகாசுரன், சூரபத்மன், நரகாசுரன் கட்டுப்பாடற்ற ஆதிக்க ஆசையின் பிரதிநிதிகள். இந்த அசுர அரசர்கள் தம் இரத்த சொந்தங்களையே சிறையிலடைப்பதும், சித்திரவதை செய்வதும், குழந்தைகள் என்று பாராமல் கொடூரமாகக் கொலை செய்வதும், தன் பெற்றோரையோ சொந்த வாரிசையோ கூட கொல்ல துணியும் அளவு செல்வதும், அவர்களின் ராஜ்ஜியத்தில் வாழ்ந்த மக்களின் அவல நிலையை நம்மால் கற்பனை செய்ய வைக்கிறது.

பாகவத மற்றும் மார்கண்டேய புராணங்களில் வரும் இந்த அசுரர்கள் வெறும் கற்பனைக் கதாபாத்திரங்கள் அல்ல.

அவர்கள் திறமையும் தவ வலிமையும் பெற்றிருந்தும், தங்களின் கட்டுப்பாடற்ற மனநிலையால் அழிவைச் சந்தித்த சின்னங்கள். முன்வினைப்பயன் அல்லது தவபயன் மூலம் அவர்களிடம் சேரும் சக்தியானது, ஆணவத்தினால் அவர்களையே அழிவுக்கு இட்டுச் சென்றது. இதுவே அதிகார வெறியின் சிக்கல். இவர்களுக்கு வெற்றி இலக்கு அல்ல, அது ஒரு போதை. அந்தப் போதைக்கு அடுத்தகட்ட உச்சம் தேவைப்பட்டுக் கொண்டே இருக்கும். அவர்களின் வெறுமையும் எரிச்சலும் ஒருகட்டத்தில் அவர்களையும் அவர்களைச் சுற்றியுள்ள அனைத்தையும் அழிக்கும் எல்லைக்கு இட்டுச் செல்லும்.

ஆனால் இவர்கள் யாரும் வெளியுலகில் மட்டும் வாழ்ந்தவர்கள் அல்ல. அவர்கள் ஒவ்வொருவரின் மனத்திலும் மறைந்து வாழ்கின்ற உளவியல் நிழல்கள். அதிகார வெறி நம்மை ஹிரண்யாக்ஷனாக்குகிறது. "நான்" என்ற அகங்காரம் நம்மை ஹிரண்யகசிபுவாக்குகிறது. தீர்க்கமற்ற பயம் நம்மை கம்சனாக்குகிறது. கட்டுப்பாடற்ற ஆணவம் நம்மை சும்பன், நிசும்பன் ஆக்குகிறது. புராணங்கள் நமக்கு உணர்த்தும் ஆழமான உண்மை இதுதான்: அசுரன் வெளியில் இல்லை, அவன் நம்முள் இருக்கிறான்.

வெளியில் நடந்த யுத்தங்கள், நம் உள்ளத்தின் போராட்டங்களின் பிரதிபலிப்புதான். மனித மனதின் இருண்ட சாத்தியக்கூறுகளை இந்தக் கதைகள் படம்பிடித்துக் காட்டும் காலக் கண்ணாடிகள். இது போன்ற அசுர சக்திகள் செய்த கொடுமைகள் இந்து மதத்தில் மட்டுமல்ல, உலகம் முழுவதும் வரலாறுகளில் காணப்படுகின்றன. இந்த அசுர சக்தி எழும் போதெல்லாம், கருணை, சமநிலை, உண்மை, தெய்வீக நம்பிக்கை ஆகிய

சக்திகள் மட்டுமே அவற்றை அடக்க முடியும். ஒவ்வொருவரும் தன் மனதில் எழும் அசுரர்களைக் கண்டு வென்றால், அதுவே உண்மையான சூரசம்ஹாரம்.

1.4 உறவுகளை சிதைக்கும் பிரிவினை ஆவி (வெறுப்பு)

மனித வாழ்வில் ஒற்றுமையை சிதைக்கும் மிகக் கொடிய சக்தி எது என்று கேட்டால், அது வெறுப்பு என்னும் உணர்வே. இந்த வெறுப்பை வெறும் மனித உணர்ச்சியாக மட்டும் பார்க்காமல், ஒரு தனித்துவமான தீய சக்தியின் செயல்பாடாக உலகின் பல மத மரபுகளும் விவரிக்கின்றன. நல்வழியில் நடக்கும் மனிதனை திசை திருப்பி, அவனுள் கசப்பையும் பகையையும் விதைத்து, இறுதியில் உறவுகளையே அழிக்கும் ஒரு பிசாசாக இது கருதப்படுகிறது. மேலும் குடும்ப உறவுகளை சிதைத்தல் என்பது உலகின் பல்வேறு கலாச்சாரங்களில் தீய சக்திகளின் முக்கிய செயல்பாடுகளில் ஒன்றாக நம்பப்பட்டு வந்துள்ளது.

கிறித்தவ மரபு : கிறித்தவ மத நூல்களில் வெறுப்பு "இருளின் அதிகாரம்" என்று மிகத் தெளிவாக குறிப்பிடப்படுகிறது. அன்பு கடவுளிடமிருந்து பெருகி வருவது போல், வெறுப்பும் கொலைவெறியும் பிசாசின் நேரடி செயல்பாடுகளாக விளங்குகின்றன. "தன் சகோதரனை பகைக்கிறவன் இருளில் இருக்கிறான்" என்று 1 யோவான் 2:11 வசனம் எச்சரிக்கிறது. இது வெறும் உருவக அர்த்தம் அல்ல - மனிதனின் இதயத்தை கல்லாக்கி, அவனுள் இருக்கும் நல்ல குணங்களையே அழித்துவிடும் ஒரு அசுத்த ஆவியாக இது புரிந்து கொள்ளப்படுகிறது.

கிறித்தவ ஆன்மீக பாரம்பரியத்தில், உறவுகளை பிரிக்கும் ஆவிகளுக்கு தனியான பெயர்களும் உண்டு. 'வாக்குவாதத்தின் ஆவி' அல்லது 'பிரிவினையின் ஆவி' என்று இவை அழைக்கப்படுகின்றன. யாக்கோபு 3:14 கசப்பான பொறாமையும் சண்டைகளும் பேய்களின் வேலை என்று குறிப்பிடுகிறது. ரோமர் 16:17 பிரிவினையை உண்டாக்கும் மனிதர்களை தவிர்க்குமாறு அறிவுறுத்துகிறது. ஒரு குடும்பத்தில் அல்லது நண்பர் குழுவில் இந்த ஆவி நுழைந்துவிட்டால், அங்கு ஒற்றுமையின்மையும் கசப்பும் விதைக்கப்படும். ஒருவர் மற்றவர் மீது சந்தேகப்பட தொடங்குவார்கள். சிறிய தவறுகள் பெரிய விவாதங்களாக மாறும். இறுதியில் ஆழமான பிளவு ஏற்படும்.

இஸ்லாமிய மரபு : இஸ்லாமிய மரபில் இது மிகத் தெளிவாக விவரிக்கப்பட்டுள்ளது. குர்ஆன், மந்திரவாதம் மற்றும் ஜின் தாக்குதல் ஒரு ஆணுக்கும் அவன் மனைவிக்கும் இடையே பிரிவினையை ஏற்படுத்தலாம் என்று எச்சரிக்கிறது. பாரம்பரிய விளக்கங்களின்படி, நேசித்த தம்பதிகள் கூட திடீரென ஒருவரை ஒருவர் வெறுக்க தொடங்கலாம். வீட்டிற்கு வெளியே இருக்கும்போது சாதாரணமாக இருந்தாலும், வீட்டிற்குள் நுழைந்தவுடன் கட்டுக்கடங்காத வெறுப்பு உருவாகும் என்று நம்பப்படுகிறது. துணையின் மீது காரணமற்ற வெறுப்பு, உறவில் விரிசல், திடீர் நடத்தை மாற்றங்கள் போன்றவை ஜின் தாக்குதலின் அறிகுறிகளாக கருதப்படுகின்றன.

இந்து மரபு: கருட புராணத்தில் பிரேதங்கள் குடும்பத்தில் கலகமும் விரிசலும் ஏற்படுத்துவதாக குறிப்பிடப்பட்டுள்ளது. குரோதம்' எனும் சினமும், 'துவேஷம்' எனும் வெறுப்பும்,

'அரிஷட்வர்க்கங்கள்' அதாவது ஆறு உட்பகைவர்களில் முக்கியமானவை. இவை வெளியிலிருந்து வந்து தாக்கும் பகைவர்கள் அல்ல - மனிதனுக்குள்ளேயே குடிகொண்டிருக்கும் உள்பகைவர்கள். இவை மனிதனின் விவேகத்தை அழித்து, அவனை சீரழிவின் பாதைக்கு இட்டுச் செல்லும் பிசாசுகள் போன்றவை. இவை குடும்ப உறுப்பினர்களின் மனநிலையில் மாற்றங்களை ஏற்படுத்தி பிரிவினையை உண்டாக்கும் என்று விவரிக்கப்படுகிறது. காரணமற்ற சண்டைகள், மன அழுத்தம், கோபம், எதிர்மறை எண்ணங்கள் போன்றவை பிரேதங்களின் பாதிப்பால் ஏற்படலாம் என்பது பாரம்பரிய நம்பிக்கை. இது குடும்ப உறுப்பினர்கள் ஒருவருக்கொருவர் பேசிக்கொள்ளாத குளிர்போர் நிலையை உருவாக்கும்.

கிராமப்புற நம்பிக்கைகளில் இது இன்னும் உருவகமாக விவரிக்கப்படுகிறது. குறிப்பிட்ட சில துர் தேவதைகளும் பேய்களும் குடும்ப ஒற்றுமையை குலைப்பதையே தங்கள் முதன்மை நோக்கமாக கொண்டிருப்பதாக நம்பப்படுகிறது. பொறாமை கொண்ட மற்றவர்கள் செய்யும் செய்வினை அல்லது பில்லி சூனியம் மூலம், ஒரு தம்பதியினருக்கு இடையே தேவையற்ற சண்டைகள் உருவாகி, அவர்களை பிரித்துவிடலாம் என்பது பொதுவான நம்பிக்கை.

திருஷ்டி என்னும் தீய பார்வையும் இதில் முக்கிய பங்கு வகிக்கிறது. மற்றவர்களின் பொறாமை நிறைந்த பார்வை ஒரு அழகான உறவின் மீது விழுந்தால், அந்த உறவில் விரிசல் ஏற்பட்டு, இறுதியில் உடைந்துவிடும் என்பது தலைமுறை தாண்டிய நம்பிக்கை.

கிரேக்க புராணம் : கிரேக்க புராணத்தில் எரிஸ் (Eris) சண்டை மற்றும் முரண்பாட்டின் தேவதையாக வர்ணிக்கப்படுகிறாள். தகராறு மற்றும் பிளவுகளை ஏற்படுத்துவதே அவளது தன்மை. ட்ரோஜன் போர் கூட அவளது செயலால் துவங்கியதாக கதைகள் கூறுகின்றன.

ஜப்பான்: ஓன்ரியோ (Onryo) என்று அழைக்கப்படும் பழிவாங்கும் ஆவிகள் குடும்பங்களிலும் சமூகத்திலும் பிளவு, நோய், மோதல் ஆகியவற்றை ஏற்படுத்துவதாக நம்பப்படுகிறது. கோபத்துடன் இறந்த ஆவிகள் குடும்பங்களை அழித்து பிரிப்பதாக பாரம்பரிய நம்பிக்கைகள் கூறுகின்றன.

சீனா: குய் (Gui) என்று அழைக்கப்படும் முறையாக அடக்கம் செய்யப்படாத ஆவிகள் குடும்பத்தில் முரண்பாடு, நோய், பிரிவினை ஆகியவற்றை ஏற்படுத்துவதாக நம்பப்படுகிறது. நீதி கிடைக்காமல் இறந்தவர்களின் ஆவிகள் குடும்பத்தை துன்புறுத்தும் என்ற கதைகள் சீன நாட்டுப்புறக் கதைகளில் காணப்படுகின்றன.

உலகளாவிய வடிவம் : வெறுப்பு எனும் பிசாசு தனியாக வருவதில்லை. அது வரும்போது, தன்னுடன் இன்னும் பல தீய சக்திகளையும் அழைத்துக்கொண்டு வருகிறது. நம்பிக்கை துரோகம், பொறாமை, பழிவாங்கும் எண்ணங்கள் - இவையெல்லாம் வெறுப்பின் நெருங்கிய தோழர்கள். உடல் இச்சை, பணத்தாசை, அதிகார வெறி போன்றவையும் தனித்து செயல்படுவதில்லை. இவை எப்போதும் வேறு சில தீய சக்திகளின் துணையுடனேயே தோன்றி, மனிதனை பல்வேறு திசைகளில் இருந்து சூழ்ந்துகொள்கின்றன.

குறிப்பாக, அன்பு குறையும் இடத்தில் இந்த தீய சக்திகள் அனைத்தும் அதி தீவிரமாக மேலெழுந்து வருகின்றன. அன்பு என்னும் கவசம் பலவீனமாகும்போது, இந்த சக்திகள் தங்கள் முழு வலிமையுடன் தாக்குகின்றன.

இவை அனைத்தும் ஒரு முக்கியமான உண்மையை காட்டுகின்றன. உலகின் பல்வேறு பகுதிகளில், வெவ்வேறு காலகட்டங்களில், மக்கள் குடும்ப மற்றும் சமுதாய உறவுகளை சிதைக்கும் கண்ணுக்கு தெரியாத சக்திகள் இருப்பதாக நம்பினார்கள். இந்த நம்பிக்கைகள் தனித்தனியாக உருவாகியிருந்தாலும், அவை ஒரே அடிப்படை உண்மையைத்தான் சுட்டிக்காட்டுகின்றன.

1.4.1 பாதுகாப்பும் தீர்வுகளும் - பல்வேறு மரபுகளில்

மனித உறவுகளுக்குள் நுழைந்து ஒற்றுமையை சிதைக்கும் தீய சக்திகள் உண்மையில் இருக்கின்றன என்பதை மட்டுமல்லாமல், இவை தனிமனிதனுக்கும், குடும்பத்திற்கும், ஏன் ஒட்டுமொத்த சமூகத்திற்கும் கேடுகளை ஏற்படுத்துவதையும் நம் முன்னோர்கள் கண்டறிந்திருந்தார்கள். எனவேதான் ஒவ்வொரு கலாச்சாரமும் அந்தந்த காலகட்டத்திற்கு ஏற்ப இந்த பிரிவினை சக்திகளிலிருந்து குடும்பங்களை பாதுகாக்க தங்களுடைய சொந்த முறைகளை உருவாக்கியிருந்தன.

கிறித்தவ மரபு : பிரிவினையின் ஆவியை ஓட்டுதல் (Exorcism) மூலம் விரட்டினார்கள். மாற்கு 16:17 இதை குறிப்பிடுகிறது. பிரார்த்தனை, உபவாசம், ஒற்றுமை கூட்டங்கள், புனித ஒற்றுமை (Communion), பாவ அறிக்கை போன்றவை சாத்தானின் பிளவினை தடுக்க பயன்படுத்தப்பட்டன. எபேசியர் 4:3 ஆவியின் ஒற்றுமையை

காத்துக்கொள்ள அறிவுறுத்துகிறது. பெந்தேகொஸ்தே தேவாலயங்களில் "பிரிவினை ஆவியை கட்டுதல்" என்ற சிறப்பு பிரார்த்தனைகள் செய்யப்படுகின்றன.

இஸ்லாமிய மரபு : ஷைத்தானின் தூண்டுதல்களிலிருந்து பாதுகாக்க ருக்யா என்ற முறை பயன்படுத்தப்படுகிறது. குர்ஆன் 2:255 (ஆயத்துல் குர்சி), 113-114 சூராக்கள் (மு'அவ்விதாதைன்) படிக்கப்படுகின்றன. தர்மம் செய்தல், பிரார்த்தனை செய்தல் போன்றவையும் பரிந்துரைக்கப்படுகின்றன. தீய கண் அல்லது மந்திரவாதம் குடும்ப பிரிவுக்கு காரணமாக கருதப்பட்டால், ருக்யா ஷர்இய்யா (இஸ்லாமிய முறைப்படி ஓட்டுதல்) நடத்தப்படுகிறது.

இந்து மரபு : பிரேதங்கள் அல்லது பூதங்கள் குடும்ப பிரிவினையை ஏற்படுத்தினால், கருட புராணத்தில் குறிப்பிடப்பட்ட சடங்குகள் செய்யப்படுகின்றன. பத்து முதல் பதின்மூன்று நாட்கள் பிண்டதானம், தர்ப்பணம், நாராயண பலி போன்ற சடங்குகள் மூலம் இறந்தவரின் ஆன்மா பித்ரு லோகத்திற்கு அனுப்பப்படுகிறது. ஹோமங்கள், யந்திரங்கள், மந்திரங்கள் (மஹா மிருத்யுஞ்சய மந்திரம், சூரிய நமஸ்காரம்) போன்றவை பேய்களை விரட்ட பயன்படுத்தப்படுகின்றன.

கிரேக்க மற்றும் ரோமானிய மரபு : எரிஸ் என்ற சண்டை தேவதையை ஹீரா மற்றும் அத்தனா வழிபாடு மூலம் அமைதிப்படுத்தினார்கள். பலிகள், தெய்வீக அறிவிப்புகள் மூலம் பிளவுகளை சரி செய்து, ஹார்மோனியா (Harmonia) என்ற ஒற்றுமை தேவதையை வழிபட்டார்கள்.

ஜப்பானிய மரபு : ஓன்ரியோ மற்றும் கோரியோ என்று அழைக்கப்படும் பழிவாங்கும் ஆவிகளை கோரியோ ஷிங்கோ

சடங்குகள் மூலம் அமைதிப்படுத்தினார்கள். பௌத்த கோவில்களில் சிறப்பு ஓட்டுதல் இடங்கள் அமைக்கப்பட்டு, புனித எழுத்துக்கள் படிக்கப்பட்டன. மைக்கோ (ஆலய கன்னிகைகள்) ஆவியுடன் தொடர்பு கொண்டு, அதன் கோபத்தை புரிந்துகொண்டு, பழிவாங்கும் ஆவியை காவல் ஆவியாக மாற்ற முயன்றார்கள். பெரிய பண்டிகைகள், சுமோ மல்யுத்தம், வில்வித்தை போன்றவை நடத்தப்பட்டு, சமூகம் ஒன்றிணைந்து ஆவியை அமைதிப்படுத்தியது.

சீன மரபு : குய் அல்லது பசியுள்ள பேய் ஆவிகளை பசி பேய் திருவிழா (ஏழாவது சந்திர மாதம்) மூலம் அமைதிப்படுத்தினார்கள். உணவு, காகித பணம், தூபம் போன்றவை ஏழைகளுக்கும் ஆவிகளுக்கும் வழங்கப்பட்டன. சோங் குய் (பேய் வேட்டைக்காரர்) நாடகங்கள், பாதுகாப்பு தாயத்துக்கள், பேய் திருமணம் (அடக்கம் செய்யப்படாத ஆவிகளை ஜோடி செய்து அமைதிப்படுத்துதல்) போன்றவை குடும்ப பிரிவினை துன்பத்தை தடுக்க பயன்படுத்தப்பட்டன.

பொதுவான அணுகுமுறை : இந்த அனைத்து முறைகளிலும் சில பொதுவான கூறுகள் தெளிவாக இருக்கின்றன. இறந்தவர்களுக்கு முறையான மரியாதை, சமூக ஒற்றுமை, ஆன்மீக பாதுகாப்பு, தீய சக்திகளை விரட்டும் சடங்குகள், தானம், தர்மம், திருவிழா, பண்டிகைகள், பிரார்த்தனை, ஒற்றுமை கூட்டங்கள் - இவை உலகளாவிய தீர்வுகளாக இருந்துள்ளன. வடிவங்கள் வேறுபட்டாலும், நோக்கம் ஒன்றே - குடும்பத்தை ஒன்றாக வைத்திருத்தல், பிரிவினையை தடுத்தல்.

1.5 நம்பிக்கை துரோகம் - சமூகத்தையே சிதைக்கும் சக்தி

கிறிஸ்தவ மரபில் : யூதா இஸ்காரியோத்தின் கதை நம்பிக்கை துரோகத்தின் மிகப் பெரிய உதாரணமாகக் கருதப்படுகிறது. இயேசுவின் நெருங்கிய சீடர்களில் ஒருவராக இருந்த யூதா, அவரது போதனைகளைக் கேட்டு, அவரோடு பயணம் செய்தவர். ஆனால் பிரதான ஆசாரியர்களிடம் பேரம் பேசி, முப்பது வெள்ளிக்காசுகளுக்காக இயேசுவைக் காட்டிக் கொடுக்க ஒப்புக்கொண்டார். காவலர்களிடம் இயேசுவை அடையாளம் காட்ட, முத்தமிட்டுக் காட்டிக் கொடுத்தார். இது நண்பர் அல்லது விசுவாசியின் நம்பிக்கையை தனிப்பட்ட ஆதாயத்திற்காக விற்பதற்குச் சமம். பிறகு மனந்திரும்பி பணத்தைத் திருப்பிக் கொடுத்தாலும், அது அவருடைய துரோகத்தின் தீவிரத்தைக் குறைக்கவில்லை.

வேதாகமம் நம்பிக்கை துரோகத்தை வெறும் தனிப்பட்ட தவறாக மட்டுமல்லாமல், மனித மனத்தில் நுழையும் மோசமான ஆவிகளின் தாக்கத்தின் விளைவாகவும் வர்ணிக்கிறது. "பின்னர் வரும் காலங்களில் சிலர் நம்பிக்கையை விட்டுவிட்டு, மோசமான ஆவிகளையும் பேய்களின் போதனைகளையும் பின்பற்றுவார்கள்" என்று எச்சரிக்கப்படுகிறது. யூதாவின் விஷயத்தில், "சாத்தான் அவனுக்குள் நுழைந்தபோது" அவன் தன் ஆசானையே துரோகம் செய்தான். வேதாகமத்தின் பார்வையில் இது வெறும் தனிநபரின் வீழ்ச்சி அல்ல, மனித உறவுகளையும் சமூக ஒழுக்கத்தையும் சிதைக்கும் ஒரு தொற்றும் சக்தி.

இதற்கு தெளிவான எடுத்துக்காட்டாக யூதா இஸ்காரியோத்தின் நிகழ்வு காட்டப்படுகிறது. "சாத்தான்

அவனுக்குள் நுழைந்தபோது" (யோவான் 13:27), அவன் தன் ஆசானையே துரோகம் செய்தான். வேதாகமத்தின் பார்வையில் இது வெறும் தனிநபரின் வீழ்ச்சி அல்ல - நம்பிக்கை துரோகம் மனித உறவுகளையும் சமூக ஒழுக்கத்தையும் சிதைக்கும் ஒரு தொற்றும் சக்தி.

இஸ்லாமிய மரபில் நம்பிக்கை துரோகம்

இஸ்லாமிய மரபுகளில், நம்பிக்கை துரோகம் (கியானத்) ஒரு மனிதனின் பண்பாட்டைச் சிதைக்கும் தீய குணமாகப் பார்க்கப்படுகிறது. இது அல்லாஹ்வின் கட்டளைகளுக்கு மாறுபடுவதையும், மக்களுக்குக் கொடுத்த வாக்குறுதியை மீறுவதையும், நேர்மையின்மை, ஏமாற்றுதல் போன்ற செயல்களையும் உள்ளடக்குகிறது.

இஸ்லாமிய நூல்களும் போதனைகளும் இதை நயவஞ்சகத்தின் (முனாஃபிக்கீன்) பண்புகளில் ஒன்றாகக் குறிப்பிடுகின்றன. நபிகள் நாயகம் (ஸல்) அவர்கள் நம்பிக்கை துரோகத்தை மாபெரும் கொடுமையாகக் குறிப்பிட்டதாக ஹதீஸ்கள் பதிவு செய்கின்றன. குறிப்பாக, கொடுத்த பொருளை ஏமாற்றுவது, வாக்கை மீறுதல், நம்பி ஏமாற்றுதல் போன்ற செயல்கள் கடுமையாகக் கண்டிக்கப்பட்டதாக இஸ்லாமிய மரபுகள் சொல்கின்றன.

இஸ்லாம் வாக்குறுதிகளை நிறைவேற்றுவதையும், ஒப்பந்தங்களைக் கடைப்பிடிப்பதையும் மிக முக்கியமானதாக வலியுறுத்துகிறது. குர்ஆன் "நிச்சயமாக வாக்குறுதி குறித்து மறுமையில் விசாரிக்கப்படுவீர்கள்" என்று கூறுவதாக நம்பப்படுகிறது. இது வாக்குறுதியின்

புனிதத்துவத்தை எடுத்துக்காட்டுகிறது. நம்பிக்கை துரோகம் செய்தவர்கள் உலகிலும் மறுமையிலும் அதன் விளைவுகளை எதிர்கொள்வார்கள் என்ற நம்பிக்கை இஸ்லாமிய கற்பிதங்களில் உள்ளது.

இஸ்லாமிய மரபின்படி, நேர்மை, உறுதிமொழிகளைக் கடைப்பிடித்தல், பொறாமை மற்றும் ஏமாற்றுதல் ஆகியவற்றைத் தவிர்ப்பது நம்பிக்கையின் அடிப்படைப் பகுதிகளாகும். நம்பிக்கை துரோகம் மனிதர்களுக்கு இடையேயான உறவுகளையும், இறைவன் மீதான நம்பிக்கையையும் சிதைக்கும் ஒரு தீய சக்தியாகப் பார்க்கப்படுகிறது.

இவ்வாறு, இஸ்லாமிய மரபுகளும் நம்பிக்கை துரோகம், ஏமாற்றுதல், வாக்குறுதி மீறுதல் போன்ற குணங்களை மனிதனின் உள்ளத்தில் வாழும் தீய சக்திகளாகவே அடையாளம் காட்டுகின்றன. இவற்றை வெல்வதே ஒரு உண்மையான விசுவாசியின் கடமை என்று இஸ்லாம் போதிக்கிறது.

இந்து மரபில் : இதிகாசங்களிலும் நம்பிக்கை துரோகத்தின் கசப்பான உதாரணங்கள் உள்ளன. இராமாயணத்தில் தசரதனுக்கும் கைகேயிக்கும் இடையிலான உறவு அளவற்ற அன்பின் அடிப்படையில் அமைந்திருந்தது. தசரதன் தன் மற்ற மனைவியரை விட கைகேயி மீது அதீத பிரியம் வைத்திருந்தான். ஆனால் மந்தரையின் சூழ்ச்சியால் தூண்டப்பட்ட கைகேயி, தனது உரிமை என்று கருதி பழைய வரங்களைப் பயன்படுத்தியபோது, அது வெறும் அரசியல் கோரிக்கையாக மட்டும் இருக்கவில்லை. இராமன் காட்டிற்குச் சென்றால், தனக்கு வரம் தந்த தன் கணவன்

தசரதன் உயிர் பிழைக்கமாட்டான் என்று தெரிந்தும், தனது பிடிவாதத்தில் உறுதியாக இருந்தாள். இது ஒரு மனைவியாக அவள் தசரதனுக்குச் செய்த மிகப்பெரிய நம்பிக்கை துரோகமாகக் கருதப்படுகிறது. பேராசையும் குறுகிய கால சுயநலமும் ஒரு உன்னதமான உறவை எப்படிச் சிதைக்கும் என்பதற்கும், சத்தியம் தவறக் கூடாது என்ற தர்மத்தின் பிடியில் சிக்கிய ஒரு மன்னன் எப்படித் தன் அன்புக்குரியவர்களாலேயே வஞ்சிக்கப்பட்டான் என்பதற்கும் இந்த நிகழ்வு ஒரு கசப்பான உதாரணம்.

இந்திய அரசியல் ஞானியான சாணக்கியர் நம்பிக்கைத் துரோகத்தை வெளிப்படையாகத் தடை செய்கிறார். ஒருபோதும் மன்னிக்கக்கூடாத மூன்று துரோகங்களை அவர் குறிப்பிடுகிறார். முதலாவது, நன்றிக்கான துரோகம் — ஒருவர் தங்களின் வளர்ச்சிக்கு உதவியவருக்கு எதிராகத் திரும்புவது. "தங்கள் உயர்வுக்குக் காரணமானவரை மறப்பவர், அதே உயரத்தில் இருந்து இறுதியில் வீழ்வார்" என்று அவர் எச்சரிக்கிறார். இரண்டாவது, நம்பிக்கைத் துரோகம் — ஒருவர் உங்கள் பலவீனங்களையும் இரகசியங்களையும் ஆயுதமாகப் பயன்படுத்துவது. மூன்றாவது, இக்கட்டான நேரத்தில் கைவிடுதல் — ஒருவர் உங்கள் இருண்ட நேரத்தில் காணாமல் போவது. "தேவைப்படும் நேரத்தில் உடன் இல்லாத நண்பன், உண்மையான நண்பனே அல்ல" என்று சாணக்கியர் கூறுகிறார்.

பாகவத புராணம் கலியுகத்தின் குணாதிசயங்களை விவரிக்கும்போது, "கலியுகத்தில் மதம், உண்மைத்தன்மை, தூய்மை, மன்னிப்பு, கருணை, ஆயுட்காலம், உடல் வலிமை மற்றும் நினைவாற்றல் அனைத்தும் குறையும்" என்று

கூறுகிறது. இது நற்பண்புகளின் வீழ்ச்சியை விவரிக்கிறது. தர்மம் பலவீனமடைவதால் துரோகங்கள் அதிகரிக்கின்றன என்பதே புராணங்களின் எச்சரிக்கை.

இவ்வாறு, உலகின் பல்வேறு மத மரபுகளும் தத்துவங்களும் நம்பிக்கை துரோகத்தை மனித மனதில் வாழும் மிகக் கொடிய தீய சக்தியாகவே அடையாளம் காட்டுகின்றன.

நவீன வடிவங்கள் : மதம் அல்லது ஆன்மீக நம்பிக்கைகளைத் தாண்டி, ஒரு மனிதன் மற்றொருவரிடம் வைக்கும் நம்பிக்கைகள் - பணம், உறவு, திருமணம், வாக்குறுதிகள் - இவை சிதைக்கப்படும்போது ஆழமான பாதிப்புகள் ஏற்படுகின்றன. பழிவாங்கும் உணர்வை அதிகம் தூண்டக்கூடியது நம்பிக்கை துரோகமே.

பணம் அல்லது திருமண உறவில் நடக்கும் துரோகம் வெறும் பொருளாதார அல்லது உடல் ரீதியான இழப்பு மட்டுமல்ல - அது ஒரு தனிமனிதனின் பாதுகாப்பு உணர்வை வேரோடு பிடுங்கிவிடுகிறது. நவீன உளவியலில் இது "துரோக அதிர்ச்சி" (Betrayal Trauma) என்று அழைக்கப்படுகிறது.

உதாரணமாக, ஒரு நபர் தன் வாழ்நாள் சேமிப்பை ஒரு நிதி நிறுவனத்திடமோ நண்பரிடமோ இழக்கும்போது, அவருக்கு ஏற்படும் மன உளைச்சல் உயிருக்கே ஆபத்து வந்தது போன்ற பதற்றத்தை உருவாக்குகிறது. திருமண மோசடிகளில், பாதிக்கப்பட்டவர் தன்னை ஒரு பொருளாகவோ ஏமாளியாகவோ உணர்வதால், அவர்களது சுயமரியாதை முற்றிலும் சிதைகிறது. இது மற்ற மனிதர்களுடனான உறவுகளிலிருந்து அவர்களை துண்டித்து, தனிமையிலும் தீராத மனச்சோர்விலும் தள்ளுகிறது.

சமூக ஒப்பந்தத்தின் உடைவு : நம்பிக்கை என்பது சமூகத்தை ஒன்றிணைக்கும் கண்ணுக்குத் தெரியாத நூல் போன்றது. தொடர் பண மோசடிகள் அல்லது திருமண ஏமாற்றங்கள் இந்த நூலில் விரிசல் விழச் செய்து, சமூக ஒப்பந்தத்தையே உடைக்கின்றன. இதன் விளைவாக, மக்கள் புதிய உறவுகளைத் தொடங்கவோ மற்றவர்களை நம்பவோ அஞ்சுகிறார்கள். பரவலான சந்தேகமும் அவநம்பிக்கையும் ஒவ்வொருவரையும் பயத்துடன் ஒருவரை ஒருவர் பார்க்கும் ஆரோக்கியமற்ற சூழலை உருவாக்குகிறது. இவ்வாறு மனிதனுக்குள் மட்டுமல்ல, அவனைச் சுற்றியுள்ள முழு சமூகத்திலும் ஆழமான பாதிப்பை ஏற்படுத்துகிறது.

மூளையின் பாதிப்பு : நவீன உளவியலாளர் ஜெனிஃபர் ஃப்ரெய்ட் (Jennifer Freyd) உருவாக்கிய "துரோக அதிர்ச்சி கோட்பாடு" இதற்கு தெளிவான விளக்கம் தருகிறது. ஒரு மனிதன் தான் பிழைத்திருக்க யாரைச் சார்ந்திருக்கிறாரோ - மனைவி, கணவர், முதலாளி, அரசு - அவர்களே துரோகம் செய்யும்போது மூளை ஒரு விசித்திரமான தற்காப்பு முறையைக் கையாள்கிறது.

இதற்கு "துரோகக் குருட்டுத்தன்மை" (Betrayal Blindness) என்று பெயர். உண்மையை தெரிந்துகொண்டால் அந்த உறவை முறிக்க வேண்டியிருக்கும், அது பிழைப்பைப் பாதிக்கும் என்பதால் மூளை அந்த உண்மையை ஏற்க மறுக்கும் அல்லது மறக்கச் செய்யும். இந்த மனப் போராட்டம் மூளையின் நரம்பு மண்டலத்தை அதிக அழுத்தத்திற்கு உள்ளாக்கி, உடல் ரீதியான வலிகளுக்கும் நீண்டகால மனநோய்களுக்கும் காரணமாகிறது.

ஏன் இது 'தீய சக்தி' என்று அழைக்கப்பட்டது?

சமூக ஒற்றுமையைப் பாதுகாக்க, நம்பிக்கை துரோகத்தை வெறும் தனிப்பட்ட கருத்து மாற்றமாக அல்லாமல், ஒரு தொற்று போல பரவும் அபாயம் கொண்ட மனநிலைச் சிதைவாக பல பண்பாடுகள் பார்த்தன.

நம்பிக்கை துரோகம் என்பது மத விவகாரம் மட்டுமல்ல - அது மனித மனத்தின் நிலைத்தன்மை, சமூக நம்பிக்கை, ஒழுக்க கட்டமைப்பு ஆகியவற்றை ஒரே நேரத்தில் பாதிக்கும் ஆழமான நிகழ்வு. அதனால்தான் வேதாகமம் இதை தனிப்பட்ட தவறாக குறைத்து பேசாமல், "மோசமான ஆவிகள்" மற்றும் "சாத்தானின் போதனைகள்" என்ற கடுமையான மொழியில் எச்சரிக்கிறது.

1.6 பழிவாங்குதல் - பேய்களின் பயங்கர முகம்

உலகெங்கிலும் சமயங்களிலும் நாட்டுப்புறக் கதைகளிலும் பழிவாங்கல் என்பது பேய்கள் மற்றும் தீய சக்திகளின் முக்கிய இயல்பாகவும் உந்துசக்தியாக கருதப்படுகிறது. வன்முறையால் கொல்லப்பட்டவர், அநீதியால் பாதிக்கப்பட்டவர் அல்லது துடித்து இறந்தவர், காதலில் ஏமாற்றப்பட்டு உயிர்துறந்தவர் - இவர்களின் ஆன்மாக்கள் தங்களுக்கு நேர்ந்த அநீதிக்கு பழிவாங்காமல் ஓய்வெடுக்காது என்று நம்பப்பட்டது.

கிறிஸ்தவ பேய்விரட்டு இலக்கியத்தில், பிசாசு பிடிப்பின் விளைவுகள் விரிவாக விவரிக்கப்படுகின்றன. பெருமை, பழிவாங்குதல், கலகம், அதிகாரத்திற்கான தீராத இச்சை, கொடுமை, பொறாமை - இவை அனைத்தும் பிசாசு பிடிப்பின் வெளிப்பாடுகள் என்று கூறப்படுகிறது. பழிவாங்கும் பிசாசல்

பிடிக்கப்பட்ட நபர், அந்த மனிதனின் குடும்பத்தை சிதைக்க முயல்வார், செல்வத்தை இழக்கச் செய்வார், உறவுகளை அழிப்பார்.

இஸ்லாமிய மரபில் நீதியும் பழிவாங்குதலும் : இஸ்லாமிய மரபில் கிஸாஸ் என்பது குற்றத்திற்கு சமமான தண்டனை அளிப்பதன் மூலம் சமூக நீதியை உறுதிப்படுத்துவதாகும். "நீங்கள் தண்டிப்பதாக இருந்தால், உங்களுக்கு இழைக்கப்பட்ட தீமைக்கு சமமாகவே தண்டியுங்கள்" என்று குர்ஆன் வழிகாட்டுகிறது. ஆனால் ஷைத்தான் மனிதனை எல்லை மீறி பழிவாங்க தூண்டுவான் என்று எச்சரிக்கிறது. நீதி என்பது முறையாக இருக்க வேண்டுமே தவிர, தனிப்பட்ட ஆவேசமாக இருக்கக்கூடாது.

இஸ்லாமிய நம்பிக்கையின்படி, ஷைத்தான் மனிதனின் இரத்த நாளங்களில் ஓடுகிறான் என்று சொல்லப்படுகிறது. அவன் மனிதனின் உள்ளத்தில் கோபத்தை ஊதி, நிதானம் இழக்கச் செய்து பழிவாங்கும் உணர்வைத் தூண்டுவான். இதை 'ஷைத்தானிய தீண்டுதல்' என்று விவரிக்கிறது. எனவே, கோபம் அல்லது பழிவாங்கல் போன்ற தவறான எண்ணங்கள் மனதில் ஊசலாடினால், உடனே இறைவனிடம் பாதுகாப்பு தேட வேண்டும் என்று இஸ்லாம் அறிவுறுத்துகிறது.

சகுனியின் பழிவாங்கள் : சூழ்ச்சி

மகாபாரதத்தில் சகுனி ஒரு வில்லனாகப் பார்க்கப்பட்டாலும், அவனது செயல்களுக்குப் பின்னால் ஒரு தீராத பழிவாங்கும் உணர்ச்சி இருந்தது. கௌரவர்களை முன்னேற்றுவது அவனது நோக்கமல்ல, மாறாக ஒட்டுமொத்த குரு வம்சத்தையும் அழிப்பதே அவனது உண்மையான இலக்காக இருந்தது.

சகுனியின் தங்கை காந்தாரி, பிறவியிலேயே பார்வையற்றவரான திருதராஷ்டிரருக்குத் திருமணம் செய்து வைக்கப்பட்டார். திருமணத்திற்குப் பிறகு, காந்தாரியின் ஜாதகத்தில் இருந்த சில தோஷங்கள் காரணமாக, அவளுக்கு ஏற்கனவே ஒரு ஆட்டுடன் திருமணம் செய்து வைக்கப்பட்டு, அந்த ஆடு கொல்லப்பட்டது என்ற உண்மை பீஷ்மருக்குத் தெரிந்தது.

இதனால் ஆத்திரமடைந்த பீஷ்மர், காந்தாரியின் தந்தை சுபலன் மற்றும் அவனது நூறு மகன்களையும் — சகுனி உட்பட — சிறையில் அடைத்தார். சிறையிலிருந்த காந்தார நாட்டு அரச குடும்பத்தினருக்குத் தினமும் ஒரே ஒரு பிடி அரிசி மட்டுமே வழங்கப்பட்டது. அவர்கள் அனைவரும் பட்டினியால் மடிந்து போக வேண்டும் என்பதே பீஷ்மரின் எண்ணமாக இருந்தது.

தங்கள் வம்சம் அழிவதைத் தடுக்க, தந்தை சுபலன் ஒரு கொடிய முடிவு எடுத்தார். "நம்மில் புத்திசாலியான ஒருவன் மட்டும் இந்த உணவை உண்டு உயிர் பிழைக்கட்டும். அவன் பிற்காலத்தில் இந்த குரு வம்சத்தைப் பழிவாங்க வேண்டும்" என்று கூறினார். அந்தப் பொறுப்பு சகுனியிடம் ஒப்படைக்கப்பட்டது. சகுனியின் சகோதரர்கள் ஒவ்வொருவராக அவனது கண்ணெதிரிலேயே பட்டினியால் மடிந்தனர். தனது தந்தை இறக்கும் தருவாயில், சகுனியின் ஒரு காலை ஊனமாக்கினார். சகுனி எடுக்கும் ஒவ்வொரு அடியும் அவனுக்குத் தன் குடும்பத்தின் மரணத்தையும், தான் அனுபவித்த துயரத்தையும் நினைவூட்டிக் கொண்டே இருக்க வேண்டும் என்பதே அந்த ஊனத்திற்குக் காரணம்.

சகுனி "இந்தக் குரு வம்சத்தையே வேரோடு அழிப்பேன். ஹஸ்தினாபுரத்தை நான் கத்தியில் வீழ்த்த மாட்டேன். அவர்களே அவர்களைக் கொண்டு அழியச் செய்வேன்" என்று சபதம் எடுத்தார். மரணமடைந்த தனது தந்தையின் முதுகுத் தண்டுவடத்தைக் கொண்டு சகுனி சொக்கட்டான் காய்களைச் செய்ததாகக் கூறப்படுகிறது. அந்தப் பகடைக்காய்கள் சகுனியின் மன ஓட்டத்திற்கு ஏற்ப விழுந்தன.

சகுனி முதலில் செய்த வேலை — துரியோதனனைப் பிடித்துக்கொண்டது. துரியோதனனின் மனத்தில் அவன் ஊட்டிய எண்ணங்கள், அவனது நாடி மற்றும் நரம்புகளில் விசமாக பரவியது. துரியோதனனின் மனதில் பொறாமைத் தீயை வளர்த்து, பாண்டவர்களுக்கும் கௌரவர்களுக்கும் இடையே தீராத பகையை உருவாக்கினார்.

பாண்டவர்களிடம் அவன் வெளிப்படையாக எதிரி இல்லை. மரியாதையுடன் பேசுவான், சபையில் சிரிப்பான். ஆனால் உள்ளுக்குள், அவர்களுடைய பலவீனங்களைப் பட்டியலிட்டுக் கொண்டிருந்தான். யுதிஷ்டிரனின் தர்மப் பிடிவாதம், பீமனின் கோபம், அர்ஜுனனின் பெருமை, திரௌபதியின் மரியாதை — இவை எல்லாம் அவன் கண்களில் சூதாட்டக் காசுகள்.

சகுனி தேர்ந்தெடுத்த ஆயுதம் — சூதாட்டம். உடல் வலிமையாலோ அதிகார பலத்தாலோ சாதிக்க முடியாததை சூழ்ச்சியால் சாதிக்க முடியும் என்று அவன் அறிந்திருந்தான். யுதிஷ்டிரனை சத்தியத்தாலோ, நேர்மையாலோ, வீரத்தாலோ வீழ்த்த முடியாது, அதர்மத்தால்தான் அது முடியும். சூதாட்டம்

யுதிஷ்டிரனின் பலவீனம், அவனால் அதை மறுக்க முடியாது. சகுனி அதைக் கச்சிதமாகப் பின்னினான்.

சகுனியின் சூழ்ச்சியால் குரு வம்சத்தில் ஒன்றன்பின் ஒன்றாக அனைத்தும் சீரழிந்தது, உறவுகள் கெட்டது , நிம்மதியும் தொலைந்தது, செல்வமும் கரைந்தது அல்லது எவ்வளவு செல்வம் இருந்தும் அதை பங்கிட்டுக்கொள்ளும் மனம் இல்லாமல் போனது, ராஜ்யமும் போயின. பகையும் அவப்பெயரும் உண்டாயின. இந்தச் சரிவு தற்செயலல்ல. மேலோட்டமாக பார்த்தால் இது துரியோதனனின் பிடிவாதமாகவும் அவன் முட்டாள்தனம் என்று தோன்றினாலும், அது பழிவாங்கும் எண்ணத்தில் நிதானமாக திட்டமிட்டு கட்டமைக்கப்பட்ட சூழ்ச்சிவலை.

பாண்டவர்கள் வனவாசம் சென்ற பிறகும் சகுனி நிறுத்தவில்லை. துரியோதனனின் கோபத்தை அவன் தொடர்ந்து ஊட்டி வைத்தான். "அவர்கள் திரும்ப வந்தால் உன் முடிவு முடிந்தது. இப்போதே அவர்களை ஒடுக்க வேண்டும்." அவன் கௌரவர்களைப் போருக்குத் தள்ளினான். அதே சமயம், கௌரவர்களின் அநீதியை அதிகரிக்கச் செய்து, சமாதானத்திற்கான எல்லா வாய்ப்புகளையும் மூடினான்.

போர் வந்தபோது சகுனி சிரித்தான். காந்தார நாட்டின் பழி தீர்ந்தது. கௌரவர்கள் அழிந்தார்கள். பாண்டவர்கள் வென்றார்கள் — ஆனால் அமைதி இல்லை. குருக்ஷேத்திரப் போரின் பதினெட்டாம் நாள், பாண்டவர்களில் இளையவரான சகாதேவன், சகுனியை வதம் செய்தார். சகுனி தான் நினைத்தது போலவே குரு வம்சத்தை அழித்தாலும், இறுதியில் அவனும் அந்தப் போரிலேயே மடிந்தான்.

சகுனியின் கதை, வாளும் அம்பும் இல்லாத ஒரு போர். "உனக்கு நான் நன்மை செய்கிறேன்" என்ற போர்வையில், அருகில் இருந்தே, சொந்த இரத்த உறவான தாய்மாமன் என்றாலும் மாபெரும் அழிவை ஏற்படுத்தியது சகுனியின் பழிவாங்கல். அவனது சூழ்ச்சி அசாதாரணமானது, எவ்வளவு பலம் பொருந்திய வீரனையும், நாட்டையும் நிர்மூலம் ஆக்கிவிடும் சக்தியுடையது.

சிகண்டி — பழிதீர்த்தல்

காசி நாட்டு இளவரசிகளான அம்பை, அம்பிகா, அம்பாலிகா ஆகிய மூவரையும் பீஷ்மர் தனது தம்பி விசித்திரவீரியனுக்காகச் சுயம்வரத்தில் இருந்து கவர்ந்து வந்தார். அம்பை ஏற்கனவே சால்வ மன்னனை மனதில் நேசித்ததால், பீஷ்மர் அவளை விடுவித்தார். ஆனால், வேறொருவன் கவர்ந்து சென்ற பெண்ணைத் தான் ஏற்க முடியாது என சால்வ மன்னன் அவளை நிராகரித்தான்.
மீண்டும் பீஷ்மரிடம் வந்த அம்பை, "என் வாழ்வு சீரழிய நீங்களே காரணம், எனவே என்னைத் திருமணம் செய்துகொள்ளுங்கள்" என்றாள். ஆனால் தனது பிரம்மச்சரிய சபதத்தின் காரணமாக பீஷ்மர் மறுத்துவிட்டார். பீஷ்மர், தன் பிரம்மச்சரிய விரதத்தையும் அரச கடமையையும் முன்னிறுத்தி, அம்பாவின் வாழ்க்கையை இடைநிறுத்தியபோது, அவள் யாருக்கும் சொந்தமில்லாத நிலைக்குத் தள்ளப்பட்டாள். இதனால் ஆத்திரமடைந்த அம்பை, "உன் மரணத்திற்கு நானே காரணமாக இருப்பேன்" என்று சபதம் செய்தாள்.

தன் வாழ்வு நொறுங்கிய அந்த வேளையில், பீஷ்மரை பழிவாங்கும் எண்ணத்தில் அம்பை, இமயமலைக்குச் சென்று

சிவபெருமானை நோக்கிக் கடும் தவம் புரிந்தாள். அவளது தவத்தையும் துயரத்தையும் உறுதியையும் கண்ட சிவபெருமான் தோன்றினார். அவர் ஒரு மாலை அளித்து "இந்த மாலையை யார் அணிகிறாரோ, அவரால் பீஷ்மரின் மரணம் நிகழும்" என்ற வரம் அருளினார்.

அம்பா அந்த மாலையை எடுத்துக்கொண்டு அரசர்களிடம் சென்றாள். ஆனால் அந்த மாலையின் சக்தியை அறிந்தவர்கள் அனைவரும் அஞ்சினார்கள். பீஷ்மரை எதிர்த்து நிற்கும் துணிச்சல் யாருக்கும் இல்லை. ஒருவன் பின் ஒருவனாக அந்த மாலையை அணிய மறுத்தார்கள். அந்த நிராகரிப்பின் உச்சியில், அம்பா ஒரு தீர்மானம் எடுத்தாள். "இந்த வாழ்வில் நீதிக்கு இடமில்லை என்றால், மறுபிறவியில் நான் அதையே நிறைவேற்றுவேன்." அந்த சபதத்துடன், அவள் தீயில் குதித்து உயிரைத் துறந்தாள்.

மறுபிறவியில், அம்பா பாஞ்சால நாட்டு மன்னன் துருபதனுக்கு மகளாகப் பிறந்தாள். அம்பா சிவபெருமானிடமிருந்து பெற்ற மாலையை யாருக்கும் அணிய துணிவில்லை என கேள்விப்பட்டு, அவளே விருப்பத்துடனும் துணிவுடனும் அந்த மாலையை அணிந்து தனது பெண்மையை மாற்றிக்கொண்டு 'சிகண்டி' என்ற ஆணாக மாறினாள்.

குருக்ஷேத்திரப் போரின் பத்தாம் நாள், பீஷ்மரை யாராலும் வீழ்த்த முடியவில்லை. மகாபாரதத்தில் பீஷ்மர் மகாவீரன், யாராலும் வீழ்த்த முடியாத பராக்கிரமசாலி, மரணத்தை வேண்டி பெற்றவர்தான். அப்போது கிருஷ்ணரின் ஆலோசனையின்படி, அர்ஜுனன் சிகண்டியைத் தனது தேரின் முன்னால் நிறுத்தினான்.

பீஷ்மர் ஒரு பெண்ணையோ அல்லது பெண்ணாகப் பிறந்து ஆணாக மாறியவரையோ எதிர்த்துப் போர் செய்ய மாட்டார் என்ற கொள்கை கொண்டவர். சிகண்டியின் முகத்தில் அவர் அம்பாவின் சாயலைக் கண்டார். "பெண்ணாகப் பிறந்த ஒருவர்மீது நான் ஆயுதம் எடுக்க மாட்டேன்" என்று கூறி தனது வில்லையும் அம்புகளையும் கீழே வைத்தார். சிகண்டியை முன்வைத்து அர்ஜுனன் விட்ட அம்புகளால் பீஷ்மர் அம்புகளால் உருவான படுக்கையில் வீழ்ந்தார். இவ்வாறு அம்பாவின் பழிவாங்கும் சபதம் நிறைவேறியது.

மகாபாரதம் இங்கே ஒரு கடுமையான உண்மையைச் சொல்கிறது: நீதி மறுக்கப்பட்டால், அது மறைந்துபோவதில்லை. அது மாலை போல காத்திருந்து, காலம் வந்தால் மறுபிறவியிலாவது கணக்கெடுக்கும். இந்தக் கதை, ஒரு வீரனின் வீழ்ச்சியை மட்டுமல்ல, கர்மம், தவம், பழிவாங்குதல், நீதியுணர்வு ஆகியவை எப்படி தலைமுறைகளைத் தாண்டி முடிவுக்கு வருகின்றன என்பதையும் தத்துவ ரீதியாகச் சித்தரிக்கிறது. ஒரு பெண்ணின் பழிவாங்கும் உணர்ச்சியால் மகாவீரரான பீஷ்மர் வீழ்த்தப்பட்டார்.

பாஞ்சாலி சபதம்

இந்திய சுதந்திரப் போராட்டக் காலகட்டத்தில், ஆங்கிலேயருக்கு எதிரான விடுதலை வேட்கையையும், பெண்களின் உரிமைகளுக்கான குரலையும், மகாபாரதத்தில் சூதாட்ட மண்டபத்தில் திரௌபதி எடுத்த சபதத்துடன் இணைத்து பாரதியார் படைத்த காவியம் "பாஞ்சாலி சபதம்". மகாபாரதத்தில் பாஞ்சாலியின் சபதம் என்ன என்று பார்ப்போம்.

குரு சபையில் திரௌபதி அவமானப்படுத்தப்பட்ட இழிவான நிகழ்வு, இறுதியில் குருக்ஷேத்திரப் பெரும் போருக்கு வித்திட்டது. துச்சாதனன் திரௌபதியை சபைக்கு இழுத்து வந்து அவளது மானபங்கத்தைச் செய்ய முயன்றபோது, அவளது அவமானம் அவளது மன அமைதியை மட்டுமல்லாமல், ஒட்டுமொத்த பாண்டவ குடும்பத்தின் மன அமைதியையும் சிதைத்தது. அந்தத் துயரமான தருணத்தில், திரௌபதி ஒரு கடுமையான சபதம் எடுத்தாள்: "துச்சாதனனின் இரத்தத்தில் என் கூந்தலைக் கழுவும் வரை, நான் என் கூந்தலை அலச மாட்டேன்." இந்தச் சபதமே பேரழிவினை ஏற்படுத்திய மகாபாரதப் போரின் விதையாக மாறியது.

குருக்ஷேத்திரப் போர் தொடங்கும் தருவாயில், அர்ஜுனன் போரிடத் தயங்கினான். தன் உறவினர்களைக் கொல்வது குடும்பங்களை அழித்து சமூகத்தை நிலைகுலையச் செய்யும் என்று வாதிட்டான். அப்போது கிருஷ்ணர் அவனுக்குப் போதித்த பகவத் கீதை, பழிவாங்கலுக்கும் நீதிக்கும் இடையிலான வேறுபாட்டை ஆழமாகத் தெளிவுபடுத்துகிறது. கிருஷ்ணர் பழிவாங்கலை — துன்பத்தை ஏற்படுத்த வேண்டும் என்ற தனிப்பட்ட ஆசையை — ஆதரிக்கவில்லை, மாறாக தர்மத்தையும் நீதியையும் ஆதரித்தார்.

"விளைவுகளில் பற்று இல்லாமல் உன் கடமையைச் செய். வெற்றியிலும் தோல்வியிலும் சமநிலையுடன் இரு" என்று அவர் வலியுறுத்தினார். ஒரு சத்திரியனின் கடமை தர்மத்திற்காகப் போரிடுவதுதான், தனிப்பட்ட பழிவாங்கலைத் தேடுவது அல்ல என்று விளக்கினார். கௌரவர்களின் அதர்மத்திற்கு எதிரான நீதி அவசியமானாலும், அதன் நோக்கம் தர்மத்தை

மீட்டெடுப்பதாக இருக்க வேண்டும், தனிப்பட்ட பழிவாங்கலைத் திருப்திப்படுத்துவதாக இருக்கக்கூடாது என்பதே அவரது போதனையின் சாரம்.

பழிவாங்கலுக்கு எதிரான கிருஷ்ணரின் போதனையின் மிகவும் திகிலூட்டும் உதாரணம் போருக்குப் பிந்தைய விளைவுகளில் வெளிப்படுகிறது. நூறு கௌரவர்களும் கொல்லப்பட்ட பிறகு, உயிர் பிழைத்த கௌரவத் தளபதி அஸ்வத்தாமன், கோபத்தாலும் பழிவாங்கும் உணர்வாலும் உந்தப்பட்டு, பாண்டவர்களின் பாசறை மீது இரவு நேரத்தில் தாக்குதல் நடத்தினான். உறங்கிக் கொண்டிருந்த ஐந்து பாண்டவர்களின் மகன்களையும் கொன்றான் — அவர்கள் போரில் எந்தப் பங்கும் வகிக்காத அப்பாவி குழந்தைகள். தவறான பழிவாங்கும் உணர்விலிருந்து பிறந்த இந்த வெறிச் செயல் அனைவரையும் அதிர்ச்சியடையச் செய்யும் அளவுக்குக் கொடூரமானதாக இருந்தது.

அஸ்வத்தாமன் தனது ஐந்து மகன்களையும் அவர்கள் உறங்கிக் கொண்டிருந்தபோது கொன்றுவிட்டான் என்பதை திரௌபதி அறிந்தபோது, ஒரு தாயாக அவளது துயரம் அளவிட முடியாததாக இருந்தது. அஸ்வத்தாமனின் மரணத்தைத் தண்டனையாகக் கோருவதற்கு முழு உரிமை இருந்தபோதிலும், அவனைக் கொல்ல வேண்டாம் என்று திரௌபதி பாண்டவர்களிடம் வேண்டினாள். "போரில் வெற்றி பெற்ற பாண்டவர்கள் தங்கள் குருவின் மகனைக் கொன்றார்கள் என்று சொல்லப்பட்டுவிடக் கூடாது" என்றும் அஸ்வத்தாமனை மன்னித்துவிடும்படியும் கூறினாள். தனக்கு இழைக்கப்பட்ட அநீதிக்குப் பழிவாங்க எடுத்த ஆரம்ப சபதமே பேரழிவினை ஏற்படுத்திய போரில் முடிந்ததை

பாஞ்சாலி உணர்ந்து, இறுதியில் பழிவாங்கலுக்கு மேலான மன்னிப்பின் பக்குவத்தை அடைந்தாள்.

ஆனால் கிருஷ்ணர், தர்மத்திற்குப் புறம்பான செயலால் இழைத்த அநீதிக்கு தண்டனை அவசியம் என்பதை உணர்த்த, அஸ்வத்தாமனின் தெய்வீக ரத்தினத்தைப் பறித்து, அவன் மரணமில்லாத் துயரத்துடன் பூமியில் அலைந்து திரியும்படி சபித்தார். இவ்வாறு மகாபாரதம் இரண்டு உண்மைகளைக் கற்பிக்கிறது: தர்மத்திற்கு எதிரான செயல்களுக்குத் தண்டனை அவசியம், ஆனால் பழிவாங்குதல் ஒரு முடிவற்ற சுழற்சி, அதன் பலன் அழிவு மட்டுமே.

உலகம் முழுவதும் பழிவாங்கலும் தீய சக்திகளும்:

பழிவாங்கும் எண்ணமும் தீய சக்திகளும் தொடர்புடையவை என்ற நம்பிக்கை இந்து மற்றும் கிறிஸ்தவ மரபுகளில் மட்டுமல்ல, உலகம் முழுவதும் பல்வேறு நாகரீகங்களில் காணப்படுகிறது. ஜப்பான், சீனா, பண்டைய கிரீஸ் உட்பட பல கலாச்சாரங்கள், பழிவாங்கல் எண்ணம் கொண்டு இறந்தவர்கள் தீய ஆவிகளாக மாறி, உயிருள்ளவர்களைத் துன்புறுத்துகிறார்கள் என்று நம்பின.

ஜப்பானிய மரபில், "ஆன்ரியோ" என்று அழைக்கப்படும் பழிவாங்கும் ஆவிகள் பற்றிய நம்பிக்கை ஆயிரம் ஆண்டுகளுக்கும் மேலாக உள்ளது. இவை மிகுந்த அநீதிக்கு உள்ளானவர்கள், கொடுமையாகக் கொல்லப்பட்டவர்கள், அல்லது பழிவாங்க முடியாமல் இறந்தவர்களின் ஆவிகள். எட்டாம் நூற்றாண்டில் வாழ்ந்த சுகவாரா நோ மிச்சிசானே என்ற அமைச்சர், குற்றம் சாட்டப்பட்டு நாடு கடத்தப்பட்டு, பழிவாங்கும் எண்ணத்துடன் இறந்தார். அவரது ஆவி ஆன்ரியோவாக மாறி, தனக்குத் துரோகம் செய்தவர்களுக்கு

பெரும் பேரழிவுகளை ஏற்படுத்தியதாக ஜப்பானிய வரலாற்று பதிவுகள் கூறுகின்றன. இந்த ஆவிகள் சாதாரண பேய்களைவிட சக்திவாய்ந்தவை என்றும் நம்பப்பட்டது.

சீன மரபிலும் பழிவாங்கல் மற்றும் தீய ஆவிகள் தொடர்புபடுத்தப்படுகின்றன. "ஜியாங்ஷி" என்று அழைக்கப்படும் மரண பிசாசுகள், பழிவாங்கும் எண்ணத்துடன் இறந்தவர்களின் உடல்கள் எழுந்து, தங்களுக்குத் தீங்கு செய்தவர்களைத் துரத்துவதாக நம்பப்பட்டது. சீன மத நம்பிக்கைகளின்படி, பழிவாங்கல் ஒரு கர்மப் பாவத்தை உருவாக்குகிறது, அந்தக் கர்மம் தீய ஆவிகள் மூலம் திரும்பி வரும். "வூ-தாங்" என்ற தீய சக்தி, ஆசை மற்றும் பழிவாங்கலின் விளைவாக தோன்றும் பிசாசாகக் கருதப்பட்டது. இது மனிதர்களுக்கு செல்வத்தை வாக்குறுதி அளித்து, அவர்களின் குடும்பத்தை அழிப்பதாக நம்பப்பட்டது.

பண்டைய கிரீஸில், "எரினியே" அல்லது "ஃபியூரீஸ்" என்று அழைக்கப்படும் மூன்று பழிவாங்கும் தெய்வங்கள் இருந்தன. குடும்ப உறுப்பினர்களைக் கொன்றவர்கள், பெற்றோரை அவமதித்தவர்கள், பொய் சத்தியம் செய்தவர்கள் ஆகியோரைத் தண்டிக்க இவை வந்ததாக நம்பப்பட்டது. ஒரேஸ்டீஸ் என்ற வீரன் தன் தந்தையைக் கொன்ற தாயை பழிவாங்கக் கொன்றபோது, எரினியே அவனைத் துரத்தியது. அவன் தனிமை, உறக்கமின்மை, மனக்குழப்பம் போன்ற பயங்கர துன்பங்களை அனுபவித்ததாக கிரேக்க இதிகாசங்கள் சொல்கின்றன. இறுதியில், தெய்வீக நீதிமன்றத்தின் தீர்ப்பால் மட்டுமே அவன் விடுதலை பெற்றான்.

இவ்வாறு, உலகின் பல்வேறு பகுதிகளில் வாழ்ந்த நாகரீகங்கள், ஒருவருக்கொருவர் தொடர்பு இல்லாமலேயே ஒரே உண்மையை உணர்ந்திருக்கின்றன: பழிவாங்கும் எண்ணம் தீய சக்திகளுடன் நெருங்கிய தொடர்பு கொண்டது, அது ஒரு மனிதனை தனக்கு இரையாக்குகிறது. இந்தப் பிசாசு உயிரோடு இருக்கும்போதும், இறந்த பிறகும் அவனையும் அவனைச் சுற்றியுள்ளவர்களையும் துன்புறுத்தும் என்பதே அனைத்து கலாச்சாரங்களின் பொதுவான எச்சரிக்கை.

1.7 சோர்வு என்னும் ஆவி - மூதேவி

இந்து புராணங்களில், செல்வத்தின் தெய்வமான ஸ்ரீதேவி (லக்ஷ்மி) உடன் அவளது எதிர்மறை சக்தியான மூதேவி (அலக்ஷ்மி) பற்றிய குறிப்புகள் ஆழமாக இடம்பெற்றுள்ளன. தேவர்களும் அசுரர்களும் பாற்கடலை கடைந்த பிரம்மாண்டமான நிகழ்வின் போது தோன்றிய இரட்டை சக்திகள் லக்ஷ்மியும் மூதேவியும் என்று புராணம் கூறுகிறது. இருவரும் சகோதரிகளாக இருந்தபோதும் அவர்களின் இயல்புகள் முற்றிலும் எதிர்மறை திசைகளில் ஓடுகின்றன. ஒருவர் செல்வம், சுபம், நன்மை, சுத்தம் ஆகியவற்றின் உருவாகக் கருதப்படும்போது, மற்றவர் அசுத்தம், சோம்பல், அலட்சியம், துரதிர்ஷ்டம், தரித்திரம் ஆகியவற்றின் உருவகமாகக் காணப்படுகிறார்.

பத்ம புராணமும் லிங்க புராணமும் விவரிக்கும்போது, கடல் முதலில் நஞ்சைத் தந்தது; அந்த நஞ்சை சிவபெருமான் விழுங்கினார். பின்னர் கடலின் ஆழத்திலிருந்து இருண்ட நிறத்தில், சிவப்பு ஆடைகளுடன், அசிங்கமான தோற்றத்துடன் மூதேவி தோன்றினாள். அவளுக்குப்

பின்னரே, ஒளி வீசும் அழகுடன், தாமரை மலரில் அமர்ந்து, திவ்யமான உருவத்துடன் லக்ஷ்மி தேவி வெளிப்பட்டாள் என்று கூறுகின்றது. இது நன்மை–தீமை, லட்சியம்–அலட்சியம், சுபம்–அசுபம் என்ற இரு திசைகளின் பிரிவைச் சின்னமாகக் காட்டுகிறது.

கடல் தந்ததை எல்லோருக்கும் பிரித்துக் கொடுக்கும்போது, லக்ஷ்மி திருமால் பக்கம் சென்றாள்; மூதேவி அசுரர்களின் பக்கம் சென்றாள் என்பதை விட, மூதேவி அமங்கலமான இடங்களுக்குச் செல்லும்படியும் சண்டை, துக்கம், சோம்பல், அலட்சியம், அசுத்தம் நிறைந்த வீட்டிலே வாசம் செய்யும்படியும் ஆணையிடப்பட்டாள். இதன் பொருட்டே "மூதேவிக்கு இடம் அளிக்காதீர்கள் — அவள் அமங்கலமான வீடுகளுக்கே செல்வாள்" என்று மனிதர்களுக்கு அறிவுருத்தப்பட்டது. இது மனித வாழ்க்கையில் நன்மை மற்றும் தீமை எங்கே தங்குகின்றன என்பதற்கான வழிகாட்டியாக அமைகிறது. புராணக் கதையின் சில பதிப்புகளில் முக்கியமாக பத்ம புராணம், லிங்க புராணம், விஷ்ணு புராணம் ஆகியவற்றின் விளக்கக் குறிப்புகள் சொல்லப்பட்டுள்ளன. அவை மூதேவி தெய்வங்கள் விரட்டிய தீமையின் உருவம் என்ற கருத்தைக் குறிக்கிறது, அவளை முழுமையாக அழிக்க முடியாது; ஆனால் அவள் தங்கும் இடம் வரையறுக்கப்பட்டது — அவள் நன்மை குறைந்த இடங்களில் மட்டுமே வாசம் செய்வாள்.

மூதேவியின் இயல்பும் பெயர்களும்

மூதேவி என்ற சொல் தமிழில் "மூத்த தேவி" என்பதன் மரூஉ. அவள் லக்ஷ்மியின் மூத்த சகோதரி என்பதால், ஜ்யேஷ்டா (மூத்தவள்) என்று சமஸ்கிருதத்தில் அழைக்கப்படுகிறாள்.

அலக்ஷ்மி என்ற பெயரும் அவளுக்கு உண்டு — இது "லக்ஷ்மி அல்லாதவள்" அல்லது "லக்ஷ்மிக்கு எதிரானவள்" என்று பொருள்படும்.

அவளது பிற பெயர்கள் அவளது இயல்பை வெளிப்படுத்துகின்றன:

• **களஹப்ரியா** — சண்டைகளை விரும்புபவள் • **தாரித்ர்யா** அல்லது **தரித்திரா** — வறுமையின் தேவதை • **நிருருதி** — வேத காலத்து மரணம் மற்றும் அழிவின் தேவதை • **தூமவதி** — தாந்த்ரீக மரபில் மஹாவித்யா தேவதைகளில் ஒருவர்

மூதேவி, அவளது இருப்பு வெளிப்படையாகக் காணப்படாது; ஆனால் அவள் தங்கும் இடம் எளிதில் அறியப்படலாம். பத்ம புராணம் தெளிவாகக் கூறுகிறது அவள் எங்கே வாழ்கிறாள் என்று:

"ஓ அமங்கலமானவளே, நீ எப்போதும் அங்கேயே இரு: கணவன்-மனைவிக்குள் சண்டை நடக்கும் இடத்தில், முன்னோர்களையோ தேவர்களையோ வழிபடாத இடத்தில், சூதாட்டம் நடக்கும் இடத்தில், பொய்யர்கள் கடுமையான சொற்களைப் பயன்படுத்தும் இடத்தில், விபச்சாரிகள் வாழும் இடத்தில், உழைக்க விரும்பாமல் சோம்பியிருப்பவர்கள், மற்றவர்களின் செல்வத்தைக் கொள்ளையடிப்பவர்கள் இருக்கும் இடத்தில், பிராமணர்களும் நல்லவர்களும் முதியவர்களும் மதிக்கப்படாத இடத்தில்."

இவள் இருப்பின் அறிகுறிகள் மிகத் தெளிவானவை:

• பொருள் கிடைத்தாலும் மகிழ்ச்சி இல்லாமை • உடல் உண்டு ஆனாலும் ஆரோக்கியம் இல்லாமை • குடும்பம் உண்டு ஆனாலும் நிம்மதி இல்லாமை • வாய்ப்பு உண்டு ஆனாலும் வெற்றி இல்லாமை • முயற்சி செய்தும் பலன்

இல்லாமை • மலைபோல் இருக்கும் செல்வத்தை பனிபோல் கரைக்கும் வல்லமையுடையவள்.

இதனால் மூதேவி என்பது வெளிப்பட்ட தெய்வம் மட்டுமல்ல — அவள் மனத்தின் ஒரு நிலை. சுத்தம், ஒழுக்கம், பக்தி, உழைப்பு ஆகியவை குறைந்தால் அவளது பாதங்கள் நம்மை எட்டும். லிங்க புராணம் விவரிக்கும் ஒரு கதையில், மூதேவி துஸ்ஸஹா முனிவரை மணந்தாள் என்று கூறப்படுகிறது. ஆனால் அந்த முனிவர் விரைவிலேயே அவரது மனைவி எந்த மங்கலமான விஷயங்களின் ஒலியையோ காட்சியையோ தாங்க முடியவில்லை என்று கண்டறிந்தார். விஷ்ணு மற்றும் சிவனைப் புகழும் பாடல்களையும் பிரார்த்தனைகளையும் கேட்க அவளுக்கு விருப்பமில்லை. இறுதியில் அவளது சமூக விரோத இயல்பால் சலித்துப்போன முனிவர், வேத சடங்குகள் மற்றும் இறைவழிபாடு நடைபெறும் இடத்தில் அவளைக் கைவிட்டார்.

சின்னங்கள் மற்றும் உருவங்கள்

பழங்கால ஆகமங்களும் சிற்ப சாஸ்திரங்களும் மூதேவியின் உருவத்தை மிக விரிவாக விவரிக்கின்றன. சுப்ரபேதாகமம், விஷ்ணுதர்மோத்தர புராணம், அம்சுமத்பேதாகமம் ஆகியவை அவளது தோற்றத்தை இவ்வாறு வர்ணிக்கின்றன:
அவள் கருநிற முகம், சுருங்கிய கன்னங்கள், தொங்கும் உதடுகள், நீண்ட முக்கிய மூக்கு கொண்டவள். அவளது உடல் உலர்ந்தும் சுருங்கியும் இருக்கும், தளர்ந்த வயிறு, தடித்த தொடைகள் என விவரிக்கப்படுகிறது. அவளது முடி கரடுமுரடான, பொன்னிற, சிக்கலான, அழுக்குடன் மூடப்பட்ட ஒழுங்கற்ற நிலையில் இருக்கும். அவளது சிவப்பு

கண்கள், தடித்த உதடுகள், சிறிய மணி போன்ற கண்கள் அவளது அமங்கலத்தை மேலும் வெளிப்படுத்துகின்றன.
அவளது கிழிந்தும் அழுக்காகவும் இருக்கும் ஆடைகளுடனான தோற்றம் , அழகு இல்லாத சோம்பலும் அலட்சியமும் நிறைந்த மனநிலையின் வெளிப்பாடு.

இது ஒரு சமூகவியல் உவமை: நீங்கள் உண்ணும் இடம், பேசும் சொல், செய்யும் செயல் — எல்லாவற்றிலும் சுத்தம் இல்லாவிட்டால், செல்வம் வந்தாலும் நிலைக்காது.

மூதேவியின் நிழல் உறவு தரித்திரம்

புராணங்களின் பார்வையில், மூதேவி என்பது தரித்திரத்தின் நேரடி உருவம். அவள் அலக்ஷ்மி என்றும், சில இடங்களில் தாரித்ர்ய தேவி என்றும் அழைக்கப்படுகிறாள். ஆனால் இங்கே புரிந்துகொள்ள வேண்டியது — அவள் செல்வத்தைத் திருடும் சக்தி மட்டும் அல்ல; மாறாக செல்வம் வராமல் தடுக்கும் மனநிலை அல்லது சூழ்நிலை என்று புரிந்துகொள்ளலாம்.

பத்ம புராணம் மற்றும் லிங்க புராணம் ஆகியவற்றில், மூதேவியின் இருள் சக்தி தான் தரித்திரம், அலட்சியம், சண்டை, சோம்பல், துக்கம் போன்றவற்றின் மூலம் என குறிப்பிடப்படுகிறது.

சில ஆகமங்களில் அவளது முகத்தில் முறுக்கம், மாசு, உடலில் பசி மற்றும் தாகத்தின் அடையாளங்கள் வர்ணிக்கப்படுகின்றன — இது மனித வாழ்க்கையில் குறைவு, பற்றாக்குறை, நோய், துயரம் ஆகியவற்றின் உருவகச் சின்னம். ஒருவித திருப்தியற்ற தன்மை, எதையோ இழந்துவிட்டது அல்லது அடைய இயலாமல் தவிப்பது,

ஏக்கம் அல்லது இனம் புரியாத கவலை போன்றவற்றின் மொத்த உருவம்.

தங்கும் இடங்கள் : • தூசி, குப்பை நிறைந்த வீடு, பாத்திரங்களை கழுவாமல் போட்டு வைப்பது, அழுக்கு துணிகளை வீட்டில் பல இடங்களில் போட்டுவைத்தல் • காற்றோட்டம் இல்லாமல் துர்நாற்றத்துடன் இருக்கும் வீடு • அடுக்காத பொருட்கள், ஒழுங்கற்ற சூழல் • தண்ணீர் தேங்கி நிற்கும் மூலைகள் • சண்டை சப்தம் மற்றும் இரைச்சல் நிறைந்த வீடு • நோய்வாய்ப்பட்ட உடல்கள், சுகாதாரமற்ற சூழல் • கெட்டுப்போன அல்லது பழைய உபயோகமில்லாத பொருட்களை வீட்டில் நிரப்பிவைத்தல், தேவையற்ற அல்லது அவசியமற்ற பொருட்களை வாங்குதல்

இவை அனைத்தும் தரித்திரம் தங்கும் இடங்களாகக் கூறப்படுகிறது. இதனால், சுத்தம் மற்றும் அமைதி ஆகியவை ஸ்ரீதேவி நுழைவின் கதவுகள், அசுத்தம் மற்றும் சத்தம் ஆகியவை மூதேவி நுழைவின் கதவுகள்.

திருக்குறள் இதை அழகாகக் கூறுகிறது **(குறள் 617)**:

"மடியுளாள் மாமுகடி என்ப மடியிலான்
தாளுளான் தாமரையினாள்"

பொருள்: கரிய மூதேவி (துன்பத்தின் தேவதை) சோம்பலுடன் வாழ்கிறாள்; ஆனால் லக்ஷ்மி (செழிப்பின் தேவதை) உழைப்பவர்களின் உழைப்புடன் வாழ்கிறாள்.

தரித்திரத்தின் ஏழு வடிவங்கள்

சில தேவி மகிமை நூல்கள் (மஹாலக்ஷ்மி ஸ்தோத்திர விளக்கங்கள்) மூதேவியின் ஏழு ரூபங்கள் எனப் பேசுகின்றன:

1. **தாரித்ர்யம்** — பொருள் இழப்பு, வறுமை
2. **துக்கம்** — மன அழுத்தம், துயரம்
3. **ஆதுகம்** — நோய்கள், உடல்நலக் குறைவு
4. **அபவித்ரம்** — அசுத்தம், தூய்மையின்மை
5. **அலஸ்யம்** — சோம்பல், மந்த நிலை
6. **விபரீதம்** — ஒழுங்கின்மை, குழப்பம்
7. **நிராசை** — நம்பிக்கை இழப்பு, அவநம்பிக்கை

இவை அனைத்தும் சேர்ந்து "மூதேவி தாமச குணம்" எனப்படும் மனநிலையை உருவாக்குகின்றன. இந்த தாமச குணம் என்பது சோம்பல், இருள், அறியாமை, விரக்தி ஆகியவற்றின் கூட்டம்.

மூதேவி - உலகளாவிய வடிவம்

மூதேவி என்ற கருத்து இந்து மதத்திற்கு மட்டுமானது அல்ல. உலகின் பல்வேறு மத மரபுகளிலும் கலாச்சாரங்களிலும் இதே போன்ற கருத்துக்கள் காணப்படுகின்றன. இது சோம்பல், அலட்சியம், சோர்வு என்பவை மனிதகுலத்தின் பொதுவான போராட்டங்கள் என்பதை உறுதிப்படுத்துகிறது.
கிறித்தவ மரபு : கிறித்தவத்தில் "ஏழு கொடிய பாவங்களில்" (Seven Deadly Sins) ஒன்று "ஸ்லோத்" (Sloth) எனப்படும் மந்த நிலை. இது மூதேவியின் முதன்மை குணமான அலஸ்யத்துடன் நேரடியாக ஒத்துப்போகிறது. இது வெறும் உடல் சோம்பல் மட்டுமல்ல - ஆன்மீக சோம்பல், கடவுளை

நோக்கிய பயணத்தில் அலட்சியம் என்றும் விவரிக்கப்படுகிறது.

இன்னும் குறிப்பாக, "அசீடியா" (Acedia) என்பது "மதிய நேரத்துப் பேய்" (Noonday Demon) என்று அழைக்கப்பட்டது. துறவிகளுக்கும் ஆன்மீகவாதிகளுக்கும் திடீரென ஏற்படும் ஆன்மீக சோர்வு, வாழ்க்கையில் பிடிப்பின்மை, மனச்சோர்வு - இவை இறைவனுடனான தொடர்பை துண்டிக்கும் தீய சக்தியாக கருதப்பட்டன.

இஸ்லாமிய மரபு : இஸ்லாமிய மரபில் "கஃப்லத்" (Ghaflah) அல்லது "காஹிலா" எனப்படும் அலட்சியம் முக்கிய குறைபாடாக கருதப்படுகிறது. இது அல்லாஹ்வை நோக்கிய கவனமின்மை, மத கடமைகளில் அலட்சியம் என்று விவரிக்கப்படுகிறது.

பௌத்த, சைன மரபுகள்

பௌத்த மதத்தில் "ஐந்து தடைகள்" (Five Hindrances) என்று ஐந்து மன நிலைகள் குறிப்பிடப்படுகின்றன, அவை தியானத்தை தடுக்கின்றன. அவற்றில் ஒன்று "ஸ்த்யான-மித்தா" (Styāna-middha) - சோம்பலும் மந்த நிலையும். இது ஆன்மீக முன்னேற்றத்தில் பெரிய தடையாக கருதப்படுகிறது.

சைன மதத்தில் "ப்ரமாத" (Pramāda) - அலட்சியம், கவனக்குறைவு - என்பது பெரிய குறைபாடாக கருதப்படுகிறது. இது ஒழுக்கத்தை கடைபிடிப்பதில் அலட்சியம், சமயக் கடமைகளில் கவனமின்மை என்று விவரிக்கப்படுகிறது.

உலக நாட்டுப்புறக் கதைகளில்

கிரேக்கப் புராணம் : ”ஏர்கியா" (Aergia) சோம்பலின் தேவதையாக வர்ணிக்கப்படுகிறாள். இவள் ஹிப்னோஸ் (உறக்கக் கடவுள்) குடும்பத்துடன் தொடர்புடையவள். மனிதர்களின் மனதிலும் உடலிலும் புகுந்து அவர்களை எந்த வேலையும் செய்யவிடாமல் முடக்கிவிடுவதாக நம்பப்பட்டது.

சீன நாட்டுப்புறக் கதைகள் : சீன நாட்டுப்புறக் கதைகளில் "சோம்பேறி மனைவி" என்ற எச்சரிக்கைக் கதை பிரபலம். மனைவியின் கழுத்தில் ரொட்டி மாலையைக் கட்டிவிட்டு கணவன் வெளியூர் சென்றாலும், அதீத சோம்பேறித்தனத்தால் கழுத்தின் முன்புறம் உள்ளதை மட்டும் சாப்பிட்டுவிட்டு, பின்புறம் உள்ளதை திருப்பிக் கூட சாப்பிடாமல் பட்டினியால் இறந்துபோவாள். இது அதீத சோம்பல் எப்படி உயிரையே எடுக்கும் என்பதைக் காட்டும் கதை.

சில கதைகளில் சோம்பல் என்பது உடலில் புகும் ஒரு வகை "புழு" அல்லது தீய சக்தியாக கருதப்படுகிறது, அதை விரட்ட சுறுசுறுப்பும் உழைப்பும் அவசியம் என வலியுறுத்தப்படுகிறது. ஜப்பானிய பாரம்பரிய நம்பிக்கைகளில், அதீத சோர்வு என்பது ஒரு சாபம் அல்லது ஆவியின் செயல்பாடாக கருதப்படுகிறது என்று குறிப்புகள் உள்ளன.

ஆப்பிரிக்க , கரீபியன் மற்றும் அமெரிக்க பழங்குடி மரபு கதைகள் சோர்வு என்பது இயற்கைக்கு மாறான ஒரு நிலை, சமூகத்திற்கு சுமை என்று கருதப்பட்டதால், தொடக்கத்தில் சோம்பல் சுகமாக தோன்றினாலும் இறுதியில் இந்த சோம்பேறித்தனம் அவர்களுக்கே ஆபத்தாக முடியும் என்று கதைகள் மூலம் குழந்தைகளுக்கு போதிக்கிறது

உலகளாவிய புரிதல்

இந்த ஒற்றுமைகள் ஒரு முக்கியமான உண்மையை காட்டுகின்றன. சோம்பல், அலட்சியம், சோர்வு என்பவை உலகம் முழுவதும் வெறுமனே ஒரு பழக்கமாக மட்டும் பார்க்கப்படவில்லை. மாறாக, மனிதனை முடக்கும் ஒரு அமானுஷ்ய சக்தியாகவோ, வெளியிலிருந்து வந்து பாதிக்கும் ஒரு தீய செல்வாக்காகவோ பார்க்கப்பட்டது.

மூதேவி என்பது ஒரு மதத்திற்குள் மட்டுமான கருத்து அல்ல - இது மனிதகுலத்தின் பொதுவான பலவீனத்தின், சோம்பலின், அலட்சியத்தின் உலகளாவிய பெயர். எல்லா மத மரபுகளும் கலாச்சாரங்களும் இந்த பலவீனத்தை அடையாளம் கண்டு, அதை வெல்லும் வழிகளை கற்பித்துள்ளன. இது எதைக் காட்டுகிறது? மனித இயல்பு என்பது உலகம் முழுவதும் ஒரே மாதிரியானது என்பதையும், ஒரே மாதிரியான சவால்களை எதிர்கொள்கிறது என்பதையும்.

1.8 காட்டேரி — கருச்சிதைவும் இரத்த வேட்கையும்

தமிழ் நாட்டுப்புற மரபில், காடுகளின் எல்லைகளிலும், குளங்களின் கரைகளிலும், சுடுகாட்டு எல்லைகளிலும் அலையும் கண்களுக்குத் தெரியாத ஒரு பயங்கரமான தீய சக்தியின் பெயர் காட்டேரி. காடுகளுக்கும் நீர்நிலைகளுக்கும் அருகில் வாழும் ஒரு தீய ஆவியைக் குறிக்கிறது.

நம் முன்னோர்களின் நம்பிக்கையின்படி, பிரசவத்தின்போது இறந்த பெண்கள், தற்கொலை செய்துகொண்ட பெண்கள்,

அல்லது தீராத ஆசையுடனும் கோபத்துடனும் இறந்த பெண்கள் காட்டேரியாக மாறுவதாகக் கூறப்படுகிறது. அவர்களது மரணத்தின் வேதனையும், நிறைவேறாத விருப்பங்களும், குறிப்பாக தாய்மையின் இன்பத்தை அனுபவிக்காமல் போனதன் வேதனையும், அவர்களை ஒரு பழிவாங்கும் ஆவியாக மாற்றுகிறது.

காட்டேரியின் மிகக் கொடிய பண்பு அதன் இரத்த வேட்கை. இரத்தக் காட்டேரி என்று அழைக்கப்படும் இந்த ஆவி, மனிதர்களின் இரத்தத்தை (குறிப்பாகக் கர்ப்பிணிகளின்) உறிஞ்சிக் குடிக்கும் என்று நம்பப்படுகிறது. ஒருவரை காட்டேரி பிடித்துக்கொண்டால், அவர் படிப்படியாக சோர்வடைந்து, முகம் வெளிறி, உடல் மெலிந்து, கண்கள் குழிவிழுந்து, பலகீனமடைவார். இது வெறும் உடல் பலவீனம் மட்டுமல்ல. காட்டேரி ஒருவரின் உயிர்ச் சக்தியையே உறிஞ்சிவிடும். பீடிக்கப்பட்டவர் சோர்வாகவும், கடினமான வேலை எதுவும் செய்ய முடியாத நிலையிலும் இருப்பார்.

காட்டேரியின் மிகவும் அச்சமூட்டும் செயல், கர்ப்பிணிப் பெண்களை வேட்டையாடுவது. தாய்மையின் இன்பத்தை அனுபவிக்காமல் இறந்த காட்டேரி, மற்ற பெண்களின் கருவையே குறிவைக்கும். கருவில் இருக்கும் குழந்தையைச் சிதைப்பது, கருச்சிதைவை ஏற்படுத்துவது, அல்லது கருவின் வளர்ச்சியைப் பாதிப்பது இதன் வேலையாகச் சொல்லப்படுகிறது. கர்ப்பிணிப் பெண் திடீரென நடுக்கம் அடைவது, குளிர் காய்ச்சல் வருவது, வயிற்றில் வலி ஏற்படுவது — இவை எல்லாம் காட்டேரி அந்தப் பெண்ணை நெருங்கிவிட்டதன் அறிகுறிகள் என்று நம்பப்பட்டது.

நம் முன்னோர்கள் காட்டேரியிடம் இருந்து தப்பிக்க பல வழிமுறைகளைப் பின்பற்றினர். இரும்புத் துண்டு அல்லது கத்தியை எப்போதும் கையில் வைத்திருப்பது, வாசலில் வேப்பிலை கட்டுவது, காட்டேரியை சாந்தப்படுத்த கோழி அல்லது ஆடு பலி கொடுத்து இரத்தச் சோறு படைப்பது போன்ற வழிபாட்டு முறைகள் கடைப்பிடிக்கப்பட்டன. சில கிராமங்களில், காட்டேரியை வெறும் தீய சக்தியாகப் பார்க்காமல், ஒரு காவல் தெய்வமாக மாற்றி, சிலைகளை அமைத்து வழிபடுவதன் மூலம் அதன் கோபத்தைத் தணிக்கலாம் என்ற நம்பிக்கையும் இருந்தது. மகிழ்ச்சியடைந்தால் குழந்தைகளைக் காப்பாற்றும் தெய்வம், கோபமடைந்தால் குழந்தைகளைக் கழுத்தை நெரித்துக் கொல்லும் பேய் — இந்த இரட்டை முகமே காட்டேரியின் தனித்தன்மை.

காட்டேரியின் தோற்றமும் அச்சமூட்டுவதாகவே சொல்லப்படுகிறது. நீண்ட நாக்கு, துருத்திய பற்கள், கலைந்த தலைமுடி, கருப்பு அல்லது சிவப்பு நிற ஆடை — இவ்வாறு கோரமான உருவத்தில் சித்தரிக்கப்படுகிறது. ஒருவருக்குக் காட்டேரி பிடித்துக்கொண்டால், அவர் கட்டுக்கடங்காத பலத்துடன் செயல்படுவார், விசித்திரமான குரலில் கத்துவார், தலைவிரி கோலமாக ஆடுவார்.

உலகம் முழுவதும் இரத்தத்தின் தாகம்

காட்டேரி போன்ற இரத்தம் மற்றும் உயிர்ச் சக்தியை உறிஞ்சும் தீய ஆவிகள் தமிழ் மரபுக்கு மட்டும் உரியவை அல்ல. உலகெங்கிலும், பல்வேறு கலாச்சாரங்களில், வெவ்வேறு பெயர்களில், ஆனால் ஒரே பண்புகளுடன் இந்த ஆவிகள் பேசப்படுகின்றன.

மலேசியா மற்றும் இந்தோனேசிய நாட்டுப்புறக் கதைகளில் "பொன்டியானாக்" என்ற பெண் பேய் வருகிறது. காட்டேரியைப் போலவே, பிரசவத்தின்போது இறந்த பெண்ணின் ஆவி இது. பகலில் வாழை மரங்களிலும் புதர்களிலும் ஒளிந்திருந்து, இரவில் கர்ப்பிணிப் பெண்களைத் தேடி அலையும் இந்தப் பேய், அவர்களின் கருவைச் சபிக்கும், குழந்தைக் கொலையை உண்டாக்கும் என்று நம்பப்படுகிறது. மலாய் மரபில் "லாங்சுயர்" என்ற மற்றொரு பேயும் உண்டு — நீண்ட கூந்தல், பின்புறத்தில் துளை கொண்ட இந்த ஆவி, குழந்தைகளின் இரத்தத்தை உறிஞ்சும் என்று கூறப்படுகிறது.

பிலிப்பைன்ஸ் நாட்டுப்புறக் கதைகளில் "அஸ்வாங்" என்ற பெண் அரக்கி வருகிறது. இது நீண்ட நாக்கைக் கொண்டு கர்ப்பிணிப் பெண்களின் கருவை உறிஞ்சிக் குடிக்கும் என்ற நம்பிக்கை மிகவும் பயங்கரமானதாகக் கருதப்படுகிறது.

மத்திய கிழக்கு மற்றும் ஐரோப்பிய மரபுகளில் "அபிசு" என்ற பெண் பேய் பேசப்படுகிறது. தனக்கே சொந்தக் குழந்தை இல்லாமையாலும் பொறாமையாலும் தூண்டப்பட்ட இந்த ஆவி, கருச்சிதைவு, குழந்தைக் கொலை, பிறந்த குழந்தைகளின் கழுத்தை நெரித்துக் கொல்லுதல் போன்றவற்றுக்குக் காரணமாகக் கருதப்பட்டது. "நான் தூங்குவதில்லை. உலகம் முழுவதும் கர்ப்பிணிப் பெண்களைத் தேடிக் கொண்டு திரிகிறேன். வாய்ப்பு கிடைத்தால், பிறந்த குழந்தையைக் கழுத்தில் பிடித்து கொல்கிறேன்" என்று அபிசுவின் வாக்குமூலம் பழைய மந்திரக் கதைகளில் சொல்லப்படுகிறது.

கிரேக்கப் புராணத்தில் "கெல்லோ" என்ற பேய் வருகிறது. திருமணமாகாமல், குழந்தை பெறாமல் இறந்துவிட்ட பெண் ஆத்மா இது. பிறகு ஆவியாக வெளிப்பட்டு, மற்றவர்களின் குழந்தைகளை இறக்க வைக்க முயல்கிறாள். கருச்சிதைவு, குழந்தை இறப்பு, கருவுறாமை போன்றவற்றுக்கு இந்தப் பேய் காரணம் என்று நம்பப்பட்டது.

யூத, கிறிஸ்தவ, இஸ்லாமிய மரபுகளில் "லிலித்" என்ற இரவுப் பேய் மிகவும் பிரசித்தமானது. கருவுறாமை, கருச்சிதைவு, குழந்தை இறப்பு, கர்ப்பிணிப் பெண்களுக்குத் தாக்குதல் — இவை எல்லாம் லிலித்தின் செயல்கள் என்று நம்பப்பட்டது. பழைய மந்திர நம்பிக்கைகளின்படி, குழந்தையின் படுக்கையில் குறிப்பிட்ட தேவதூதர்களின் பெயர்களை எழுதினால், லிலித் தன் சபதத்தை நினைவுகூர்ந்து, குழந்தைக்கு எந்தத் தீங்கும் செய்யமாட்டாள் என்று கூறப்பட்டது.

ருமேனிய நாட்டுப்புறக் கதைகளில் "ஸ்ட்ரிகோய்" மற்றும் "மொரோய்" போன்ற ஆவிகள் வருகின்றன. இவை கல்லறையில் இருந்து எழுந்து வந்து மனிதர்களின் இரத்தத்தைக் குடிப்பதோடு, ஒருவரின் உடல் சக்தியைத் திருடி அவரை நோயாளியாக மாற்றும் என்று நம்பப்பட்டது. பிற்காலத்தில் ஐரோப்பிய வாம்பயர் கதைகளுக்கு இவையே முன்னோடி.

சீன மரபில் "யிங் லிங்" என்ற கருக்கலைப்பு ஆத்மாக்கள் பேசப்படுகின்றன. கருக்கலைப்பு, கருவறுதல், இறந்த பிறப்பு அல்லது பிறந்த சில நாட்களில் இறந்த குழந்தைகளின் ஆத்மாக்கள் இவை. இந்த ஆத்மாக்கள் விஷமும் வெறுப்பும் நிறைந்தவை, குறிப்பாகத் தங்கள்

தாய்மாருக்கு வெறுப்புக் கொண்டவை என்று நம்பப்படுகிறது. "நீ ஏன் என்னைக் கருக்கலைத்தாய்?" என்ற கேள்வியுடன் தாய்மாரைத் தொடர்ந்து துன்புறுத்தும் என்ற நம்பிக்கை உண்டு.

பொதுவான கருத்துக் கோடு

இவ்வாறு, உலகின் பல்வேறு மூலைகளில், ஒருவருக்கொருவர் தொடர்பு இல்லாமலேயே, மக்கள் ஒரே வகையான தீய சக்திகளைப் பற்றிப் பேசியிருக்கிறார்கள். இந்த ஆவிகள் அனைத்திலும் சில பொதுவான அம்சங்கள் இருக்கின்றன.

இந்த ஆவிகளின் முதன்மையான செயல் இரத்தம் மற்றும் சக்தியை உறிஞ்சுவதே. பீடிக்கப்பட்டவர்கள் படிப்படியாக பலவீனமடைந்து, முகம் வெளிறி, உடல் மெலிந்து, சோர்வுடன் காணப்படுவார்கள். இது வெறும் உடல் பலவீனம் மட்டுமல்ல — அவர்களது மன ஆற்றலும், வாழ்க்கை ஆற்றலும் வடிகட்டப்படும். நாளடைவில், பீடிக்கப்பட்டவர் எந்த கடினமான வேலையும் செய்ய இயலாத நிலைக்குத் தள்ளப்படுவார். இந்த ஆற்றல் வடிகட்டுதலே இந்த ஆவிகளின் உண்மையான ஆபத்து — அது மெதுவாக, கண்ணுக்குத் தெரியாமல், ஒருவரின் வாழ்க்கையையே உறிஞ்சிவிடும்.

இதனுடன் இணைந்து, இந்த ஆவிகள் கர்ப்பிணிப் பெண்களையும் குழந்தைகளையும் குறிவைக்கும் தன்மையும் கொண்டவை. கருச்சிதைவு, குழந்தை இறப்பு, கருவுறாமை போன்றவற்றுக்கு இவை காரணமாகக் கருதப்படுகின்றன. குறிப்பாகக் கர்ப்பிணிப் பெண்களின் ஆற்றலை உறிஞ்சுவதால், அவர்களுக்கும் அவர்களது கருவுக்கும்

கடுமையான பாதிப்பு ஏற்படும் என்ற நம்பிக்கை உலகெங்கும் உண்டு.
இந்த ஆவிகள் யாவும் பெரும்பாலும் பிரசவத்தில் இறந்த பெண்கள், குழந்தை பெறாமல் இறந்த பெண்கள், அல்லது தீராத ஆசையுடன் இறந்த பெண்களின் ஆத்மாக்கள். தாங்கள் அனுபவிக்க முடியாத வாழ்க்கை ஆற்றலையும், தாய்மை இன்பத்தையும் பிறரிடமிருந்து பறிக்கும் பழிவாங்கும் சக்திகளாக இவை மாறுகின்றன.

சரியான சடங்குகள் செய்தால், படைப்பு படைத்தால், வழிபட்டால் இவற்றைச் சாந்தப்படுத்தலாம் என்ற நம்பிக்கை எல்லா மரபுகளிலும் உண்டு. இல்லையெனில், இந்த ஆவிகள் தொடர்ந்து மனிதர்களின் உயிர்ச் சக்தியை உறிஞ்சிக்கொண்டே இருக்கும்.

வாழ்க்கை, மரணம், ஆற்றல், தாய்மை — மனித இருப்பின் இந்த அடிப்படை அம்சங்களை மையமாகக் கொண்டே இந்த ஆவிகளின் கதைகள் உருவாகியிருக்கின்றன. வாழ்க்கை ஆற்றலை அனுபவிக்காமல் போன வேதனை, தாய்மையின் மகிழ்ச்சியை இழந்த துயரம், நிறைவேறாத விருப்பங்கள் — இவை எல்லாம் ஒரு பழிவாங்கும், உறிஞ்சும் சக்தியாக மாறுகின்றன என்பதே இந்த உலகளாவிய நம்பிக்கையின் மையக் கருத்து.

1.9 அச்சத்தின் ஆவி

பயம் என்பது வெறும் உணர்ச்சி மட்டுமல்ல. உலகின் பல்வேறு நாகரீகங்களும் புராணங்களும் அதை ஒரு தீய சக்தியாகவே, ஒரு உயிருள்ள பிசாசாகவே சித்தரித்துள்ளன. பயத்தின் ஆவி என்பதே ஒரு தனி வகை பிசாசாகும். இது

மக்களை தோல்வி பற்றிய பயம், மரணம் பற்றிய அச்சம், தனிமையின் பீதி - இப்படி பல்வேறு கவலைகளால் நிரப்புகிறது.

இந்து மரபில் பயத்தின் உருவகங்கள்

இந்து புராணங்களில், பயம் (பய) என்பது அதர்மத்தின் பேரன் மற்றும் நிருதி — அழிவு மற்றும் துன்பத்தின் தேவதை — என்பவளின் மகன் என உருவகப்படுத்தப்பட்டுள்ளது. அவனது மனைவி மிருத்யு (மரணம்). இவர்கள் இருவரும் இணையும்போது உலகில் உள்ள உயிரினங்களுக்கு அதீத நடுக்கமும் அச்சமும் ஏற்படுகிறது.

ஆக்னி புராணத்தில் "பயவஹ" என்னும் ஒரு சக்தி "பயத்தை உண்டு பண்ணுபவன்" என்று வர்ணிக்கப்படுகிறது. ரிக் வேதத்தில் நிருதி என்பது இருள், துன்பம் மற்றும் பயத்தின் தேவதையாகக் குறிப்பிடப்படுகிறாள். அதர்மம் நடக்கும் இடங்களில் இவள் வாசம் செய்கிறாள். இவளது இருப்பு மனிதர்களுக்குள் ஆழ்ந்த அச்சத்தை விதைப்பதாக நம்பப்படுகிறது.

வேத–புராணங்களில் ராக்ஷஸர், அசுரர், பிசாசு, பூதம் போன்றவை பயத்தை உண்டாக்கும் சக்திகளாகத் தொடர்ந்து வர்ணிக்கப்படுகின்றன. ராக்ஷசர்களின் விகார வடிவம், இரவில் தாக்குதல், யாகங்களைச் சிதைப்பது என்பதால் உள்ளார்ந்த அச்சம் உருவாகிறது. அதர்வ வேதத்தில் காய்ச்சல் போன்ற நோய்களே "பயமுறுத்தும் பூதம்" போல கற்பனை செய்யப்பட்டு, அவற்றை விரட்ட மந்திரங்கள் தரப்படுகின்றன.

மரணத் தருவாயில் உள்ள பாவிகளின் கண்களுக்குத் தெரியும் யமதூதர்களின் உருவம் பயத்தின் உச்சமாகக் கருதப்படுகிறது. அவர்களின் கோரமான தோற்றம் ஒருவரைத் திகிலடையச் செய்வதற்காகவே விவரிக்கப்படுகிறது. பைரவர் மற்றும் காளி போன்ற தெய்வங்கள் பயத்தைத் தருபவர்களாகத் தோன்றினாலும், உண்மையில் இவர்கள் பயத்தை அழிப்பவர்கள். இவர்களது உக்ர (கோரமான) ரூபம் தீயவர்களுக்குப் பயத்தைத் தந்து, பக்தர்களுக்குப் பாதுகாப்பைத் தருகிறது.

இஸ்லாம்

இஸ்லாமிய நம்பிக்கையின்படி, ஜின் தாக்குதலின் அறிகுறிகள் பல உள்ளன. தூக்கத்தில் திடீரென மூச்சுத் திணறல், கனவில் தொடர்ந்து பாம்புகள் தோன்றுவது, இருண்ட உருவங்கள் துரத்துவது, தூக்கத்தில் முழு உடலும் முடக்கமடைவது, இரவில் யாரோ பார்த்துக் கொண்டிருப்பது போன்ற உணர்வு - இவை எல்லாம் ஜின் தாக்குதலின் அறிகுறிகளாக கருதப்படுகின்றன. பொதுவாக இவை அச்சம், ஏமாற்றம், தவறான சிந்தனைகளை ஊக்குவித்தல் என்ற மூன்று வடிவங்களில் வெளிப்படுகின்றன.

ஜப்பானிய நாட்டுப்புறக் கதைகளில்

ஜப்பான் நாட்டுப்புறக் கதைகளில் "ஒனி" (Oni) என்ற ராட்சச–ஒகர்கள் பயத்தின் உருவகமாகப் பயன்படுத்தப்படுகிறார்கள். பெரிய கொம்புகள், வைகறை நேரத் தாக்குதல், மனிதரைத் தின்னும் காட்சிகள் — குழந்தைகளுக்கு "தவறு செய்தால் ஒனி பிடிச்சுக்கும்" என்ற பயக் கதையாகப் பயன்படுத்தப்பட்டது.

கிறிஸ்தவ மரபில்

பைபிளில் பயம் என்பது கடவுளிடமிருந்து வருவதல்ல, அது ஒரு தீய சக்தியிடமிருந்து அல்லது பலவீனமான மனநிலையிலிருந்து வருவதாகக் கருதப்படுகிறது. பயம் என்பது விசுவாசத்திற்கு எதிரானது என்பதால், அது சாத்தானின் ஆயுதமாகப் பார்க்கப்படுகிறது. சில இலக்கியங்களில் அசஸ்யல் (Azazel) என்ற தீய சக்தி பாலைவனத்தில் வசித்து, தனிமையில் இருப்பவர்களுக்குப் பயத்தைத் தந்து அவர்களைப் பைத்தியமாக்கும் என்று விவரிக்கப்படுகிறது.

கிரேக்கப் புராணங்களில் பயத்தின் தெய்வங்கள்

கிரேக்கப் புராணங்கள் பயத்தை ஒரு தனி சக்தியாக மிகத் தெளிவாகக் காட்டுகின்றன. போபோஸ் (Phobos) என்பவன் பயத்தின் கடவுள், போர் கடவுளான ஏரிஸின் மகன். போர்க்களத்தில் வீரர்களுக்கு நடுவே பீதியையும் நடுக்கத்தையும் உருவாக்குபவன் இவன். ஆங்கிலச் சொல்லான 'Phobia' இவன் பெயரிலிருந்தே வந்தது. அவனது சகோதரன் டெய்மோஸ் (Deimos) திகில் அல்லது நடுக்கத்தின் கடவுள். இவர்கள் இருவரும் போர்க்களத்தில் தேர்களை ஓட்டும்போது மனிதர்கள் செய்வதறியாது திகைத்து நிற்பார்கள்.

இவ்வாறு, உலகின் பல்வேறு பகுதிகளில், வெவ்வேறு காலகட்டங்களில் வாழ்ந்த மக்கள், பயம் வெறும் உணர்ச்சி அல்ல என்று நம்பினர். அது ஒரு பிசாசு, ஒரு தீய சக்தி — மனித மனதை அடிமைப்படுத்துவது மட்டுமல்லாமல் அழிக்கும் வல்லமையும் கொண்ட உயிருள்ள சக்தி.

1.10 கொலை மற்றும் தற்கொலையை தூண்டும் ஆவிகள்

உலகின் பல்வேறு பகுதிகளில், பல்வேறு காலகட்டங்களில், மனிதர்கள் ஒரு வியக்கத்தக்க ஒற்றுமையை கவனித்தார்கள். திடீரென ஒருவருக்கு தற்கொலை எண்ணங்கள் வருவது, காரணமே இல்லாமல் மற்றவர்களைக் கொல்ல வேண்டும் என்ற விருப்பம் உருவாவது, தன்னைத்தானே காயப்படுத்திக் கொள்வது - இவை அனைத்தும் மனித இயல்புக்கு மாறானவை என்று அவர்கள் உணர்ந்தார்கள். எனவே, இவற்றிற்கு கண்ணுக்குத் தெரியாத தீய சக்திகள் காரணம் என்று பல கலாச்சாரங்களும் நம்பினர்.

கிறித்தவ மரபில், சாத்தானின் இறுதி நோக்கம் மிகத் தெளிவாக விவரிக்கப்படுகிறது - கொல்வதும் அழிப்பதுமே அதன் ஒரே குறிக்கோள். யோவான் 10:10-ல் "திருடன் வருவது கொள்ளையடிக்கவும், கொல்லவும், அழிக்கவும்தான்" என்று தெளிவாக கூறப்பட்டுள்ளது. பாரம்பரிய நம்பிக்கைகளின்படி, தற்கொலை எண்ணங்கள், கொலை வெறி, சுய-காயம், அசாதாரண துக்கம் போன்றவை பிசாசு பிடிப்பின் அறிகுறிகளாக கருதப்பட்டன. ஒருவர் தன் இயல்பான நிலையில் இருந்து திடீரென மாறி, தன்னையோ மற்றவர்களையோ காயப்படுத்த நினைப்பது வெளியிலிருந்து வரும் தீய தாக்கம் என்று புரிந்துகொள்ளப்பட்டது.

இஸ்லாமிய மரபில், தற்கொலை மற்றும் காரணமற்ற கொலை போன்ற தீவிர செயல்கள் 'ஷைத்தானின் வழிமுறை' என விளக்கப்படுகின்றன. குறிப்பாக, 'கரீன்' என்ற கருத்து இஸ்லாமிய நூல்களில் குறிப்பிடப்படுகிறது - ஒவ்வொரு மனிதனுடனும் இணைந்திருக்கும் ஒரு ஜின், மனித மனத்தில்

தொடர்ந்து எதிர்மறை எண்ணங்களை விதைக்கும் என்று நம்பப்படுகிறது. இந்த 'வாஸ்வாஸ்' எனப்படும் மனக் கிசுகிசுக்கள், நேரடியாக செயல்களை செய்ய வைப்பதில்லை, ஆனால் மன உறுதியைச் சிதைத்து, நம்பிக்கை, பொறுமை, சுயகட்டுப்பாடு ஆகியவற்றை மெதுவாகக் குலைக்கின்றன என்பது பாரம்பரிய விளக்கம்.

இந்து மரபில், தற்கொலையில் துர்மரணம் அடைந்த ஆன்மாக்களின் தாக்கம் பற்றிய நம்பிக்கைகள் உள்ளன. கருட புராணம் போன்ற நூல்களில், அகால மரணமடைந்தவர்கள் அல்லது தற்கொலை செய்து கொண்டவர்கள் மோட்சம் அடையாமல் "பிரேத" வடிவில் அலைவார்கள் என்று விவரிக்கப்படுகிறது. பாரம்பரிய நம்பிக்கையின்படி, இவர்கள் தங்கள் உறவினர்களையோ அல்லது பலவீனமான மனம் படைத்தவர்களையோ பாதித்து, அவர்களையும் அதே வழியில் இறக்கத் தூண்டுவார்கள் என்று கருதப்பட்டது.

இதனால்தான் பாரம்பரியமாக தற்கொலை செய்து கொண்டவர்களின் சடலங்களை பார்ப்பது, அந்த இடங்களுக்கு செல்வது (தற்கொலை நடந்த கிணறுகள், அறைகள், மரத்தடிகள்) ஆபத்தானது என்று குழந்தைகளையும் பெண்களையும் எச்சரித்து தடுத்தனர். இது வெறும் பயமுறுத்தல் அல்ல - அந்த இடங்களில் ஒரு எதிர்மறை ஆற்றல் நிலைத்திருக்கும், அது பலவீனமானவர்களை பாதிக்கலாம் என்ற நம்பிக்கை.

கிரக தோஷம் என்ற கருத்தும் ஜோதிட ரீதியாக நம்பப்பட்டது. ராகு, கேது அல்லது சனி போன்ற கிரகங்களின் தீய பார்வை, அல்லது முன்னோர்களின் சாபம் (பித்ரு தோஷம்) ஒருவருக்குத் தற்கொலை எண்ணங்களை

உருவாக்கலாம் என்று சில பாரம்பரிய நம்பிக்கைகள் கூறுகின்றன.

சீனா: சீன நாட்டுப்புறக் கதைகளில் தற்கொலைக்குத் தூண்டும் பேய்கள் பற்றிய நம்பிக்கைகள் காணப்படுகின்றன. "தாவி குய்" (Diao-si Gui - தூக்கு பேய்) என்ற கருத்து பிரபலமானது. தூக்குப்போட்டுத் தற்கொலை செய்துகொண்ட ஆவி, தனக்கான ஒரு மாற்றாளைத் (substitute) தேடும் என்பது நம்பிக்கை. தனியாக இருக்கும் நபர்களின் மனதில் புகுந்து, அவர்கள் வாழ்க்கை வெறுமையானது என்று உணர வைத்து, தற்கொலை செய்துகொள்ளத் தூண்டும் என்று பாரம்பரிய கதைகள் கூறுகின்றன. அப்படி ஒருவர் இறந்தால் தான் இந்த ஆவிக்கு விடுதலை கிடைக்கும் என்பது நம்பிக்கை.

"ஷுயி குய்" (Shui Gui - நீர் பேய்) - நீரில் மூழ்கி இறந்தவர்களின் ஆவி பற்றிய நம்பிக்கைகளும் உள்ளன. இதுவும் குளக்கரைக்கு வருபவர்களை பாதித்து, நீரில் குதித்து இறக்கத் தூண்டும் என்று சொல்லப்படுகிறது.

ஜப்பான்: ஜப்பானிய நாட்டுப்புறக் கதைகளில் மரணம் மற்றும் பழிவாங்கும் ஆவிகள் பற்றிய கருத்துக்கள் காணப்படுகின்றன. "ஷினிகாமி" (Shinigami) - மரணத்தின் ஆவி அல்லது கடவுள் - என்ற கருத்து உள்ளது. சில பாரம்பரிய கதைகளின்படி, இது மனச்சோர்வு உள்ளவர்களைத் தேடிச் சென்று, மரணத்தை கவர்ச்சிகரமானதாகக் காட்டி தூண்டும் என்று விவரிக்கப்படுகிறது.
"ஓன்ரியோ" (Onryo) - பழிவாங்கும் ஆவிகள் - என்பது ஜப்பானிய நாட்டுப்புறக் கதைகளில் பிரபலமான கருத்து. இவை ஒருவரைக் கொல்ல வேண்டும் என்ற வெறியுடன்

இருக்கும் என்றும், இவை ஒரு மனிதனைப் பாதித்தால், அவனுக்கு மனநோய் ஏற்படுத்தி, தன்னைத்தானே காயப்படுத்திக்கொள்ளவோ அல்லது தற்கொலை செய்துகொள்ளவோ வைக்கும் என்றும் நம்பப்பட்டது.

கிரேக்கம்: கிரேக்கப் புராணக் கதைகளில் "பைத்தியம்" மற்றும் "தற்கொலை" பெரும்பாலும் தெய்வங்களின் சாபமாக வரும்.
"எரினியஸ்" (Erinyes / The Furies) - பழிவாங்கும் பெண் தெய்வங்கள் - இவை உறவினரைக் கொன்றவர்களை, குறிப்பாக பெற்றோரைக் கொன்றவர்களை விரட்டி விரட்டி, அவர்களுக்கு மிகுந்த குற்ற உணர்வை உண்டாக்கி, பைத்தியம் பிடிக்க வைத்துத் தற்கொலை செய்துகொள்ளும் வரை விடமாட்டார்கள் என்று கதைகள் விவரிக்கின்றன. சில கதைகளில் பெண்களி தங்கள் குழந்தைகளையே அறியாமல் கொன்றுவிடுவார்கள் என்று விவரிக்கப்படுகிறது (உதாரணம்: அகாவே என்ற தாய் தன் மகன் பெந்தியஸைக் கொன்ற கதை). இது ஒரு வகை வெறிச் செயலாக, மனிதன் தன் கட்டுப்பாட்டை இழந்த நிலையாக சித்தரிக்கப்படுகிறது.

ஆத்திரக் கொலை — தீய சக்தியின் தூண்டுதலா?

ஆத்திரத்தில் தன்னைத் தானே இழந்து கொலை செய்வது அல்லது ஒரு தீய சக்தி உடலுக்குள் புகுந்து ஒருவரைக் கொலை செய்யத் தூண்டுவது போன்ற கருப்பொருள்கள் உலகெங்கிலும் உள்ள புராணங்களிலும் நாட்டுப்புறக் கதைகளிலும் பரவலாகக் காணப்படுகின்றன. தற்கொலை போலவே, பிசாசு அல்லது பேய் ஒருவரை ஆட்கொண்டு பழிவாங்கும் உணர்ச்சியை எல்லைமீறி தூண்டி கொலை செய்ய வைக்கிறது என்ற நம்பிக்கை பல நாகரீகங்களில் இருந்துள்ளது.

மலேசியா–இந்தோனேசியா: அமோக்

மலாய் மரபில் "mengamuk" என்ற வினைச்சொல் "அவசர ராக்ஷசக் கோபத்தில் பாய்ந்து தாக்குதல்" என்ற அர்த்தத்தில் பயன்பட்டது. "Amok" என்பது மலாய் மொழியில் இருந்து வந்த சொல்; அடிப்படையாக அதற்கான பொருள் "பித்துபிடித்த கோபத்தில் பாய்ந்து தாக்குதல், கட்டுப்பாடின்றி உந்தர்ந்தோடி கொலை செய்வது" என்ற நிலை. இங்கிருந்துதான் ஆங்கிலத்தில் வரும் "run amok" என்ற சொல் உருவானது.

பாரம்பரிய விளக்கத்தின்படி, ஒரு மனிதன் நீண்ட நாள்கள் அவமதிப்பு, அவமானம், மன வேதனை கொண்டு உள்ளுக்குள் கொதித்துக் கிடந்து, திடீரென்று கத்தி, ஈட்டி எடுத்துக்கொண்டு தெருவில் ஓடி, சந்திக்கும் யாரையும் வேறுபாடு பார்க்காமல் குத்தி, கொன்று விடுவது — இதையே "அமோக்" எனப் பொருள்படுத்தினர். பல சமயம், அவனைக் கிராமத்தார் தானே கொன்று தடுத்துவிடுவர்; ஆகவே "இது ஒரு வகை தற்கொலை — suicide by rampage" என்ற கருத்தும் வந்தது.

மலாய், இந்தோனேசிய நாட்டுப்புறக் கதைகளில் இந்த அமோக் நிலை சாதாரண கோபமில்லை; "ஹந்து பெலியன்" (hantu belian) என்ற ஒரு தீய புலி–ஆவி உடலில் புகுவதே காரணம் என்று நம்பிக்கை இருந்தது. இந்த நம்பிக்கைப்படி, அந்தப் புலி–ஆவி ஒருவரைப் பிடித்துவிட்டால், அவன் "என் செயலை நான் முழுமையாகக் கட்டுப்படுத்த முடியவில்லை; ஏதோ சக்தி என்னைப் பாயவைத்து கொலை செய்ய வைத்தது" போன்ற நிலையில் இருக்கிறான் என்று எடுத்துக்கொள்ளப்பட்டது.

ஜப்பான்: ஹன்னியா

ஜப்பானிய நாட்டுப்புறக் கதைகளில், ஒரு பெண் அதீத பொறாமை அல்லது வெறுப்பினால் ஆட்கொள்ளப்படும்போது, அவள் உயிருடன் இருக்கும்போதே ஒரு அரக்கியாக மாறுகிறாள். அவளது ஆழ்மனதின் வஞ்சம் அவளை ஒரு கொலையாளியாக மாற்றுகிறது.

ஸ்காண்டிநேவியா: பெர்செர்க்கர்ஸ்

நார்ஸ் கலாச்சாரத்தில், ஸ்காண்டிநேவியப் போர்வீரர்கள் போர்க்களத்தில் ஒருவிதமான வெறி நிலைக்குச் செல்வார்கள். அப்போது அவர்கள் கரடி அல்லது ஓநாயின் ஆவி தங்களுக்குள் புகுந்துவிட்டதாக நம்புவார்கள். அந்த நிலையில் அவர்களுக்கு வலி தெரியாது, பயம் இருக்காது; தங்களுக்கு முன்னால் இருப்பது நண்பனா அல்லது எதிரியா என்று தெரியாமல் கண்ணில் பட்டவர்களை எல்லாம் வெட்டிச் சாய்ப்பார்கள்.

வட அமெரிக்கா: வெண்டிகோ

அல்கொன்குயியன் பழங்குடியினரின் நம்பிக்கையின்படி, 'வெண்டிகோ' என்பது ஒரு தீய ஆவி. ஒரு மனிதன் அதீத பேராசை கொண்டாலோ அல்லது பசியால் சக மனிதனைத் தின்றாலோ, இந்த ஆவி அவன் உடலுக்குள் புகுந்துவிடும். பிறகு அவன் மனிதத்தன்மையை இழந்து, காடுகளில் அலைந்து திரிந்து கண்ணில் படுபவர்களைக் கொன்று தின்னும் ஒரு அரக்கனாக மாறிவிடுவான்.

நடுக்கால ஐரோப்பாவும் கிறிஸ்தவ நம்பிக்கையும்

நடுக்கால ஐரோப்பாவில், பைத்தியம், கொலை, சீரற்ற வன்முறை எல்லாம் "சாத்தானின் பிடிப்பு" என்று கருதப்பட்டது. புதிய ஏற்பாட்டில் பேய் பிடித்தவர்களில் சிலர் "தன்னைத் தானே காயப்படுத்திக் கொள்ளும், மற்றவர்களைத் தாக்கும்" ரீதியாகச் சொல்லப்படுகிறார்கள்.

நவீன குற்றவியலும் தீய சக்தி நம்பிக்கையும்

ஆத்திரக் கொலை, பழிக் கொலை, வெறுப்பால் தூண்டப்பட்ட வன்முறை போன்றவை உலகம் முழுவதும் "மனிதருக்கு அப்பாற்பட்ட தீய சக்தி தூண்டியது" என்ற கதையாக விளக்கப்பட்டு, புராணங்கள், நாட்டுப்புறக் கதைகள், நவீன குற்றவியல் வரையிலும் தொடர்கிறது. நவீன கால குற்றங்கள் பற்றிய தொகுப்புகளில், சில சீரியல் கில்லர்கள், காதல் மற்றும் பொறாமைக் கொலைகாரர்கள் "சாத்தான் குரல் கேட்டது; அதனால்தான் சுட்டேன், குத்தினேன்" என்று ஒப்புதல் வாக்குமூலத்தில் சொல்லியிருக்கிறார்கள். இன்று வரை பல வழக்குகளில் குற்றவாளிகள் "டெமான் பிடித்திருந்தது, குரல் கேட்டது" என்று சொல்லிக் கொலைக்குக் காரணம் கூறுகிறார்கள்.

இவ்வாறு, கட்டுப்பாடற்ற ஆத்திரமும் கொலை வெறியும் மனித மனதில் வாழும் தீய சக்தியின் வெளிப்பாடு என்ற நம்பிக்கை உலகம் முழுவதும், காலங்கள் கடந்தும் நீடிக்கிறது.

உலகளாவிய வடிவம் - ஒரே கவனிப்பு :

இந்த அனைத்து மரபுகளிலும் ஒரு பொதுவான கருத்து தெளிவாக தெரிகிறது. திடீரென வரும் தற்கொலை மற்றும் கொலை வெறி, மனித இயல்புக்கு மாறானது என்றும், அது கண்ணுக்குத் தெரியாத தீய சக்திகளின் தூண்டுதலால் நடப்பது என்றும் பல்வேறு கலாச்சாரங்களும் நம்பினர். அந்த சக்திகளை வெவ்வேறு பெயர்களில் அழைத்தனர் - ஜின்கள், பிரேதங்கள், குய், எரினியஸ், ஆன்மாக்கள் - ஆனால் அடிப்படை கருத்து ஒன்றே.

ஒரு சாதாரண மனிதன் திடீரென தன்னையோ மற்றவர்களையோ கொல்ல நினைப்பது இயல்பான மனநிலை அல்ல என்பதை நம் முன்னோர்கள் புரிந்திருந்தார்கள். எனவே, இதற்கு வெளியிலிருந்து வரும் ஒரு தாக்கம் ஒரு முக்கிய காரணம் என்று அவர்கள் கருதினார்கள்.

1.11 வேதாளம் - "முருங்கை மரம் ஏறிவிட்டது"

வேதாளம் என்ற சொல்லைக் கேட்டவுடன் பெரும்பாலானவர்களின் நினைவுக்கு வருவது "வேதாளம் முருங்கை மரம் ஏறிவிட்டது" என்ற பழமொழியே. இன்றளவும் நம் அன்றாட வாழ்வில் பரவலாகப் பயன்படுத்தப்படும் இச்சொற்றொடர், ஒரு குறிப்பிட்ட மனநிலையையும் நடத்தையையும் குறிக்கிறது.

சமஸ்கிருதம் "வேதால" (Vetāla) என்பதிலிருந்து வந்த சொல் வேதாளம். தமிழ் அகராதிகளில் இது பேய், பிசாசு, வாம்பயர் தன்மை கொண்ட அசுர ஆவி என்று வரையறுக்கப்படுகிறது.

ஆனால் வேதாளம் சாதாரண பேயல்ல — அது மூன்று காலங்களையும் அறியும் வல்லமையுள்ள, அதீத வாதத் திறமையால் மனிதர்களை ஆட்கொள்ளும் ஒரு பயங்கர சக்தி.

இந்து நாட்டுப்புறக் கதைகளில் வேதாளம் சுடுகாடு, சிதைக்களம், கல்லறை, வதைக்களம் போன்ற இடங்களில் தங்கியிருப்பதாகக் கூறப்படுகிறது. சில விளக்கங்களில், பயங்கர உருவத் தோற்றத்தோடு மரங்களில் — சிறப்பாக முருங்கை, ஆலமரம், பருத்தி மரங்களில் — தலைகீழாகத் தொங்கும் உருவாக சித்தரிக்கப்படுகிறது. இரவில் சுடுகாட்டில் கிடக்கும் சடலத்துக்குள் புகுந்து, அதை உயிரோடு இருப்பது போல இயக்குவதே வேதாளத்தின் முக்கிய லட்சணம். அந்த உடலை விட்டு வேறொரு உடலுக்கோ அல்லது அசுர உலகுக்கோ போகும் சுதந்திரமும் வேதாளத்துக்கு உண்டு.

வேதாளத்தின் சிறப்பு அதன் கேள்வி கேட்கும் யுக்தியில் இருக்கிறது. வேதாளம் காலத்திற்கு அப்பாற்பட்ட — கடந்த காலம், நிகழ்காலம், எதிர்காலம் — விஷயங்களை அறியக்கூடியது என்றும், மனித மனத்தின் உளவியலை நன்கு புரிந்தவன் என்றும் வர்ணிக்கப்படுகிறது. இந்த அறிவுச் சக்தியாலேயே மந்திரவாதிகள் வேதாளத்தை அடிமைப்படுத்திக் கொண்டு ஜோதிடம், மாயாஜாலம் செய்ய முயலும் கதைகள் பழைய நூல்களில் வருகின்றன. "விக்ரமாதித்தன் – வேதாளம்" கதைகளில் வரும் வேதாளம் இன்றளவும் மிகப் பிரபலம் — அந்தக் கதைகளில் வேதாளம் புதிர்களை முன்வைத்து விக்ரமாதித்தனின் அறிவையும் நீதியையும் சோதிக்கும் ஒரு அறிவுச் சக்தியாக சித்தரிக்கப்படுகிறது.

ஆனால் வேதாளத்தின் இயல்பில் ஒரு சோகம் உண்டு. பல விளக்கங்களின்படி, வேதாளம் இறப்புக்கும் மறுபிறப்புக்கும் இடையில் மாட்டிக்கொண்டுள்ள ஆவி. சரியான இறுதிச் சடங்குகள், தார்ப்பணம், மந்திரங்கள் செய்யப்படாததால், அந்த ஆவி சாந்தம் அடையாமல் இந்த இடைநிலையில் சிக்கியிருக்கிறது என்று நம்பப்படுகிறது. இந்த நிலையிலிருந்து விடுபட சரியான சடங்குகள் செய்யப்பட்டால், அந்த ஆவி சாந்தம் அடைந்து மறுபிறவிக்குச் செல்லும் என்பது நம்பிக்கை.

வேதாளம் மனிதர்களின் தூக்கத்தைக் கெடுக்கும், மனக்குழப்பம், பயம் மற்றும் பைத்தியம் போன்றவற்றை உண்டாக்கும் சக்தி இதற்கு உண்டு என்று பழைய நூல்கள் குறிப்பிடுகின்றன. மனிதர்களின் தலையை வெடித்து சிதறவிடும் என்ற குறிப்புகளும் உண்டு.

இவற்றின் ஆட்கொள்ளும் திறன், காலத்திற்கு அப்பாற்பட்ட அறிவு, இறப்புக்கும் பிறப்புக்கும் இடையிலான இடைநிலை — இந்த மூன்று அம்சங்களும் சேர்ந்து வேதாளத்தை இந்திய நாட்டுப்புற மரபில் ஒரு தனித்துவமான ஆவியாக மாற்றுகின்றன. மேலும், "சரியான சடங்குகளால் விடுதலை பெறும் ஆவி" என்ற நுணுக்கமான கருத்தும் இதனுடன் இணைந்திருக்கிறது.

அதர்வண வேதத்தின் பார்வை: விரட்டியடிக்கப்பட வேண்டிய தீய சக்தி

அதர்வண வேதம் என்பது மந்திரங்கள் மற்றும் சடங்குகளை உள்ளடக்கிய ஒரு தொகுப்பாகும். இதன் பெரும்பான்மையான மந்திரங்கள் நோய்களைத் தீர்ப்பதற்கும், தீய சக்திகளிடமிருந்து தற்காத்துக் கொள்வதற்கும் பயன்படுத்தப்பட்டன. இந்த வேதத்தில்,

வேதாளங்கள் மனிதர்களுக்குத் தீங்கு விளைவிக்கும், நோய்களை உருவாக்கும், மனக் குழப்பத்தை ஏற்படுத்தும் தீய ஆவிகளின் பட்டியலில் சேர்க்கப்பட்டுள்ளன. பிசாசுகள், ராட்சசர்கள் போன்ற பிற தீய சக்திகளுடன் இணைத்து, வேதாளங்களும் விரட்டியடிக்கப்பட வேண்டியவையாகக் கருதப்படுகின்றன.

அதர்வண வேதத்தின் பார்வையில், வேதாளம் என்பது ஒரு ஆபத்தான, கட்டுக்கடங்காத சக்தி. மனிதர்களைக் காக்க, சக்திவாய்ந்த மந்திர உச்சாடனைகளும் பிரத்யேக ஹோமங்களும் அவசியம் என்று கூறப்படுகிறது. இந்தப் பார்வையில், வேதாளம் முழுக்க முழுக்க அஞ்சப்பட வேண்டிய, தவிர்க்கப்பட வேண்டிய ஒரு தீய சக்தியாகும். இங்கு எந்த உரையாடலுக்கும் இடமில்லை - வெறுமனே விலக்கி வைக்கப்பட வேண்டிய ஒரு ஆபத்து மட்டுமே.

சிவ புராணத்தின் பார்வை: தெய்வீகப் பரிவாரத்தின் உக்கிர உறுப்பினர்

சிவ புராணத்திலும், அதனுடன் தொடர்புடைய சைவ ஆகமங்களிலும் வேதாளங்களின் சித்தரிப்பு முற்றிலும் மாறுபட்டது. இங்கு வேதாளங்கள், சிவபெருமானின் கோடிக்கணக்கான பூத கணங்களில் ஒரு பிரிவினராக, அவரது தெய்வீகப் பரிவாரத்தின் ஒரு பகுதியாக விவரிக்கப்படுகின்றனர். சிவபெருமான் இந்தப் பூத கணங்கள் அனைத்திற்கும் தலைவர் என்பதால், அவர் "பூதேஸ்வரர்" என்று போற்றப்படுகிறார்.

சிவபெருமானின் விசுவாசமான, உக்கிரமான படைவீரர்களாக வேதாளங்கள் சித்தரிக்கப்படுகின்றன. மயானங்களிலும்

கயிலாயத்திலும் சிவபெருமானுக்குக் காவல் காப்பவர்களாகவும், அவரது ஆணைப்படி செயல்படுபவர்களாகவும் உள்ளன. பார்வதி தேவியுடனான சிவனின் திருமண ஊர்வலத்தில், அவரது கோரமான பூத கணங்களுடன் வேதாளங்களும் கலந்துகொண்டு தேவர்களை அச்சத்தில் ஆழ்த்தியதாக புராணங்கள் விவரிக்கின்றன.

சிவனைப் பொறுத்தவரை, வேதாளங்கள் என்பவை கட்டுப்படுத்தப்பட்டு, தெய்வீக நோக்கத்திற்காகப் பயன்படுத்தப்படும் உக்கிர சக்திகளாகும். அவை சிவனின் பக்தர்களுக்கு ஒருபோதும் தீங்கு விளைவிப்பதில்லை; மாறாக அவர்களுக்குப் பாதுகாவலர்களாகவே இருக்கின்றன. இங்கு அதே சக்தி, அதர்வண வேதத்தில் விரட்டியடிக்கப்பட வேண்டியதாக இருந்தாலும், சிவ பக்தியின் சூழலில் பாதுகாவலராக மாறுகிறது.

புராண இலக்கியங்களில் வேதாளத்தின் சிக்கலான தன்மை

கருட புராணம், வாயு புராணம், பாகவத புராணம் போன்ற பல புராண நூல்களில் வேதாளங்களைப் பற்றிய விரிவான குறிப்புகள் காணப்படுகின்றன. இந்நூல்கள் வேதாளத்தின் இயல்புகளை மிக நுட்பமாக விவரிக்கின்றன. வேதாளம் என்பது மாயா மற்றும் தர்க்க வல்லமை கொண்டது. அதன் இயல்பு முற்றிலும் தலைகீழானது - உண்மையைப் பொய்யென்று சொல்லும், தர்மத்தைப் பாபமென்று நினைக்கும். தர்க்க சாஸ்திரத்தில் வல்லவனாக இருந்தாலும், குதர்க்கத்தில் எப்போதும் விருப்பமுடையவன். கேள்வி-

பதிலில் எப்போதும் ஆர்வமுடையவன், சிக்கலான கேள்விகளை உண்டாக்குபவன்.

வேதாளத்தின் ஜன்மம் தெரியக்கூடாது, மரணமும் கற்பிக்கக் கூடாது என்று புராணங்கள் கூறுகின்றன. அது கர்ம பந்தத்திலிருந்து விமுக்தனின் உடலில் தங்கியிருப்பதாகச் சொல்லப்படுகிறது. பிராண வாயு இல்லாத சரீரத்தில் செயல்படும் இந்த சக்தி, எதிர்மறையான நடவடிக்கைகளையே மனித உலகத்தில் செய்கிறது. ஒரு மனிதனை வேதாளம் பிடித்துக்கொண்டது என்றால், அது அம்மனிதனின் பிராண சக்தியை உறிஞ்சிவிடுகிறது என்றும் பொருள்கொள்ளலாம்.

தலைகீழ் கர்மத்தில் ஈடுபடுவது, எதிர்மறையான அர்த்தத்தை உண்டாக்குவது, தர்க்க வலையைப் பரப்புவது, மோஹ கர்மத்தை முன்னெடுப்பது - இவையெல்லாம் வேதாளத்தின் செயல்பாடுகளாகக் குறிப்பிடப்படுகின்றன. கேள்விகளால் உலகத்தைக் கலக்கமடையச் செய்யும், சந்தேகத்தைப் பரப்பும், குதர்க்கத்தின் சங்கிலியால் கட்டுப்பட்ட மனமுடைய மனிதனை உருவாக்கும் சக்தியாக இது விவரிக்கப்படுகிறது. குரு-சிஷ்ய பரம்பரையை எதிர்மறையாக வெளிப்படுத்தும், தர்ம-அதர்மம் கலந்த புத்தி தோஷத்தைக் கொடுப்பதாகவும் புராணங்கள் கூறுகின்றன.

இந்த விவரிப்புகள் வேதாளத்தை ஒரு சிக்கலான, பன்முக சக்தியாக காட்டுகின்றன. அது வெறும் பேய் அல்ல - மாறாக மனித மனதின் குழப்பங்களையும், தர்க்கத்தின் விகாரங்களையும், அறிவின் தவறான பயன்பாட்டையும் குறிக்கும் ஒரு குறியீடு. இன்றளவும் நம்மிடம் வாழ்ந்துகொண்டிருக்கும் இந்த சக்தி, ஜன்ம-மரண

இல்லாதது என்பதே அதன் சாசுவத தன்மையை உணர்த்துகிறது.

வேதாள கதைகளின் தோற்றம்

வேதாளம் பற்றிய மிகவும் புகழ்பெற்ற மற்றும் விரிவான குறிப்பு, சோமதேவரின் "கதாசரிதசாகரம்" என்ற மாபெரும் கதைத் தொகுப்பில் உள்ள "வேதாள பஞ்சவிம்சதி" (வேதாளத்தின் இருபத்தைந்து கதைகள்) பகுதியில்தான் காணப்படுகிறது. இதுவே "விக்கிரமாதித்தன் வேதாளம் கதை" எனப் பரவலாக அறியப்படுகிறது. பல நூற்றாண்டுகளாக தலைமுறை தலைமுறையாக கடத்தப்பட்டு வரும் இக்கதைகள், வெறும் கற்பனைக் கதைகள் அல்ல; மாறாக அவை மனித மனத்தின் ஆழங்களை ஆராயும் தத்துவக் கருவூலங்கள்.

புட்பதத்தனின் சாபமும் விக்கிரமாதித்தனின் வீரமும்

தேவலோகத்தில் வாழ்ந்து வந்த புட்பதத்தனும் அவனது மனைவி தேவதத்தையும் தேவர்களுக்கு ஆடை தைத்துத் தரும் பணியை மேற்கொண்டிருந்தனர். ஒருநாள் புட்பதத்தனுக்கு சிவபெருமானுக்கும் பார்வதி தேவிக்கும் அழகிய உடைகளைத் தைத்து வழங்க வேண்டும் என்ற ஆழ்ந்த ஆசை தோன்றியது. அவன் தன் திறமையின் உச்சத்தை வெளிப்படுத்தும் வகையில் அற்புதமான ஆடைகளைத் தயாரித்து, அவற்றை எடுத்துக்கொண்டு கைலாயம் சென்றான்.

கைலாயத்தில் சிவபெருமானைத் தரிசித்த பேரானந்தத்தில் மூழ்கிய புட்பதத்தன், தான் வந்த காரியத்தையே மறந்து, நீண்ட நேரம் வணங்கியபடியே இருந்துவிட்டான். விடைபெற்று திரும்பும்போது இருள் சூழ்ந்துவிட்டது;

அப்போதுதான் ஆடைகளை ஈசனிடம் ஒப்படைக்கத் தவறிவிட்டதை உணர்ந்தான். கைலாயத்தின் வாசலிலேயே படுத்து, மறுநாள் காலையில் ஆடைகளை வழங்கிவிட்டுச் செல்லலாம் என்று நினைத்தான்.

அந்த இரவில், சிவபெருமான் பார்வதி தேவியிடம் கூறிக்கொண்டிருந்த தேவரகசியம் அவன் காதுகளில் விழுந்துவிட்டது. மறுநாள் காலை ஈசனிடம் சென்று ஆடைகளை அளித்த புட்பதத்தன், இரவில் தான் கேட்டுவிட்டதையும், அதன் காரணமாக தன் மனம் அமைதி இழந்து தவித்து வருவதையும் உண்மையாகக் கூறினான். கோபமுற்ற சிவபெருமான், அவனது நேர்மையைக் கருத்தில் கொண்டு, அந்த ரகசியத்தை எக்காரணத்தைக் கொண்டும் யாரிடமும் வெளிப்படுத்தக் கூடாது என்று கடுமையாக எச்சரித்து அனுப்பினார்.

ஆனால் புட்பதத்தன், தன் மனைவியின் மீண்டும் மீண்டும் கேட்கும் கேள்விகளுக்குப் பதில் சொல்ல இயலாமல், இறுதியில் அந்த தேவரகசியத்தை அவளிடம் கூறிவிட்டான். இது உடனே சிவபெருமானுக்குத் தெரிந்துவிட்டது. தன் கட்டளையை மீறிய புட்பதத்தனை வேதாளமாக மாறி பூமியில் முருங்கை மரத்தில் தலைகீழாகத் தொங்கும்படியும், ரகசியம் காக்கத் தெரியாத அவன் இனி கேள்விகள் கேட்டுக்கொண்டே காலம் கழிப்பான் என்றும் சாபமிட்டார். ரகசியத்தைக் கேட்ட தேவதத்தையையும் வனத்தில் இரவு முழுவதும் வீணை வாசித்து மற்றவர் உறக்கத்தைக் கெடுத்துக் கொண்டே இருப்பாள் என்று சபித்தார்.

மந்திரவாதியின் சூழ்ச்சியும் விக்கிரமனின் சந்திப்பும்

பல ஆண்டுகள் கடந்தன. புட்பதத்தன் வேதாளமாக சுடுகாட்டின் முருங்கை மரத்தில் தொங்கிக்கொண்டிருந்த

காலத்தில், ஒரு மந்திரவாதி வேதாளத்தைத் தன் அடிமையாக்கி அதன் சக்திகள் மூலம் உலகை ஆட்சி செய்ய நினைத்தான். அதற்காகத் தவமிருந்தபோது காளி தேவி, ஆயிரம் அரசர்களின் தலைகளைப் பலியிட்டால் வேண்டுதலை நிறைவேற்றுவதாகக் கூறினார். ஏமாற்று வித்தைகள் மூலம் ஒன்பது நூற்று தொண்ணூற்று ஒன்பது அரசர்களைக் காளி கோவிலுக்கு அழைத்துச் சென்று பலியிட்ட மந்திரவாதி, ஆயிரமாவது பலியாக விக்கிரமாதித்தனைத் தேர்ந்தெடுத்தான்.

முனிவர் வேடத்தில் விக்கிரமாதித்தனின் அரசவைக்கு வந்து, காட்டுக்குள் உள்ள காளி கோவிலில் வேண்டினால் நாடு வளம்பெறும் என்று கூறி அவனை ஏமாற்றினான். அவனுடன் காளி கோவிலுக்குச் சென்ற விக்கிரமாதித்தன், இரவில் அங்கு தங்கியபோது தூரத்திலிருந்து கேட்ட மயக்கும் வீணை இசையால் ஈர்க்கப்பட்டான். இசையின் திசையில் நடந்து சென்றபோது, இருளில் அமர்ந்து வீணை வாசித்துக் கொண்டிருந்த அழகிய பெண்ணைக் கண்டான்.

அவள் தேவதத்தை. தன் கதையை விக்கிரமனிடம் கூறிய அவள் மீது இரக்கம் கொண்ட விக்கிரமாதித்தன், சாபம் நீங்க என்ன செய்ய வேண்டும் என்று கேட்டான். தன்னையும் தன் கணவனையும் காளி கோவிலுக்கு அழைத்துச் சென்று வழிபட்டால் சாபம் நீங்கும் என்றாள் தேவதத்தை. ஆனால் முருங்கை மரத்தில் தொங்கும் வேதாளத்தை அங்கிருந்து இறக்கி வருவது கடும் ஆபத்தானது என்று எச்சரித்தாள். எத்தகைய ஆபத்தையும் எதிர்கொள்வேன் என்று உறுதியளித்த விக்கிரமாதித்தன், சுடுகாட்டை நோக்கிப் புறப்பட்டான்.

வேதாள கதைகளின் தனித்தன்மை

மற்ற பாரம்பரியக் கதைகளிலிருந்து விக்கிரமாதித்தன்-வேதாள கதைகள் முற்றிலும் வேறுபடுகின்றன. இதன் அமைப்பே மிகவும் தனித்துவமானது. தேவதத்தையின் வேண்டுகோளுக்கு இணங்க, மயானத்தில் ஒரு முருங்கை மரத்தில் தொங்கும் பிணத்திற்குள் புகுந்திருந்த வேதாளத்தை வெட்டி எடுத்துவரச் செல்கிறான். விக்கிரமாதித்தன் அந்தப் பிணத்தைத் தோளில் சுமந்து செல்லும்போது, வேதாளம் அவனுக்கு ஒரு கதை சொல்லத் தொடங்கும். ஒவ்வொரு கதையின் முடிவிலும், தர்மத்தையும், நீதியையும் சோதிக்கும் ஒரு மிகச் சிக்கலான புதிர்க் கேள்வியைக் கேட்கும், அது பல கோணங்களில் சிந்திக்க வைக்கும் சிக்கலான தார்மீகப் புதிராக அமையும். கதை கேட்பவர் அந்தக் கேள்விக்கு சரியான பதிலைச் சொல்ல வேண்டும் என்பதே கதையின் நோக்கம். இது வெறும் கதைச் சொல்லல் அல்ல; கேட்பவரின் சிந்தனையை தீவிரமாகத் தூண்டி, அவர்களின் புத்திக் கூர்மையை சோதிக்கும் ஒரு அறிவுப் பயிற்சியாக அமைகிறது.

இங்கு வேதாளம் வெறும் கோரமான ஆவி அல்ல. அது மிகுந்த அறிவும், தர்க்கத் திறனும், ஞானமும் கொண்டது. விக்கிரமாதித்தன், கேள்விக்கான விடை தெரிந்தும் அமைதியாக இருந்தால், அவன் தலை சுக்குநூறாக வெடித்துவிடும். சரியான பதிலைக் கூறிவிட்டால், வேதாளம் மீண்டும் தப்பித்துச் சென்று முருங்கை மரத்தில் தொங்கிக்கொள்ளும். வேதாளம் கூறும் கதைகள், மனித உறவுகளின் சிக்கல்கள், தர்மம், மற்றும் நீதியின் நுட்பங்கள் ஆகியவற்றைப் பற்றிய ஆழமான பார்வையை வழங்குகின்றன.

வேதாளம் முன்வைக்கும் ஒவ்வொரு கேள்வியும் பல அடுக்குகளைக் கொண்டிருக்கும். முதல் பார்வையில் எளிதாகத் தெரியும் இக்கேள்விகள், ஆழ்ந்து சிந்திக்கும்போது பலவிதமான பதில்களை உருவாக்கும் திறன் கொண்டவை. நாம் அளிக்கும் பதில் கதையின் எல்லா கோணங்களுடனும் முரண்படாமல், தர்க்கரீதியாக சரியாக இருக்க வேண்டும். சாதாரண மனிதர்களால் கதையைக் கேட்டவுடன் உடனடியாக சரியான பதிலைச் சொல்வது கடினம்; இதற்கு ஆழ்ந்த மதிநுட்பமும் பகுத்தறிவுத் திறனும் அவசியம்.

இந்தப் பார்வையில், வேதாளம் என்பது அச்சத்தின் சின்னம் என்பதை விட, மரணத்திற்கும் வாழ்விற்கும் இடையில் தொங்கிக்கொண்டிருக்கும் மறைக்கப்பட்ட ஞானத்தின் குறியீடாக விளங்குகிறது. அது விக்கிரமாதித்தனின் வீரத்தை மட்டுமல்ல, அவனது அறிவையும், தர்ம சிந்தனையையும் சோதிக்கும் ஒரு தெய்வீக சக்தியாகச் செயல்படுகிறது.

மொத்தம் இருபத்தைந்து கதைகளைக் கொண்ட இத்தொகுப்பில், ஒவ்வொரு கதையும் தனித்துவமானது. ஒவ்வொரு புதிரும் ஒரு தார்மீக சிக்கலாக, நீதி சார்ந்த கேள்வியாக வடிவமைக்கப்பட்டுள்ளது. இவை மிகவும் ஆழமாக சிந்திக்கக்கூடிய வகையில் பல அடுக்குகளில் அமைந்திருக்கின்றன.

நான்கு அடுக்குகளில் அமைந்த ஞானம்

முதல் அடுக்கு புத்திசாலித்தனத்தையும் தர்க்க சிந்தனையையும் வளர்க்கிறது. ஒவ்வொரு புதிரும் சூழ்நிலையை முழுமையாகப் பகுத்தாய்ந்து, எல்லா கோணங்களையும் பார்த்து, நியாயமான முடிவுக்கு வர பயிற்சி அளிக்கிறது. வெறும் உணர்ச்சிவசப்பட்டு முடிவெடுக்காமல்,

அறிவுபூர்வமாக சிந்தித்து தீர்ப்பு கூறும் திறனை இது வளர்க்கிறது.

இரண்டாவது அடுக்கு நேர்மையையும் தைரியத்தையும் போதிக்கிறது. விக்ரமன் எத்தகைய கடினமான சூழ்நிலையில் இருந்தாலும், எவ்வளவு ஆபத்து நிறைந்த நிலையில் இருந்தாலும், உண்மையைச் சொல்ல வேண்டும் என்ற கட்டாயம் உள்ளது. பொய் சொல்வதன் மூலம் எளிதாகத் தப்பிக்கும் வாய்ப்பு இருந்தாலும், அவன் நேர்மையையே தேர்ந்தெடுக்கிறான். இது நெறிமுறைத் தைரியத்தை வளர்க்கிறது.

மூன்றாவது அடுக்கு வாக்குறுதியையும் கடமை உணர்வையும் விடாமுயற்சியையும் வலியுறுத்துகிறது. விக்ரமன் தான் அளித்த வாக்குறுதியைக் காப்பாற்ற மீண்டும் மீண்டும் முயற்சிக்கிறான். இருபத்தைந்து முறை வேதாளம் தப்பித்துச் சென்றாலும், அவன் சளைக்காமல் மீண்டும் முயல்கிறான். இது உறுதியான கடமை உணர்வையும் பொறுப்புணர்ச்சியையும் போதிக்கிறது.

நான்காவது அடுக்கு மிக முக்கியமானது - தர்மம் என்பது சூழ்நிலைச் சார்ந்தது என்ற ஆழமான புரிதலை அளிக்கிறது. ஒவ்வொரு கதையும் நமக்குக் காட்டுவது என்னவென்றால், நல்லது-கெட்டது என்பது எப்போதும் கருப்பு-வெள்ளையாக இல்லை என்பதே. சூழ்நிலை, நோக்கம், விளைவுகள் அனைத்தையும் கணக்கில் எடுத்து மட்டுமே நியாயமான தீர்ப்பை வழங்க முடியும். இது நவீன நெறிமுறை தத்துவத்தின் சூழ்நிலைச் சார்ந்த அணுகுமுறையுடன் நேரடியாக ஒத்துப்போகிறது. பல நூற்றாண்டுகளுக்கு முன்பே இத்தகைய நுட்பமான தத்துவச் சிந்தனை நம் கதைகளில் பதிவாகியிருப்பது குறிப்பிடத்தக்கது. இவ்வாறு

பல்வேறு அடுக்குகளில் ஆழ்ந்த மதிநுட்பத்தையும் அறிவுக்கூர்மையையும் வளர்க்கும் விதமாக அமைக்கப்பட்டுள்ளன இந்தக் கதைகள்.

வேதாளத்தின் தனித்தன்மையும் பன்முக சித்தரிப்பும்

இந்திய ஆன்மீக இலக்கியங்களில் வேதாளம் என்பது ஒரு தனித்துவமான இடத்தை வகிக்கிறது. மற்ற கலாச்சாரங்களில் பேய்களும் ஆவிகளும் வெறுமனே விரட்டியடிக்கப்பட வேண்டிய தீய சக்திகளாக மட்டுமே பார்க்கப்படுகின்றன. ஆனால் இந்திய பாரம்பரியத்தில், வேதாளம் என்பது எதிர்கொண்டு, உரையாடி, அதன் வழியாக ஞானம் பெற வேண்டிய ஒரு சக்தியாகச் சித்தரிக்கப்படுகிறது. குறிப்பாக கதாசரிதசாகரம் நூலில் உள்ள விக்ரமாதித்யன்-வேதாளம் கதைகளில், வேதாளம் ஒரு தீய சக்தியாக மட்டுமல்லாமல், ஒரு ஞான ஆசிரியராகவும் சித்தரிக்கப்படுகிறது. அதன் நோக்கம் அழிப்பது மட்டுமல்ல; மாறாக கடினமான புதிர்களின் வழியாக தர்மத்தையும் ஞானத்தையும் போதிப்பதாகும்.

வேதாளங்கள் என்பவை இறந்தவர்களின் உடல்களில் புகுந்து அவற்றை இயக்கும் சக்தி கொண்ட ஆவிகள் என பொதுவாக விளக்கப்படுகின்றன. இவை அதர்வண வேதம், சிவ புராணம், கருட புராணம், வாயு புராணம், பாகவத புராணம் உள்ளிட்ட பல்வேறு ஆன்மீக நூல்களில் குறிப்பிடப்பட்டுள்ளன. ஆனால் வேடிக்கையான விஷயம் என்னவென்றால், ஒவ்வொரு நூலும் வேதாளத்தை வெவ்வேறு கோணங்களில் சித்தரிக்கிறது. ஒரே சக்தி, பல்வேறு நோக்கங்கள், பல்வேறு பார்வைகள் - இதுவே இந்திய ஆன்மீக சிந்தனையின் நுட்பம்.

உலகெங்கும் வேதாளத்தின் இணை உருவங்கள்

வேதாளம் என்பது இந்திய மரபில் மரணத்தையும், புதிரையும், தலைகீழ் சிந்தனையையும் இணைக்கும் ஆவி. ஆனால் இந்த வேதாள உருவம் போன்ற சக்திகள் உலகின் பல புராணங்களிலும் தோன்றியுள்ளன. ஒரே மனித மனம் - வேறு வேறு கலாச்சாரங்களில் - ஒத்த உருவங்களில் வெளிப்பட்டது என்பதே அதிசயமாகும்.

ஐரோப்பியக் கதைகளில் இரத்தத்தைப் பருகும் வாம்பயர்கள், இரவின் இருளில் மட்டுமே வலிமை பெறுவார்கள். அவர்கள் கல்லறைகளிலும் பிணங்களின் அருகிலும் வாழ்பவர்கள். இது வேதாளத்தின் மயான வாசம் என்ற தன்மையுடன் நேரடியாக இணைகிறது. வாம்பயர் போலவே வேதாளமும் இரவின் ஆவியாகவும், பிணத்தின் உடலைப் பயன்படுத்தி மனிதர்களை அச்சுறுத்தும் வல்லமை கொண்டதாகவும் இருக்கிறது.

கிரேக்க புராணத்தில் ஸ்பின்க்ஸ் ஒரு அற்புத மிருகம். அது புதிர் கேள்வி கேட்கும்; தவறான பதில் சொன்னால் மனிதரை அழித்துவிடும். இது நேரடியாகவே விக்ரமாதித்தன்-வேதாளக் கதைகளின் ஒப்புமையாகும். கேள்வி, தர்மசங்கடம், தவறான பதில், பின்னர் அழிவு - இரண்டு கதைகளிலும் இந்த வரிசை ஒரே மாதிரியாகவே உள்ளது. இரண்டிலும் மனிதனை அறிவாலும் தைரியத்தாலும் சோதிக்கின்றனர்.

நார்ஸ் மரபில் லோகி என்ற தந்திரக் கடவுள் எப்போதும் பிறரைச் சிக்க வைப்பான். உண்மையைப் பொய்யாக்கி, தர்மத்தை தலைகீழாக்குவான். இது வேதாளத்தின் குதர்க்க வல்லமைக்கு நேரடி ஒப்புமையாகும். லோகி போலவே

வேதாளமும் சிக்கல்களை உருவாக்கி பிறரைத் திசைதிருப்பும் சக்தியாக இருக்கிறது.

அமெரிக்க பழங்குடி கதைகளில் கயோட்டி எனும் விலங்கு-ஆவி எப்போதும் தந்திரம் செய்வான். ஒருபுறம் மனிதரைத் துன்புறுத்துவான், மறுபுறம் அறிவு கற்றுத்தருவான். இதேபோல் வேதாளமும் மனிதனைத் தவறவிடாமல் சோதிக்கிறது, ஆனால் சோதனை முடிந்த பிறகு மனிதன் அறிவோடு முன்னேறுகிறான். கிறிஸ்தவ வரலாற்றில் "டெமானிக் பொசஷன்" எனும் கருத்து உண்டு. ஒருவரின் உடலைப் பேய் பிடித்து, அவன் வாயில் வேறு குரல் பேசும். இது பிணத்தின் வாயில் பேசும் வேதாளம் என்ற சித்திரத்துடன் அச்சுறுத்தும் அளவுக்கு ஒத்துப்போகிறது.

இந்த உலகளாவிய ஒப்புமைகள் காட்டுவது என்னவென்றால், வேதாளம் என்பது இந்திய கலாச்சாரத்தின் தனிப்பட்ட கற்பனை அல்ல. உலகின் பல பகுதிகளில் மனித மனம் ஒரேபோல சிந்தித்தது. இரவில் அச்சமளிக்கும் ஆவி, கேள்வி கேட்டு குழப்பும் சோதகர், உடலை ஆட்கொண்டு பேசும் நிழல், தலைகீழ் தர்க்கம் செய்யும் தந்திரவாதி - இந்த உருவங்கள் எல்லா கலாச்சாரங்களிலும் ஏதோ ஒரு வடிவத்தில் தோன்றியுள்ளன.

1.12 பகுத்தறிவாளர்களின் பார்வையில் பேய்கள்

இன்றைய விஞ்ஞான யுகத்தில், பேய்கள் பற்றிய பாரம்பரிய நம்பிக்கைகளை நோக்கும்போது பகுத்தறிவாளர்கள் தெளிவான நிலைப்பாட்டை எடுக்கிறார்கள். அவர்களின் வாதம் இரண்டு அடிப்படைகளில் நிற்கிறது - முதலாவது, பேய்

என்ற கருத்தே மனிதனின் அச்சத்தாலும் அறியாமையாலும் உருவான மூடநம்பிக்கை, அறிவியல் பூர்வமாக நிரூபிக்க முடியாதது மற்றும் ஆதாரமற்றது. இரண்டாவது, பேய்கள் என்று நம்பப்பட்டவை தவறாகப் புரிந்துகொள்ளப்பட்ட மனநோய்கள் மற்றும் உடலியல் நிகழ்வுகள். இவர்கள் ஒவ்வொரு நம்பிக்கைக்கும் அறிவியல், மருத்துவம், மனவியல், இயற்பியல் ரீதியான விளக்கங்களை முன்வைக்கிறார்கள்.

இயற்பியல் சாத்தியமின்மை

ஒரு உயிரினம் மனிதரைத் தாக்குவதற்கு உடல், எடை, விசை, வெப்பம் போன்ற இயற்பியல் குணங்கள் அவசியம் தேவை. ஆனால் பேய் எனப்படுபவருக்கு இவற்றில் எதுவும் இருப்பதாகக் காணப்படவில்லை - எந்த வெப்பச் சுவடும் இல்லை, நிழல் அடையாளமும் இல்லை, மின்காந்தச் சுவடுமில்லை. மரணத்திற்குப் பிறகு மனித உடலில் உள்ள எல்லா மின் செயற்பாடுகளும் சில நிமிடங்களில் முற்றிலும் நின்றுவிடுகின்றன. எனவே "பேய் தாக்கியது" என்று சொல்லப்படும் அனுபவங்கள் உண்மையில் தூக்க முடக்கம், பயம் காரணமான திடீர் தசை நடுக்கம், அல்லது பீதித் தாக்கம் போன்ற உடலியல் நிகழ்வுகள் மட்டுமே. "தீய சக்தி" என்று பெயர் சூட்டப்பட்டது மனிதன் உணரும் பயத்திற்கே, யதார்த்தமான உயிரினத்திற்கல்ல.

பேய்கள் இரவில் மட்டும் தோன்றும், இருட்டில்தான் செயல்படும் என்ற நம்பிக்கைக்கும் எளிய விளக்கம் உள்ளது. இருட்டில் மனிதனின் கண்கள் சரியாகப் புரிந்துகொள்ளாத நிழல்களை, மூளை தன்னிச்சையாக "உயிருள்ள உருவம்" என்று கற்பனை செய்கிறது. வெளிச்சம் இருக்கும் பகலில் இவ்வகை காட்சிகள் ஒருபோதும் தோன்றுவதில்லை. எந்த

உயிரும் உண்மையில் இருந்தால் அது இரவு, பகல் என்று வேறுபாடு காட்டாது. அதனால் இது இரவு-பயம் உருவாக்கும் மனதின் ஏமாற்று விளைவு மட்டுமே.

மனநோய்களும் மாயத்தோற்றங்களும்

பேய் பிடித்தல் போன்ற நிகழ்வுகளை, உளவியல் சார்ந்த மனநோய்களான ஸ்கிசோஃப்ரீனியா அல்லது மனச்சிதைவு நோய் மற்றும் பிற நரம்பியல், உளவியல் காரணங்களால் ஏற்படும் மாயத்தோற்றங்கள் எனப் பல அறிவியல் ஆய்வுகள் விளக்குகின்றன. பேய் பிடித்ததாகக் கூறப்படும் பல அறிகுறிகள் - மாயத்தோற்றங்கள், மருட்சி - ஸ்கிசோஃப்ரீனியாவின் அறிகுறிகளுடன் ஒத்துப்போகின்றன. இதில் நோயாளிகள் உண்மை நிலையை உணர முடியாமல், மாயக் காட்சிகளை உருவாக்கிக் கொள்வார்கள். மனநோய், நரம்பியல் கோளாறுகள் அல்லது உடலியல் பிரச்சனைகள் உள்ளவர்களுக்கு மாயத்தோற்றங்கள் ஏற்படுவது இயல்பு. பயம் அல்லது மன அழுத்தத்தின் போது மூளை சூழல் தகவல்களைத் தவறாகப் புரிந்துகொண்டு "பேய்" போன்ற உணர்வுகளை உருவாக்குகிறது.

பேய் உடலைக் கைப்பற்றி வேறு குரலில் பேசும் என்ற நம்பிக்கைக்கும் மருத்துவ விளக்கம் உள்ளது. இது மருத்துவ ரீதியில் பிரிவுநிலை அல்லது மன அழுத்த மாற்றம் எனப்படும். மன அழுத்தம் அல்லது அதிர்ச்சியில் சிலர் குரல், உடல் நடை, பழக்கங்களில் மாற்றம் கொண்டு பேசலாம். இது நரம்பியல் செயல்பாடு, வெளியிலிருந்து நுழையும் ஆவி இல்லை. பழங்காலத்தில் இந்த நோய்களைப் புரிந்துகொள்ள தகவல்கள் இல்லாததால் அவற்றை "பேய் பிடித்தல்" என்று பெயரிட்டனர்.

மனித குணங்களே பேய்க் குணங்கள்?

இதுவரை நாம் பார்த்த புராணக் கதைகளில் விவரிக்கப்பட்டுள்ள அசுரர்களின் குணங்கள் அல்லது பேய்களின் குணங்கள் யாவை? **ஆணவம், அதிகாரப் பசி, வெறுப்பு, பெண்ணாசை அல்லது காமம் சார்ந்த இச்சை, நம்பிக்கைத் துரோகம், பழிவாங்குதல், பயம், கொலை, தற்கொலை, பெருமை, உறவுகளுக்குள் பிரச்சனை அல்லது கருத்து வேறுபாடு, சோம்பேறித்தனம்** போன்றவை. இவை எல்லாம் சாதாரண மனிதனின் சராசரியான குணாதிசயங்கள் அல்லவா? இதை எவ்வாறு பேய் என்று எடுத்துக்கொள்ள முடியும்? இது கடைந்தெடுத்த முட்டாள்தனம் அல்லது மூடநம்பிக்கை என்றே பகுத்தறிவுவாதிகள் வாதிடுகிறார்கள்.

பழிவாங்க வரும் பேய்கள் என்ற நம்பிக்கையும் தர்க்க ரீதியாக மறுக்கப்படுகிறது. பழிவாங்குதல் என்பது மனித உணர்ச்சி. உணர்ச்சி உருவாக வேதியியல் செயற்பாடுகளும், மூளையின் லிம்பிக் பிரிவும் செயல்பட வேண்டும். மரணத்திற்குப் பிறகு இவையெல்லாம் நின்றுவிடும். கோபம், பழி போன்ற உணர்வுகளைத் தாங்கும் உடல் கூட இல்லை. இதனால் "பழிவாங்கும் பேய்" என்பது கதைப்போக்கு மட்டுமே - உண்மையில் மனதில் பதிந்த பய நினைவுகள்தான் இதுபோல் தோற்றமளிக்கின்றன.

உயிர்ச்சக்தி உறிஞ்சல் - கற்பனையா உண்மையா?

உயிர்ச்சக்தியை உறிஞ்சும் பேய்கள், மோகினி பிசாசு, இரத்தக் காட்டேரி போன்ற கருத்துக்களும் கடுமையான விமர்சனத்திற்கு உள்ளாகின்றன. "உயிர்சக்தி உறிஞ்சுதல்" எனப்படும் ஒன்று உயிரியல் ரீதியில் இல்லை என்பது இவர்களின் நிலைப்பாடு. மனிதர்களின் சோர்வு,

இரும்புச்சத்துக் குறைபாடு, தூக்கமின்மை, மன அழுத்தம் போன்றவற்றிற்குப் போதிய அறிவியல் புரிதல் இல்லாத காலத்தில், இவை "ரத்தக் காட்டேரி ரத்தத்தை உறிஞ்சிவிட்டது" என்ற கதைகளின் வாயிலாக பய உருவாக்கமாக மாற்றப்பட்டன. இவை உண்மையான நிகழ்வுகள் அல்ல, மனித உடலின் இயல்பான குறைபாடுகளுக்கான கற்பனை விளக்கங்கள் மட்டுமே.

சூழலியல் விளக்கங்கள்

கல்லறை, காடு, காலி கட்டடங்கள் போன்ற இடங்களில் பேய்கள் அதிகம் வாழ்கின்றன என்ற நம்பிக்கையும் அறிவியல் பூர்வமாக மறுக்கப்படுகிறது. இத்தகைய இடங்கள் இயற்கையாகவே குறைந்த வெளிச்சம், காற்றழுத்த மாற்றங்கள், நிழல் நடனங்கள், ஒலி பிரதிபலிப்புகள் போன்றவை கொண்டவை. இவை மனதில் "யாரோ இருக்கிறார்கள்" என்ற உணர்வை ஏற்படுத்துகின்றன. அதனால் மக்கள் இவ்விடங்களுக்கு பயம் தரும் அர்த்தங்களைக் கொடுத்தனர். உண்மையில் அங்கு எந்த அசாதாரண சக்தியும் அறிவியல் ஆய்வுகளில் கண்டறியப்படவில்லை.

பேய் கதவைத் தட்டும், சத்தம் போடும், நடப்பது கேட்கும் என்ற நம்பிக்கைக்கும் எளிய இயற்பியல் விளக்கங்கள் உள்ளன. பழைய வீடுகளில் மரப்பலகைகள் வெப்பத்தால் விரிவடைந்து ஒலிப்பது, காற்றடிப்பதால் கதவுகள் தள்ளுவது, எலிகளின் அசைவுகள், இலைகளின் சத்தம், அல்லது காற்றின் அதிர்வெண் காரணமாக ஏற்படும் குறைந்த அதிர்வெண் ஒலிகள் - இவற்றை மனிதன் "யாரோ தட்டுகிறார்கள்" என்று தவறாகப் புரிந்துகொள்கிறான். பேய் உடலைத் தள்ளிவிடும், இழுத்துவிடும், ஆட்டிவிடும் என்ற

உணர்வுகள் உண்மையில் திடீர் தசை நடுக்கம், தூக்கம் உடைவதில் ஏற்படும் அதிர்வு, அல்லது பீதி காரணமாக உருவாகும் தசைச் சுழற்சி. இவையெல்லாம் உடலின் உள்ளார்ந்த எதிர்வினைகள் - வெளியிலிருந்து ஒரு சக்தி தள்ளியது என்று எண்ணுவது மூளையின் தவறான விளக்கம்.

இறந்தவர்கள் திரும்புவதில்லை

இறந்தவர்களின் ஆவிகள் திரும்பிப் பேயாக வரும் என்ற கருத்தும் கடுமையாக எதிர்க்கப்படுகிறது. மனிதன் இறந்தவுடன் நினைவு, குணம், எண்ணம், உணர்வு - இவையெல்லாவற்றையும் உருவாக்கும் மூளைச் செயல்பாடு முற்றிலும் நிற்றுவிடுகிறது. நினைவின்றி "நான் யார்?" என்று உணரும் உணர்வு கூட இல்லாமல் போகிறது. இறந்தவர்களைப் பார்த்தது, பேசினார்கள் என்கிற அனுபவங்கள் துயர நினைவுத் தோற்றங்களோ, திடீர் நினைவு மறுபதிப்போ, அல்லது தூக்கத்தில் தோன்றும் பிம்பங்களோ மட்டுமே. இது மனநலம் சார்ந்த செயல்பாடு, உண்மையில் ஆவி திரும்பிவருவது அல்ல.

பேய் குழந்தைகளைப் பார்க்கும், தாய்மார்களைத் தாக்கும் என்ற நம்பிக்கைக்கும் மருத்துவ விளக்கம் உள்ளது. புதிய தாய்மார்களுக்குத் தூக்கமின்மை, மன அழுத்தம், பிரசவத்திற்குப் பிறகு ஏற்படும் மனநிலை மாற்றங்கள் காரணமாக நிழல்களையோ ஒலிகளையோ தவறாகப் புரிந்துகொள்ளலாம். குழந்தைகள் திடீர் சத்தம், குளிர் அல்லது சூடு காரணமாக அழுவார்கள். இதை "பேய்" என்று இணைப்பது கலாச்சாரப் பயம் மட்டுமே.

இன்றைய பகுத்தறிவாளர்களின் பார்வையில், பேய்கள் என்பது வெளிப்புற உயிரினங்கள் அல்ல, மாறாக மனித மனதின் பயம், தவறான புரிதல், உடலியல் நிகழ்வுகள், சூழலியல் காரணங்கள் ஆகியவற்றின் கலவையே. இந்தப் பார்வை முழுமையாக உண்மையா என்பது வேறு கேள்வி - ஆனால் இது இன்றைய நவீன சமூகத்தின் மேலோங்கிய பார்வையாக உள்ளது என்பதை மறுக்க இயலாது.

1.13 முதல் அத்தியாயம் முடிவுரை

சிலர் கடவுள் இருப்பதை நம்புகிறார்களோ இல்லையோ பேய் இருப்பதை நம்புகிறார்கள். அபயம் தரும் கடவுளை விட பயம் தரும் பேய் மீதான ஈர்ப்பு இவர்களுக்கு அதிகம். அதனாலேயே அன்பைவிட பயம் சக்திவாய்ந்த ஆயுதமாக பலர் அதை அதிகம் பிரயோகிக்கின்றனர். ஒருவரிடம் தான் பெற்ற உதவிக்கான நன்றியை மனிதன் மறக்கும் அளவிற்கு, பிறரிடம் தான் பட்ட வலி அல்லது வேதனை கலந்த பயத்தை எளிதில் மறப்பதில்லை. மனிதனின் பயம் தான் பேய் ஆதிக்கம் செய்யக் காரணமாய் இருக்கிறது.

ஆனால் நம்மைச் சுற்றி நடக்கும் பல நிகழ்வுகளும், நமக்கு ஏற்படும் சொந்த அனுபவங்களும் நமக்கு இந்தச் சந்தேகத்தை எப்போதும் ஏற்படுத்திக் கொண்டு இருக்கின்றன. பேய் இருக்கிறதா இல்லையா என்பது பல காலம் மனிதர்களிடையே நிலவி வரும் சந்தேகம்.

பேய்களை நம்புபவர்கள், அமானுஷ்ய ஆராய்ச்சியாளர்கள், நாட்டுப்புற மரபுகள் ஆகியவை பேய்கள் இருப்பதற்கான

அறிகுறிகளாகவும், அவற்றின் இயல்புகளாகவும், பேய் பிடித்தலின் அறிகுறிகளாகவும் கூறுபவை:

- சலங்கை ஒலி கேட்கும் , மல்லிகைப்பூவின் மணம் அல்லது நறுமணம் திடீரென வீசும்.
- நாய்கள் விசித்திரமாகக் குரைக்கும்; பூனைகள் வானத்தை அசையாமல் பார்த்துக் கொண்டிருக்கும்.
- காதுகளுக்கு அருகே யாராவது தொடர்ந்து முணுமுணுப்பது, யாரோ ஒருவர் அதிகாரமாகக் கட்டளையிடுவது அல்லது தொடர்ந்து பேசுவது போன்ற குரல்கள் கேட்கும்.
- யாரோ தொடர்ந்து பார்த்துக் கொண்டே இருப்பது போன்ற உணர்வு, அல்லது வேறு யாரோ ஒருவர் அருகில் இருப்பது போல் உணர்தல்.
- வீட்டில் வைத்த பொருட்கள் திடீரென மறந்துவிடும் அல்லது, வேறு இடத்தில் காணப்படும்.
- வெளிர் நிறப் புகைகள், பனிமூட்டங்கள், ஒளிக்கீற்றுகள், அமானுஷ்யக் கோடுகள், கரு நிழல்கள்.
- பேய்கள் உறங்குவதில்லை; தங்கள் சாவுக்கான நீதி கிடைக்கும் வரை அலைந்தபடியே பழிவாங்கக் காத்திருக்கும்
- பேய்களால் சும்மா இருக்க முடியாது; எப்போதும் தங்கள் மேல் கவனம் இருக்க வேண்டும் என்பதற்காக மற்றவர்களைத் தொந்தரவு செய்துகொண்டே இருக்கும்
- பேய்களுக்கு நேரம் காலம் தெரியாது என்றாலும், நள்ளிரவு நேரங்களில் பகலை விட கூடுதலாக அலையும்.

- பேய்களுக்கு வாசனை மோப்பசக்தி அதிகம்; சில வாசனைகளை நுகர்ந்தால் அங்கே தன்னை இருக்க வைக்க முயற்சிக்கும்.
- அமைதியான இடம், நிசப்தமான நேரங்களில் திடீரென சத்தத்தை உண்டாக்கித் திகிலூட்டுவது பேய்களுக்குப் பிடித்த விஷயம்.
- எலக்ட்ரானிக்ஸ் பொருட்களின் வேகத்தையும், அதன் இயக்கத்தையும் தனது கட்டுப்பாட்டில் கொண்டுவரும் சக்தி உண்டு.
- கூட்டத்தில் பேய்கள் தன்னை வெளிப்படுத்த பெரும்பாலும் விரும்புவதில்லை; ஆனால் அதில் ஒரு சில ஆட்களைத் தேர்ந்தெடுத்து அவர்களிடம் மட்டுமே முகத்தைக் காட்டும்.
- பேய்களின் தோற்றம் பயங்கரமானதாக இருக்கும், ஆனால் உருவத்தை நினைத்த நேரத்தில் மாற்றிக் கொள்ளும் வல்லமை உண்டு.
- சில பெண் பேய்கள் தங்களின் அழகைக் காட்டி ஆண்களை மயக்கும் (மோகினி பிசாசு); அவர்களைப் பிடித்த பின் தன் கொடூர முகத்தை அவர்களிடம் காட்டும்.
- சில ஆவிகள் உடலில் சோர்வு மற்றும் பாதிப்பை ஏற்படுத்தும்; கொஞ்சம் கொஞ்சமாக உடல்நலத்தில் பாதிப்பை ஏற்படுத்தும்.
- பீடிக்கப்பட்டவர்களின் ஆற்றல்களைத் தொடர்ந்து உறிஞ்சி அவர்களை எப்போதும் சோர்வாக உணரவைக்கும்.
- பேய்களுக்கு நிறை அதிகம் என்பதால் நிறைய சக்தி தேவை; பீடிக்கப்பட்டவர்கள் அதிகமாகச் சாப்பிடுவார்கள், ஆனால் நாளடைவில் மெலிந்து போவார்கள்.

- பேய்கள் குழந்தைகள், பெண்கள், ஆண்கள் உடலுக்குள் நுழைய முடியும்.

ஆவிகள் எங்கு வாழ்கின்றன?

மனிதன் இறந்த பின் அவன் பாவ புண்ணியக் கணக்கின்படி சொர்க்கலோகம், நரகலோகம் போவது போல, இடையில் சிக்கியவர்கள் ஆவிகளின் லோகம் போகின்றனர் என்ற நம்பிக்கைகளும் உண்டு. இந்த லோகங்கள் எங்கோ வானத்தில் ஆகாயத்தில் உள்ளதாகவும் நம்பப்படுகிறது. எனில் ஆவிகளின் லோகத்தில் உள்ள பேய்கள் எப்படி பூலோகம் வரும்? இந்த ஆவிகள் எங்கிருக்கும், எப்படி ஒரு இடத்தில் இருந்து மற்றோர் இடத்திற்கு அல்லது உலகத்திற்குச் செல்லும்? கடவுள் தூணிலும் இருப்பார், துரும்பிலும் இருப்பார் என்று கூறுவார்கள், அதுபோலத்தான் பேயும் எல்லா இடத்திலும் இருக்கின்றது என்று கூற முடியுமா? கடவுள் உள்ள இடத்தில் பேய்கள் இருக்க முடியாதல்லவா? கடவுள் இல்லாத இடமே இல்லை எனில், எப்படி பேய்களால் கடவுளிடம் இருக்க முடிகின்றது? இது போன்ற சிக்கலான கேள்விகள் எழும்.

பயத்தின் வேர்கள்

இந்தப் பேய் பற்றிய பயம் எப்படி நமக்குள் வந்திருக்கும்? இதற்கெல்லாம் காரணம், நாம் வளரும் முறைதான். சின்ன வயதில் வாய்வழிப் பேய் கதைகளைக் கேட்டு பேய் பற்றிய பயம் நம்மை ஆட்கொண்டுவிட்டது. பேய் பற்றிய திகில் நம்முள் ஏற்படுத்தும் அட்ரினலின் ரசாயன ஈர்ப்பு (திரில் மற்றும் மிகைப்படுத்தப்பட்ட கதைச் சுவாரஸ்யம்), பேய்

பற்றிய கருத்துக்கள் தலைமுறை தலைமுறையாக நம் மனதில் பதியக் காரணமாக இருந்திருக்க வேண்டும்.

காலப்போக்கில் சுவாரஸ்யத்திற்காக மிகைப்படுத்தப்பட்ட பல கதைகள் சேர்ந்துள்ளன. இடைச்செருகல்களாகவும், திரைப்படங்களின் வாயிலாகவும் தவறான புரிதல்கள் ஏற்படுத்தப்பட்டுள்ளன என்பதை நம்மால் மறுக்க இயலாது. இது ஒரு புறம் இருக்க, பேய் பிடித்ததாகக் கூறப்பட்ட பல நிகழ்வுகளை நவீன அறிவியல் மனநோய் என்று ஏற்றுக்கொண்டுள்ளது. அதாவது, அன்றைய காலகட்டத்தில் பேய் பிடித்தல் அல்லது தீய ஆவிகளின் செயல் என்று அழைக்கப்பட்ட பல விஷயங்களை இன்று நாம் புதிய பெயரில் மனநோய் என்று அழைக்கின்றோம். எனவே அவற்றை முற்றிலும் உண்மைக்கு புறம்பானது என்று மறுப்பதற்கில்லை.

தீய சக்திகளைப் பற்றிய நம் அறிவானது பல ஆயிரம் ஆண்டுகளுக்கு முன்பு இருந்து பல்வேறு காலகட்டங்களில், பல்வேறு சமய கலாச்சாரங்கள் மற்றும் நாட்டுப்புறக் கதைகளிலிருந்து பெறப்பட்ட அறிவாகும். நாம் ஏற்கனவே கண்ட குட்டிக் கதையில் "முனிவர் யாகத்தில் பூனையின் பங்கை" நினைவுபடுத்த வேண்டியது இங்கே அவசியம்.

“எப்பொருள் யார்யார்வாய்க் கேட்பினும் அப்பொருள்
மெய்ப்பொருள் காண்ப தறிவு.”

எனவே, காலப்போக்கில் சேர்ந்துள்ள நம்பத்தகாத விஷயங்களைக் களைந்துவிட்டு, இந்த நெடுங்கால அறிவை நவீன அறிவியல் கண்டுபிடிப்புகளோடு ஒப்பிட்டுப் பார்த்து அலசி ஆராய்வது மிகவும் அவசியம். இனி வரும்

அத்தியாயங்களில், பழைய நம்பிக்கைகளில் விவரிக்கப்பட்டுள்ள தீய சக்திகளின் விவரங்களை நவீன அறிவியல் கண்டுபிடிப்புகளுடன் ஒப்பிட்டுப் பார்ப்போம்.

அத்தியாயம் 2: மூடநம்பிக்கையா மெய்ஞானமா?

இடைக்கால காலத்தில், பேய் பிடிப்பு என்பது சமூகத்தில் ஒழுங்கற்ற நடத்தைக்கான முதன்மை விளக்கமாக இருந்தது. யாரேனும் அசாதாரணமாக நடந்து கொண்டால், முதலில் கூறப்படும் காரணம் பேய் பிடித்திருக்கிறது என்பதே. பேய்விரட்டு என்பது பேய் பிடித்தவர்களுக்கு பொதுவாக பயன்படுத்தப்பட்ட சிகிச்சை முறையாகும். ஆச்சரியமான விஷயம் என்னவென்றால், இது மன அழுத்தத்தால் அவதிப்பட்ட மக்களின் துன்பத்தில் உண்மையிலேயே சில நிவாரணத்தை ஏற்படுத்தியதாகத் தெரிகிறது.

ஆனால் நவீன காலத்தில் நிலைமை மாறியது. மனிதர்கள் பேய் பிடிக்கப்பட்டதாக நம்பும் நம்பிக்கை உலகம் முழுவதும் மிகவும் பொதுவானதாக இருந்தாலும், இது இப்போது பல்வேறு துறைகளில் விரிவான ஆராய்ச்சிக்கு உட்பட்டுள்ளது. உளவியல், மருத்துவம், மானுடவியல், நரம்பியல் - பல துறைகளிலும் பேய் பிடிப்பு என்று சொல்லப்படும் நிகழ்வுகள் ஆய்வு செய்யப்படுகின்றன.

2.1 நவீன மனநல மருத்துவத்தின் கண்டுபிடிப்புகள்

கடந்த சில தசாப்தங்களில் மனநல மருத்துவத்தின் முன்னேற்றம் வியப்பூட்டும் உண்மைகளை வெளிச்சத்திற்குக்

கொண்டுவந்துள்ளது. நம் முன்னோர்கள் "பேய் பிடிப்பு" என்று அழைத்ததையும், நவீன மருத்துவம் "மனநலக் கோளாறு" என்று விளக்குவதையும் பார்க்கும்போது, இது ஒரு நேரடி மோதல் அல்ல என்பது புரிகிறது — இது ஒரே உண்மையை வெவ்வேறு காலகட்டங்களில் வெவ்வேறு மொழிகளில் விளக்கிய இரு முயற்சிகள். பழைய பெயர்கள் மாறியுள்ளன; "பேய்" என்று சொல்லப்பட்டது இன்று "மூளை இரசாயனச் சீர்கேடு", "நரம்பியல் பிரச்சினை", "மனஅழுத்தக் கோளாறு" என்று பெயர் மாற்றம் பெற்றுள்ளது.

இது ஒரு பரிணாம வளர்ச்சி — உணர்ச்சிகளையும் நடத்தைகளையும் விளக்க கலாச்சாரம் தன்னுடைய மொழியில் முயன்றது, அதே உணர்ச்சிகளுக்கு மரபணு, இரசாயனம், நரம்பியல் அடிப்படையிலான விளக்கங்களை நவீன மருத்துவம் வழங்கியுள்ளது. ஆனால் இதனால் முன்னோர்களின் அறிவின் மதிப்பு குறைந்துவிடவில்லை. அவர்கள் வெளிப்புற சக்திகள் என்ற சொற்களைப் பயன்படுத்தினாலும், அறிகுறிகளை அடையாளம் காணவும் வகைப்படுத்தவும் அவர்களுக்குத் தெளிவான திறன் இருந்தது. "பேய் பிடித்தவனின் குரல் மாறும்", "அவன் தன் உயிரைப் பொருட்படுத்தமாட்டான்", "அவன் சுயபுத்தியை இழப்பான்" போன்ற விளக்கங்கள் இன்று மருத்துவ ரீதியாக ஆழமான பொருள் பெறுகின்றன.

அதே நேரத்தில், நவீன மருத்துவமும் இன்னும் முழுமை அடையவில்லை என்பதையும் நாம் ஒப்புக்கொள்ள வேண்டும். பல மனநலக் கோளாறுகளுக்கு நிரந்தரச் சிகிச்சை அல்லது தீர்வு இல்லை; நீண்டகால மருந்துகள் அல்லது வாழ்க்கைமுறை மாற்றங்களே தற்போதைய வழிமுறைகளாக உள்ளன. இந்தியா, இலங்கை, நைஜீரியா, பிலிப்பைன்ஸ்

போன்ற நாடுகளில் மனநல மருத்துவமும் பாரம்பரிய தெய்வ வழிபாட்டு முறைகளும் இணைந்த "dual-care model" முயற்சிகள் மேற்கொள்ளப்பட்டுள்ளன. உலக சுகாதார நிறுவனத்தின் 2017 அறிக்கை குறிப்பிடுவது முக்கியமானது: "ஆவி பிடித்தல்" எனக் கூறப்படும் அனுபவங்கள் ஆப்ரிக்கா மற்றும் ஆசியா போன்ற பகுதிகளில் பெரும்பாலும் மனஅழுத்தம் அல்லது மன உளைச்சல் சார்ந்த கோளாறுகளுடன் நெருங்கிய தொடர்புடையவை என்று ஆய்வுகள் தெரிவிக்கின்றன.

இதற்கிடையில், பழைய மரபுகளின் மதிப்பும் புரிந்துகொள்ளப்படுகிறது. தினசரி வழிபாடு, தியானம், நன்றியுணர்வு, ஒழுக்கம், நேர்மறை எண்ணங்கள் போன்ற மனஅழுத்தக் குறைப்பு வழக்கங்கள் பல நரம்பியல் மற்றும் மனநல பிரச்சினைகளைத் தடுக்க உதவும் என்பதை இன்றைய நரம்பியல் ஆய்வுகள் அறிவியல் பூர்வமாக உறுதிப்படுத்துகின்றன. வேறுவிதமாகச் சொன்னால், நம் முன்னோர்கள் வலியுறுத்திய "தூய்மை, நன்றி, ஒழுக்கம்" என்ற வாழ்வியல் சுழற்சியே இன்றைய மனநலத்தின் அடித்தளமாக விளங்குகிறது.

ஆனால் இங்கு மிக முக்கியமான கேள்வி எழுகிறது. இவை உண்மையில் மனநல கோளாறுகள் என்று மட்டும் உறுதியாக சொல்ல முடியுமா? பல கலாச்சாரங்கள் மற்றும் காலங்களிலிருந்து வரும் தீய ஆவிகளுக்கான ஆதாரங்கள் மிகுந்துள்ளன. மனநல வல்லுநர்கள் தங்கள் பொருள்முதல்வாத அனுமானத்தை கேள்விக்குள்ளாக்க வேண்டும் என்று சில ஆராய்ச்சியாளர்கள் வலியுறுத்துகின்றனர். மனநோய் முற்றிலும் அசாதாரண மூளையின் விஷயம் மட்டுமே என்ற கருத்தை மறுபரிசீலனை

செய்ய வேண்டும். பேய் பிடிப்பு இலக்கியத்தை கவனமாக, முன்முடிவில்லாமல் ஆராய வேண்டும் என்று அவர்கள் கூறுகின்றனர்.

2.2 இக்னாஸ் செம்மல்வைஸ் - ஒரு வரலாற்று பயணம்

மனிதனிடம் பயம் என்பது பொதுவானது என்றாலும் அதில் ஒரு முக்கிய இடத்தை பிடிப்பது மரணபயம். கடுந்துயரத்தை கொடுக்கவல்லது மரணபயம். அதிலும் பத்து மாதம் கருப்பையில் குழந்தையை சுமந்து பிரசவித்த சில தினங்களிலேயே மரணம் என்னும் செய்தி கொடுக்கும் வலியும் வேதனையையும் கொடுமையானது, அந்த வலியை நம்மால் எளிதில் உணர முடியாது. எண்ணற்ற தாய்மார்கள் மற்றும் புதிதாகப் பிறந்த குழந்தைகளின் வேதனையான மரணங்களைத் தவிர்த்து, ஏராளமான உயிர்களைக் காப்பாற்றிய ஒரு மனிதனின் உண்மைக் கதை இது.

“பசும் தங்கம் புது வெள்ளி...
மாணிக்கம் மணிவைரம்...
அவை யாவும் ஒரு தாய்க்கு ஈடாகுமா...”

சுமார் 175 ஆண்டுகளுக்கு முன்பு, வியன்னாவில் இரண்டு மகப்பேறு மருத்துவமனைகள் இருந்தன, அதில் முதல் மருத்துவமனையில் பேய் (தீயசக்தி அல்லது கெட்ட ஆவி) இருப்பதாகவும் அது புதிதாக குழந்தைகளை பிரசவித்த தாய்மார்களை பிடித்து துன்புறுத்திக் கொல்வதகவும் செய்தி பரவியிருந்தது. இதனால் பிரசவத்திற்கு வரும் பெண்கள் மரணபயத்தில் இரண்டாவது மருத்துவமனையில் அனுமதிக்கப்பட வேண்டும் என்று முழங்காலிட்டு பிச்சை

எடுக்கும் அளவு கெஞ்சியுள்ளனர். மேலும் முதல் மருத்துவமனையில் அனுமதிக்கப்படுவதைத் தவிர்க்க, மருத்துவமனைக்குச் செல்லும் வழியில் பெண்கள் வேண்டுமென்றே தெருக்களிலும் பிரசவிக்கத் தொடங்கியிருந்தனர்.

மேலோட்டமாக நவீன காலத்திய பார்வையுடன் இந்த செய்தியை பார்க்கும் பொழுது இது வெரும் புரளியோ அல்லது மக்களின் மூடநம்பிக்கை என்று தோன்றும். ஆனால் அந்த நிறைமாத கர்ப்பிணி பெண்களின் அச்சத்திற்கு வலுவான காரணம் இருந்தது. தீய சக்தி இருப்பதாக நம்பப்பட்ட முதல் மருத்துவமனையில் 1841 முதல் 1847 வரை சுமார் இருபதாயிரம் குழந்தைகள் பிறந்தன அதில் சுமார் இரண்டாயிரம் தாய்மார்கள் (பிரசவக் காய்ச்சலால்) மரணித்திருந்தனர். தீய சக்தி உள்ள முதல் மருத்துவமனையில் இறப்பு விகிதம் சராசரியாக 10% இருந்தது. ஆனால் இரண்டாவது மருத்துவமனையில் இது 4% க்கும் குறைவாகவே இருந்தது. மேலும் தெருவில் பிரசவிக்கும் பெண்களிடையே பிரசவக் காய்ச்சல் அரிதானதாக இருந்தது.

தீய சக்தி அல்லது கெட்ட ஆவிகாளால் இந்த துர்மரணங்கள் நிகழ்கின்றன என நம்ப மறுத்த ஓர் இளம் மருத்துவரும் விஞ்ஞானியுமான செம்மல்வைஸ் , முதல் மருத்துவமனையில் உள்ள பெண்கள் ஏன் பிரசவக் காய்ச்சலால் (puerperal fever / childbed fever) - அதிகம் இறக்கின்றனர் என்பதைக் கண்டுபிடிக்கும் ஆராய்ச்சியில் இறங்கினார். ஜூலை 1846ல் வியன்னாவின் முதல் மகப்பேறு மருத்துவமனையில் பேராசிரியர் ஜோஹன் க்ளீனுக்கு உதவியாளராக பணியில் சேர்ந்த செம்மல்வைஸ்,ஜெர்மன் வம்சாவளியைச் சேர்ந்தவர்.

முதற்கட்டமாக அவர் இறப்பு சம்பந்தமான அனைத்து தரவுகளையும் திரட்டி அவற்றை ஒப்பீடு செய்தார். இதில் மருத்துவர்கள் மற்றும் மருத்துவ மாணவர்கள் பணியாற்றும் வார்டுகளில் பெண்கள் இறப்பது, மருத்துவச்சிகள் பணியாற்றும் வார்டுகளில் உள்ள இறப்பை விட பலமடங்கு அதிகமாக இருப்பதைக் கண்டறிந்தார். தெருவில் பிரசவிக்கும் பெண்களிடையே பிரசவக் காய்ச்சல் அரிதக இருப்பதைக் கண்டு செம்மல்வைஸ் குழப்பமடைந்தார், மேலும் எது மருத்துவமனைக்கு வெளியே பிரசவிப்பவர்களை பாதுகாக்கிறது என்ற கேள்வியையும் எழுப்பியது. தரவுகளில் வேறுபாடுகளைத் தேடி மூழ்கியிருந்த அவரது முயற்சியில் எந்த முன்னேற்றமும் இன்றி விரக்தியடைந்திருந்தார். மார்ச் 1847 இல், பிரசவக் காய்ச்சல் தொற்றுகளால் ஏற்பட்ட கர்பிணிப் பெண்களின் இறப்புகளால் மிகவும் பாதிக்கப்பட்ட செம்மல்வீஸ், இடைவேளை தனது மனதைத் தெளிவாக்கும் என்று நம்பி பணிவிடுப்பு எடுத்துக்கொண்டு வெனிஸுக்குப் பயணம் செய்தார்.

செம்மல்வைஸ் மருத்துவமனைக்குத் திரும்பியபோது, அவரது நண்பரும் சக ஊழியர்களில் ஒருவருமான நோயியல் நிபுணர் ஜேக்கப் கோலெட்ச்காவின் மரணச்செய்தி காத்திருந்தது. அவரது நண்பரின் பிரேத பரிசோதனையில் அவர் பிரசவ காய்ச்சலால் இறக்கும் பெண்களைப் போன்ற ஒரு நோயினால் இருந்துள்ளார் என்பதை கண்டுணர்ந்தார். மேலும் அவர் நண்பர் கோலெட்ச்கா இறப்பதற்கு சில தினங்களுக்கு முன் குழந்தைப் பருவக் காய்ச்சலால் இறந்த ஒருவருக்கு பிரேத பரிசோதனை செய்யும் போது எதிர்பாராமல் விரலில் காயப்படுத்திக் கொண்டதையும் அறிந்துகொண்டார். ஒருவேளை சில பிணப் பொருட்கள்

காயத்திற்குள் நுழைந்து தொற்று மற்றும் மரணத்தை ஏற்படுத்தியிருக்கலாம் என்று செம்மல்வைஸுக்குத் தோன்றியது. நோயியல் நிபுணரின் மரணம் அவருக்கு ஒரு துப்பை அளித்ததாக செம்மல்வைஸ் கருதினார்.

மருத்துவர்களின் பிரிவுக்கும் மருத்துவச்சிகள் பிரிவுக்கும் உள்ள பெரிய வித்தியாசம் என்னவென்றால், மருத்துவர்கள் பிரேத பரிசோதனை செய்து கொண்டிருந்தனர், மருத்துவச்சிகள் அவ்வாறு செய்யவில்லை, என்று அவர் கண்டறிந்தார். 1847 ஆம் ஆண்டில் யாருக்கும் கிருமிகள் பற்றித் தெரியாததாலும், அறுவை சிகிச்சை சுகாதாரத்தின் அவசியத்தை யாரும் புரிந்து கொள்ளாததாலும் மருத்துவர்கள் கைகளைக் கழுவவில்லை. மருத்துவமாணவர்கள் உடற்கூறு ஆய்வுகளில் சடலங்களைத் தொட்ட பிறகு, கைகளை முறையாக சுத்தம் செய்யாமல் நேரடியாக கர்பிணிப் பெண்களைக் பரிசோதனை செய்துவந்தார்கள் என்பதைக் கண்டுபிடித்தார். சடல மாசுபாட்டிற்கும் பிரசவ காய்ச்சலுக்கும் இடையிலான தொடர்பை செம்மல்வீஸ் முன்மொழிந்தார். அவர் தனது 29ம் வயதில் இதை கண்டறிந்துள்ளார்.

மருத்துவ மாணவர்கள் தாங்கள் அறுத்தெடுக்கப்பட்ட சடலங்களிலிருந்து தங்கள் கைகளில் சிக்கிக் கொள்ளும் சடலத் துகள்கள், சிறிய சடலத் துண்டுகள் இருப்பதாக செம்மல்வைஸ் அறிவித்தார். மேலும் பிரசவத்தின் போது இந்தத் துகள்கள் பெண்களுக்குள் சென்று நோயை உருவாக்கிவிடும் என்றார். செம்மல்வீஸின் கருத்து சரியாக இருந்தால், அந்த சடலத் துகள்களை அகற்றுவது குழந்தைப் படுக்கைக் காய்ச்சலால் ஏற்படும் இறப்பு விகிதத்தைக் குறைக்க வேண்டும். எனவே மே 1847 முதல் வியன்னா

பொது மருத்துவமனையின் முதல் மகப்பேறியல் மருத்துவமனையில் குளோரினேட்டட் சுண்ணாம்பு கரைசல்களால் கை கழுவுவதை அவர் முன்மொழிந்தார். அவர் கண்டுபிடித்தது மிக எளிமையான ஒன்றாக இருந்தாலும், அதன் தாக்கம் மிகப்பெரியது.

(அக்காலத்தில் மருத்துவர்கள் பிரேத பரிசோதனை செய்து கைகளைக் கழுவாமலேயே பிரசவம் பார்த்துள்ளனர். செம்மல்வீஸுக்கு கிருமிகளைப் பற்றி எதுவும் தெரியாது. மருத்துவர்களின் கைகளில் எஞ்சியிருக்கும் சிறிய சடலத் துண்டுகளையும் அவை ஏற்படுத்தும் வாசனையையும் அகற்ற குளோரின் சிறந்த வழியாக இருக்கும் என்று அதைத் தேர்ந்தெடுத்தார். கவனிக்கவும் இந்த நிகழ்வு 1847 ல் நடந்தது , அதாவது சுமர் 178 வருடங்களுக்கும் முன்னர் நடந்த சம்பவம்.

செம்மல்வைஸ் கண்டுபிடித்த கை கழுவுதல் விதி என்பது பொது சுகாதாரத்தில் இன்றும் மிக முக்கியமான ஒன்றாக உள்ளது, மேலும் இன்றளவும் குளோரின் சிறந்த கிருமிநாசினியாக உபயோகத்தில் உள்ளது. கைகளைக் கழுவுவதன் முக்கியத்துவத்தை கோவிட் தொற்றுநோய் உலகம் முலுவதும் கற்றுக்கொடுத்தது. கோவிட் காலத்தில் மேற்கத்திய நாடுகள் கைகுலுக்குவதில் இருந்து வணக்கம் வைக்கும் முறைக்கு மாறியது.)

1847 ஏப்ரல் மாதத்தில் 18.3% ஆக இருந்த இறப்பு விகிதம், புதிய நடைமுறைகள் தொடங்கப்பட்டவுடன் ஜீன் மாததிலேயே 2.2% ஆனது . தொடர்ந்து குறைந்து கொண்டே வந்து அடுத்து வந்த ஆண்டில் இறப்பு விகிதம் பூஜ்ஜியமாக இருந்தது. பிரசவக் காய்ச்சலில் ஏற்பட்ட

குறைவுக்கு, அதே நேரத்தில் மருத்துவமனையில் சேர்க்கப்பட்ட காற்றோட்ட அமைப்புதான் காரணம் என்று க்ளீன் கூறினார்.

1841 முதல் 1847 வரை சுமார் இரண்டாயிரம் பேரை பலிகொண்ட பிரச்சினையை 10 மாத காலத்தில் செம்மல்வைஸ் தீர்த்துவிட்டார்! எல்லோரும் சந்தோஷப்படுவார்கள் என்று நீங்கள் நினைப்பீர்கள். ஆனால் அவர்கள் சந்தோஷப்படவில்லை.

செம்மல்வைஸின் கைகளைக் கழுவ வேண்டும் என்ற ஆலோசனையால் சில மருத்துவர்கள் கோபமடைந்திருந்தனர், அது அவர்களின் சமூக அந்தஸ்தை குறைத்து மதிப்பிடுவதாக கருதினர். தூய்மை மட்டுமே முக்கியம் என்ற செம்மல்வைஸின் கருத்து அந்த நேரத்தில் பெரும்பாலும் புறக்கணிக்கப்பட்டு கேலி செய்யப்பட்டது. கிருமிகளைப் பற்றிய அறிவு இல்லாததால் , கை கழுவுதல் அவசியம் என்று மருத்துவர்கள் நம்பவில்லை. அவரது கருத்துக்கள் மருத்துவ சமூகத்தால் நிராகரிக்கப்பட்டன. ஆனால் மருத்துவர்களின் அசுத்தமான கைகளினால்தான் பெண்களுக்குப் படுக்கைக் காய்ச்சல் பரவுகிறது என்ற செம்மல்வைஸின் புள்ளி விபர முடிவுகள் மருத்துவர்களுக்கு கடும் எரிச்சலைக் கொடுத்தது. வியன்னா பொது மருத்துவமனையில் தனது பணியைத் தொடர செம்மல்வைஸ் நீட்டிப்புக்கு விண்ணப்பித்தபோது, மருத்துவ பீடத்தின் பெரும்பகுதியின் தேர்வாக செம்மல்வைஸ் இருந்தபோதிலும், அரசியல் காரணங்களுக்காக பேராசிரியர் க்ளீன் அதை வழங்கவில்லை, அவர் மருத்துவமனையில் இருந்து நீக்கப்பட்டார். இறுதியில் தாங்க முடியாத விரக்தில் வியன்னாவை விட்டு வெளியேறி புடாபெஸ்டுக்கு சென்றார்

வியன்னாவில் இறப்பு விகிதத்தில் ஏற்பட்ட வியத்தகு குறைப்பு பற்றிய தகவல்கள் ஐரோப்பா முழுவதும் பரப்பப்பட்டு வந்த நிலையில், குளோரின் கழுவுதல் பரவலாக ஏற்றுக்கொள்ளப்படும் என்றும், பல்லாயிரக்கணக்கான உயிர்களைக் காப்பாற்றும் என்றும் செம்மல்வீஸ் எதிர்பார்த்திருந்தார். புள்ளி விபரங்கள் சாதகமாக இருந்த போதிலும், அந்த நேரத்தில் கை கழுவுவதால் இறப்பு குறைகிறது என்ற அவரது கண்டுபிடிப்புகளுக்கு அவரால் எந்த தத்துவார்த்த அறிவியல் விளக்கத்தையும் வழங்க முடியவில்லை. ஐரோப்பாவின் பிற பகுதிகளில் உள்ள மருத்துவர்களை குளோரின் கொண்டு கழுவச் சொல்லி செம்மல்வைஸ் தொடர்ந்து முயற்சித்தார், ஆனால் யாரும் அவரது பேச்சைக் கேட்கவில்லை. மருத்துவத் துறையின் அலட்சியத்தால் செம்மல்வீஸ் கோபமடைந்து, முக்கிய ஐரோப்பிய மகப்பேறு மருத்துவர்களுக்கு வெளிப்படையாகவும் கோபமாகவும் கடிதங்களை எழுதத் தொடங்கினார். சில சமயங்களில் அவர்களை பொறுப்பற்ற கொலைகாரர்கள் என்று கண்டித்தார்

பல வருடங்கள் கோபம், விரக்தி, வெருப்பு, மன இறுக்கம் என பல காரணங்களை கூறலாம், அவரது மனைவி உட்பட அவரது சமகாலத்தவர்கள் அவர் தனது மனதை இழந்து வருவதாக நம்பினர்.1865 ஆம் அவருக்கு 47 வயதாக இருந்தபோது, செம்மல்வைஸ் ஒரு மனநல மருத்துவமனையில் சேர்க்கப்பட்டார். கதையின் சோகமான முடிவு என்னவென்றால், மருத்துவமனையில் காவலர்களால் கடுமையாக தாக்கப்பட்டதில் 14 நாட்களுக்குப் பிறகு செம்மல்வைஸ் உயிரிழந்தார்.

தாமதமாகத்தான் அவரது கண்டுபிடிப்பு பரவலான வரவேற்பைப் பெற்றது. 1861 மற்றும் 1864 க்கு இடையில் லூயிஸ் பாஸ்டரின் நோய்க்கான கிருமி கோட்பாடு ஏற்றுக்கொள்ளப்பட்டபோதுதான், கை கழுவுதல் நோயை ஏற்படுத்தும் கிருமிகளை நீக்குகிறது என்பதை மருத்துவர்கள் உணர்ந்தனர்.

செம்மல்வைஸ் மரணத்திற்குப் பிறகு ஒரு ஹீரோவாகப் பாராட்டப்பட்டார். செம்மல்வைஸ் கை சுகாதாரத்தின் தந்தை என்று அழைக்கப்படுகிறார். மேலும் கிருமி நாசினிகள் நடைமுறைகளின் ஆரம்ப முன்னோடியாக இருந்தார். " Etiology, Concept and Prophylaxis of Childbed Fever" குழந்தைப் படுக்கைக் காய்ச்சலின் காரணவியல் கருத்து மற்றும் தடுப்பு என்ற தலைப்பில் 1861 இல் வெளியிட்ட புத்தகம் மருத்துவமனைகளில் சுகாதாரம் தேவையற்ற இறப்புகளை எவ்வாறு வெகுவாகக் குறைக்கும் என்பதை விளக்குகிறது. 1847 இல் வியன்னாவில் நடத்தப்பட்ட மருத்துவமனைகளில் நடத்தப்பட்ட ஆய்வுகளை உள்ளடக்கிய 524 பக்கங்கள் கொண்ட புத்தகம் இது. இதுவரை வெளியிடப்பட்ட மிகவும் விரிவான மருத்துவ ஆய்வுகளில் ஒன்றாக இது கூறப்படுகிறது.

அவரது அரும்பணியினை போற்றும் விதமாக, ஹங்கேரி நாடு நாணயத்திலும் தபால் தலையிலும் அவர் உருவத்தைப் பதித்து கௌரவித்தது. அவர் பெயரில் மருத்துவமனைகளும் அருங்காட்சியகங்களும் தொடங்கப்பட்டன. இன்றளவும் ஹங்கேரியில் சுகாதாரப் பராமரிப்பு சேவைகளை வழங்கும் மிகப்பெரிய பல்கலைக்கழகம் அவரது பெயரிலேயே இயங்கி வருகிறது. முக்கியமான பொதுச் சதுக்கங்களில் அவரது

உருவச்சிலைகள் நிறுவப்பட்டன. ஹங்கேரிய மருத்துவத்துறையின் உச்ச மதிப்புமிக்க விருதான 'இக்னாக் செம்மல்வைஸ் பரிசு' அவர் நினைவாக உருவாக்கப்பட்டது. திரைப்படங்கள், நாடகங்கள், புத்தகங்கள், நாவல்கள் என்று பல்வேறு கலை வடிவங்களில் அவரது வாழ்க்கையும் போராட்டமும் விவரிக்கப்பட்டன. இன்று அவர் 'தாய்மார்களின் மீட்பர்' (Saviour of Mothers) என்ற பெருமைமிக்க பட்டத்துடன் உலகம் முழுவதும் நினைவுகூரப்படுகிறார்.

செம்மல்வைஸ் பணியில் சேர்வதற்கு நான்கு வருடங்களுக்கும் மேலாக இந்த மரணங்கள் நிகழ்ந்து கொண்டிருந்தது. புதிதாக வேலையில் சேர்ந்திருந்தாலும் கர்பிணி பெண்களின் அச்சத்தையும் , அவர்களின் வலியினையும் வேதனைகளையும் நன்கு உண்ர்ந்திருந்தார். முதல் மருத்துவமனை வேண்டம் என்று கர்பிணிகள் மன்றாடி கெஞ்சியது அவரை ஆழ்ந்து சிந்திக்க வைத்துள்ளது.

பிரச்சனைக்கு தீர்வு கிடைக்காமலும் மார்ச் 1847 இல் அவர் கண்முன்னே ஏற்பட்ட கர்பிணிகளின் இறப்புகளால் விரக்தியில் விடுப்பில் செல்கிறார்.

தான் சார்ந்துள்ள மருத்துவ சமூகத்தின் கடுமையான எதிர்ப்பை அவர் ஏன் சம்பாதித்துக்கொள்கிறார்? ஏளனம் மற்றும் எதிர்ப்புகள் இருந்தபோதிலும் தன்னுடைய சுகாதார நெறிமுறைகளுக்கு உடன்படாத மருத்துவர்களை அவர் பகிரங்கமாகக் கடிந்து கொண்டதும், ஐரோப்பிய மகப்பேறு மருத்துவர்களுக்கு எழுதிய கோபமான கடிதங்களில் , அவர்களை பொறுப்பற்ற கொலைகாரர்கள் என்று சாடியதும்

எதனால்? தாய்மார்களின் வேதனையை துடைக்க வேண்டும் என்ற கருணையினால்.

மக்கள் தொண்டே மகேசன் தொண்டு!!

நிறைமாத கர்பிணி பெண்களின் கண்ணீருக்கும் பிராத்தனைக்குமான பலன் செம்மல்வைஸ் என்ற வடிவில் வந்தது. இன்று செம்மல்வைஸ் அவர்கள் அடைந்துள்ள புகழ் என்பது அவரது அர்ப்பணிப்பை நாம் பாராட்டும் செயல் அல்ல, மாறாக அவருக்கு நாம் காட்டும் நன்றியுணர்வை குறிக்கின்றது.

அறிவினான் ஆகுவ துண்டோ பிறிதின்நோய்
தந்நோய்போல் போற்றாக் கடை.

பிற உயிர்களுக்கு வரும் துன்பத்தைத் தம் துன்பம் போலக் கருதிக் காப்பாற்ற இயலவில்லை என்றால் அறிவினால் (அறிவியலினால்) ஆகும் பயன்தான் என்ன?

இக்னாஸ் செம்மல்வைஸ் வாழ்ந்த காலத்தில் கிருமிகள் பற்றிய எந்தவொரு புரிதலோ கோட்பாடோ இல்லை. ஆனால் அவற்றினால் ஏற்படும் பாதிப்பு கடுமையாக இருந்தது — பல உயிர்கள் இழக்கப்பட்டன. மக்கள் அதைத் "தீய சக்தி" என்று அழைத்தார்கள். வெறும் கை கழுவும் எளிய சடங்கின் மூலம் அவர் அந்தப் பாதிப்பை ஒழிக்க முயற்சி செய்தார். ஆனால் தங்களை அறிவாளிகளாகவும் பெரிய மருத்துவர்களாகவும் காட்டிக்கொண்டவர்கள் அவரை பிற்ப்போக்குவாதி என கடுமையாக எதிர்த்தார்கள். இந்த நம்பத்தகுந்த வரலாற்றுப் பதிவு, அக்கால மக்களின் "தீய சக்தி" பற்றிய நம்பிக்கைகளுக்கும் நவீன மருத்துவ

அறிவியலின் கண்டுபிடிப்பான கிருமிகளுக்கும் இடையே உள்ள தெளிவான தொடர்பை உறுதிப்படுத்துகிறது.

2.3 கிருமி கோட்பாடு - அறிவியல் புரட்சி

பதினேழாம் நூற்றாண்டு வரை, நோய்கள் என்பவை கடவுளின் தண்டனை, தீய ஆவிகள், அல்லது கிரகங்களின் தோஷம் என்று நம்பப்பட்டது. சிகிச்சைக்காக பிரார்த்தனை, பேய் ஓட்டுதல், விசித்திரமான சடங்குகள் செய்யப்பட்டன. கிரேக்க மருத்துவம் "மியாஸ்மா" (Miasma) - அழுகிய பொருட்களிலிருந்து வரும் "கெட்ட காற்று" - தான் நோயைப் பரப்புகிறது என்று கூறியது. இந்த நம்பிக்கை பத்தொன்பதாம் நூற்றாண்டு வரை மருத்துவ உலகில் ஆதிக்கம் செலுத்தியது.

மாற்றத்தின் விதைகள் : 1670-களில் ஆண்டனி வான் லீவன்ஹுக் (Anton van Leeuwenhoek) நுண்ணோக்கியைக் கண்டுபிடித்து, முதன்முதலாக கண்ணுக்குத் தெரியாத "சிறிய விலங்குகளை" (Microbes) பார்த்தார். ஆனால், இவைதான் நோயை உருவாக்கும் என்று அப்போது யாருக்கும் தெரியாது. 1835-ல், அகஸ்டினோ பாஸ்ஸி (Agostino Bassi) பட்டுப்புழுக்களுக்கு வரும் நோய் ஒரு வகை பூஞ்சையால் வருகிறது என்று நிரூபித்தார். இதுவே கிருமிகளால் நோய் வரும் என்பதற்கான முதல் நேரடி ஆதாரம்.

புரட்சி நாயகர்கள் - பாஸ்டரும் காச்சும்

கிருமி கோட்பாட்டை முழுமையாக நிறுவியவர்கள் லூயிஸ் பாஸ்டர் (Louis Pasteur) மற்றும் ராபர்ட் காச் (Robert Koch). 1860களில் பாஸ்டர் பால் கெட்டுப்போவது பாக்டீரியாவால் தான் என்பதை நிரூபித்தார் -

இதிலிருந்துதான் பாஸ்சுரைசேஷன் (Pasteurization) பிறந்தது. அதே பாக்டீரியாக்கள் மனித உடலுக்குள் சென்றால் நோயை உருவாக்கும் என்று அவர் வாதிட்டார். பட்டுப்புழு நோய் மற்றும் ஆந்த்ராக்ஸ் நோய்க்கான காரணத்தையும் அவர் கண்டுபிடித்தார்.

1876-ல் ராபர்ட் காச் ஆந்த்ராக்ஸ் நோயை உருவாக்கும் பாக்டீரியாவை தனிமைப்படுத்திக் காட்டினார். அவர் உருவாக்கிய "காச் வினைகள்" (Koch's Postulates) "ஒரு குறிப்பிட்ட கிருமி தான் ஒரு குறிப்பிட்ட நோயை உருவாக்குகிறது" (One germ - One disease) என்பதை அறிவியல் பூர்வமாக நிரூபித்தது. காசநோய் மற்றும் காலரா கிருமிகளையும் இவரே கண்டுபிடித்தார்.

வரலாற்று மாற்றம் : பாஸ்டர் மற்றும் காச் ஆகியோரின் கண்டுபிடிப்புகளால், 1880-களில் ஒரு வரலாற்று மாற்றம் நிகழ்ந்தது. "நோய் என்பது பேய்களின் வேலை அல்ல, அது கண்களுக்குத் தெரியாத நுண்கிருமிகளின் வேலை" என்பது உலகளவில் ஏற்றுக்கொள்ளப்பட்டது. இதுவே நவீன மருத்துவம், தடுப்பூசி, சுகாதாரம் தோன்றக் காரணமாக அமைந்தது. நம் முன்னோர்கள் "கண்ணுக்குத் தெரியாத தீய சக்திகள்" என்று விவரித்தவை, உண்மையில் கண்ணுக்குத் தெரியாத நுண்கிருமிகள் என்பது தெளிவானது. பெயர்கள் மாறின, ஆனால் அடிப்படை கவனிப்பு - கண்ணுக்குத் தெரியாதவை நோயை ஏற்படுத்துகின்றன - சரியாக இருந்தது.

குறிப்பு: இக்னாஸ் செம்மல்வைஸ் காலத்தில், அதாவது 175 ஆண்டுகளுக்கு முன்பு கிருமி கோட்பாடு இல்லை. ஆனால் அவர் சடலத்திலிருந்து மரணத்தை ஏற்படுத்தும் பொருள்

தாய்மார்களின் உயிரைப் பறிக்கின்றது என்று யூகித்திருந்தார்.

வரலாற்று பேய்களா - பெருந்தொற்று கிருமிகளா? பல வரலாற்று பெருந்தொற்றுகள் (Pandemics) அக்காலத்தில் தீய சக்திகள், சாபங்கள், பேய்களின் வேலை என்று கருதப்பட்டன. ஆனால் நவீன ஆராய்ச்சி - குறிப்பாக பழங்கால டிஎன்ஏ பகுப்பாய்வு (Ancient DNA Analysis - aDNA) - அவை உண்மையில் நுண்ணுயிரிகளால் ஏற்பட்டவை என்பதை சந்தேகத்திற்கு இடமின்றி நிரூபித்துள்ளது.

கறுப்பு மரணம்: பதினான்காம் நூற்றாண்டில் ஐரோப்பாவை அழித்த கறுப்பு மரணம் (Black Death) கடவுளின் கோபம், கிரகங்களின் சேர்க்கை, அல்லது யூதர்கள் கிணறுகளில் விஷம் கலந்ததால் ஏற்பட்டது என்று கருதப்பட்டது. சிலர் இது "தீய காற்று" (Miasma) அல்லது பிசாசுகளின் வேலை என்று நம்பினர். ஆனால் 2010 மற்றும் 2011-ல் நடத்தப்பட்ட ஆய்வுகளில், ஐரோப்பாவின் பல்வேறு பகுதிகளில் உள்ள அக்கால எலும்புக்கூடுகளிலிருந்து "யெர்சினியா பெஸ்டிஸ்" (Yersinia pestis) என்ற பாக்டீரியாவின் டிஎன்ஏ கண்டெடுக்கப்பட்டது. இதுவே பிளேக் நோய்க்கு காரணம் என்று அறிவியல் பூர்வமாக நிரூபிக்கப்பட்டது. பேய்கள் அல்ல, பாக்டீரியா.

ஜஸ்டினியன் பிளேக்: கி.பி. ஐநூற்று நாற்பத்தொன்றில் ரோமானியப் பேரரசை தாக்கிய ஜஸ்டினியன் பிளேக், அக்கால வரலாற்றாசிரியர்களால் "தெய்வீக தண்டனை" என்று கருதப்பட்டது. மக்கள் இதை ஒரு அமானுஷ்ய நிகழ்வாகவே பார்த்தனர். ஆனால் ஜோர்டான் நாட்டில் உள்ள

ஜெராஷ் (Jerash) நகரத்தில் கிடைத்த ஆயிரத்து ஐநூறு ஆண்டுகள் பழமையான எலும்புக்கூடுகளின் பற்களில் இருந்து எடுக்கப்பட்ட டிஎன்ஏ ஆய்வில், அதே "யெர்சினியா பெஸ்டிஸ்" பாக்டீரியா இருந்தது கண்டுபிடிக்கப்பட்டது. இதுவே வரலாற்றின் முதல் பதிவு செய்யப்பட்ட பிளேக் பெருந்தொற்று என்பது உறுதிப்படுத்தப்பட்டது.

பெரியம்மை - பண்டைய எகிப்திய மம்மிகளிலும் இந்திய புராணங்களிலும் (சீதலா தேவி) பெரியம்மை தெய்வங்களின் கோபமாகவோ அல்லது பேய்களின் தாக்குதலாகவோ (Pox demon) பார்க்கப்பட்டது. ஆனால் எகிப்திய ஃபாரோ ராம்செஸ் V-இன் மம்மியில் பெரியம்மை வடுக்கள் காணப்பட்டன. சமீபத்திய மரபணு ஆய்வுகள் வைக்கிங் காலத்து எலும்புக்கூடுகளில் வேரியோலா வைரஸ் (Variola virus) இருப்பதை உறுதி செய்தன. இது குறைந்தது மூவாயிரத்து எண்நூறு ஆண்டுகளாக மனிதர்களிடம் இருந்து வருகிறது என்பது நிரூபிக்கப்பட்டுள்ளது.

தொழுநோய்: இடைக்காலத்தில் தொழுநோய் ஒரு "சாபம்" அல்லது "பாவத்தின் சம்பளம்" என்று கருதப்பட்டது. நோயாளிகள் சமூகத்திலிருந்து விலக்கி வைக்கப்பட்டனர், அவர்கள் தீய ஆவிகளால் பீடிக்கப்பட்டவர்களாக கருதப்பட்டனர். ஆனால் இடைக்கால எலும்புக்கூடுகளில் இருந்து "மைக்கோபாக்டீரியம் லெப்ரே" (Mycobacterium leprae) பாக்டீரியாவின் டிஎன்ஏ கண்டெடுக்கப்பட்டது. மரபணு ஆய்வில், அக்காலத்து மக்களிடம் ஒரு குறிப்பிட்ட மரபணு குறைபாடு (HLA susceptibility) இருந்ததால்தான் இந்த நோய் மிக வேகமாக பரவியது என்பதும் தெரியவந்தது.

அறிவியலின் தெளிவு

ஒரு காலத்தில் "பேய் பிடித்தல்", "சாபம்", "தெய்வீக தண்டனை" என்று நம்பப்பட்டவை , இன்று யெர்சினியா பெஸ்டிஸ் (பிளேக்), வேரியோலா வைரஸ் (பெரியம்மை), மைக்கோபாக்டீரியம் லெப்ரே (தொழுநோய்) போன்ற நுண்ணுயிரிகளால் ஏற்பட்ட நோய்கள் என்று அறிவியல் பூர்வமாக நிரூபிக்கப்பட்டுள்ளன. நம் முன்னோர்கள் "கண்ணுக்குத் தெரியாத தீய சக்திகள்" என்று விவரித்தவை, உண்மையில் கண்ணுக்குத் தெரியாத நுண்கிருமிகள் என்பது இப்போது தெளிவாகிறது. பெயர்கள் மாறின, ஆனால் கவனிப்பு சரியாக இருந்தது - கண்ணுக்குத் தெரியாதவை நோயை ஏற்படுத்துகின்றன.

2.4 அம்மை நோய்: தெய்வமான நோய் தடுப்புப் பேரறிவு

பயம் தெய்வ நம்பிக்கையாக மாறிய தருணம்

நவீன மருத்துவமும் நுண்ணுயிர் பற்றிய அறிவியலும் அறியப்படாத காலத்தில், அம்மை நோய் (சின்னம்மை, பெரியம்மை) மக்களிடையே அச்சத்தை விதைத்தது. உடலில் கொப்புளங்கள் எழுந்து வலி தரும் இந்த நோய், பலரின் உயிரையே காவுகொண்டது. ஆனால் பண்டைய தமிழர்கள் அதனை வெறும் உடல் நோயாக மட்டுமே பார்க்கவில்லை. அதை தெய்வத்தின் வருகை என்று கருதினர். “அம்மை போட்டிருக்கிறாள்”, “அம்மா வந்திருக்கிறாள்” என்ற சொற்கள் நோயின் மீதான அச்சத்தை குறைத்து, அதை ஒரு தெய்வீக அனுபவமாக ஏற்றுக்கொள்ளும் மனநிலையை உருவாக்கின.

இந்த பக்தி மனநிலையே அவர்கள் கையாண்ட மனவியல் மருத்துவத்தின் முதல் படி. "தெய்வம் வீட்டில் வந்திருப்பதால் தூய்மை காக்க வேண்டும்" என்ற உளப்போராட்டம், நோயாளி இருக்கும் இடத்தையும், சுற்றுப்புறத்தையும் சுத்தமாக வைத்திருக்கத் தூண்டியது. இந்த வழக்கம், இன்று அறிவியல் சொல்வதுபோலவே, தனிமைப்படுத்தல் (Isolation/ Quarantine) முறைக்கு அடிப்படையாக இருந்தது.

சுற்றுப்புற தூய்மை: நோய்த்தடுப்பின் முதல் கவசம்

நோயாளி இருந்த வீடு ஒரு கோயிலாகக் கருதப்பட்டது. வாசலில் வேப்பிலைக் கொத்துகளைச் செருகி வைப்பது, "இந்த வீட்டில் தெய்வம் இருக்கிறது, தேவையற்றவர்கள் உள்ளே வர வேண்டாம்" என்ற அறிவிப்பாக இருந்தது. வேப்பிலை கிருமிநாசினியாகச் செயல்படும் என்பது இன்று விஞ்ஞான ரீதியாக உறுதி செய்யப்பட்ட உண்மை. ஆனால் அக்காலத்தில் அது ஒரு தெய்வீக அடையாளம். சமூக ரீதியில் பார்த்தால், இது நோயாளியை மற்றவர்களிடமிருந்து தனிமைப்படுத்தி, நோய் பரவுவதை தடுத்தது.

மஞ்சள் நீர் வாசலில் வைக்கப்பட்டிருந்தது. வீட்டிற்குள் வருபவர்கள் முதலில் அந்த மஞ்சள் நீரில் கைகள், கால்களை கழுவ வேண்டும். மஞ்சள் ஒரு இயற்கையான ஆன்டிசெப்டிக். இதனால் வெளியிலிருந்து வரும் கிருமிகள் வீட்டுக்குள் நுழைவதற்கு வாய்ப்பு மறுக்கப்பட்டது. இவ்வாறான எளிய முறைகள், இன்று நாம் "Disinfection" என்று கூறும் அறிவியல் முறையின் அடிப்படைகளையே பிரதிபலிக்கின்றன.

உணவு முறையில் இருந்த அறிவு

அம்மை நோய் வந்த வீட்டில், காரமான உணவுகள், புகை எழும் தாளித்தல் ஆகியவை முற்றிலும் தவிர்க்கப்பட்டன. ஏனெனில், நோயாளியின் தொண்டையில் புண்கள் இருக்கும்; புகை, காரம் ஆகியவை அவற்றைக் கடுமையாக்கும். அதற்கு பதிலாக குளிர்ச்சி தரும் உணவுகள் — இளநீர், மோர், பழைய சோறு, பழச்சாறு போன்றவை — மட்டுமே வழங்கப்பட்டன. இது உடல் சூட்டைக் குறைத்து, நோயாளி விரைவில் குணமடைய உதவியது.

இன்றைய மருத்துவம் சொல்வதுபோல், "குறைந்த மசாலா, அதிக திரவம், சத்தான உணவு" என்ற வழிமுறையையே பண்டைய தமிழர்கள் தங்களின் பாட்டில் நடைமுறைப்படுத்தி வந்தார்கள்.

நோயாளி பராமரிப்பு: உடலுக்கும் மனதிற்கும் ஆறுதல்

நோயாளியை தரையில் சுத்தமான துணி விரித்து, அதன் மீது வேப்பிலைகளைப் பரப்பி படுக்க வைத்தனர். வேப்பிலையின் குளிர்ச்சியும், கிருமிநாசினி தன்மையும், கொப்புளங்களால் ஏற்படும் அரிப்பையும் சூட்டையும் குறைத்து உடலுக்கு நிம்மதி அளித்தது.

மனதளவிலும் பெரிய கவனம் செலுத்தப்பட்டது. நோயாளியிடம் எதிர்மறையான வார்த்தைகளைச் சொல்லாமல், ஆறுதலான சொற்களே பேசப்பட்டன. "அம்மன் விரைவில் போய்விடுவார்; நீ நல்லவராகிவிடுவாய்" என்ற உறுதி, நோயாளியின் மனதில் நம்பிக்கையை விதைத்தது. தெய்வப் பாடல்கள், மாரியம்மன் கோயிலில் இருந்து கொண்டுவரப்பட்ட தீர்த்தம் ஆகியவை "மருந்து"

போல் கருதப்பட்டன. மனச்சோர்வைத் தடுக்கும் இந்த மனவலிமை, உடல் விரைவாகக் குணமடையவும் உதவியது.

புனித நீராடல்: குணமடைவதின் நிறைவுப் பரிசுத்தம்

அம்மை கொப்புளங்கள் காய்ந்து உதிரத் தொடங்கியவுடன், ஒரு நல்ல நாளைத் தேர்வு செய்து, வேப்பிலை–மஞ்சள் கலந்த நீரில் குளிக்க வைத்தனர். இது தோலில் தங்கி இருக்கும் கிருமிகளை அழித்தது. மஞ்சள் பூசல் தழும்புகள் வராமல் காக்க உதவியது. இதன் மூலம் நோயாளி சுத்தமான, புதிய வாழ்க்கையைத் தொடங்கினார் என்ற நம்பிக்கை உருவானது.

நவீன மருத்துவத்துடன் ஒப்பீடு

பண்டைய தமிழர்களின் நடைமுறைகளை நவீன மருத்துவத்தின் பார்வையில் பார்க்கும்போது, அவை எவ்வளவு அறிவார்ந்தவை என்பதை உணரலாம்.

- Quarantine: நோயாளியை தனிமைப்படுத்தி, பிறர் நுழைவதைத் தடுக்க “வேப்பிலை வாசல்” முறையைப் பயன்படுத்தினர்.
- Disinfection: மஞ்சள் நீர், வேப்பிலை, புகைச்சல் ஆகியவை இயற்கை கிருமிநாசினிகள்.
- Hygiene: வீட்டை கோயிலாகக் கருதி சுத்தம் செய்தனர்; நோயாளியை சுத்தமான சூழலில் வைத்தனர்.
- Nutrition: எளிய, குளிர்ச்சி தரும், காரமில்லாத உணவு; இது நோயாளியின் உடல் சூட்டைக் குறைத்தது.
- Mental Support: “அம்மன் வந்திருக்கிறார்” என்ற நம்பிக்கை, பயத்தை குறைத்து, மனவலிமையை அதிகரித்தது.

இவை அனைத்தும் இன்று உலக சுகாதார அமைப்பு (WHO) பரிந்துரைக்கும் தொற்றுநோய் தடுப்பு வழிமுறைகளுக்கு ஒப்பானவை.

மூடநம்பிக்கையா, பேரறிவா?

இவ்வாறான நடைமுறைகளை வெறும் "மூடநம்பிக்கை" என்று தள்ளிவிடுவது மிகப்பெரிய தவறு. அறிவியல் வளராத அந்தக் காலத்தில், மனிதனின் அனுபவ அறிவும் சூழலியல் புரிதலும், நோயை கட்டுப்படுத்த ஒரு முழுமையான மருத்துவ அணுகுமுறையாக வளர்ந்தன. இது மூடநம்பிக்கை அல்ல; பாரம்பரிய அறிவியல்.

இதே காலகட்டத்தில், ஐரோப்பாவில் 1847ல் இக்னாஸ் செம்மல்வைஸ் என்ற மருத்துவர், கைகளைக் கழுவுவதன் மூலம் பிரசவக் காய்ச்சலை குறைக்க முடியும் என்றும், குளோரின் கலந்த நீரில் கை கழுவும் எளிய முறை மூலம் மரண விகிதத்தை 18% இலிருந்து 2% ஆக குறைத்தும் காட்டினார். ஆனால் அவரது சக மருத்துவர்கள் இதை ஏற்க மறுத்தனர். "கிருமிகள் பற்றி எந்த கோட்பாடும் அப்போது இல்லை போது, வெறுமனே கை கழுவுவது எப்படி பலன் தரும்?" என்று கேலி செய்தனர். செம்மல்வைஸின் கண்டுபிடிப்பு பரவலாக ஏற்றுக்கொள்ளப்பட பல ஆண்டுகள் ஆயின — 1861ல் லூயி பாஸ்டர் கிருமிக் கோட்பாட்டை நிரூபித்த பின்னரே அவரது முறை அங்கீகரிக்கப்பட்டது.

இங்கு கவனிக்க வேண்டிய அற்புதமான ஒற்றுமை இதுவே: தமிழர்களும் செம்மல்வைஸும் ஒரே அணுகுமுறையைக் கையாண்டனர் — அனுபவ அவதானிப்பு. கிருமிகளைப் பற்றி தெரியாவிட்டாலும், "சுத்தம் நோயைக் குறைக்கிறது" என்ற

நடைமுறை உண்மையை இருவரும் கண்டனர். தமிழர்கள் மஞ்சள் நீர், வேப்பிலை, தனிமைப்படுத்தல் ஆகியவற்றைப் பயன்படுத்தினர்; செம்மல்வைஸ் குளோரின் கரைசலைப் பயன்படுத்தினார். இரண்டு முறைகளும் கிருமிநாசினி மூலம் தொற்றைத் தடுத்தன. இதில் முரண் என்னவென்றால், தமிழர்கள் இந்த நடைமுறைகளை நூற்றாண்டுகளாக வெற்றிகரமாகப் பின்பற்றி வந்தபோதும், அவர்களின் அறிவு தமிழகத்திலேயே "மூடநம்பிக்கை" என்று கேளிசெய்யப்பட்டது; செம்மல்வைஸின் முறையோ "அறிவியல் முன்னோடியின் கண்டுபிடிப்பு" என்று ஐரோப்பாவில் போற்றப்படுகிறது. இருவரின் அனுபவமும் ஒரே பாடத்தைச் சொல்கின்றன: நடைமுறையில் பலனளிக்கும் எந்த முறையும், அதன் பின்னணியில் உள்ள அறிவியல் விளக்கம் புரியாவிட்டாலும், மதிக்கப்பட வேண்டும்.

இன்றைய உலகம் கூட, கொரோனா காலத்தில் “தனிமைப்படுத்தல், சமூக இடைவெளி, சுத்தம்” ஆகிய முறைகளைக் கடைபிடித்தது. பண்டைய தமிழர்கள் அதே முறைகளை ஆயிரம் ஆண்டுகளுக்கு முன்பே நடைமுறைப்படுத்தியிருந்தனர்.

பாரம்பரியத்தின் பெருமை : அம்மை நோயை தெய்வமாகக் கருதி வழிபட்டது, வெறும் பக்தி நிகழ்ச்சி அல்ல. அது சமூக ஒற்றுமையையும், மன உறுதியையும், சுகாதார நெறிமுறைகளையும் ஒருங்கிணைத்த ஒரு சிறந்த பாரம்பரியம். தனிமைப்படுத்தல், தூய்மை, இயற்கை மருந்துகள், மனநல ஆதரவு — இவை அனைத்தையும் ஒரே சமயத்தில் கையாண்ட இந்த நடைமுறைகள், தமிழரின்

சூழலியல் அறிவும் சமூக மருத்துவ அறிவும் எவ்வளவு ஆழமானது என்பதை காட்டுகின்றன.

இதனால் தான், நாம் கேட்க வேண்டிய கேள்வி: இவ்வளவு நுட்பமாக சிந்தித்து செயல்பட்ட அவர்களின் அறிவை நாம் போற்ற வேண்டுமா, அல்லது "மூடநம்பிக்கை" என்று தூற்ற வேண்டுமா? பதில் தெளிவாக இருக்கிறது. அது நம் மரபின் பெருமை; அதை மதிக்கவும், கற்றுக்கொள்ளவும் நாம் கடமைப்பட்டிருக்கிறோம்.

2.5 துர்க்கை : மகிஷாசுரன் வதம்

புராணங்கள் வெறும் புனைகதைகள் அல்ல. அவை மனித சமுதாயத்தின் அனுபவங்களையும் அச்சங்களையும், தலைமுறைகள் கடந்து கொண்டுசெல்லும் குறியீடுகளும் ஆகும். அந்த வகையில், எருமை அரக்கன் மகிஷாசுரனின் கதை, அகங்காரத்தின் வீழ்ச்சியை மட்டும் கூறவில்லை; அது ஒருவேளை மனிதன் சந்தித்த ஒரு கொடிய தொற்றுநோயின் நினைவுப் பதிவாகவும் இருக்கலாம்.

மகிஷாசுரன் — எருமை அரக்கனின் தோற்றமும் கொடுமையும்

அரக்கர் குலத்தலைவனான ரம்பா, ஒரு பெண் எருமையுடன் இணைந்ததில் பிறந்தவனே மகிஷாசுரன். எனவே அவன் மனித உடலுடன் எருமைத் தலையைக் கொண்டவனாகவும், தன் வடிவத்தை விருப்பம்போல் மாற்றிக் கொள்ளும் அபூர்வ வல்லமை உடையவனாகவும் இருந்தான். "மகிஷம்" என்பது சமஸ்கிருதத்தில் "எருமை," "அசுரன்" என்பது அரக்கன். ஆகவே அவன் "எருமை அரக்கன்" எனப் புகழ் பெற்றான்.

கடும் தவமியற்றி பிரம்மாவின் வரத்தைப் பெற்ற மகிஷாசுரன், எவராலும் தன்னை வெல்ல முடியாது, ஒரு பெண்ணின் கையாலே மட்டுமே மரணம் அடைய வேண்டும் என்ற அரிய ஆசீர்வாதத்தைப் பெற்றான். இந்த வரம் அவனுக்குள் பேராசையையும் அகங்காரத்தையும் விதைத்தது. "ஒரு பெண்ணால் எனக்கு என்ன ஆபத்து வரும்?" என்ற எண்ணத்தில், தன்னை வெல்ல எவரும் இல்லை என்ற மிகுந்த செருக்குடன் செயல்பட்டான். அவன் இந்திரலோகத்தின் மீது போர் தொடுத்து, இந்திரன் மற்றும் இதர தேவர்களைச் சொர்க்கத்திலிருந்து விரட்டியடித்தான். மூன்று உலகங்களையும் தன் ஆட்சியின் கீழ் கொண்டுவந்து, தானே ஒரே அதிபதியாக எழுந்தான்.

மகிஷாசுரனின் கொடுங்கோன்மை இங்கே நின்றுவிடவில்லை. முனிவர்கள் செய்யும் யாகங்களையும் வழிபாடுகளையும் தடுத்து நிறுத்தினான். பூலோகத்தில் தர்மத்தை அழித்து, அதர்மத்தை நிலைநாட்டினான். மக்கள் எவ்வித தெய்வ வழிபாடுகளையும் செய்யக்கூடாது என்று தடை விதித்தான். தன்னைத் தவிர வேறு யாரையும் வணங்கக்கூடாது என்று கட்டளையிட்டான். அவனது அசுரப் படைகள் மக்களைக் கொடுமைப்படுத்தியும், அவர்களது உடைமைகளைப் பறித்தும் இன்பம் கண்டன. நிலப்பரப்பு முழுவதும் பயமும் மரணமும் சூழ்ந்து, வாழ்வே ஒரு நரகமாக மாறிப்போனது.

அவன் பஞ்சபூதங்களையும் — சூரியன், சந்திரன், வாயு, அக்னி, நீர் — தன் கட்டுப்பாட்டிற்குள் கொண்டுவர முயன்றான். இயற்கையின் சமநிலை குலைந்து, உலகம் இருளிலும் வறுமையிலும் வாடத் தொடங்கியது என்று

புராணங்கள் கூறுகின்றன. மனிதர்களைத் தன் அடிமைகளாக மாற்றி, அசுரர்களுக்குச் சேவை செய்யக் கட்டாயப்படுத்தினான். அவனது கொடுமையின் உச்சம் என்னவென்றால், பெண்களையும் முதியவர்களையும் கூட விட்டுவைக்காமல் துன்புறுத்தல்களுக்கு ஆளாக்கினான். மக்கள் உடல்ரீதியாகவும் மனரீதியாகவும் சிதைக்கப்பட்டனர். எப்போதும் அச்சத்திலும் மரண பயத்திலேயும் வாழ்ந்தனர்.

மகிஷாசுரனின் மிகப் பெரிய வல்லமை என்னவென்றால், அவன் உடலில் இருந்து சிந்திய ஒவ்வொரு துளி இரத்தத்திலும் இருந்து அவனைப் போலவே நூற்றுக்கணக்கான அசுரர்கள் பிறந்தார்கள். அவன் ஒருவன் மட்டும் அல்ல; அவன் இரத்தத்தில் இருந்தே பல ஆயிரம் உருவங்கள் தொடர்ந்து எழுந்தன. ஒரு அசுரனை வீழ்த்தினால், அவன் இரத்தத்தில் இருந்து மீண்டும் பல அசுரர்கள் தோன்றினர். இது போரை நடத்துவதை மிகவும் கடினமாக்கியது. இவ்வாறு மகிஷாசுரனின் தோற்றம் மற்றும் அவன் செய்த கொடுமைகள் பற்றி புராணங்களில் (முக்கியமாக தேவி மகாத்மியம்) விரிவாக விவரிக்கப்பட்டுள்ளன.

துர்க்கையின் அவதாரம்

இந்த அசுரன் யாராலும் வெல்ல முடியாதபோது, மும்மூர்த்திகளும் தேவர்களும் தங்கள் சக்திகளை ஒன்றிணைத்தனர். அந்த ஒளிச்சேர்க்கையிலிருந்து, பத்துக் கரங்களுடன், ஒவ்வொரு கரத்திலும் ஆயுதங்களைத் தாங்கி, சிங்க வாகனத்தில் வந்தவள் அன்னை துர்க்கை. ஒன்பது நாட்கள் நீண்ட போராட்டத்தில் மகிஷாசுரன் எருமை, சிங்கம், யானை எனப் பல்வேறு வடிவங்களை எடுத்தான்.

ஆனால் அவற்றை ஒவ்வொன்றாகவும் துர்க்கை அழித்து விட்டாள். பத்தாம் நாள், அவன் மீண்டும் எருமை வடிவில் திரும்பியபோது, துர்க்கையின் சூலாயுதம் அவனது அகங்காரத்தை நசுக்கி, உலகத்தை அவன் கொடுமையிலிருந்து விடுவித்தது. இதன் மூலம் தேவி "மகிஷாசுர மர்த்தினி" எனப் போற்றப்பட்டாள்.

மகிஷாசுரன் — தொற்றுநோயின் சின்னமா?

புராணக் கதைகளை அப்படியே எடுத்துக்கொள்ளாமல், அவற்றின் மையக்கருத்தை ஆராய்ந்தால், சில வியக்கத்தக்க தொடர்புகள் வெளிப்படுகின்றன. மகிஷாசுரன் மக்களை உடல் ரீதியாகவும் மன ரீதியாகவும் துன்புறுத்தியதை, ஒரு பெரிய தொற்றுநோயின் தாக்கத்துடன் ஒப்பிட்டுப் பார்க்கலாம். மனிதர்கள் அச்சத்தில் நாட்டை விட்டு காடுகளுக்கு ஓடினார்கள் என்பது, "எங்கே நாம் அந்தத் தீய சக்தியால் பாதிக்கப்படுவோம்?" என்ற பயத்தினால் நிகழ்ந்திருக்கலாம். உடலும் மனமும் சோர்ந்து போகும்போது, இறைவழிபாட்டில் முழுமையாக ஈடுபட இயலாது. மக்கள் வழிபாட்டில் ஈடுபட முடியவில்லை என்பது, ஏதோ ஒரு சக்தி அவர்களை அதிலிருந்து விலக்கியது என்றும் யூகிக்க முடிகிறது.

எருமை வடிவம், உருவத்தை மாற்றிக்கொள்ளுதல், இரத்தத்திலிருந்து பரவுதல், அசுரப்படைகள் தேவர்களையே வீழ்த்தியது போன்ற விவரங்களைப் பார்க்கும்போது, இது ஒரு கொடுங்கோல் அரசன் செய்த செயலாக மட்டும் இருக்க முடியாது என்றுதான் தோன்றுகிறது. கம்சனின் கதைக்கும் இதற்கும் பல வேறுபாடுகள் தெளிவாகத் தென்படுகின்றன.

இந்தக் கதையை ஒரு உருவகமாகப் பார்ப்பதற்கான சாத்தியங்கள் வியப்பூட்டுகின்றன. மகிஷாசுரனின் எருமைத் தலையுடைய வடிவம், ஒருவேளை எருமைகள் மூலம் பரவிய ஒரு கொடிய தொற்றுநோயைக் குறிக்கக்கூடும். பன்றிக் காய்ச்சல், பறவைக் காய்ச்சல் போன்ற நோய்கள் விலங்குகளின் பெயரால் அழைக்கப்படுவது போலவே, "எருமை அரக்கன்" என்ற பெயர் அந்தக் காலத்தின் நினைவுப் பதிவாக இருக்கலாம்.

அவன் இரத்தம் சிந்தும் இடங்களில் இருந்து புதிய அசுரர்கள் தோன்றியது என்பது, இரத்தம் மற்றும் உடல் திரவங்கள் மூலம் பரவுகிற தொற்றுநோய்களின் தன்மையைக் குறிக்கிறது. நோய் ஒவ்வொரு உடலிலிருந்தும் பரவி, பலரைக் கொன்றது என்ற உண்மையைப் புராணக் கதையின் மொழியில் சொல்லியிருப்பார்கள். ஒரு நோயாளியின் இரத்தத்தில் இருந்து நூற்றுக்கணக்கான பேருக்கு நோய் பரவியது என்ற நிகழ்வை, "இரத்தத்தில் இருந்து புதிய அசுரர்கள் பிறந்தார்கள்" என்ற உருவகமாக வடித்திருக்கிறார்கள்.

மேலும், அவன் எப்போதும் பல வடிவங்களை எடுத்தான் என்பது, ஒரு வைரஸ் கிருமி எவ்வாறு உருமாற்றம் (mutation) அடைந்து புதிய புதிய தாக்கங்களை ஏற்படுத்துகிறதோ, அதுபோலவே பார்க்கப்படலாம். இன்றைய விஞ்ஞான அறிவுடன் ஒப்பிடும்போது, வைரஸின் பல வேரியன்ட்களை அவன் பல உருவங்களாகக் காட்டியிருக்கலாம். அவனது தங்கை "மகிஷி" ஒருவேளை அந்த நோயின் அடுத்த உருமாறிய வகையை (variant) குறிக்கும் உவமையாக இருக்கலாம்.

பலியிடுதலும் நோய் தடுப்பும்

மேற்குவங்கம் போன்ற இடங்களில் இன்னும் துர்க்கை பூஜையின் போது எருமை பலியிடப்படுவது, வெறும் மூடநம்பிக்கை அல்ல. அது ஒருவேளை தொற்றுநோய் கட்டுப்பாட்டின் ஓர் நினைவாக இருக்கலாம். இன்றைய காலத்தில் **பறவைக் காய்ச்சல்** பரவும்போது, கோழிப் பண்ணைகளில் ஆயிரக்கணக்கான கோழிகள் **(பன்றிகள்)** புதைக்கப்பட்டு அழிக்கப்படுவது போலவே, அந்தக் காலத்தில் நோயின் மூலமாக இருந்த எருமைகளை அழித்து, நோயின் பரவலைத் தடுத்திருக்கலாம். அதற்கான குறியீட்டு தொடர்ச்சியாகவே, **எருமை பலி** மரபு நீடித்திருக்கலாம்.

நவராத்திரி விரதம் — ஆன்மிகமும் அறிவியலும்

நவராத்திரி விரதம் இருக்க, புரட்டாசி மாத அமாவாசைக்குப் பின் பிரதமை முதல் நவமி வரை ஒன்பது நாட்கள் **அசைவம் தவிர்த்து**, பால், தயிர், பழங்கள், காய்கறிகள் போன்ற மிதமான உணவுகளை உட்கொண்டு, தினமும் குளித்து, பூஜைகள் செய்து, தரையில் படுத்து உறங்க வேண்டும். விரதத்தின் போது காய்கறிகள், பழங்கள், மற்றும் பால் பொருட்களை உட்கொள்ளலாம். அசைவ உணவுகள், வெங்காயம், பூண்டு, மற்றும் மிளகாய் போன்ற காரமான மசாலாப் பொருட்களைத் தவிர்க்க வேண்டும். தினமும் ஒரு வேளை அல்லது இரண்டு வேளை மிதமான உணவை உட்கொள்ளலாம். உண்ணாவிரதம் இருக்க முடிந்தால் மிகவும் நல்லது. கல்வியை வழங்கும் சரஸ்வதி, செல்வத்தை வழங்கும் லட்சுமி, மற்றும் வீரத்தை வழங்கும் துர்கை ஆகிய மூன்று சக்தி அம்சங்களை வழிபடுவதே நவராத்திரியின் நோக்கமாகும்.

துர்க்கையின் வெற்றியை நினைவுகூரும் ஒன்பது இரவுகளே நவராத்திரி. இந்த விரத முறைகள் ஆன்மிக நம்பிக்கைகளை மட்டுமல்ல, சுகாதார அறிவையும் கொண்டுள்ளன. முதலில், நவராத்திரிக்காலத்தில் வீடுகள் முழுவதும் சுத்தம் செய்யப்படுகின்றன, விளக்குகள் ஏற்றப்படுகின்றன. இது இருள், தூசி, கிருமி ஆகியவற்றை அகற்றும் சின்னமாக இருந்தாலும், உண்மையில் அது கிருமிநாசினி செயலைப்போலவே செயல்படுகிறது.

உணவுக் கட்டுப்பாட்டிலும் அறிவியல் உள்ளது. காரம், எண்ணெய், அசைவம் ஆகியவற்றைத் தவிர்த்து, பழங்கள், பால், இளநீர், பச்சை காய்கறிகள் ஆகியவை உண்ணப்படுகின்றன. இவை உடலுக்கு எளிதில் செரிமானமாகி, நோய் எதிர்ப்பு சக்தியை அதிகரிக்கின்றன. இன்றைய மருத்துவம் சொல்லும் "சாத்வீக உணவு immunity booster" என்பதே இதன் சாரம்.

விரதம், உடலுக்கு டிடாக்ஸ் (detox) ஆகவும் செயல்படுகிறது. செரிமான மண்டலத்திற்கு ஓய்வளிக்கிறது. மனதளவில், பக்திப் பாடல்கள், மந்திரங்கள், கூட்டுத் தொழுகைகள் ஆகியவை மன அழுத்தத்தை குறைத்து, பயத்தை அகற்றி, ஒருமைப்பாட்டை வளர்க்கின்றன. நவீன உளவியல் சொல்வது போலவே, மன உறுதியே உடல் குணமடைவதற்கு முக்கியமான ஆதாரம்.

மனவியல் சின்னம்

மகிஷாசுரன் கதை, வெளிப்புற யுத்தத்தைப் போலத் தோன்றினாலும், அது ஒரு உள் யுத்தத்தின் உருவகமாகவும் இருக்கவேண்டும்.

- **எருமை** — சோம்பல், சோம்பேறித்தனம், சுமையாகத் திகழும் வாழ்க்கை.
- **இரத்தம்** — ஆசை, பேராசை, அடக்க முடியாத இச்சைகள்.
- **மீண்டும் மீண்டும் எழும் அசுரர்கள்** — மனிதனுக்குள் அடக்கப்பட்ட அகங்காரம், மீண்டும் மீண்டும் தலைதூக்கும் குற்றவுணர்வுகள்.

துர்க்கை அவனை வென்றது, மனிதன் தன் உள் சோம்பலை, ஆசையை, அகங்காரத்தை அடக்கும் போது தான் உண்மையான வெற்றியை அடைகிறான் என்பதை நினைவூட்டுகிறது. மகிஷாசுரன் புராணக் கதை ஒரு பக்கத்தில் தொற்றுநோயின் நினைவாகவும், இன்னொரு பக்கத்தில் மனிதனின் மனவியல் சின்னமாகவும் உள்ளது. துர்க்கையின் வெற்றி, மனிதன் இயற்கையின் சீற்றத்தையும், நோய்களின் தாக்கத்தையும், தன்னுள் தீய சக்திகளையும் வெல்லக்கூடிய திறன் கொண்டவன் என்பதைக் கூறுகிறது. நவராத்திரி விரதம் இந்தக் கதையின் வாழ்வியல் வடிவமாக, சுத்தம், சுகாதாரம், உணவுக் கட்டுப்பாடு, மனவலிமை ஆகிய அனைத்தையும் ஒருங்கிணைத்து, இன்றும் நமக்கு ஊக்கமளிக்கிறது.

அம்மை நோயை தெய்வமாக வழிபட்ட தமிழர்கள், வேப்பிலையும் மஞ்சளும் கொண்டு சுத்தம் செய்தனர். மகிஷாசுர வதத்தை நினைவுகூரும் நவராத்திரியில், வீடு முழுக்க சுத்தம் செய்து, காரமும் அசைவமும் தவிர்த்து உடலையும் மனதையும் தூய்மைப்படுத்தினர். இரண்டு நடைமுறைகளும் நூற்றாண்டுகளாக எண்ணற்ற உயிர்களைக் காப்பாற்றின.

ஒரு முறை நடைமுறையில் வெற்றி தரும்போது, அதன் பின்னணி விளக்கம் தெரியாவிட்டாலும், அந்த அனுபவ அறிவை மதிக்க வேண்டும். மூடநம்பிக்கை என்று தள்ளுவதும், பல தலைமுறைகள் சேகரித்த அவதானிப்பு அறிவை மறுப்பதும் சில நேரங்களில் தீய விளைவுகளை ஏற்படுத்தலாம். செம்மல்வைஸ் விரட்டபட்டபின் அவரது கொள்கையை மருத்துவர்கள் கைவிட்டனர் , விளைவு? மீண்டும் மரணங்கள் அதிகரித்தன. அதுபோல் திருவிழாக்கள், பண்டிகை விரதங்களை நாம் கைவிடும்போது அவற்றின்மூலம் நமக்கு கிடைக்கும் பாதுகாப்புவளையம் உடைகின்றது என்பதை நாம் உணரவேண்டும்.

2.6 மண்ணாங்கட்டி மாரியம்மா - பாரம்பரிய ஞானம்

"மண்ணாங்கட்டி மாரியம்மா" என்பது தமிழ்நாட்டு கிராமப்புறங்களில் "பொன்னுக்கு வீங்கி" எனப்படும் நோயைக் குணப்படுத்துவதற்காக வழிபடப்படும் ஒரு நாட்டுப்புறத் தெய்வம். இது மருத்துவத்தில் "மம்ப்ஸ்" (Mumps) அல்லது "பரோடிட் சுரப்பி தொற்று" (Parotid Gland Infection) என்று அழைக்கப்படுகிறது. மம்ப்ஸ் வைரஸால் ஏற்படும் இந்த நோய், காதுக்குக் கீழே தாடைக்கு அருகில் உள்ள உமிழ்நீர் சுரப்பிகளை தாக்கி வீக்கத்தை ஏற்படுத்துகிறது. இதனால் கன்னங்கள் உப்பி, கடுமையான வலி உண்டாகும். குறிப்பாக இரண்டு முதல் பன்னிரண்டு வயது குழந்தைகளை இது அதிகம் தாக்குகிறது.

பாரம்பரிய நம்பிக்கைகள் மற்றும் சிகிச்சை முறைகள்

மருத்துவம் வளராத காலத்தில், இந்த நோய் ஒரு தெய்வக் குற்றமாகவோ அல்லது வெப்ப நோயாகவோ கருதப்பட்டது.

"மண்" (Earth) + "கட்டி" (Lump) + "மாரியம்மா" (Goddess) - அதாவது, கன்னத்தில் மண் கட்டி போல வீக்கம் ஏற்படுவதால், இதைக் குணப்படுத்தும் சக்தியாக இந்த அம்மனை வழிபட்டனர். சில இடங்களில் புற்று மண் அல்லது குளத்து மண்ணை எடுத்து வந்து நீரில் குழைத்து வீக்கத்தின் மீது பூசுவார்கள் - இது ஒரு குளிர்ச்சி சிகிச்சையாகவும் அமைந்தது. இந்த நோய் வந்த குழந்தைக்கு தங்கச் சங்கிலியை கழுத்தில் போடுவார்கள் அல்லது தங்க நகை உரசப்பட்ட நீரைத் தெளிப்பார்கள். இதனால்தான் தமிழில் இதற்கு "பொன்னுக்கு வீங்கி" (Swollen for Gold) என்று பெயர் வந்தது.

அறிவியல் பூர்வமான சிகிச்சை முறைகள்

சுவாரஸ்யமான விஷயம் என்னவென்றால், கிராமப்புறங்களில் செய்யப்படும் சில வைத்தியங்கள் உண்மையில் அறிவியல் பூர்வமாக நிவாரணம் அளிப்பவை. வேப்பிலை மற்றும் மஞ்சள் இயற்கையான கிருமி நாசினிகள் (Antiseptic). அம்மன் வழிபாட்டில் இவை முக்கியம். வேப்பிலையை அரைத்துப் பூசுவது அல்லது மஞ்சள் நீர் தெளிப்பது வைரஸ் தொற்றைக் கட்டுப்படுத்த உதவியது என்பது நவீன ஆய்வுகள் உறுதிப்படுத்துகின்றன. இஞ்சி, கற்றாழை, சிவப்பு சந்தனம் போன்றவற்றை அரைத்துப் பற்று போடுவது வீக்கத்தையும் வலியையும் குறைக்க உதவும். மிக முக்கியமாக, "அம்மன் வந்துள்ளது" என்று சொல்லி நோயுற்ற குழந்தையைத் தனியாக ஒரு அறையில் வைப்பது, வைரஸ் மற்றவர்களுக்குப் பரவாமல் தடுக்கும் ஒரு சிறந்த மருத்துவ முன்னெச்சரிக்கை நடவடிக்கையாகும் - இன்று நாம் "தனிமைப்படுத்தல்" (Quarantine) என்று அழைக்கும் முறை.

சமீபத்திய ஆய்வுகள் மற்றும் கண்டுபிடிப்புகள்

தமிழ்நாட்டில் சமீபத்தில் மம்ப்ஸ் நோய் மீண்டும் வேகமாகப் பரவி வருவதை ஆய்வுகள் உறுதிப்படுத்துகின்றன. 2023-2024 ஆம் ஆண்டில் மட்டும் தமிழ்நாட்டில் சுமார் 1100 பேர் இந்த நோயால் பாதிக்கப்பட்டுள்ளனர், இது முந்தைய ஆண்டைவிட எட்டு மடங்கு அதிகம். பொது சுகாதாரத்துறை ஆய்வாளர்கள் இதை "கட்டாயமாக தெரிவிக்க வேண்டிய நோய்" (Notifiable Disease) பட்டியலில் சேர்க்க வேண்டும் என்று பரிந்துரைத்துள்ளனர். தமிழ்நாட்டில் அரசு தடுப்பூசி அட்டவணையில் MMR தடுப்பூசி (Mumps, Measles, Rubella) சேர்க்கப்படாததே இந்த நோய் மீண்டும் பரவ முக்கியக் காரணம் என்று ஆய்வுகள் சுட்டிக்காட்டுகின்றன. மானிடவியல் மற்றும் எத்னோ-மருத்துவ ஆய்வுகள் கிராமங்களில் செய்யப்படும் "அம்மன் வழிபாடு" சார்ந்த சிகிச்சைகள் பற்றி ஆராய்ந்துள்ளன. இந்த நம்பிக்கையின் அடிப்படையில் நோயாளிகள் தனிமைப்படுத்தப்படுவதால் நோய் பரவல் குறைகிறது என்பது அவற்றின் முடிவு.

பாரம்பரிய ஞானத்தின் மதிப்பு

"மண்ணாங்கட்டி மாரியம்மா" என்பது வெறும் மூடநம்பிக்கை அல்ல - அது மம்ப்ஸ் நோயைச் சமாளிக்க கிராம மக்கள் உருவாக்கிய ஒரு கலாச்சார மற்றும் மருத்துவ தற்காப்பு முறையாகும். வேப்பிலை மற்றும் மஞ்சளுக்கு வைரஸ் எதிர்ப்பு சக்தி உள்ளது என்பது அறிவியல் பூர்வமாக நிரூபிக்கப்பட்டுள்ளது. இவை தோல் எரிச்சலைக் குறைக்கவும், இரண்டாம் நிலை தொற்றுகளைத் தடுக்கவும் உதவுகின்றன. "தனிமைப்படுத்தல்" மற்றும் "மூலிகை பயன்பாடு" ஆகியவை நோயைக் கட்டுப்படுத்த நம்

முன்னோர்கள் கண்டறிந்த சிறந்த முறைகள். தெய்வ வழிபாடு என்ற பெயரில் அவர்கள் உண்மையில் பொது சுகாதார நடைமுறைகளை கடைபிடித்தார்கள். இன்றும் நவீன மருத்துவம் அதே முறைகளைத்தான் - தனிமைப்படுத்தல், அழற்சி எதிர்ப்பு மருந்துகள், வீக்கம் குறைக்கும் பற்றுகள் - பரிந்துரைக்கிறது.

2.7 கண்ணன் வந்தான் எங்கள் கண்ணன் வந்தான்!!

மதுராவின் அரியணையில் அமர்ந்திருந்த கம்சன், அகங்காரத்தின் உச்சத்தில் இருந்தான். அவனது தங்கை தேவகியின் திருமண ஊர்வலத்தின்போது, ஆகாயத்திலிருந்து ஒரு குரல் முழங்கியது: "கம்சா, உன் தங்கைக்குப் பிறக்கும் எட்டாவது குழந்தையால் உனக்குச் சாவு நேரும்!" இந்த ஆகாசவாணி கம்சனின் மனதில் பயத்தை விதைத்தது. பயம் சினமாக மாறியது; சினம் கொடுமையாக உருவெடுத்தது.

அவன் தன் தங்கையையும் மைத்துனர் வசுதேவரையும் சிறையில் அடைத்தான். ஒவ்வொரு குழந்தை பிறக்கும்போதும், தன் கைகளாலேயே அந்தச் சிசுவைச் சுவரில் வீசி எறிந்து கொடூரமாகக் கொன்றான். ஒன்று, இரண்டு, மூன்று... ஏழு குழந்தைகள் அவன் கொடுமைக்குப் பலியானார்கள்.

ஆனால் எட்டாவது குழந்தையான கண்ணன் அதிசயமாகத் தப்பித்து, யமுனையைக் கடந்து கோகுலத்தில், நந்தகோபரின் வீட்டில் வளர்ந்துகொண்டிருந்தான். இதை அறிந்த கம்சனின் பயம் வெறியாக மாறியது. எந்தக் குழந்தை தன்னைக் கொல்லும் என்று அவனுக்குத் தெரியவில்லை.

ஆகவே அவன் தன் ராஜ்ஜியத்திலும் அதன் சுற்றுப்புறங்களிலும் பிறந்த அனைத்துக் குழந்தைகளையும் கொல்ல உத்தரவிட்டான். பூதனா, திரிணாவர்த்தன், சகடாசுரன், வட்சாசுரன், பகாசுரன், அகாசுரன், காளியன் — ஒவ்வொரு அசுரனையும் அனுப்பியது, கண்ணனை மட்டுமல்ல; மொத்தக் குழந்தைகளையும் அழிக்கவே.

பூதனா முதல் காளியன் வரை — அபாயங்களின் பல முகங்கள்

கம்சன் முதலில் அனுப்பியவள் பூதனா. அவள் ஒரு அரக்கி; ஆனால் வடிவத்தில் அழகான பெண். அன்பான தாயின் போர்வையில் குழந்தைகளின் வீடுகளுக்கு வந்தாள். மென்மையான குரலில் பேசினாள்; மழலைகளைத் தூக்கினாள். ஆனால் அவள் முலைகளில் கொடிய விஷம் பூசப்பட்டிருந்தது. அவள் எந்தக் குழந்தைக்குப் பால் கொடுத்தாளோ, அந்தக் குழந்தை இறந்தது. கோகுலத்தில் பல குழந்தைகள் அவளால் உயிரிழந்தன.

இறுதியாக அவள் யசோதையின் வீட்டுக்கு வந்தாள். கண்ணனைத் தூக்கி, தன் விஷப்பாலை அளிக்க முயன்றாள். ஆனால் கண்ணன் அவள் உயிரையே உறிஞ்சி அவளை அழித்தான். புராணம் சொல்கிறது: அவளுக்கு மோக்ஷம் கிடைத்தது என்று.

பூதனாவைத் தொடர்ந்து, மற்ற அசுரர்களும் வெவ்வேறு முகமூடியுடன் வந்தார்கள்:

திரிணாவர்த்தன் சூறாவளியாக வந்து, காற்றில் குழந்தைகளைத் தூக்கி எறிய முயன்றான் — தூசி, மாசு, கிருமிகள் நிறைந்த காற்றின் அபாயம்.

சகடாசுரன் பெரிய வண்டியின் வடிவில் குழந்தையை நசுக்க முயன்றான் — வீட்டில் பாதுகாப்பின்மை, விழக்கூடிய பொருட்களின் ஆபத்து.

வட்சாசுரன் கன்று வடிவில் மந்தையில் கலந்து வந்தான் — போலி நட்பு, நம்பிக்கை தரும் உருவத்தில் மறைந்துள்ள அபாயம்.

பகாசுரன் நாரை போல வந்து குழந்தையை விழுங்க முயன்றான் — பறவைகள் மூலம் பரவும் தொற்றுகள்.

அகாசுரன் மலை அளவுள்ள அஜகராகக் குகை போல வாயைத் திறந்து காத்திருந்தான் — இருள், ஈரம், அழுக்கு நிறைந்த இடங்களின் அபாயம்.

காளியன் விஷமுள்ள நாகமாக யமுனை நதியை நச்சாக்கினான் — மாசுபட்ட நீரால் ஏற்படும் நோய்கள்.

இவற்றை வெறும் தெய்வீகக் கதையாக மட்டும் பார்க்காமல், ஆழமாகச் சிந்தித்தால் ஒரு முக்கிய உண்மை புலப்படுகிறது: இந்த அசுர சக்திகள் கண்ணனை மட்டும் தாக்கவில்லை; எல்லாக் குழந்தைகளையும் குறிவைத்தன. கண்ணன் தன்னை மட்டும் காப்பாற்றிக்கொள்ளவில்லை; தன்னுடன் வளர்ந்த மற்ற குழந்தைகளையும் காத்தான்.

இந்தக் கதைகள் பல ஆயிரம் ஆண்டுகள் பழமையானவை என்றாலும், இதில் மறைந்துள்ள மருத்துவ எச்சரிக்கை நேரடியானது: அன்பின் முகமூடி அணிந்து வரும் துரோகம், மாசுபட்ட உணவு அல்லது பால், குழந்தை பராமரிப்பில் சுத்தமின்மை — இவை குழந்தைக்கு உயிராபத்து. பாமர

மக்களுக்குக் குழந்தை பராமரிப்பின் அவசியத்தைக் கதைகளின் வாயிலாக எச்சரித்தனர் நம் முன்னோர்கள்.

உலகளாவிய எச்சரிக்கை

இந்த எச்சரிக்கை உலகின் பல கலாச்சாரங்களிலும் காணப்படுகிறது. யூத மரபில் **லிலித்** இரவில் வந்து குழந்தைகளைப் பறிக்கிறாள். கிரேக்க மரபில் **லமியா** அழகாக வந்து குழந்தைகளை விழுங்குகிறாள். ரோமானிய மரபில் **ஸ்டிரிக்ஸ்** பறவை போல வந்து இரத்தத்தை உறிஞ்சுகிறாள். இந்தியாவில் சுரேல், சாக்கினி, டாக்கினி என்று பல பெயர்கள். அனைத்தும் ஒரே செய்தி: குழந்தையின் உணவிலும் பராமரிப்பிலும் மிகுந்த கவனம் தேவை; அபாயம் முகமூடி அணிந்து வரும்.

கம்சனின் மரண பயமும் குழந்தைக் கொலைகளும் : சர்வாதிகாரியின் உளவியல்

நவீன உளவியல் கம்சனின் நடத்தையை ஒரு வழக்கமான சர்வாதிகாரியின் உளவியல் மற்றும் சில குறிப்பிட்ட ஆளுமைக் கோளாறுகளுடன் தொடர்புபடுத்தி விளக்குகிறது. கம்சனின் பயம், குழந்தைக் கொலைகள், உறவினர்களைச் சிறைப்படுத்தியது ஆகியவற்றை பல உளவியல் காரணிகளுடன் இணைக்கலாம். அவனது கொடூரங்கள் அவனது பலம் அல்ல - மாறாக அவனது ஆழ்ந்த பயம் மற்றும் பாதுகாப்பின்மையின் வெளிப்பாடுகளே. மரணத்தைத் தவிர்க்க அவன் எடுத்த ஒவ்வொரு முயற்சியும், அவனது மனநோயை இன்னும் அதிகப்படுத்தி, இறுதியில் அவனது அழிவுக்கே வழிவகுத்தது.

கம்சன் எப்போதும் ஒரு "கண்ணுக்குத் தெரியாத எதிரியை" நினைத்துப் பயந்தான். உளவியலில் இது "பரானாய்ட் பர்சனாலிட்டி டிஸ்ஆர்டர்" (Paranoid Personality Disorder) என்று அழைக்கப்படுகிறது. தன்னைச் சுற்றியுள்ள அனைவரும் - தங்கை, மைத்துனன், குடிமக்கள் - தனக்கு எதிராக சதி செய்வதாக ஒரு தீவிரமான சந்தேகம். வானொலி குரல் கேட்டவுடன், அதுவரை அன்பாக இருந்த தங்கையைக் கொல்ல வாளை உருவியது இந்த திடீர் சந்தேகத்தின் வெளிப்பாடு. "எல்லோரும் என்னைக் கொல்லப் பார்க்கிறார்கள்" என்ற பயம் அவனை ஒரு மூர்க்கமான நிலைக்குத் தள்ளியது.

அவனது அனைத்து கொடூரங்களுக்கும் மூல காரணம் "தானாடோஃபோபியா" (Thanatophobia) எனப்படும் தீவிரமான மரண பயம். சர்வாதிகாரிகளுக்கு தங்கள் அதிகாரத்தின் மீது அதீத பற்று இருக்கும். மரணம் என்பது அந்த அதிகாரத்தை முழுமையாகப் பறிக்கும் ஒன்று என்பதால், அதைத் தவிர்க்க அவர்கள் எந்த எல்லைக்கும் செல்வார்கள். மரண பயம் அவனுக்கு தூக்கமின்மையை உண்டாக்கியது. தூங்கினால் கனவில் மரணம் வருமோ என்ற பயம், விழித்திருக்கும்போதும் நிழல்களைக் கண்டு அஞ்சுவது போன்றவை தீவிரமான மனப் பதற்றத்தின் அறிகுறிகள்.

இருண்ட ஆளுமைப் பண்புகள்

கம்சனின் நடத்தையில் "சைக்கோபதி" (Psychopathy) மற்றும் "நாசிசம்" (Narcissism) பண்புகள் அதிகம் காணப்பட்டன. பச்சிளம் குழந்தைகளைக் கொல்வது என்பது ஒரு சாதாரண மனிதனால் செய்ய முடியாத கொடூரம். ஆனால் ஒரு சைக்கோபத் மற்றவர்களை "தங்கள்

நோக்கத்திற்கான தடையாகவும், பொருட்களாகவும்" மட்டுமே பார்ப்பான். கம்சனுக்கு குழந்தைகள் வெறும் "எதிரிகள்", மனித உயிர்கள் அல்ல. இதுவே பச்சாதாபமின்மையின் (Lack of Empathy) உச்சம்.

"நான் வாழ வேண்டும் என்றால், யார் வேண்டுமானாலும் சாகலாம்" என்ற அதீத சுயநலம் (Pathological Narcissism) அவனை குழந்தைகளைக் கல்லில் அடித்துக் கொல்ல வைத்தது. உளவியலில் "ஹூப்ரிஸ் சிண்ட்ரோம்" (Hubris Syndrome) என்று ஒரு நிலை உண்டு - அதிகாரம் தலைக்கேறிய தலைவர்களுக்கு இது வரும். "நான் விசேஷமானவன், விதியை வெல்லக் கூடியவன்" என்ற மமதை. நாரதர் அவனிடம் "நீ முற்பிறவியில் காலநேமி என்ற அசுரன்" என்று சொன்னது, அவனது இந்த மமதையை மேலும் தூண்டிவிட்டது. "நான் ஒரு அசுரன், விஷ்ணு என் எதிரி" என்ற எண்ணம் அவனது பயத்தை ஒரு "புனிதப் போராக" (Cosmic War) மாற்றிக்கொள்ள உதவியது.

தீய நாசிஸ்ட் : நவீன உளவியல் பார்வையில், கம்சன் ஒரு "மாலிக்னன்ட் நாசிசிஸ்ட்" (Malignant Narcissist) மற்றும் "பரானாய்ட் சைக்கோபத்" (Paranoid Psychopath). அவனிடம் நாம் முன்னர் பார்த்த அனைத்து தீய பண்புகளும் இருந்தன - பரானாயா, பச்சாதாபமின்மை, அதீத சுயநலம், மரண பயம், அதிகார வெறி. இவை அனைத்தும் சேர்ந்து அவனை ஒரு கொடூரமான சர்வாதிகாரியாக மாற்றின. நம் பாரம்பரியம் அவனை "அசுரன்" என்று அழைத்தது. நவீன உளவியல் அவனை "தீவிர ஆளுமைக் கோளாறு கொண்டவன்" என்று அழைக்கிறது. பெயர்கள் வேறுபட்டாலும், உண்மை ஒன்றே - அவன் இயல்பான மனித நிலையிலிருந்து விலகி, தீமையின் உருவமாக மாறினான்.

நாம் இதுவரை பார்த்தபடி, குழந்தைப் பருவ அதிர்ச்சிகளும் தவறான வளர்ப்பும்தான் ஒரு மனிதனை கம்சனைப் போன்ற தீய பண்புகள் கொண்டவனாக மாற்றுகின்றன. சைக்கோபதி, நாசிசம், பரானாயா போன்றவை பிறப்பில் வருவதைவிட, வளர்ப்பிலும், சமூக சூழ்நிலையிலுமே அதிகம் விதைக்கப்படுகின்றன. குழந்தைகளைக் நன்கு பராமரித்து காப்பாற்றினால்தான் சமுதாயத்தை தீமையிலிருந்து காப்பாற்ற முடியும் என்ற உண்மையை நம் முன்னோர்கள் ஆயிரம் ஆண்டுகளுக்கு முன்பே புரிந்திருந்தார்களா?

கிருஷ்ண ஜெயந்தி — குழந்தையைத் தெய்வமாக நடத்தும் மனவியல்

இன்றும், கிருஷ்ண ஜெயந்தியில் குழந்தைகளை "சின்ன கண்ணன்" என்று அலங்கரிக்கும் பழக்கம் வெறும் பண்டிகைச் சடங்கு மட்டுமல்ல; அது ஒரு ஆழமான உளவியல் வழிமுறை. பெற்றோர் குழந்தையைத் தெய்வமாகக் காணும்போது, அவர்களின் சினம் குறைகிறது, பொறுமை பெருகுகிறது, அன்பு அதிகரிக்கிறது. "அவன் சின்ன கண்ணன்" என்ற எண்ணமே பெற்றோரின் குரலை மென்மையாக்குகிறது.

அந்த அலங்காரம் குழந்தைக்கு மிக முக்கியமான விஷயங்களை உறுதிப்படுத்துகிறது: தூய்மையான உடை, சத்தான பால்—வெண்ணை உணவு, சமூகப் பாசம், அனைவரின் கவனிப்பு, நேர்மறையான சுயஉருவம். குழந்தை தன்னை மதிக்கப்படுபவனாக, விரும்பப்படுபவனாக உணர்கிறது. இது அவனது மனவளர்ச்சிக்கு மிக முக்கியம்.

உலகின் பிற மரபுகளும் இதையே செய்கின்றன. கிறிஸ்தவத்தில் குழந்தை இயேசுவின் அலங்காரம்,

பௌத்தத்தில் குழந்தை புத்தரின் குளியல் விழா, இந்து மரபில் கிருஷ்ண ஜெயந்தி — அனைத்தும் ஒரே செய்தி: **குழந்தை = தெய்வம்**. இந்த நம்பிக்கை, குழந்தைகளைப் பாதுகாக்கும் சமூகத்தை உருவாக்குகிறது.

"எந்தக் குழந்தையும் நல்ல குழந்தைதான் மண்ணில் பிறக்கையிலே, பின் நல்லவராவதும் தீயவராவதும் அன்னை வளர்ப்பினிலே" என்ற பாடல் வரிகள் குழந்தை வளர்ப்பின் முக்கியத்துவத்தைக் காட்டுகின்றன. வெண்ணை திருடி, பொய் சொல்லி, பல குறும்புகளும் சேட்டைகளும் செய்த சிறுபிள்ளை கண்ணனை, அன்பும் பக்தியும் கிருஷ்ண பரமாத்மாவாக மாற்றியதை நாம் கவனித்தால் இதை உணரலாம்.

ஆயுர்வேதத்தின் மருத்துவக் குறிப்புகள்

புராண கதைகளுக்கும் பண்டைய மருத்துவத்திற்கும் இடையிலான தொடர்பு இங்கே மேலும் தெளிவாகிறது. பழமையான ஆயுர்வேத நூல்களில், குறிப்பாக **சுஶ்ருத சம்ஹிதை** போன்ற மருத்துவக் களஞ்சியங்களில், 'பூதனா' என்பது ஒரு குறிப்பிட்ட வகை குழந்தை நோயின் பெயராகவே பதிவு செய்யப்பட்டுள்ளது. குழந்தைகள் மருத்துவம் குறித்த **கௌமாரப்ரித்யா** (குமார தந்திரம்) பிரிவில், பூதனா, அந்தபூதனா போன்ற பெண்-தெய்வ உருவங்கள் 'பாலக கிரஹங்கள்' என்ற தலைப்பின் கீழ் விவரிக்கப்படுகின்றன.

இந்த 'கிரஹங்கள்' என்பவை நவீன பார்வையில் பார்த்தால், குழந்தைகளைத் தாக்கும் தொற்றுநோய்கள், நரம்பியல் கோளாறுகள், குடலியல் பிரச்சினைகள் ஆகியவற்றின் உருவகங்களே. பூதனா கிரஹத்தால் பாதிக்கப்பட்ட குழந்தைக்கு ஏற்படும் அறிகுறிகளாக ஆயுர்வேதம் குறிப்பிடுவது: கடுமையான வயிற்றுப்போக்கு, உடலில் துர்நாற்றம், உறக்கக் கோளாறு, வாய் மற்றும் மலத்தில் நாற்றம், அடிக்கடி அழுகை, எரிச்சல். இவை அனைத்தும் நவீன மருத்துவத்தில் கடுமையான குடல் தொற்று அல்லது உணவு விஷத்தால் ஏற்படும் அறிகுறிகளே.

சமகால ஆயுர்வேத ஆய்வாளர்களும் மருத்துவ வரலாற்று ஆராய்ச்சியாளர்களும் இதைத் தெளிவுபடுத்துகின்றனர்: பூதனா வெறும் கற்பனைக் கதாபாத்திரம் அல்ல; அவள் குழந்தைப் பருவ தொற்றுநோய்களின், குறிப்பாக மாசுபட்ட உணவு மற்றும் பாலால் பரவும் நோய்களின் மருத்துவக் குறியீடு.

இதுவே நம் முன்னோர்களின் அறிவின் சிறப்பு. ஒரு நோயை அவர்கள் இரண்டு நிலைகளில் பதிவு செய்தனர்: சாமானிய மக்களுக்குக் கதையாகவும், மருத்துவர்களுக்கு நோயியல் விவரணையாகவும். இரண்டுமே ஒரே உண்மையைச் சுட்டின: குழந்தைகளின் உணவு சுத்தமாக இருக்க வேண்டும்; இல்லையெனில் கொடிய விளைவுகள் ஏற்படும்.

பூதனாவை வேறு கோணத்தில் பார்க்கலாம். ஒரு தொற்றுநோய் பரவும்போது, அது தனிநபரை மட்டும் குறிவைப்பதில்லை; முழு சமூகத்தையும் தாக்குகிறது. குறிப்பாக நோய் எதிர்ப்பு சக்தி குறைவான குழந்தைகள், முதியவர்கள் அதிகம் பாதிக்கப்படுகின்றனர். கம்சன்

அனுப்பிய அசுரர்கள், ஒருவேளை அந்தக் காலத்தில் பரவிய பல தொற்றுநோய்களின் நினைவுப் பதிவாக இருக்கலாம். இவை அனைத்தும் ஒட்டுமொத்த சமூகத்தையும் அச்சுறுத்தின; ஆனால் குழந்தைகளை மிக அதிகமாகக் கொன்றன.

மீண்டு வந்தாளா பூதனா?

ஆயிரக்கணக்கான ஆண்டுகள் கடந்துவிட்டன; அறிவியல் வளர்ந்துவிட்டது; மருத்துவம் முன்னேறிவிட்டது. கண்ணன் பூதனாவை வதைத்து அவளுக்கு மோக்ஷம் அளித்துவிட்டான். ஆனால் அவள் பிரதிநிதித்துவப்படுத்திய அபாயம் — மாசுபட்ட உணவால் குழந்தைகளுக்கு வரும் கொடிய நோய் — அது இன்றும் உயிருடன் இருக்கிறது.

உலக சுகாதார நிறுவனத்தின் (WHO) 2023 புள்ளிவிபரங்கள் அதிர்ச்சி அளிக்கின்றன: ஒவ்வொரு ஆண்டும் உலகம் முழுவதும் ஐந்து வயதுக்குட்பட்ட சுமார் **4 லட்சம் குழந்தைகள் வயிற்றுப்போக்கு நோய்களால் இறக்கின்றனர்**. இதில் பெரும்பாலானவை மாசுபட்ட நீர், மாசுபட்ட உணவு, சுகாதாரமின்மை ஆகியவற்றால் ஏற்படுபவை.

பூதனாவின் விஷப்பால் என்று நம் முன்னோர்கள் எச்சரித்தது, இன்று நவீன மருத்துவம் "foodborne illnesses", "contaminated milk products", "bacterial gastroenteritis" என்று அழைக்கிறது. பெயர்கள் மாறிவிட்டன; பிரச்சினை மாறவில்லை.

உலக சுகாதார நிறுவனமும் பல்வேறு நாட்டு அரசாங்கங்களும் தீவிர விழிப்புணர்வு பிரசாரங்களை நடத்திக்கொண்டிருக்கின்றன:

- "Clean hands save lives" — கைகளைக் கழுவுங்கள் (செம்மல்வைஸ் 1847ல் சொன்னது!)
- "Boil water before giving to infants" — குழந்தைகளுக்குக் கொடுக்கும் நீரைக் கொதிக்கவைத்து ஆறவைக்கவும்
- "Breastfeeding is safest" — தாய்ப்பால் மிகப் பாதுகாப்பானது (பூதனாவின் விஷப்பாலுக்கு எதிர்!)
- "Food hygiene prevents deaths" — உணவுச் சுத்தம் மரணங்களைத் தடுக்கும்

இந்தியாவில் "ஸ்வச்ச் பாரத்" திட்டம், ஆப்பிரிக்க நாடுகளில் "Clean Water Campaigns", லத்தீன் அமெரிக்காவில் "Safe Food Programs" — அனைத்தும் ஒரே நோக்கத்திற்காக.

இங்கே கவனிக்க வேண்டிய வேதனையான உண்மை: நம் முன்னோர்கள் ஆயிரம் ஆண்டுகளுக்கு முன்பே எச்சரித்த அதே அபாயங்கள், இன்று இருபத்தியோராம் நூற்றாண்டில், விண்வெளிக்குச் செல்லும் மனிதகுலத்தை இன்னும் வாட்டிக்கொண்டிருக்கின்றன. செம்மல்வைஸ் 1847ல் கண்டுபிடித்த "கைகளைக் கழுவுங்கள்" என்ற எளிய தீர்வை, 2025ல் உலக சுகாதார நிறுவனம் இன்னும் பிரசாரம் செய்துகொண்டிருக்க வேண்டியுள்ளது.

இது நமக்குச் சொல்வது என்ன? பண்டைய அறிவு "மூடநம்பிக்கை" அல்ல; அது **நிரூபிக்கப்பட்ட, இன்றும் பொருத்தமான, உயிர்காக்கும் உண்மை**. ஆயிரம் ஆண்டுகள் கடந்தும், அதே பிரச்சினைகள், அதே தீர்வுகள். வித்தியாசம் என்னவென்றால்: நம் முன்னோர்கள் அதைக் கதையாகச்

சொன்னார்கள்; நாம் அதைப் புள்ளிவிபரமாகச் சொல்கிறோம். ஆனால் குழந்தைகளின் உயிரைக் காப்பாற்றும் முறை ஒன்றுதான்: **சுத்தம், சுத்தம், சுத்தம்**.

அனுபவ அறிவின் வெற்றி

கண்ணனின் குழந்தைப் பருவ அசுரர்கள் ஒவ்வொருவரும் நமக்கு ஒரு எச்சரிக்கை. பூதனா — உணவின் சுத்தம்; காளியன் — நீரின் சுத்தம்; திரிணாவர்த்தன் — காற்றின் சுத்தம்; சகடாசுரன் — வீட்டுப் பாதுகாப்பு; மற்றவர்கள் — சூழலின் பாதுகாப்பு, போலி நட்பின் ஆபத்து. எல்லாவற்றின் அடிப்படைச் செய்தி: **சுத்தமே தெய்வம்; குழந்தையே தெய்வம்**.

இந்தக் கதைகள் ஆயிரக்கணக்கான ஆண்டுகளாகச் சொல்லப்பட்டு, பல தலைமுறைகளாகக் குழந்தைகளைக் காப்பாற்றி வந்திருக்கின்றன. கிருமிகள் பற்றிய கோட்பாடு இல்லாத காலத்தில், அனுபவ அவதானிப்பு மூலம் கண்டுபிடித்த உண்மைகள் இவை. செம்மல்வைஸ் 1847ல் வியன்னாவில் கண்டுபிடித்த அதே உண்மையை — சுத்தம் உயிரைக் காக்கும் — தமிழர்களும் இந்தியர்களும் நூற்றாண்டுகளுக்கு முன்பே தங்கள் கதைகளில் பதிவு செய்திருந்தனர்.

மூடநம்பிக்கை என்று தள்ளுவது எளிது; ஆனால் அதன் உள்ளே மறைந்துள்ள அறிவியல் உண்மையைப் புரிந்துகொள்வதே நம் கடமை. கண்ணன் வந்தான்; அவன் குழந்தைகளைக் காத்தான்; அவன் நமக்குக் கற்றுக்கொடுத்தான்: **பாதுகாப்பு என்பது பக்தி மட்டுமல்ல, நடைமுறை சுத்தமும் கூட**.

2.8 நோய்களும் தெய்வங்களும் - உலகளாவிய வடிவம்

பெரியம்மை, சின்னம்மை, மண்ணாங்கட்டி மாரியம்மா மட்டுமல்ல, பல்வேறு தொற்று நோய்கள் இந்தியாவில் தெய்வங்களாக வழிபாடு பெற்றுள்ளன. பதினெட்டாம் நூற்றாண்டில் பெங்களூரில் பிளேக் நோய் பரவியபோது, மாரியம்மனை "பிளேக் அம்மா" என்று அழைத்து வணங்கினார்கள். கோயம்புத்தூரில் "பிளாக் மாரியம்மன்" என்ற பெயரில் இதற்கென்றே கோவில் கட்டப்பட்டது. மேற்கு வங்கத்தில் காலரா நோய்க்கு "ஓலாதேவி" என்ற தெய்வம் உண்டு - இந்துக்களும் முஸ்லிம்களும் இவளை ஒருசேர வழிபடுகிறார்கள். சமீபத்திய கோவிட்-19 பெருந்தொற்றின் போது, தமிழ்நாடு, கர்நாடகா, மேற்கு வங்கம், உத்தரப் பிரதேசம் ஆகிய மாநிலங்களில் "கொரோனா தேவி" அல்லது "கொரோனம்மா" என்ற பெயரில் கோவில்கள் எழுப்பப்பட்டு வழிபாடுகள் நடந்தன.

கேரளாவில் "வசூரிமாலா" இந்த நோய்களின் தெய்வம். கொடுங்கல்லூர் பகவதி கோவிலில் இவருக்குத் தனி சன்னதி உள்ளது. வட கேரளாவில் வசூரிமாலா தெய்யம் ஆடும் வழக்கம் இருக்கிறது. வட இந்தியாவில் பெரியம்மைக்கு "சீத்தலா தேவி" - இவள் கையில் விளக்குமாறும் தண்ணீர் குடமும் வைத்திருப்பாள், இது தூய்மையையும் குளிர்ச்சியையும் குறிக்கிறது. ஆந்திரப் பிரதேசத்தில் பெரியம்மைக்கு "நூகலம்மா". பௌத்த மதத்தில் "ஹாரீதி" - முதலில் குழந்தைகளை உண்ணும் அரக்கியாக இருந்தவள், புத்தரின் அருளால் மனம் மாறி குழந்தைகளைப் பாதுகாக்கும் தெய்வமாகவும், பெரியம்மை நோயைத் தீர்க்கும் தெய்வமாகவும் மாறினாள்.

உலகம் முழுவதும் - ஒரே நம்பிக்கை

இந்தியாவைப் போலவே உலகம் முழுவதும் பல கலாச்சாரங்களிலும் மதங்களிலும் குறிப்பிட்ட நோய்களுக்கு தெய்வங்கள் இருக்கின்றன. இவை நோயைக் கொடுப்பவராகவும் அதே சமயம் அதைக் குணப்படுத்துபவராகவும் இரட்டை வேடம் கொண்டவை.

மேற்கு ஆப்பிரிக்காவின் யோருபா மதத்தில் "பபாலு-ஆயே" அல்லது "சோபோனா" பெரியம்மை, தொழுநோய், தோல் நோய்களுக்கான கடவுள். "பூமியின் ஆவி" என்று அழைக்கப்படும் இவர், நோயைக் கொடுத்து தண்டிப்பவர் என்றும் அதை குணப்படுத்தும் சக்தி கொண்டவர் என்றும் நம்பப்படுகிறார். பெரியம்மை நோயை "இறைவனின் முத்தம்" என்று பயத்துடன் அழைப்பார்கள். சிவப்பு நிறம் இவருக்கு உகந்தது.

கிரேக்க புராணத்தில் "அப்போலோ" மருத்துவத்தின் கடவுள் மட்டுமல்ல, பிளேக் நோயைக் கொண்டு வருபவரும் இவரே. "இலியட்" காவியத்தில், அப்போலோ கிரேக்கப் படைகள் மீது பிளேக் நோயை அம்புகளாக எய்ததாக கூறப்படுகிறது. அவரைச் சாந்தப்படுத்தினால் நோய் குணமாகும் என்பது நம்பிக்கை. **ரோமானிய மரபில்** "ஃபெப்ரிஸ்" காய்ச்சல் மற்றும் மலேரியா தேவதை - இந்த சொல்லிலிருந்துதான் ஆங்கிலத்தில் "Fever" என்ற சொல் வந்தது. இவருக்கு ரோம் நகரில் மூன்று கோயில்கள் இருந்தன.

சீனாவில் "வென் ஷென்" கொள்ளை நோயின் கடவுள். இவர் ஒரு தனி நபர் அல்ல, நோய்களைப் பரப்பும் ஆவிகளின் கூட்டமைப்பு. வசந்தம், கோடை, இலையுதிர், குளிர்காலம் என ஒவ்வொரு பருவத்திற்கும் ஏற்ற நோய்களைக்

கட்டுப்படுத்தும் ஐந்து தெய்வங்கள் உள்ளனர். **ஜப்பானில்** "ஹோஸோகாமி" பெரியம்மைப் பேய் - இந்த ஆவியைக் கோபப்படுத்தாமல் இருக்க சிவப்பு நிறப் பொருட்களை வீடுகளில் வைப்பார்கள். சிவப்பு நிறம் பெரியம்மை தழும்புகளைக் குறைக்கும் என்று நம்பினார்கள்.

ஆஸ்டெக் இனத்தவரின் "ஜிபே டோடெக்" தோல் நோய்களுக்கான கடவுள். பெரியம்மை, சொறி, சிரங்கு போன்றவற்றை இவர் கொடுப்பார் என்றும், அவரை வழிபட்டால் குணமடையலாம் என்றும் நம்பினர். கிறிஸ்தவ மரபில் "புனித ரோக்" பிளேக் நோயின் பாதுகாவலர். இவர் பிளேக் நோயாளிகளைக் குணப்படுத்தியதாகவும், அவரே அந்நோயால் பாதிக்கப்பட்டு குணமடைந்ததாகவும் நம்பப்படுகிறது. கொள்ளை நோய் காலங்களில் இவரிடம் வேண்டுதல் வைப்பது ஐரோப்பிய வழக்கம்.

உலகளாவிய வடிவம் - ஒரே தீர்வு

இதில் கவனிக்க வேண்டிய சுவாரஸ்யமான விஷயம் என்னவெனில், அறிவியல் வளர்ச்சி இல்லாத காலத்தில் உலகம் முழுவதும் மக்கள் தொற்று நோய்களை ஒரு "தெய்வீக தண்டனை" அல்லது "சக்தி" என்று கருதினார்கள். இந்தியாவைப் போலவே ஆப்பிரிக்கா, சீனா, ஜப்பான், ஐரோப்பா, அமெரிக்கா - எல்லா இடங்களிலும் நோயைக் குணப்படுத்த ஒரே மாதிரியான முறைகள் பின்பற்றப்பட்டுள்ளன. சிவப்பு நிறம் பயன்படுத்துதல், நோயாளிகளைத் தனிமைப்படுத்துதல், தெய்வங்களிடம் வேண்டுதல் - இவை உலகம் முழுவதும் காணப்பட்ட பொதுவான நடைமுறைகள். பெயர்கள் வேறுபட்டாலும், அடிப்படை புரிதல் ஒன்றே - நோய் என்பது ஒரு கண்ணுக்குத்

தெரியாத சக்தி, அதை சாந்தப்படுத்த வேண்டும், அதிலிருந்து தப்பிக்க தனிமைப்படுத்தல் அவசியம், சுத்தமும், மன வலிமை அல்லது தைரியம் முக்கியம். இந்த அடிப்படை அறிவியல் உண்மைகளை நம் முன்னோர்கள் தெய்வ வழிபாடு என்ற வடிவத்தில் பாதுகாத்தார்கள்.

நம்பிக்கையின் சக்தி - பிளேசிபோ மற்றும் நோசிபோ

உலகம் முழுவதும் நோய் தெய்வங்களை வழிபட்டார்கள் என்று பார்த்தோம். இங்கே ஒரு சுவாரஸ்யமான கேள்வி எழுகிறது - இந்த வழிபாடுகள் உண்மையில் குணப்படுத்தினவா? நவீன அறிவியல் ஆச்சரியமான பதிலைத் தருகிறது - ஆம், நம்பிக்கையே குணப்படுத்த முடியும்.

"வெறும் தண்ணீரை மருந்து என்று நினைத்துக் குடித்தால் நோய் குணமாகும்" என்பது அறிவியல் பூர்வமாக நிரூபிக்கப்பட்ட உண்மை. இது பிளேசிபோ விளைவு (Placebo Effect) என்று அழைக்கப்படுகிறது. மருத்துவ குணமே இல்லாத ஒரு பொருளை - சர்க்கரை மாத்திரை அல்லது வெறும் தண்ணீர் - நோயாளிக்கு "இது சக்திவாய்ந்த மருந்து" என்று சொல்லி கொடுத்தால், நோயாளி அதை உண்மை என்று நம்புவார். இந்த நம்பிக்கை காரணமாக அவரது உடலில் உண்மையான மாற்றங்கள் ஏற்பட்டு நோய் அறிகுறிகள் குறையும்.

இது வெறும் மனப்பிரமை அல்ல - உடலில் உண்மையான வேதியியல் மாற்றங்களை உண்டாக்குகிறது. நோயாளி குணமாகப் போவதாக நம்பும்போது, மூளையின் "வெகுமதி மையம்" தூண்டப்படுகிறது. இது டோபமைன் மற்றும் எண்டார்ஃபின் போன்ற இயற்கை வலி நிவாரணிகளைச்

சுரக்கச் செய்கிறது. இவை வலியைக் குறைக்கவும், மனநிலையை மேம்படுத்தவும் உதவுகின்றன. "இந்த மருந்து என்னைக் குணப்படுத்தும்" என்ற வலுவான எதிர்பார்ப்பு, உடலின் நோய் எதிர்ப்பு சக்தியையே தூண்டக்கூடும்.

சுவாரஸ்யமான வரலாற்று உதாரணம் - இரண்டாம் உலகப் போரின்போது வலி நிவாரணி தீர்ந்துபோன நிலையில், மருத்துவர் ஹென்றி பீச்சர் காயமடைந்த வீரர்களுக்கு வெறும் உப்பு நீரை ஊசி மூலம் செலுத்தினார். ஆனால் அது வலி மருந்து என்று நம்பிய வீரர்களுக்கு வலி குறைந்தது. பழங்காலத்தில் மந்திரவாதிகள் கொடுத்த தாயத்துகள், மந்திர நீர், மாரியம்மன் கோவிலில் தெளித்த நீர் - இவை உண்மையில் மருந்தாக இல்லாவிட்டாலும், மக்களின் நம்பிக்கையால் நோய்களைக் குணப்படுத்தின. "நம்பிக்கையே மருந்து" என்பது வெறும் பழமொழி அல்ல, அது ஒரு அறிவியல் உண்மை.

பயமும் மரணம் - நோசிபோ விளைவு

ஆனால் இதன் மறுபக்கமும் உண்மை. "இது எனக்குத் தீங்கு செய்யும்" என்று நம்பினால், உண்மையில் இல்லாத தீமைகள் ஏற்படும். இது நோசிபோ விளைவு (Nocebo Effect) என்று அழைக்கப்படுகிறது. ஒருவருக்கு செய்வினை வைக்கப்பட்டுள்ளது என்று அவர் நம்பினால், அந்த பயமே அவரைக் கொன்றுவிடும். இதை "வோடூ மரணம்" (Voodoo Death) என்கிறார்கள்.

1942-ல் அறிவியலாளர் வால்டர் கேனன், "ஒருவர் தான் சபிக்கப்பட்டதாகவும், இறக்கப்போவதாகவும் தீவிரமாக நம்பினால், அந்த பயமே அவரைக் கொன்றுவிடும்" என்று நிரூபித்தார். அதீத பயத்தால் உடலில் அட்ரினலின் மற்றும்

கார்டிசோல் போன்ற மன அழுத்த ஹார்மோன்கள் அளவுக்கு அதிகமாக சுரக்கின்றன. இது இதயத் துடிப்பை தாறுமாறாக அதிகரித்து, இதயத்தை நிறுத்தி, மரணத்தை உண்டாக்கும். அல்லது "இனி நம்பிக்கையே இல்லை" என்று மனம் கைவிடும்போது, இதயத் துடிப்பு குறைந்து அப்படியே நின்றுவிடும்.

கோவிட்-19 காலத்தில் இதை நாம் நேரடியாகப் பார்த்தோம். வைரஸ் தொற்றே இல்லாதவர்களுக்கும் கூட, தீவிரமான மன அழுத்தம் மற்றும் பயம் காரணமாக இதயம் செயலிழந்து மரணம் ஏற்பட்டது. ஆய்வுகளின்படி, கோவிட் காலத்தில் இந்த மன அழுத்த இதய நோயின் தாக்கம் கிட்டத்தட்ட எட்டு மடங்கு அதிகரித்தது. "மூச்சுத் திணறல் வந்து இறந்துவிடுவேன்" என்ற தீவிர பயம், உண்மையிலேயே சுவாசப் பிரச்சனைகளை அதிகப்படுத்தி மரணத்தை துரிதப்படுத்தியது. தனிமைப்படுத்தல் மக்களின் மனதை உடைத்து, நோய் எதிர்ப்பு சக்தியைக் குறைத்தது.

கோவிட் காலத்தில் நடந்த பல மரணங்கள் "நவீன கால வோடூ மரணங்கள்" என்றே கூறலாம். வைரஸ் ஒரு காரணம் என்றால், "என்ன நடக்குமோ" என்ற அதீத பீதி உடலின் தற்காப்பு மண்டலத்தை நிலைகுலையச் செய்து, பல உயிர்களைப் பறித்தது உண்மை. பேய் பயமும் கோவிட் பயமும் உடலை ஒரே மாதிரியாகத்தான் பாதிக்கின்றன - நம்பிக்கையின்மை மற்றும் தனிமை.

முன்னோர்களின் மருத்துவ அறிவு

இப்போது நாம் புரிந்துகொள்ளலாம் - நம் முன்னோர்கள் ஏன் நோய் தெய்வங்களை வழிபட்டார்கள் என்று. அவர்கள் நம்பிக்கையின் சக்தியை அறிந்திருந்தார்கள். "இந்த

அம்மனை வழிபட்டால் நோய் குணமாகும்" என்ற நம்பிக்கை, உண்மையிலேயே குணப்படுத்தும் சக்தியை உடலில் தூண்டியது. இது வெறும் மூடநம்பிக்கை அல்ல - இது ஆழ்ந்த மருத்துவ அறிவு.

திருவள்ளுவர் இதை இரண்டாயிரம் ஆண்டுகளுக்கு முன்பே தெளிவாக எழுதியுள்ளார். "மருந்தென வேண்டாவாம் யாக்கைக்கு" என்ற குறளில், ஒருவன் உண்ட உணவு செரித்ததை அறிந்து, அடுத்த வேளை உணவை அளவோடு உண்டால் அவனது உடலுக்கு மருந்தே தேவையில்லை என்கிறார். இது இன்று நாம் பேசும் "தடுப்பு மருத்துவம்" (Preventive Medicine). நோய் வந்த பிறகு குணப்படுத்துவதை விட, நோய் வராமல் பாதுகாப்பதே சிறந்தது.

"நோய்நாடி நோய்முதல் நாடி" என்ற குறள் மேலும் ஆழமானது. வெறும் அறிகுறிகளுக்கு சிகிச்சை அளிக்காமல், நோய் உருவான அடிப்படை காரணத்தை கண்டறிந்து, அதனை தணிக்கும் வழியை முறையாக செய்ய வேண்டும் என்கிறார். இது இன்றைய நவீன மருத்துவ கண்டறிதல் முறைகளுக்கு முன்னோடி.

"உற்றான் அளவும்" என்ற குறள் இன்னும் அதிசயம். நோயாளியின் வயது மற்றும் உடல்நிலை, நோயின் தீவிரம், அன்றைய காலத்தின் தட்பவெப்பநிலை ஆகிய மூன்றையும் ஆராய்ந்து மருத்துவம் செய்ய வேண்டும் என்கிறார். ஆயிரக்கணக்கான ஆண்டுகளுக்கு முன்பே, ஒரு நோயாளியின் தனிப்பட்ட உடல் நிலைக்கு ஏற்ப மருத்துவம் செய்ய வேண்டும் என்ற புரிதல் தமிழர்களிடம் இருந்தது. இன்று நாம் இதை "தனிப்பட்ட மருத்துவம்" (Personalized

Medicine) என்று புதிதாக கண்டுபிடித்தது போல் பேசுகிறோம்.

மூடநம்பிக்கையா, ஞானமா?

இப்போது நாம் ஒரு முக்கியமான கேள்விக்கு வருகிறோம் - இந்த வழிபாட்டு முறைகளும் பக்தியும் படிப்பறிவற்ற மக்களின் பயத்தால் வந்த மூடநம்பிக்கையா, அல்லது சான்றோர்களின் ஆழ்ந்த ஞானத்தின் பலனா? நாம் இதுவரை பார்த்தவற்றை சிந்தித்தால், பதில் தெளிவாகிறது. தனிமைப்படுத்தல், சுத்தம், மூலிகை பயன்பாடு, நம்பிக்கை வளர்த்தல், பயத்தை குறைத்தல் - இவை அனைத்தும் அறிவியல் பூர்வமான மருத்துவ நடைமுறைகள். நம் முன்னோர்கள் இவற்றை தெய்வ வழிபாடு என்ற வடிவத்தில் மக்களுக்கு கொடுத்தார்கள். ஏனென்றால் "மாரியம்மனை வழிபடு" என்று சொல்வதை விட "கிருமிகளிடமிருந்து பாதுகாப்பு" என்று சொல்வது அக்காலத்தில் கடினம்.

இது சான்றோர்களின் ஆழ்ந்த ஞானம். அவர்கள் மக்களின் மன நிலையை புரிந்திருந்தார்கள். நம்பிக்கை குணப்படுத்தும், பயம் கொல்லும் என்பதை அறிந்திருந்தார்கள். எனவே நோய்களை தெய்வங்களாக மாற்றி, வழிபாட்டின் மூலம் நம்பிக்கையை வளர்த்தார்கள். அதே சமயம் தனிமைப்படுத்தல், மூலிகை பயன்பாடு போன்ற உண்மையான மருத்துவ நடைமுறைகளையும் சேர்த்தார்கள். இது மூடநம்பிக்கை அல்ல - இது அறிவியல் பூர்வமான பொது சுகாதார முறை, மக்கள் புரிந்துகொள்ளும் வடிவத்தில் வழங்கப்பட்டது.

2.9 காட்டேரி - கண்ணுக்குத் தெரியாத உறிஞ்சிகள்

"காட்டேரி" என்ற சொல் காடு (வனம்) + ஏரி (நீர்நிலை) என்ற இரு சொற்களின் இணைப்பாக இருக்கலாம். பழங்காலத்தில், கிராமப்புற மக்கள் காட்டுப் பகுதிகளையும் நீர்நிலைகளையும் அடிக்கடி நாடினர். இந்த நீர்நிலைகளிலும் ஈரமான காட்டுப் பகுதிகளிலும் உயிர்வாழும் ஒட்டுண்ணிகளும் விஷப்பூச்சிகளும் மனித உடலுக்குள் பல வழிகளில் புகும் வாய்ப்பு அதிகம் இருந்தது. மருத்துவ வசதிகள் குறைவாக இருந்த காலத்தில், காய்ச்சல், தோல் நோய்கள், வலிப்பு போன்ற திடீர் தொந்தரவுகளுக்குக் காரணம் தெரியாத நிலையில், அவை காட்டேரி போன்ற தீய சக்திகளின் செயல் என்று நம்பப்பட்டது.

பாரம்பரிய நம்பிக்கையின்படி, காட்டேரி மனிதனின் இரத்தத்தை உறிஞ்சிக் குடிக்கும், அது மனிதனை உடலளவிலும் மனதளவிலும் துன்புறுத்தும். நேரடிப் பொருள் தேடினால் இது அறிவியல் ஆதாரமற்ற மூடநம்பிக்கையாகவே தோன்றும். ஆனால் மனிதர்கள் எவ்வாறு பாதிக்கப்பட்டார்கள், அறிகுறிகள் என்ன என்பதை நவீன மருத்துவ அறிவியலுடன் ஒப்பிட்டுப் பார்த்தால் பல ஆச்சரியத்தக்க உண்மைகளைக் காண முடிகிறது.

இரத்தத்தை உறிஞ்சும் ஒட்டுண்ணிகள்

சில ஒட்டுண்ணிகள் மனித இரத்தத்தை நேரடியாக உறிஞ்சும் அல்லது இரத்த சோகை மற்றும் ஊட்டச்சத்து குறைபாடுகளை ஏற்படுத்தி உடலின் செயல்பாடுகளைப் பாதிக்கும். கொக்கிப்புழுக்கள் சிறுகுடலில் உள்ள இரத்த நாளங்களுடன் இணைந்துகொண்டு இரத்தத்தை

உறிஞ்சுகின்றன. இவற்றின் உமிழ்நீரில் இரத்தம் உறைவதைத் தடுக்கும் வேதிப்பொருட்கள் உள்ளன, இதனால் தொடர்ந்து இரத்தப்போக்கு ஏற்படுகிறது. அதிக எண்ணிக்கையிலான புழுக்கள் இருந்தால் நாளொன்றுக்கு பல மில்லிமீட்டர் இரத்தம் இழக்க நேரிடும் - இதுவே இரும்புச்சத்து குறைபாடு இரத்த சோகைக்கு முக்கிய காரணமாகும்.

காட்டு நீர்நிலைகளில் வாழும் அட்டைப்பூச்சிகள் மயக்க மருந்து போன்ற பொருளை வெளியிட்டு வலி தெரியாமல் இரத்தத்தை உறிஞ்சுகின்றன. ஹிருடின் என்ற வேதிப்பொருள் மூலம் இரத்தப்போக்கைத் தொடரச் செய்கின்றன. கொசுக்கள், உண்ணிகள், மூட்டைப் பூச்சிகள் இரத்தம் குடிப்பதுடன் நின்றுவிடுவதில்லை - அவை மனநலப் பிரச்சினைகளுக்கும் காரணமாக அமைகின்றன. குறிப்பாக மூட்டைப் பூச்சிகள் பற்றிய ஆய்வுகள் வியக்கத்தக்கவை. இரவில் கடிக்கும்போது ஏற்படும் அரிப்பும் வீக்கமும் தூக்கத்தை அடிக்கடி தடைசெய்கின்றன. இந்தத் தொடர்ச்சியான தூக்கக் குறைபாடு மனச்சோர்வு, எரிச்சல், சோர்வு, மோசமான மனநிலைக்கு முக்கியக் காரணமாகிறது. ஆய்வின்படி, மூட்டைப் பூச்சி பாதிப்பு உள்ளவர்களுக்குப் பதட்ட அறிகுறிகள் இருப்பதற்கு 4.8 மடங்கு அதிக வாய்ப்பு உள்ளது.

மலேரியா ஒட்டுண்ணிகள் இரத்த சிவப்பணுக்களுக்குள் சென்று இனப்பெருக்கம் செய்து, அவற்றை வெடிக்கச் செய்து அழிக்கின்றன. இது கடுமையான இரத்த சோகைக்கு வழிவகுக்கிறது.

ஊட்டச்சத்து கொள்ளை - உள்ளிருந்து உறிஞ்சல்

நாடாப்புழுக்கள் இன்னும் நுட்பமான முறையில் செயல்படுகின்றன. மீன் நாடாப்புழு குடலின் இலியம் பகுதியில் இருந்து **வைட்டமின் B12-**ஐ நேரடியாகப் பிடித்து தன் வளர்ச்சிக்குப் பயன்படுத்துகிறது. உடலுக்குச் செல்ல வேண்டிய இந்த உயிர்ச்சத்து முழுவதும் புழுவுக்கே சென்றுவிடுகிறது - இதுவே உண்மையான "உள்ளிருந்து உறிஞ்சுதல்". B12 இல்லாமல் DNA தொகுப்பு நடக்காது. இதன் விளைவாக பெரிய, பலவீனமான, செயலற்ற இரத்த சிவப்பணுக்கள் உருவாகின்றன - ஒரு "காட்டேரியால்" உள்ளிருந்து இரத்தம் வற்றிப்போனது போன்ற நிலை.

மேலும் மோசமானது, B12 குறைபாடு நரம்புகளின் மைலின் உறையை அழிக்கிறது. இதன் விளைவாக உடல் மரத்துப் போதல், கை-கால் நடுக்கம், சமநிலை இழப்பு, பார்வைக் குறைபாடு போன்ற நரம்பியல் பாதிப்புகள் ஏற்படுகின்றன - நோயாளி "ஏதோ உள்ளிருந்து என்னைக் கட்டுப்படுத்துகிறது" என்று உணர்வது அறிவியல் பூர்வமாக சரியே! B12 குறைபாடு மூளையின் செரோடோனின், டோபமைன் போன்ற வேதிப்பொருட்கள் உற்பத்தியைப் பாதிக்கிறது. இதனால் மனச்சோர்வு, எரிச்சல், நினைவாற்றல் குறைவு, கடுமையான நிலையில் மனநோய் கூட ஏற்படுகின்றன - பழங்காலத்தில் "பேய் பிடித்தது" என்று விவரிக்கப்பட்ட நிலை இதுவாக இருக்கலாம்!

உருண்டை புழுக்கள் மற்றும் கியார்டியா இன்னும் வேறு விதமாக செயல்படுகின்றன. கியார்டியா குடல் சுவரில் உள்ள வில்லி மற்றும் நுண்வில்லி அமைப்புகளை தட்டையாக்கி அழிக்கிறது. இந்த வில்லிகள்தான் இரும்புச்சத்து,

வைட்டமின் A, துத்தநாகம் போன்ற ஊட்டச்சத்துக்களை உறிஞ்சும் முக்கிய அமைப்பு. இவை அழிக்கப்படும்போது "உணவு உண்டாலும் சத்து உடலுக்குள் போகவில்லை" என்ற நிலை உருவாகிறது. பெரிதாக வளர்ந்த உருண்டை புழுக்கள் குடலில் நெரிசலை உண்டாக்கி, உணவின் இயல்பான செரிமானத்தைத் தடுக்கின்றன. கியார்டியா கொழுப்பில் கரையும் **வைட்டமின்கள் (A, D, E, K)** உறிஞ்சப்படுவதைத் தடுக்கிறது. இது பார்வைக் குறைபாடு, நோய் எதிர்ப்பு சக்தி குறைவு, வளர்ச்சி குன்றல் போன்ற பல பாதிப்புகளுக்கு வழிவகுக்கிறது.

பழங்கால அவதானிப்பு - நவீன உறுதிப்படுத்தல்

மனிதர்களுக்குப் புழுக்கள் (helminths) பரவுவதற்கு பல வழிகள் உள்ளன. அசுத்தமான உணவு அல்லது நீரை தவறுதலாக விழுங்குவதன் மூலம் வாய் வழியாகவும், வெறுங்காலுடன் மாசடைந்த மண்ணில் நடக்கும்போது தோல் வழியாகவும், பாதிக்கப்பட்ட பூச்சிகள் கடிப்பதாலும், சரியாக சமைக்கப்படாத மாமிசம் அல்லது மீன் உண்பதாலும் இவை உடலுக்குள் நுழைகின்றன. கழிவு, சிறுநீர், மாசடைந்த மண், அசுத்த நீர், சுகாதாரமற்ற இடங்கள் — குறிப்பாக வெப்பமண்டலப் பகுதிகள் — இவை எல்லாம் புழுக்கள் பரவும் இடங்கள். பின்வர்ம், ரவுண்ட்வர்ம், ஹூக்வர்ம், ஸ்ட்ராங்கிலாய்டஸ், ட்ரைக்கினெல்லா, விப்வர்ம், டேப்வர்ம், பிளூக்ஸ், லிம்படிக் புழுக்கள் போன்றவை மனிதர்களைப் பாதிக்கும் பிரபலமான வகைகள்.

கற்பனை செய்யுங்கள் - ஒரு நபர் காட்டுப் பகுதியில் அல்லது ஏரிக் கரையில் சென்று வந்த பிறகு, படிப்படியாக வெளிறிய நிறம், களைப்பு, சக்தியின்மை, மயக்கம், மன நிலை மாற்றம்,

எடை குறைவு, உள்ளிருந்து "எதோ உறிஞ்சப்படுவது போன்ற" உணர்வு ஆகியவை தோன்றுகின்றன. பழங்கால மக்களுக்கு நுண்ணோக்கி இல்லை, ஆனால் அவர்களின் அவதானிப்பு கூர்மையாக இருந்தது. "காட்டேரி புகுந்துவிட்டது - உள்ளிருந்து இரத்தத்தை உறிஞ்சிக் கொண்டிருக்கிறது" என்ற நம்பிக்கை, உண்மையில் கொக்கிப்புழுக்கள், அட்டைப்பூச்சிகள், நாடாப்புழுக்கள், உருண்டைப்புழுக்கள், கியார்டியா போன்ற ஒட்டுண்ணிகளின் செயல்பாட்டை அப்படியே விவரிக்கிறது!

குடல் நுண்ணுயிரிகள் - இரண்டாவது மூளை

நவீன அறிவியல் மனிதனின் குடல் பகுதியை 'இரண்டாவது மூளை' என்று வரையறுக்கிறது. இது வெறும் உருவக வர்ணனை அல்ல - அறிவியல் பூர்வமான கண்டுபிடிப்பு. குடலில் உள்ள நரம்பு மண்டலம் (Enteric Nervous System) மூளையிலிருந்து சுயாதீனமாகவே செயல்பட முடியும். மேலும், குடல் நுண்ணுயிரிகள் பல்வேறு நரம்பியல் ரசாயனங்களை உற்பத்தி செய்கின்றன. செரோடோனின், டோபமைன் போன்ற மனநிலையை கட்டுப்படுத்தும் ரசாயனங்களில் கணிசமான அளவு குடலில்தான் உற்பத்தியாகின்றன. இதை 'குடல்-மூளை இணைப்பு' (Gut-Brain Axis) என்று அழைக்கிறோம்.

சில ஆராய்ச்சிகள், ஒருவர் குறிப்பிட்ட உணவுகளை விரும்புவதற்கும் வெறுப்பதற்கும், அவரது குடலில் உள்ள நுண்ணுயிரிகளின் கலவை காரணமாக இருக்கலாம் என்று சுட்டிக்காட்டுகின்றன. ஒவ்வொரு வகை நுண்ணுயிரிகளும் தங்களுக்கு சாதகமான உணவுகளை நாம் உண்ண

வைப்பதற்காக, நம் மூளைக்கு சமிக்ஞைகளை அனுப்புகின்றன. குடலில் வாழும் புழுக்கள் குழந்தைகளை தாக்கும்போது, எவ்வளவு உணவு உண்டாலும் அந்த உணவில் உள்ள சத்துக்களை இந்த புழுக்கள் எடுத்துக்கொள்வதால், குழந்தைகளுக்கு போதிய ஊட்டச்சத்து கிடைப்பதில்லை. பல வளரும் நாடுகளில் குழந்தைகளுக்கு ஆறு மாதங்களுக்கு ஒருமுறை புழு நீக்க மருந்துகள் கொடுக்கப்படுவதற்கு இதுவே காரணம்.

குடலில் உள்ள நுண்ணுயிரிகள் நமது மனநிலையிலும் தாக்கத்தை ஏற்படுத்துகின்றன. "பயத்தில் வயிறு கலங்கிவிட்டது" என்று நாம் சொல்வதற்கு அறிவியல் அடிப்படை உண்டு. ஆங்கிலத்தில் "Do you have guts?" என்று கேட்பார்கள் - இதன் பொருள் "உனக்கு தைரியம் இருக்கிறதா?" குடலும் தைரியமும் இணைந்த இந்த மொழியாக்கம் தற்செயலானது அல்ல - நம் முன்னோர்கள் குடலின் ஆரோக்கியமும் மனதின் வலிமையும் தொடர்புடையவை என்பதை அறிந்திருந்தார்கள்.

பாரம்பரிய ஞானமும் நவீன மருத்துவமும்

நம் முன்னோர்கள் உணவின் வாயிலாக தீய சக்திகள் உடலுக்குள் நுழையும் என்று எச்சரித்தார்கள். குறிப்பாக சமைக்கப்பட்ட இறைச்சியை கவனமின்றி கையாளும்போது, அது மாசுபடும் அபாயம் உள்ளது என்பதை அவர்கள் அனுபவத்தில் கற்றிருந்தார்கள். இன்று நாம் அதை உணவு நச்சுத்தன்மை அல்லது பாக்டீரியா தொற்று என்கிறோம். சித்த மற்றும் ஆயுர்வேத வைத்திய முறைகளில், நோயாளி வரும்போது முதலில் அவரது உணவு மண்டலத்தை வாந்தி மற்றும் பேதி மருந்துகளின் மூலம் சுத்தப்படுத்தினார்கள்.

பின்பு தான் அவர்களின் உண்மையான மருத்துவம் ஆரம்பிக்கப்பட்டது. இன்று நாம் 'Detoxification' என்று அழைப்பதை, அவர்கள் 'விரேசனம்' என்று அழைத்தார்கள். கொள்கை ஒன்றுதான் - உடலுக்குள் தங்கியுள்ள தீங்கு விளைவிக்கும் கழிவுகளையும் நுண்ணுயிரிகளையும் வெளியேற்ற வேண்டும்.

நவீன மருத்துவத்தில் மிகவும் புதுமையான சிகிச்சை முறைகளில் ஒன்று **மல நுண்ணுயிரி மாற்றுச் சிகிச்சை** (Fecal Microbiota Transplantation). ஆரோக்கியமான ஒருவரின் மலத்திலிருந்து நல்ல நுண்ணுயிரிகளை எடுத்து, நோயாளியின் குடலுக்குள் செலுத்துகிறார்கள். இதன் மூலம் நோயாளியின் குடலில் நல்ல நுண்ணுயிரிகள் பெருகி, அவரது ஆரோக்கியம் மேம்படுகிறது. இது நமக்கு என்ன காட்டுகிறது? கண்ணுக்குத் தெரியாத குடலில் உள்ள நுண்ணுயிரிகள், ஒரு மனிதனின் உடல் ஆரோக்கியத்தையும் மன ஆரோக்கியத்தையும் தீர்மானிக்கும் சக்தி கொண்டவை.

புதிய கண்டுபிடிப்புகள் - ஆல்ஸ்ஹைமர் நோய்

ஆல்ஸ்ஹைமர் நோய் நினைவாற்றல் இழப்பு, மனக்குழப்பம், எரிச்சல், ஆக்ரோஷமான நடத்தை, பேச்சு சிக்கல்கள் போன்றவற்றுடன் தொடங்குகிறது. படிப்படியாக அன்றாட செயல்களான உடை அணிதல், சாப்பிடுதல் கூட செய்ய இயலாத நிலைக்கு நோயாளிகளை தள்ளுகிறது. இறுதியில் முழுநேர பராமரிப்பு தேவைப்படும் நிலை வருகிறது. நோயாளிகள் நிமோனியா, ஊட்டச்சத்து குறைபாடு போன்றவற்றால் இறக்கின்றனர். இது குடும்ப உறுப்பினர்களுக்கு மிகப்பெரிய உணர்ச்சி மற்றும் பொருளாதார சுமையை ஏற்படுத்துகிறது.

1990கள் வரை ஆல்ஸ்ஹைமர் நோய் வயது, மரபணு மற்றும் வாழ்க்கை முறை காரணங்களால் ஏற்படுவதாக நம்பப்பட்டது. ஆனால் 2019-ல் சயின்ஸ் அட்வான்ஸஸ் இதழில் வெளியான ஒரு திடுக்கிடும் ஆய்வு புதிய வாசலைத் திறந்தது. வாய் புண் கிருமிகள் மூளையில் குடியேறி, அமிலாய்டு-பீட்டா மற்றும் டாவ் என்ற புரதங்களை சேதப்படுத்துவதாக அந்த ஆய்வு காட்டியது. 2024-2025 ஆய்வுகள் இதை மேலும் உறுதிப்படுத்தியுள்ளன. வாய் மற்றும் குடல் கிருமிகள், ஹெர்பெஸ் வைரஸ் போன்ற நோய்க்கிருமிகள் மூளை அழற்சியை ஏற்படுத்தி, நோயின் முக்கிய காரணிகளாக இருப்பதை தெளிவாக நிரூபித்துள்ளன. இப்போது "தொற்று-உந்துதல்" கோட்பாடு வலுப்பெறுகிறது.

பகுத்தறிவும் தொடர்ச்சியும்

'பேய்' என்றால் என்ன என்பதை முதலில் ஆராய வேண்டியது அவசியம். அவற்றின் பாதிப்புகளைக் கண்டறிந்து, முறையாக வகைப்படுத்துவதன் மூலம், அவற்றிற்கான மருத்துவமும் தீர்வும் கிடைக்கும். இதுவே உண்மையான பகுத்தறிவுப் பாதை. மாறாக, அவையெல்லாம் வெறும் மூடநம்பிக்கை என்று ஒட்டுமொத்தமாகப் புறம்தள்ளுவதன் மூலம், அவற்றினால் ஏற்படும் உண்மையான பாதிப்புகளை நாம் புறக்கணித்து விடுகிறோம். நம் முன்னோர்கள் 'பேய் பிடித்தது' என்று விவரித்த நிலைகளில் சில, இன்று நாம் வைரஸ் தொற்று, பாக்டீரியா தாக்குதல், மூளை வீக்கம், மனநோய் என்று அடையாளம் காண்கிறோம். அவர்களுக்கு நுண்ணோக்கி இல்லாததால், கண்ணுக்குத் தெரியாத சக்தி என்று அழைத்தார்கள். நமக்கு அறிவியல் கருவிகள் இருப்பதால், அதன் உண்மை இயல்பை அறிகிறோம்.

ஆனால் பிரச்சினை அப்படியே இருக்கிறது - தீர்வுதான் வேறுபடுகிறது.

பழங்கால தமிழர்கள் மூடநம்பிக்கையில் இருந்து காட்டேரி கதைகளை உருவாக்கவில்லை. அவர்கள் உண்மையான நோயியல் நிகழ்வை அன்றைய மொழியிலும் அறிவியல் கருவிகள் இன்றியும் சரியாகவே அவதானித்தனர். "காட்டேரி புகுந்தது" என்பது "காடு-ஏரி பகுதிகளிலிருந்து ஒட்டுண்ணித் தொற்று ஏற்பட்டது" என்பதன் புராண வடிவமே. அறிவியல் என்பது தொடர்ந்து முன்னேறிக்கொண்டிருக்கிறது. இன்று நாம் அடைந்ததை வைத்து நேற்றைய நிலையை ஏளனம் செய்வது ஏறிவந்த ஏணியை உதைப்பது போல. நேற்றைய அடித்தளத்தின் மீது இன்றைய கட்டடத்தை எழுப்பி, நாளைய முன்னேற்றத்தை நோக்கி நகர்வதே அறிவியல். ஒவ்வொரு காலகட்டமும் தன் வரம்புகளுக்குள் அறிந்ததை நேர்மையாக பதிவு செய்தது. அதை மதித்து, அதன் மீது மேலும் கட்டியெழுப்புவதே உண்மையான விஞ்ஞான மனப்பான்மை.

2.10 பேய்கள் இறைச்சியை விரும்புவதன் ரகசியம்

உலகம் முழுவதும் பல கலாச்சாரங்களில் "அசைவ உணவும் இரத்தமும் பேய்களை ஈர்க்கும்" என்ற நம்பிக்கை ஏன் பரவலாக இருக்கிறது? இந்த உலகளாவிய நம்பிக்கைகளுக்குப் பின்னால் சில ஆச்சரியமான அறிவியல் உண்மைகள் மறைந்திருக்கின்றன.

ஆசியாவின் இறைச்சி பேய்கள்: மலேசியா மற்றும் இந்தோனேசியாவில் 'பொந்தியானக்' (Pontianak) என்ற பெண் பேய் காய்ந்த மீன் அல்லது சமைத்த இறைச்சியின் வாசனையை நுகர்ந்து மனிதர்களைப் பின்தொடரும் என்று

நம்பப்படுகிறது. குறிப்பாக கர்ப்பிணிப் பெண்கள் அசைவ உணவை சாப்பிட்டுவிட்டு இரவில் வெளியே செல்லக் கூடாது என்ற விதி உண்டு. இரவில் புதிய இறைச்சி அல்லது மீனை பாதுகாப்பு இல்லாமல் — ஆணிகள் அல்லது எலுமிச்சை போன்ற கூர்மையான பொருட்கள் இல்லாமல் — எடுத்துச் செல்லக்கூடாது, ஏனெனில் அந்த வாசனை இந்த ஆவிகளை வீட்டிற்குப் பின்தொடர்ந்து வரத் தூண்டும். இது நமது தமிழ் நம்பிக்கைக்கு நேரடியான ஒற்றுமை.

வங்காள நாட்டுப்புறக் கதைகளில் 'மெச்சோ பூத்' (மீன் உண்ணும் பேய்), ஜப்பானிய பௌத்தத்தில் தணியாத பசியால் சபிக்கப்பட்ட 'காகி' ஆவிகள், சீனாவின் பசித்த ஆவிகள் திருவிழா — இவை அனைத்தும் கடுமையான வாசனை கொண்ட உணவுகளால் ஈர்க்கப்படும் ஆவிகளைப் பற்றியவை. சீனாவில் சாலை ஓரங்களில் வறுத்த வாத்து, கோழி, பன்றி இறைச்சியை வைக்கிறார்கள், இதனால் அலைந்து திரியும் பேய்கள் வீடுகளுக்குள் நுழையாது.

மற்ற கண்டங்களின் நம்பிக்கைகள்: மத்திய கிழக்கு அரேபியக் கதைகளில் 'ஜின்' எனப்படும் ஆவிகளுக்கு எலும்புகள் மற்றும் மீதமுள்ள இறைச்சிகள் மிகவும் பிடித்தமான உணவு. பழங்கால ஐரோப்பாவில், காடுகளின் வழியாகச் செல்லும்போது இறைச்சியைக் கையில் வைத்திருந்தால் 'காட்டு ஆவிகள்' அல்லது 'எல்வ்ஸ்' நம்மைத் திசைதிருப்பிக் கூட்டிச் சென்றுவிடும் என்ற பயம் இருந்தது. பூர்வீக அமெரிக்காவில் 'வெண்டிகோ' என்ற ஆவி மனித மாமிசத்தின் மீது தணியாத ஆசையால் உந்தப்படுவதாக நம்பப்படுகிறது.

இரத்தம் — உயிரின் சாரம்: இறைச்சியைவிட மேலும் அச்சுறுத்தக்கூடியது இரத்தம். உலகம் முழுவதும் "இரத்தம் குடித்தால் பேய் பிடிக்கும்" அல்லது "இரத்தம் சாப்பிடுவது பாவம்" என்ற நம்பிக்கைகள் பரவலாக காணப்படுகின்றன. யூத மதத்தின் தோராவிலும், கிறிஸ்தவ பைபிளிலும் (Leviticus 17:11) "உயிரினத்தின் உயிர் அதன் இரத்தத்தில் உள்ளது" என்று கூறப்பட்டுள்ளது. எனவே, இரத்தத்தை உண்பது என்பது அந்த உயிரினத்தின் ஆன்மாவை உண்பதற்கு சமம். யூதர்கள் 'கோஷர்' முறைப்படி, இஸ்லாமியர்கள் 'ஹலால்' முறைப்படி இறைச்சி சாப்பிடும்போது, அதில் இரத்தம் முழுமையாக வடிந்திருப்பதை உறுதி செய்வார்கள்.

இந்து மதத்தில் பொதுவாக இரத்தம் உண்பது தடைசெய்யப்பட்டுள்ளது. பலியிடப்பட்ட விலங்கின் இரத்தத்தை பலிதெய்வங்களுக்காக விட்டுவிடுவார்கள். ஆனால் தாந்திரீகம் மற்றும் சில கிராமப்புற வழிபாடுகளில் — காளி, முனீஸ்வரன் வழிபாடு — பலியிடப்பட்ட விலங்கின் இரத்தத்தைப் பூசாரி குடிப்பது போன்ற சடங்குகள் உள்ளன. இது சாதாரண மனிதர்களுக்கு அல்ல, அருள் வந்தவர்களுக்கு மட்டுமே உரியது. சாதாரண மனிதன் இரத்தத்தைத் தொட்டால் அல்லது குடித்தால் அவனுக்குப் "பேய் பிடிக்கும்" என்ற நம்பிக்கை கிராமங்களில் உண்டு.

நாட்டுப்புறக் கதைகளில் : மேற்கு ஆப்பிரிக்கக் கதைகளில், மனித இரத்தத்தை அல்லது விலங்குகளின் இரத்தத்தை ருசிப்பவர்கள் "மந்திரவாதிகளாக" அல்லது "காட்டேரிகளாக" மாறிவிடுவார்கள் என்ற பயம் உள்ளது. ஐரோப்பிய 'காட்டேரி' கதைகளில் இறந்தவர்கள் மீண்டும் உயிர் பெற இரத்தத்தைக் குடிக்கிறார்கள் என்பது

நம்பிக்கை. பல ஆப்பிரிக்கப் பழங்குடி நம்பிக்கைகளில், இரத்தம் என்பது ஆவிகள் மற்றும் முன்னோர்களுக்கான உணவு — மனிதர்கள் அதை உண்டால் ஆவிகளின் கோபத்திற்கு ஆளாக நேரிடும்.

இஸ்லாம் : குர்ஆன் (5:3) இரத்தம் குடிப்பது அல்லது உண்பது 'ஹராம்' (தடைசெய்யப்பட்டது) என்று தெளிவாகக் கூறுகிறது. இரத்தம் அசுத்தமானது என்றும், அது நோய்களைப் பரப்பும் என்றும் இஸ்லாம் போதிக்கிறது. 'ஹலால்' (Halal) முறையில் அறுக்கப்படும்போது விலங்கின் இரத்தம் முழுமையாக வெளியேற்றப்படுவதன் நோக்கமும் இதுவே.

பொதுவான கூறுகள்: இந்த கலாச்சாரங்கள் முழுவதும் பொதுவான அம்சம் நறுமணமும் உயிர் சக்தியும்தான். பேய்களுக்குப் பௌதீக உடல்கள் இல்லாததால், அவை உணவின் "சாரம்" அல்லது வாசனையை உட்கொள்வதாக பெரும்பாலும் கருதப்படுகிறது. இறைச்சி ஒரு வலுவான, தனித்துவமான மணத்தைக் கொண்டுள்ளது — குறிப்பாக இரத்தத்துடன் பச்சையாக இருக்கும்போது — இது பசியுள்ள ஆவிகளுக்கு ஒரு "சத்தமான" சமிக்ஞையாக அமைகிறது. பச்சையான இறைச்சியில் உள்ள இரத்தம் உலகளவில் வாழ்வின் சாரமாக (பிராணன், கி, உயிர் சக்தி) பார்க்கப்படுகிறது. உயிர் சக்தி இல்லாத ஆவிகள் அதனால் ஈர்க்கப்படுகின்றன என்பது நம்பிக்கை.

அறிவியல் விளக்கம் — பழைய நம்பிக்கைகளின் உண்மை

இந்த உலகளாவிய நம்பிக்கைகளுக்குப் பின்னால் சில நடைமுறை அறிவியல் உண்மைகள் இருந்திருக்கலாம். முதலாவது, அசைவ உணவுகள் எளிதில் கெட்டுப்போகக்

கூடியவை. பழைய அல்லது சரியாக வேகவைக்கப்படாத இறைச்சியை சாப்பிடும்போது பாக்டீரியா தொற்று ஏற்பட்டு, வாந்தி, மயக்கம் அல்லது மனப்பிரமை (hallucinations) ஏற்படலாம். இதை "பேய் பிடித்தது" என்று கிராமங்களில் தவறாகப் புரிந்துகொண்டனர்.

மிக முக்கியமாக, நாம் ஏற்கனவே விவாதித்த டாக்ஸோபிளாஸ்மா கோண்டி போன்ற ஒட்டுண்ணிகள் அசைவ உணவுகள் மூலமாகவே — சரியாக வேகவைக்கப்படாத இறைச்சி மூலம் — மனித உடலுக்குள் நுழைகின்றன. இந்த ஒட்டுண்ணி உடலுக்குள் சென்றால், அது மூளையைப் பாதித்து ஒருவரின் இயல்பான நடத்தையை மாற்றுகிறது என்பதை நாம் பார்த்தோம். எனவே "இறைச்சி சாப்பிட்டதால் பேய் பிடித்தது" என்ற நாட்டுப்புறக் கதைகள், உண்மையில் "இறைச்சி மூலம் பரவும் ஒட்டுண்ணியால் மூளை பாதிக்கப்பட்டது" என்ற அறிவியல் உண்மையை நமக்குத் தெரியாமல் எச்சரிக்கும் ஒரு குறியீடாக இருக்கலாம்.

இரத்தம் ஏன் ஆபத்தானது? இரத்தம் என்பது பாக்டீரியாக்கள் (Salmonella, E. coli) மிக வேகமாக வளரக்கூடிய ஒரு ஊடகம். அதைச் சரியாகக் கையாளாவிட்டால் உணவு நச்சுத்தன்மை (food poisoning) ஏற்படும் அபாயம் அதிகம். இரண்டாவது, சமைத்த இரத்தம் சாப்பிட்ட பின் சிலருக்கு தோல் அரிப்பு ஏற்படலாம். இறைச்சி மற்றும் இரத்தம் சார்ந்த உணவுகளில் இயற்கையாகவே 'ஹிஸ்டமைன்' (histamine) என்ற வேதிப்பொருள் இருக்கும். சிலருக்கு இதை செரிக்கத் தேவையான நொதி குறைவாக இருக்கும். அவர்கள் இரத்தத்தைச் சாப்பிடும்போது தோல் அரிப்பு, முகம் சிவத்தல், தலைவலி போன்ற அறிகுறிகள் ஏற்படும். சில

அரிதான சந்தர்ப்பங்களில் 'ஆல்ஃபா-கல் சிண்ட்ரோம்' (alpha-gal syndrome) என்ற ஒவ்வாமை ஏற்படலாம். இரத்தத்தில் இரும்புச்சத்து மிக அதிகமாக உள்ளது — இரும்புச்சத்து அதிகரிப்பு உள்ளவர்களுக்கு இது கல்லீரலைப் பாதித்து தோல் அரிப்பை ஏற்படுத்தலாம்.

அசைவ உணவை கவனமாக கையாள வேண்டும், சரியாக வேகவைக்க வேண்டும், சுகாதாரமாக பாதுகாக்க வேண்டும் என்ற முக்கியமான பொது சுகாதார செய்திகளை நம் முன்னோர்கள் தலைமுறை தலைமுறையாகக் கடத்தினார்கள். "இரத்தம் என்பது உயிர்" என்பதே உலகளாவிய நம்பிக்கை — அதை உண்பது என்பது இயற்கைக்கு மாறானது என்றும், அப்படிச் செய்தால் மனிதன் மிருகமாகவோ அல்லது பேயாகவோ மாறிவிடுவான் என்றும் பல கலாச்சாரங்கள் நம்புகின்றன. இன்று நாம் புரிந்துகொள்வது என்னவெனில், இந்த தடைகள் உண்மையில் மிக நடைமுறையான சுகாதார நடவடிக்கைகள். இரத்தத்தைச் சரியாக கையாளாவிட்டால் ஏற்படும் நோய்த்தொற்றுகள், ஒவ்வாமைகள், உணவு நச்சுத்தன்மை ஆகியவற்றிலிருந்து பாதுகாக்க நம் முன்னோர்கள் இந்த தடைகளை மத கட்டளைகளாகவும் பேய் பயமாகவும் உருவாக்கினார்கள். மீண்டும் ஒரு முறை, பாரம்பரிய ஞானமும் நவீன அறிவியலும் சந்திக்கின்றன.

உணவு மற்றும் பலி சடங்குகள் — திசைகளுக்கான காணிக்கை

நாம் இதுவரை பார்த்தபடி, உணவு மற்றும் கண்ணுக்குத் தெரியாத சக்திகளுக்கு இடையே ஒரு விசித்திரமான தொடர்பு உலகம் முழுவதும் நம்பிக்கைகளில் உள்ளது.

இந்த தொடர்பின் மற்றொரு சுவாரஸ்யமான வெளிப்பாடு — உணவை எறிதல் மற்றும் திசைகளுக்குப் பலி கொடுத்தல் போன்ற சடங்குகள்.

தமிழர்களின் சடங்குகள்: தமிழர்களிடம் முக்கியமாக அமாவாசை மற்றும் திதி போன்ற நாட்களில் கூரை மேல் காகத்திற்குச் சோறு வைக்கும் வழக்கம் உள்ளது. காகம் எமலோகத்தின் தூதுவனாகவும், நம் முன்னோர்களின் பிரதிநிதியாகவும் கருதப்படுகிறது. மற்றொரு முக்கிய சடங்கு — சிறு தெய்வ வழிபாடுகள், திருவிழாக்கள் அல்லது இறப்பு சடங்குகளில் சாதத்தை உருண்டையாகப் பிடித்து நான்கு திசைகளிலும் எறிவது. இதற்கு 'பலி போடுதல்' என்று பெயர். கிழக்கு, மேற்கு, தெற்கு, வடக்கு என நான்கு திசைகளுக்கும் காவலர்கள் உள்ளனர். அவர்களுக்கு மரியாதை செலுத்துவதாகவும், அவர்கள் மூலமாக எந்தத் தீய சக்திகளும் நம்மை அணுகாமல் இருக்கவும் இது செய்யப்படுகிறது.

உலகம் முழுவதும் — ஒரே நம்பிக்கை: வியக்கத்தக்க வகையில், தமிழர்களின் இந்த சடங்குகள் உலகின் பல பண்டைய கலாச்சாரங்களிலும் ஒற்றுமையுடன் காணப்படுகின்றன. திபெத்திய பௌத்தத்தில், மாவு மற்றும் வெண்ணெய் கொண்டு செய்யப்பட்ட 'தோர்மா' எனப்படும் உருண்டைகளைச் சடங்கின் இறுதியில் நான்கு திசைகளிலும் வீசுவார்கள். பண்டைய கிரேக்கர்கள் 'ஹெக்கட்டே' என்ற குறுக்குச் சாலைகளின் தேவதையை வழிபட்டனர் — மூன்று சாலைகள் சந்திக்கும் இடத்தில் உணவை வைத்துவிட்டுத் திரும்புவார்கள், பின்னால் திரும்பிப் பார்க்காமல். ஜப்பானியர்களின் புத்தாண்டுக் காலத்தில் வறுத்த சோயா பீன்ஸ் விதைகளை வீட்டின்

வாசலிலும் நான்கு திசைகளிலும் எறிவார்கள். "பேய்களே வெளியே போ! அதிர்ஷ்டமே உள்ளே வா!" என்று கத்திக்கொண்டே எறிவார்கள். மெக்சிகோவில் இறந்த முன்னோர்களுக்காக வீட்டின் வாசலிலும் கூரையிலும் இறந்தவர்களின் ரொட்டி மற்றும் உணவுகளை வைப்பார்கள். அமெரிக்காவின் பூர்வீகக் குடிகள் எந்த ஒரு சுப காரியத்திற்கு முன்பும் நான்கு திசைகளிலும் சிறிதளவு புகையிலை அல்லது உணவை ஆகாயத்தில் தூவுவார்கள்.

பலியிலிருந்து உணவுக்கு — சடங்கின் பரிணாமம்: இன்னும் ஆழமாகப் பார்த்தால், இந்த உணவு எறிதல் சடங்குகள் உண்மையில் விலங்கு பலியின் உருமாறிய வடிவங்கள் என்பது தெரிகிறது. பண்டைய மனிதன் "உயிர் என்பது இரத்தத்தில் இருக்கிறது" என்று நம்பினான். ஒரு விலங்கை பலியிட்டு அதன் இரத்தத்தை நிலத்தில் சிந்தச் செய்வது அல்லது திசைகளில் தெளிப்பது, அந்த இடத்திலுள்ள தெய்வங்களுக்கு அல்லது ஆவிகளுக்கு உயிர் ஆற்றலை வழங்குவதாகக் கருதப்பட்டது.

தமிழ் கிராம தேவதை வழிபாடுகளில் இன்றும் சில இடங்களில் ஆடு அல்லது கோழியைப் பலியிட்டு, அதன் இரத்தத்தை சோற்றுடன் கலந்து நான்கு திசைகளிலும் வீசுவார்கள். இது பலி மற்றும் உணவு எறிதல் ஆகிய இரண்டின் இணைந்த வடிவம். பண்டைய மாயன் மற்றும் ஆஸ்டெக் நாகரிகங்களில் விலங்குகளின் இதயத்தை எடுத்து நான்கு திசைகளிலும் இரத்தத்தைத் தெளிப்பார்கள். யூதர்களின் பண்டைய வழிபாட்டில், பலிபீடத்தின் நான்கு மூலைகளிலும் விலங்கின் இரத்தத்தைத் தடவுவது முக்கியமான சடங்காக இருந்தது.

காலப்போக்கில் அஹிம்சை மற்றும் சமூக மாற்றங்கள் காரணமாக, உயிர்பலி உணவுப் பலியாக மாறியது. விலங்கிற்குப் பதிலாக அரிசி மாவையும் எள்ளையும் சேர்த்து பிண்டமாக உருவாக்கி பலி கொடுக்கும் வழக்கம் வந்தது. சில இடங்களில் பூசணிக்காய்க்கு குங்குமம் தடவி — இரத்தம் போல உருவகப்படுத்தி — திசைகளில் உடைக்கிறார்கள். இரத்தத்திற்குப் பதில் வெறும் சாதத்தையோ அல்லது மஞ்சளும் சுண்ணாம்பும் கலந்த சிவப்பு நிற சோற்றையோ திசைகளில் எறிவது இரத்தப் பலியின் ஒரு மென்மையான, அஹிம்சை வடிவமே.

உலகளாவிய உளவியல்: இதற்குப் பின்னால் ஒரு பொதுவான உளவியல் இருக்கிறது. முதலாவது, பகிர்தல் — மனிதன் தான் உண்ணும் உணவில் ஒரு பகுதியைத் தன்னால் கட்டுப்படுத்த முடியாத இயற்கை சக்திக்கு வழங்கினால், தனக்கு ஆபத்து வராது என நம்புகிறான். இரண்டாவது, பசியோடு இருக்கும் ஒரு சக்தி — அது கிருமியாகவோ அல்லது ஆவியாகவோ இருக்கலாம் — நம்மைத் தாக்காமல் இருக்க, அதற்கு முன்னரே உணவு கொடுத்துத் திசைதிருப்புவது ஒரு தற்காப்புத் தந்திரம். "எல்லாத் திசைகளிலும் உள்ள சக்திகளை நான் திருப்திப்படுத்திவிட்டேன், இப்போது என் மையம் பாதுகாப்பாக இருக்கிறது" என்ற உளவியல் அமைதியை இது தருகிறது.

நாம் ஏற்கனவே விவாதித்தபடி, "தீய சக்திகள்" என்பவை நம் மூளையின் சமநிலையைச் சிதைப்பவை. இந்த உணவை எறிவதன் மூலம், நம்மைச் சுற்றியுள்ள அந்த அமைதியற்ற ஆற்றல்களை உணவு கொடுத்து அமைதிப்படுத்துகிறோம். நான்கு திசைகளிலும் உணவை எறிவது என்பது ஒரு

எல்லைக்கோடு போன்றது. "உங்களுக்குத் தேவையானதை நான் கொடுத்துவிட்டேன், எனவே என் வாழ்வினைச் சிதைக்காமல் விலகி இருங்கள்" என்ற ஒப்பந்தமே இந்தச் சடங்கு. மனிதர்களுக்கும் இயற்கையில் உள்ள மற்ற சக்திகளுக்கும் இடையிலான ஒரு சமரச உடன்படிக்கை — மேலும் இந்த நம்பிக்கை மற்றும் தைரியம் ஒரு பாதுகாப்பு வளையமாகவும் அமைகின்றது, இதுவே இந்த உலகளாவிய சடங்குகளின் உண்மையான அர்த்தம்.

2.11 உடல் இச்சைகளும் தீய சக்திகளும்

மோகினி பிசாசு ஆண்களைக் கவர்ந்து தன் நிறைவேறாத இச்சைகளைத் தீர்த்துக்கொண்டு, இறுதியில் அவர்களை அழிவுக்குள் தள்ளுகிறது என்று பழங்கதைகள் சொல்கின்றன. இந்தக் கதைகளின் ஆழமான அர்த்தம் என்ன? ஒரு மனிதன் தன் காம இச்சைகளைக் கட்டுப்படுத்த இயலாமல் மரணம் வரை செல்கின்றான் — ஏனெனில் வேறு ஒரு தீய சக்தியின் கட்டுப்பாட்டில் அவனது உடல் செயல்படுகின்றது என்பதை இவை தெளிவாக விவரிக்கின்றன. பண்டைய தமிழர் சொன்னது இதுதான்: மோகினி என்பது வெறும் கதைமாந்தர் அல்ல, மாறாக மனிதனின் சுய கட்டுப்பாட்டைப் பறிக்கும் ஒரு உள் சக்தி, ஒரு மனநோய், ஒரு பிசாசின் பிடி.

ஆனால் இது வெறும் மூட நம்பிக்கையா? கற்பனையா? நவீன அறிவியல் இதை நிராகரிக்கிறதா? இல்லை. நவீனம் இதை வேறு வார்த்தைகளில் சொல்கிறது, வேறு ஆய்வுகளின் மூலம் உறுதிப்படுத்துகிறது. மூளை, நரம்புகள், ஹார்மோன்கள், மனநல அறிவியல் — இவை அனைத்தும் சேர்ந்து பண்டைய "மோகினி பிடித்தல்" என்ற கருத்துக்கு

அறிவியல் அடித்தளம் அளிக்கின்றன. எனவே பழங்கதைகளும் நவீன ஆராய்ச்சியும் சேர்ந்து என்ன உண்மையைச் சொல்கின்றன என்பதை இப்போது பார்க்கலாம்.

2.11.1 மோகினி பேய் ஓட்டுபவர்களின் பார்வையில் :

மோகினி பற்றி நாட்டுப்புறக் கதைகளில் கூறப்படும் அதே விளக்கத்தைத்தான் மோகினி பேய் ஓட்டுபவர்கள் சொல்கின்றனர். மோகினி என்பது ஆண்களை பிடிக்கும் ஒரு கவர்ச்சியான பெண் பேய். மோகினி மிக அழகான பெண்ணாகத் தோன்றி தனிமையில் உள்ள ஆண்களை மயக்குவாள், திருமணமாகாத கன்னிப்பெண்ணின் ஆவி, வெள்ளை ஆடை, மல்லிகைப் பூ வாசனை, இரத்தம் குடிக்கும், பழிவாங்குதல் என்று விவரங்கள் நீள்கின்றது. இந்த பொதுவான விபரங்கள் கதைகள் அனைத்தையும் ஒதுக்கிவைத்துவிட்டு, வேறு ஏதேனும் ஆராயதக்க, நம்பகதன்மையுள்ள அல்லது உபயோகமுள்ள தகவல்களை சேகரிக்க நாம் பின்வரும் கேள்விகளுக்கு விடைகாண்பது அவசியம்.

1. மோகினி பிசாசு நேரடியான அனுபவங்கள் உண்டா? அல்லது இன்றளவும் மோகினி மனிதர்களை பிடிக்கின்றதா? பாதிக்கப்பட்டவர்கள் அல்லது பாதிப்பில் இருந்து மீண்டு வந்தவர்கள் இருக்கிறார்களா?
   - ஆம் என்பதே இவர்களிடமிருந்து நமக்கு கிடைக்கும் விடையாக இருக்கின்றது. ஆனால் இதற்கான எந்த நம்பகத்தன்மையான புள்ளி விபரங்களும் நம்மிடம் இல்லை.

2. மோகினி பிசாசு பாதிப்பின் அறிகுறிகள் என்ன? அல்லது என்ன மாதிரியான பாதிப்புக்குள்ளாகின்றார்கள்?

- நாட்பட்ட அதித காம சிந்தனைகள், கற்பனைகள் அல்லது காமகனவுகள். தொடர் காம எண்ணங்களில் இருந்து எளிதில் மீண்டுவர இயலாமை. கனவு மற்றும் கற்பனையில் இந்திரிய விரயம். இது மோகினியின் முக்கிய அறிகுறியாக கருதப்படுகின்றது. அதாவது பாதிக்கப்பட்ட நபருடன் மோகினி (ஒரு அழகிய பெண் உருவில்) தனிமையில் உல்லாசமாக இருந்து அவரின் உயிர்சக்தியான விந்துவை விரயப்படுத்திவிடுகிறது.
- உயிர்சக்தி விரையத்தால் உடல் எடை குறைதல் மற்றும் உடல் பலகீனம் ஏற்பட்டு நோஞ்சானாகி வீட்டிலேயே முடங்குதல்.
- திருமணத்தில் அல்லது இல்லற வாழ்க்கையில் பாதிப்பு.
- சிந்தனை மற்றும் முடிவெடுக்கும் திறன் பாதிப்பு. கல்வி, வேலை மற்றும் தொழிலில் பாதிப்பு ஏற்படுகின்றது.
- நாட்பட்ட பாதிப்பு அல்லது முற்றிய நிலை மரணத்தை ஏற்படுத்தும்.

3. மீண்டுவரும் வழி உண்டா? பாதிப்பில் இருந்து எவ்வாறு மீண்டு வருவது?

- சில பூசைகள் மூலம் மோகினியை விரட்ட இயலும் என்ற ஆணித்தரமான பதில் வருகின்றது. ஆனால் இது சற்று சிக்கலான விசயம், மோகினி பேய் ஓட்டுவதாக சொல்லிக்கொள்ளும் நபர்கள் ஒவ்வொருவரும் ஒவ்வொரு விதமான பூசை மற்றும்

சடங்குகளை மேற்கொள்கின்றனர். அவர்களின் மாந்திரீக மற்றும் மருந்து விபரங்கள் தொழில் ரகசியமாகவே உள்ளது, அவற்றை எளிதில் அறிந்துகொள்ளவும் இயலாது, இதில் போலிகள் வேறு . இந்த நிலையில் நம்மால் இவற்றை அறிவியல் முறையில் ஆராய்வது என்பது இயலாத செயல், மேலும் இவர்களின் காரண காரியங்கள் பூசைகள் வெறும் மூடநம்பிக்கையாகவே தென்படுகின்றது. இதில் விதி விலக்குகள் இருக்கலாம்.

2.11.2 பாலியல் நடத்தையும் ஒட்டுண்ணிகளும் - ஆராய்ச்சி

நாம் இதுவரை பார்த்தபடி, ஒட்டுண்ணிகள் தங்கள் ஓம்புயிரின் பயம், உணவு விருப்பம், இயக்கம் போன்ற நடத்தைகளை மாற்றுகின்றன என்பது நிரூபிக்கப்பட்ட உண்மை. இப்போது ஒரு சுவாரஸ்யமான கேள்வி எழுகிறது - இவை பாலியல் நடத்தையையும் பாதிக்குமா? இந்த திசையில் சில ஆரம்பகட்ட ஆய்வுகள் சுவாரஸ்யமான சமிக்ஞைகளைக் காட்டுகின்றன, ஆனால் உறுதியான முடிவுகளை எட்டுவதற்கு இன்னும் விரிவான ஆராய்ச்சிகள் தேவை.

விலங்குகளில் கண்ட மாற்றங்கள்

விலங்குகளில் சில தெளிவான உதாரணங்கள் கிடைத்துள்ளன. புறாக்களைத் தாக்கும் டிரிகோமோனாஸ் கலினே என்ற புரோடோசோனா ஒட்டுண்ணி, ஆண் புறாக்களின் குரலை மாற்றுகிறது. இயல்பாக ஆண் புறாக்கள்

ஆழமான, இசைமயமான ஒலியால் பெண்களை ஈர்க்கும். ஆனால் இந்த தொற்று குரலை கரகரப்பானதாக மாற்றுகிறது. சில ஆய்வுகள் சில பெண் புறாக்கள் இந்த மாறுபட்ட குரலை வலிமையின் அடையாளமாக தவறாகப் புரிந்துகொண்டு தொற்றுள்ள ஆண்களைத் தேர்ந்தெடுப்பதாகக் குறிப்பிடுகின்றன - ஆனால் இது இன்னும் விவாதத்திற்குரிய கண்டுபிடிப்பு.

வெட்டுக்கிளிகளில் மாசோஸ்போரா என்ற பூஞ்சை சில ஆய்வாளர்கள் கூற்றுப்படி பாலியல் நடத்தையை தீவிரமாக்குவதாகத் தெரிகிறது. தொற்றுள்ள வெட்டுக்கிளிகள் உடலின் சில பகுதிகள் அழிந்தாலும் இனச்சேர்க்கை முயற்சிகளைத் தொடர்வதாக சில அறிக்கைகள் உள்ளன. இது பூஞ்சை பரவுவதற்கான உத்தியாக இருக்கலாம் என்று ஆராய்ச்சியாளர்கள் கருதுகிறார்கள், ஆனால் இதன் உண்மையான வழிமுறைகள் இன்னும் முழுமையாக புரிந்துகொள்ளப்படவில்லை.

மனிதர்களில் - தெளிவற்ற சமிக்ஞைகள்

மனிதர்களைப் பொறுத்தவரை, நிலைமை இன்னும் மிகவும் தெளிவற்றது. நாம் ஏற்கனவே விவாதித்த டாக்ஸோபிளாஸ்மா கோண்டி பற்றிய சில சமீபத்திய ஆய்வுகள் சுவாரஸ்யமான கேள்விகளை எழுப்புகின்றன. இந்த ஒட்டுண்ணி மூளையில் டோபமைன் உற்பத்தியை அதிகரிக்கிறது என்பதை நாம் பார்த்தோம். டோபமைன் என்பது வெகுமதி, இன்பம், உந்துதல் போன்றவற்றுடன் தொடர்புடைய நரம்பியல் ரசாயனம். சில ஆராய்ச்சியாளர்கள் இது தத்துவ ரீதியாக பாலியல் நடத்தையையும் பாதிக்கக்கூடும் என்று ஊகிக்கிறார்கள்.

2017-ஆம் ஆண்டு ஒரு ஆய்வு, டாக்ஸோபிளாஸ்மா தொற்றுள்ள ஆண்களில் டெஸ்டோஸ்டீரான் அளவு சற்று அதிகமாக இருப்பதாகவும், அவர்கள் அதிக இடர்பாடு எடுக்கும் நடத்தைகளைக் காட்டுவதாகவும் குறிப்பிட்டது. இதிலிருந்து பாலியல் நடத்தையிலும் மாற்றங்கள் இருக்குமா என்ற கேள்வி எழுந்தது. ஆனால் இது நேரடியான காரண-காரிய தொடர்பு என்று உறுதியாகக் கூற முடியாது. பல மாறிகள் இங்கு பங்கு வகிக்கின்றன - கலாச்சாரம், தனிநபர் வேறுபாடுகள், மற்ற உடல்நலக் காரணிகள் போன்றவை.

ரேபிஸ் வைரஸ் பற்றிய சில மருத்துவ அறிக்கைகள் நோயின் ஆரம்ப கட்டத்தில் சில நோயாளிகளுக்கு அசாதாரண பாலியல் நடத்தைகள் தோன்றியதாகக் குறிப்பிடுகின்றன. ஆனால் ரேபிஸ் மிகக் கடுமையான, உயிரைக் கொல்லும் நோய் என்பதால், இது பல நரம்பியல் அறிகுறிகளில் ஒன்று மட்டுமே. இதை ஒட்டுண்ணி வேண்டுமென்றே பாலியல் நடத்தையை மாற்றுகிறது என்று கூறுவது மிகைப்படுத்தலாக இருக்கும்.

ஆராய்ச்சியின் சவால்கள்

இந்த துறையில் ஆராய்ச்சி செய்வது மிகவும் சவாலானது. மனித பாலியல் நடத்தை மிகவும் சிக்கலானது - அது உயிரியல் மட்டுமல்ல, உளவியல், கலாச்சாரம், சமூக காரணிகள், தனிநபர் அனுபவங்கள் என பலவற்றின் கலவை. ஒரு குறிப்பிட்ட ஒட்டுண்ணி மட்டுமே ஒரு குறிப்பிட்ட நடத்தை மாற்றத்திற்கு காரணம் என்று நிரூபிப்பது மிகவும் கடினம். மேலும், மனிதர்களில் நேரடியான சோதனைகள் செய்வது நெறிமுறை ரீதியாக சாத்தியமல்ல.

தற்போது நடைபெறும் ஆய்வுகள் பெரும்பாலும் தொடர்பு (correlation) காட்டுகின்றனவே தவிர, காரணம் (causation) நிரூபிக்கவில்லை. அதாவது, ஏ நிகழும்போது பி நிகழ்கிறது என்பதை நம்மால் பார்க்க முடிகிறது, ஆனால் ஏ தான் பி-யை ஏற்படுத்துகிறது என்று உறுதியாகக் கூற முடியவில்லை. இந்த இடைவெளியை நிரப்ப இன்னும் பல ஆண்டுகள் கவனமான ஆய்வுகள் தேவை.

தற்போதைய புரிதல்

தற்போதைய அறிவியல் நிலைப்பாடு இதுவாக உள்ளது - சில ஒட்டுண்ணிகள் நரம்பியல் ரசாயனங்களை (டோபமைன், செரோட்டோனின், டெஸ்டோஸ்டீரான்) பாதிக்கின்றன என்பது உறுதி. இந்த ரசாயனங்கள் தத்துவ ரீதியாக பாலியல் நடத்தையுடன் தொடர்புடையவை. ஆனால் இந்த இடைமுக தொடர்பு எப்படி செயல்படுகிறது, எவ்வளவு வலுவானது, எல்லா தொற்றுகளிலும் நிகழுமா என்பது இன்னும் ஆராய்ச்சிக்குரிய கேள்விகள்.

சில ஆராய்ச்சியாளர்கள் இது ஒட்டுண்ணியின் வேண்டுமென்ற உத்தி என்று கருதுகிறார்கள் - பாலியல் நடத்தையை அதிகரிப்பதன் மூலம் தொற்று பரவும் வாய்ப்புகள் அதிகரிக்கும். மற்றவர்கள் இது வெறும் தற்செயல் - ஒட்டுண்ணி வேறு காரணங்களுக்காக நரம்பியல் ரசாயனங்களை மாற்றுகிறது, பாலியல் நடத்தை மாற்றம் அதன் பக்க விளைவு மட்டுமே - என்று கருதுகிறார்கள்.

2.11.3 தடைகளை உடைக்கும் ரசாயனம் - மது

நாம் ஒட்டுண்ணிகள் எவ்வாறு நடத்தையை மாற்றுகின்றன என்று பார்த்தோம். ஆனால் மனித பாலியல் தீர்மானங்களை

மாற்றும் இன்னொரு பொருள் உள்ளது - மது. ஆய்வுகள் தெளிவுபடுத்துகின்றன: மது பாலியல் ஆர்வத்தை நேரடியாக அதிகரிப்பதில்லை, மாறாக "தடைநீக்கம்" (disinhibition) மூலம் வேலை செய்கிறது. சாதாரண நிலையில் நம்மை தடுக்கும் சமூக கட்டுப்பாடுகள், தார்மீக தடைகள், பயம் போன்றவை தற்காலிகமாக குறைக்கப்படுகின்றன. "ஆல்கஹால் மயோபியா" என்ற இந்த நிகழ்வில் அறிவாற்றல் கவனம் குறைந்து, உடனடி தூண்டுதல்கள் மீது மட்டுமே கவனம் செலுத்துகிறது. சுவாரஸ்யமாக, மது பாலியல் ஆர்வத்தை அதிகரிக்கும் என்ற நம்பிக்கையே சில நேரங்களில் "தன்னை நிறைவேற்றும் தீர்க்கதரிசனமாக" செயல்படுகிறது - போலி மது கூட எதிர்பார்ப்பின் அடிப்படையில் ஆர்வத்தை அதிகரித்துள்ளது.

மிதமான அளவு மது (2-4 பானங்கள்) இடர் நடத்தையை அதிகரிக்கிறது. நைட் கிளப் ஆய்வுகள் காட்டுவது - பாதுகாப்பற்ற பாலியல் உறவின் வாய்ப்புகள் 24% அதிகரிப்பு, பாலியல் இடர் நடத்தைகள் 52% வரை உயர்வு. ஆனால் நீண்டகால அதிக அளவு மதுப் பழக்கம் எதிர் விளைவை ஏற்படுத்துகிறது - பாலியல் ஆர்வம் குறைதல், உடல் செயலிழப்பு. எனவே மது இன்னொரு வகையில் மனித நடத்தையை மாற்றும் வெளிப்புற காரணி - ஒட்டுண்ணிகள் உயிரியல் ரீதியாக செய்வதை மது வேதியியல் ரீதியாக செய்கிறது.

திறந்த கேள்விகள் : ஒட்டுண்ணிகளும் பாலியல் நடத்தையும் என்ற இந்த துறை இன்னும் ஆரம்ப கட்டத்திலேயே உள்ளது. சில சுவாரஸ்யமான சமிக்ஞைகள் தெரிகின்றன, சில ஆரம்பகட்ட ஆய்வுகள் சாத்தியக்கூறுகளைக் காட்டுகின்றன, ஆனால் உறுதியான முடிவுகளுக்கு இன்னும் நீண்ட பாதை

உள்ளது. அறிவியல் சமூகம் இதை தீவிரமாக ஆராய்ந்து வருகிறது, ஆனால் திடமான ஆதாரங்கள் இன்னும் கிடைக்கவில்லை.

என்னுள்ளே என்னுள்ளே ஏங்கும் ஜீவன் - நவீன உளவியல் பார்வை

இந்த பாரம்பரிய நம்பிக்கைகளை நவீன உளவியல் பார்வையில் பார்க்கும்போது, கட்டுப்படுத்த முடியாத காம இச்சைகள் ஒரு மனிதனை எவ்வாறு அழிவுக்கு இட்டுச் செல்கின்றன என்பது தெளிவாகிறது. நவீன உளவியலில் இதை 'Hypersexuality', 'Compulsive Sexual Behavior', அல்லது 'Sexual Addiction' என்று வகைப்படுத்துகிறோம். இவை மூளையின் வெகுமதி அமைப்பு (reward system) மற்றும் தூண்டுதல் கட்டுப்பாடு (impulse control) சார்ந்த பிரச்சினைகள்.

கட்டுப்பாடற்ற காம இச்சைகளால் பிடிக்கப்பட்ட நபர், தான் மட்டும் அழிவதில்லை. தன்னைச் சார்ந்த குடும்பத்தையும், சமூக நற்பெயரையும், பொருளாதார நிலைமையையும் பாதிப்பில் தள்ளுகிறார். உறவுகள் நொறுங்குகின்றன, நம்பிக்கை இழக்கப்படுகிறது, சமூக இழிவு ஏற்படுகிறது. இதனால் பாதிக்கப்படுபவரின் மனைவி, குழந்தைகள், பெற்றோர் அனைவரும் துன்பத்திற்கு உள்ளாகின்றனர்.

நம் முன்னோர்கள் மோகினி பிசாசு பற்றி சொன்ன கதைகளில் ஏதோ ஒரு கவனிப்பு இருந்ததா? அவர்கள் பார்த்த சில அசாதாரண பாலியல் நடத்தைகளுக்கு பின்னால் நாம் இன்று ஆராயும் இந்த நுண்ணுயிரியல் காரணிகள் இருந்திருக்குமா? இது ஒரு சுவாரஸ்யமான கேள்வி, ஆனால் இன்னும் பதில் இல்லாத கேள்வி. அறிவியல் தொடர்ந்து

முன்னேறிக்கொண்டே இருக்கிறது - எதிர்காலத்தில் இன்னும் தெளிவான பதில்கள் கிடைக்கக்கூடும்.

நம் முன்னோர்கள் இதை 'காம பேய்' அல்லது 'காம பிசாசு' பிடித்தது என்று விவரித்தார்கள். ஒருவருக்குள் நுழைந்த கண்ணுக்குத் தெரியாத சக்தி, அவரது சுயக்கட்டுப்பாட்டை அழித்து, அவரை தன் கட்டுப்பாட்டின் கீழ் கொண்டு வருகிறது என்பது அவர்களின் புரிதல். இன்று நாம் அதை 'நரம்பியல் ரசாயன சமநிலையின்மை' (neurochemical imbalance), 'டோபமைன் அமைப்பு செயலிழப்பு' (dopamine system dysfunction), அல்லது 'தூண்டுதல் கட்டுப்பாட்டுக் குறைபாடு' (impulse control disorder) என்கிறோம். பெயர்கள் மாறினாலும், பிரச்சினை அப்படியே உள்ளது - ஒரு மனிதன் தன் சொந்த இச்சைகளுக்கு அடிமையாகி, தன்னையும் தன்னைச் சார்ந்தவர்களையும் அழிவுக்குள் இழுத்துச் செல்கிறான்.

2.11.4 பாலியல் நோய்களும் குற்றங்களும் — மோகத்தின் இருண்ட பரிசு

ஆண் மற்றும் பெண் உடலுறவால் பரவும் பாலியல் நோய்கள் ஆங்கிலத்தில் Sexually Transmitted Diseases (STDs) என்றழைக்கப்படுகின்றன. இதில் பாக்டீரியா மற்றும் வைரஸ் மூலம் பரவும் பல வகையான நோய்கள் உள்ளன, அவை பெரும்பாலும் பாலியல் தொடர்பு மூலம் ஒருவரிடமிருந்து மற்றவருக்கு எளிதில் பரவுகின்றன. இந்த நோய்கள் பெரும்பாலும் பாலியல் தொழிலாளர் மற்றும் முறையற்ற உடலுறவு மேற்கொள்பவர்களையே அதிகம் பீடிக்கின்றன.

அதாவது ஒருவனுக்கு ஒருத்தி என்று வாழ்பவர்களை தொற்றும் வாய்ப்பு மிகவும் குறைவு என்பதே உண்மை.

எதிர்பாலின இச்சையைக் கட்டுப்படுத்த இயலாமல் மோகத்தால் அற்ப நேர சுகத்திற்காக உணர்ச்சிவசப்பட்டு எய்ட்ஸ் நோய்க்குப் பலியானோர் ஏராளம். இனைய தரவுகளின்படி 2023 ஆம் ஆண்டில், உலகளவில் 630,000 பேர் எச்.ஐ.வி தொடர்பான நோய்களால் இறந்ததாக மதிப்பிடப்பட்டுள்ளது. ஆனால் நல்ல செய்தி என்னவென்றால், உலகளவில் எச்.ஐ.வி தொடர்பான இறப்புகள் பொதுவாகக் குறைந்து வருகின்றன. 2010 முதல், உலகளவில் எச்.ஐ.வி தொடர்பான இறப்புகள் 51% குறைந்துள்ளன — இது சிகிச்சை, தடுப்பு மற்றும் பராமரிப்புக்கான அணுகல் ஆகியவற்றில் குறிப்பிடத்தக்க முன்னேற்றங்கள் காரணமாகும். எய்ட்ஸ் நோய் பற்றிய விழிப்புணர்வு ஏற்பட எடுக்கப்பட்ட முயற்சி நோய் பரவலைத் தடுக்க முக்கிய பங்காற்றியது என்பது அனைவரும் அறிந்த செய்தி.

Sexually Transmitted Diseases என்றழைக்கப்படும் இந்த பாலியல் நோய்களை நாம் "மோக நோய்கள்" என்று சொன்னால் அது மிகையல்ல. மோகத்தைக் கொன்றால் இந்த பால்வினை நோய்களில் இருந்து நம்மையும் நம் சமூகத்தையும் காக்க இயலும். பல வகையான பாலியல் நோய்கள் உள்ள போதிலும் ஒவ்வொன்றுக்கும் அறிகுறிகள், தாக்கம் மற்றும் பாதிப்பு விளைவுகள் வேறுபடுகின்றன. எனவே மோகினி பேய் பிடித்தல் என்பது ஒரு வகையான நோய் என்றே கூறலாம் — அது உடலையும் மனதையும் சமூகத்தையும் ஒரே நேரத்தில் அழிக்கும் தொற்று.

பாலியல் குற்றங்களின் நிழல் — மனம் மாசுபட்டால் உடல் தவறு செய்யும்

அதிக பொர்ன் பார்க்கும் சிலர் படிப்படியாக "தூண்டுதலின் நிலை" இழக்கிறார்கள். இது நரம்பியலில் "desensitization" (உணர்வு மழுங்குதல்) என்று அழைக்கப்படுகிறது. சாதாரண காட்சிகள் அவர்களைத் தூண்டாது. அவர்கள் மேலும் வன்முறை, தடைசெய்யப்பட்ட, அல்லது சிறுவர்களை உட்படுத்திய காட்சிகளையே தேடத் தொடங்குகிறார்கள். இது ஒரு ஆபத்தான பாதை — fantasy escalation (கற்பனை அதிகரிப்பு).

மூளை படிப்படியாக இன்னும் வலுவான தூண்டுதல்களைத் தேடுகிறது. முதலில் சாதாரண காட்சிகள், பின்னர் அசாதாரண காட்சிகள், பின்னர் வன்முறை காட்சிகள், இறுதியில் சட்டவிரோத மற்றும் குற்றச் செயல்களை உள்ளடக்கிய காட்சிகள். இந்த படிநிலை வளர்ச்சி மிகவும் ஆபத்தானது. சில நேரங்களில் மூளை அதை நிஜத்தில் செய்யும் ஆசையை உருவாக்குகிறது — கற்பனை மற்றும் நிஜம் என்ற எல்லைக் கோடு மங்கிவிடுகிறது.

இதுவே சிலரை பாலியல் துன்புறுத்தல், ஒட்டுப் பார்த்தல், பலாத்கார கற்பனைகள் போன்ற குற்றங்களின் வழியில் தள்ளுகிறது. அறிவியல் ஆய்வுகள் (Aggression and Violent Behavior, 2015) காட்டுவது என்னவென்றால், வன்முறை பொர்னோகிராபி பார்ப்பவர்களில் சிலருக்கு பாலியல் வன்முறை அணுகுமுறைகள் அதிகரிக்கின்றன என்பதுதான். ஆனால் இங்கே முக்கியமான விஷயம் — பெரும்பாலான பொர்னோகிராபி பயனர்கள் குற்றவாளிகள் ஆவதில்லை.

ஆனால் ஏற்கனவே வன்முறை போக்குகள் உள்ளவர்களுக்கு இது மேலும் எரிபொருளை ஊற்றுகிறது.

அவர்களுக்கு நேர்மையும் நியாய உணர்வும் மங்கிவிடுகிறது, ஏனெனில் மூளை காமத்தைத் தண்டனையின்றி அனுபவிக்கப் பழகிவிட்டது. பொர்ன் அடிக்ஷன் ஒரு நபரை நீதிசாராத மனநிலைக்குத் தள்ளும். அவர் நன்மை-தீமை தீர்மானிக்க முடியாத நிலையை அடைகிறார். சொந்த இச்சையே முதன்மை ஆகிவிடுகிறது; மற்றவர்களின் உணர்வுகள் முக்கியமற்றவையாகத் தோன்றுகின்றன. அதனால்தான் பல மதங்களும் "காமத்தின் வழியே மனிதன் பிசாசாக மாறுவான்" என எச்சரித்துள்ளன. இது ஒரு உருவக அர்த்தம் மட்டுமல்ல — மனிதனின் உயர்ந்த குணங்கள் அழிந்து, விலங்கின் உள்ளுணர்வுகள் மட்டுமே மிஞ்சும் நிலையை விவரிக்கும் உண்மை.

காம இச்சை சார்ந்த குற்றங்கள் பெரும்பாலும் அந்தக் குற்றம் புரிந்த மனிதனின் திடீர் செய்கையாக இருக்கும் என்று சொல்ல முடியாது. காமம் என்பது அடிப்படையில் இயற்கையின் இனப்பெருக்க விதி சார்ந்தது, அனைத்து உயிர்களுக்கும் பொதுவானது. பருவமடைந்த ஆண் மற்றும் பெண் இருபாலருக்கும் காம உணர்வுகள் தோன்றுதல் என்பது இயற்கை, இதை நெறிப்படுத்த சமுதாயத்தால் ஏற்படுத்தப்பட்டதே திருமணம். ஆனால் சமுதாய ஒழுக்கம் என்ற விதியை இச்சைத் தீயில் இவர்கள் மனதளவில் எரித்த பின்புதான் அது குற்றமாக வெளிப்படுகிறது. எண்ணமே செயலாக வெளிப்படுகிறது — முதலில் மனம் மாசுபடுகிறது, பின்னர் உடல் தவறு செய்கிறது. இதுதான் மோகத்தின் படிநிலை வீழ்ச்சி.

குற்றங்களின் யதார்த்தம் — சட்டமும் புள்ளிவிவரங்களும்

குழந்தைகளின் உரிமைகள் தொடர்பான ஐ.நா. உடன்படிக்கையில் இந்தியா கையெழுத்திட்டுள்ளது. பாலியல் குற்றங்களிலிருந்து குழந்தைகளைப் பாதுகாக்கும் போக்சோ சட்டம் 2012 ஆம் ஆண்டு இயற்றப்பட்டது. Protection of Children from Sexual Offences Act, 2012 என்பதன் சுருக்கம்தான் POCSO. இது 18 வயதுக்குட்பட்ட குழந்தைகளுக்கு எதிரான பாலியல் குற்றங்களை நிவர்த்தி செய்வதற்கான இந்தியாவின் முதல் விரிவான சட்டமாகும்.

இனைய தரவுகளின்படி 2024 மே வரை, நாடு முழுவதும் சுமார் 2,53,000 வழக்குகள் தீர்க்கப்பட்டுள்ளன. அரசுக்கு ஏற்பட்டுள்ள செலவுகள் ஆயிரம் கோடிகளில். குழந்தைகளுக்கு எதிரான பாலியல் குற்றங்கள் தொடர்ந்து அதிகரித்து வருவதாகத் தகவல்கள் செய்திகளில் நாம் காண முடிகின்றது. தமிழ்நாட்டிலும் போக்சோ வழக்குகள் வருடா வருடம் அதிகரித்து வருகின்றன, ஆயிரக்கணக்கான வழக்குகள் நிலுவையில் இருக்கின்றன.

கற்பழிப்பு, திருமணம் தாண்டிய உறவினால் கணவன் கொலை, மனைவி கொலை, பெற்ற தாயே குழந்தைகளைக் கொலை செய்தல் என்று அதிகரித்து வரும் செய்திகள் அனைத்தின் மூலப்பொருள் முறையற்ற காம இச்சையே. விவாகரத்து வழக்குகளிலும் திருமணம் தாண்டிய உறவுகள் முக்கிய காரணமாக அமைகின்றன. மோகமே இவர்களைத் தவறான வழியில் செலுத்துகிறது — ஆரம்பத்தில் ஒரு எண்ணம், பின்னர் கற்பனை, பின்னர் வாய்ப்பைத் தேடல், இறுதியில் குற்றம். இந்த வழியில் செல்பவர்களை மோகினி

என்ற "பேய்" பிடித்து இழுத்துச் செல்கிறது என்பது உருவக அர்த்தம் மட்டுமல்ல — அது ஒரு மனநிலை நோய், சமூக நோய், ஆன்மீக நோய் என்பதே உண்மை.

2.11.5 கட்டுப்பாடற்ற காம இச்சை மனிதனை எவ்வாறு அழிக்கிறது

பொர்னோகிராபி என்ற சொல்லுக்குப் பின்னால் நிற்கும் தொழில் உலகம், மனிதனின் மிக நுண்ணிய உணர்ச்சியைப் பொருளாக்கி விற்பனை செய்கிறது. அது உண்மையில் சுகத்தைத் தராது — நரம்பு அமைப்பை ஏமாற்றும் "நஞ்சு" என்றே சொல்லலாம். திரையில் காணும் காட்சிகள் மூளையின் பரிசு மையத்தைத் தூண்டி, ஒரு நொடிக்கான டோபமின் வெடிப்பை ஏற்படுத்துகின்றன. அந்தச் சுகம் சில வினாடிகள் மட்டுமே; அதன்பின் வரும் வெறுமை, குற்ற உணர்வு, சோர்வு — அவை நாட்களாக நீளும்.

அதே மயக்கத்தை மீண்டும் அடைய அவன் மீண்டும் திரையினைத் தேடுகிறான். இதுவே "reward loop" (பரிசு சுழற்சி) — நரம்புகள் பழகிவிட்டால் மேலும் வலுவான தூண்டுதல் தேவைப்படும். இவ்வாறு மூளை தனது இயல்பான மகிழ்ச்சியை இழக்கிறது. சாதாரண வாழ்க்கையின் சிறிய சந்தோஷங்கள் — காலை வெயில், நண்பர்களின் சிரிப்பு, பூக்களின் மணம் — இவை எல்லாம் அர்த்தமற்றவையாகத் தோன்ற ஆரம்பிக்கின்றன. இதுதான் அடிமையின் முதல் அறிகுறி.

மனமும் உடலும் சிதைவடைதல் — உள்ளும் புறமும் அழிவு

மூளையில் prefrontal cortex எனப்படும் பகுதிதான் தீர்மானம், ஒழுக்கம், சுய கட்டுப்பாடு ஆகியவற்றை நடத்துகிறது. இது மனிதனை மிருகத்திலிருந்து வேறுபடுத்தும் பகுதி. பொர்ன் அடிக்ஷனில், இந்தப் பகுதி மெல்ல மெல்ல "மந்தம்" அடைகிறது. நவீன நரம்பியல் ஆய்வுகள் (JAMA Psychiatry, 2014) காட்டுவது என்னவென்றால், அடிக்கடி பொர்னோகிராபி பார்ப்பவர்களின் மூளையின் பரிசு மையம் சுருங்கிவிடுகிறது என்பதுதான். இதன் விளைவாக மனிதன் தன்னையே கட்டுப்படுத்த முடியாமல், ஆசை எழுந்தவுடன் அதற்கு அடிமை ஆகிறான்.

இது "impulse control disorder" (உந்துதல் கட்டுப்பாட்டுக் கோளாறு) ஆக மாறுகிறது. மனிதன் "இது தவறு" என அறிந்திருந்தும், செய்கிறான். மனம் ஒன்றை சொல்கிறது, உடல் வேறொன்றைச் செய்கிறது. இந்த உள்முரண்பாடு கடுமையான மன உளைச்சலை உருவாக்குகிறது. அதன்பின் guilt → stress → depression என்ற வட்டம் உருவாகிறது. இது ஒரு தீயச்சுழல் — எளிதில் தப்பிக்க முடியாத சிறை.

நீண்டகாலத்தில், கவனக் குறைவு தோன்றுகிறது — படிக்கும்போது அல்லது வேலை செய்யும்போது மனம் அலைபாய்கிறது. வாழ்க்கையின் முக்கிய இலக்குகள் மங்கிவிடுகின்றன. தூக்கச் சீர்கேடு வருகிறது, மன அழுத்தமும் பதற்றமும் தொடர்ச்சியாகத் துரத்துகின்றன. நம்பிக்கையின்மை மெல்ல வேரூன்றுகிறது; எதிர்காலம் பற்றிய இருண்ட எண்ணங்கள் மனதை ஆக்கிரமிக்கின்றன.

மூளை அசாதாரண காட்சிகளுக்குப் பழகிவிடுவதால், சாதாரண வாழ்க்கை சுவையற்றதாகத் தோன்றுகிறது. அன்பு, கலை, அறிவு, நோக்கம் — அனைத்தும் வெறுமையாக மாறுகின்றன. இதுதான் "Loss of Purpose Syndrome" (நோக்க இழப்பு நோய்க்குறி). பல்கலைக்கழக மாணவர்கள் வருங்காலத்தை இழக்கிறார்கள், இளம் தொழில் வல்லுநர்கள் வாய்ப்புகளைத் தவறவிடுகிறார்கள், கலைஞர்கள் படைப்பாற்றலை இழக்கிறார்கள்.

மனம் மட்டுமல்ல, உடலும் சிதைகிறது. தன்னின்பம் ஒரு இயல்பான உடல் செயல் என்றாலும், அதற்கும் ஒரு அளவு இருக்கிறது. இயற்கையின் விதி என்னவென்றால், எந்த ஒரு செயலும் அளவுக்கு மீறினால் நஞ்சாக மாறும். அதிகப்படியான விந்து வெளியேற்றம் உடலில் முக்கிய உயிர்ப் பொருட்களைச் சிதைக்கும். பண்டைய ஆயுர்வேதம் இதை "வீர்ய நாசம்" என்று சொல்கிறது — அது உடல் வலிமை, நினைவாற்றல், கண்களின் ஒளி, மற்றும் மன உறுதியைக் குறைக்கும் என்று எச்சரிக்கிறது.

நவீன மருத்துவமும் இதை உறுதிப்படுத்துகிறது. அறிவியல் ஆய்வுகள் (Sexual Medicine Reviews, 2016) காட்டுவது என்னவென்றால், அடிக்கடி அதிக ஹார்மோன் வெளியேற்றம் என்டோக்ரைன் அமைப்பு சீர்குலைவை ஏற்படுத்துகிறது. இதன் தொடர்ச்சியாக மனச்சோர்வு, தூக்கக் கோளாறு, தசை பலவீனம், மற்றும் பாலியல் செயலிழப்பு ஏற்படுகின்றன. உடல் தளர்ச்சி எப்போதும் துரத்துகிறது. நோய் எதிர்ப்பு சக்தி குறைவதால் அடிக்கடி நோய்வாய்ப்படுகிறார்கள். நினைவாற்றல் குறைகிறது, சிறிய உழைப்பிலேயே சிரமமாக சுவாசிக்கிறார்கள்.

ஒரு இளம் வயதில் தொடங்கிய பழக்கம், 10–15 ஆண்டுகளில் இருதய–மூளை–மூத்திர அமைப்புகளுக்கே நீண்டகால தீங்கு விளைவிக்கும். 20-25 வயதில் ஆரோக்கியமாக இருந்தவர், 35-40 வயதில் பலகீனமாகத் தோன்றுவதற்கு இந்தப் பழக்கம் ஒரு முக்கிய காரணமாக இருக்கலாம். உடல் மட்டுமல்ல, உயிரின் அடிப்படை ஆற்றலே குறைந்துவிடுகிறது. பண்டைய தமிழர்கள் இதை "ஆவி குலைதல்" என்று சொன்னார்கள் — உயிரின் சாரம் வெளியேறிவிடுதல்.

ஆளுமையும் உறவுகளும் சிதைவடைதல் — தனிமனிதனும் சமூகமும் அழிவு

ஒரு மனிதனின் அழகு அவனின் முகத்தில் அல்ல, அவனின் மன ஒளியில். "அகத்தின் அழகு முகத்தில் தெறியும்" என்பது பழமொழி. தன்னின்ப அடிமை மனநிலை அல்லது தொடர் காம சிந்தனை அந்த ஒளியையே மங்கச் செய்கிறது. தொடர்ச்சியான குற்ற உணர்வும் தன்னம்பிக்கையின்மையும் அவனை உள்மனதில் தாழ்ந்தவன் உணரச் செய்கிறது. அவன் வெளிப்படையாக சிரித்தாலும், உள்ளே "நான் பலவீனன்" என்ற பாவனையுடன் வாழ்கிறான்.

இந்த உள்ளார்ந்த பலவீனம் அவனின் உடல் நிலையைப் பாதிக்கிறது. தோள்கள் சாய்கின்றன, முதுகு வளைகிறது, கண்களில் தெளிவின்மை தோன்றுகிறது, குரலில் உறுதியின்மை வெளிப்படுகிறது. இதனால் பிறர் கண்களில் அவர் கவர்ச்சியற்றவர் போலத் தோன்றுகிறார். இது வெறும் கற்பனை அல்ல — உளவியல் ஆய்வுகள் (Archives of Sexual Behavior, 2021) காட்டுவது என்னவென்றால், அதிக

பொர்னோகிராபி பயன்பாடு தன்னம்பிக்கையில் தெளிவான குறைவை ஏற்படுத்துகிறது என்பதுதான்.

அன்பு, நட்பு, தொழில் — அனைத்திலும் நம்பிக்கை குறைகிறது. பொர்ன் பழக்கத்தில் மூழ்கியவர்கள் பெரும்பாலும் சமூகத் தவிர்ப்பு உடையவர்களாக மாறுகிறார்கள். அவர்கள் நேரில் மற்றவர்களுடன் பேசவே முடியாது — காரணம், மனம் அவர்களை உணர்வுள்ள மனிதர்களாக அல்ல, பாலியல் பொருட்கள் என பார்க்கப் பழகிவிட்டது. ஒரு அழகான பெண்ணைப் பார்க்கும்போது, அவளது புன்னகை, புத்திசாலித்தனம், கருணை — இவை எதுவும் தெரிவதில்லை; மனம் உடனே பொர்ன் காட்சிகளுக்குச் செல்கிறது. இது ஒரு மனநோய் அளவுக்குச் செல்கிறது: மனிதர்களை மனிதர்களாகப் பார்க்கும் திறனையே இழந்துவிடுகிறார்கள்.

ஆனால் பாதிப்பு அவருடன் முடிவதில்லை. அது அலைவரிசை போல அவரைச் சுற்றியுள்ள அனைவரையும் பாதிக்கிறது. மனைவி-கணவன் உறவில் சுவை குறைகிறது (Journal of Sex Research, 2017 ஆய்வின்படி அதிக பொர்னோகிராபி பயன்பாடு உறவு நெருக்கத்தைக் குறைக்கிறது), பெற்றோர்-பிள்ளை உறவில் தூரம் அதிகரிக்கிறது, நண்பர்களிடம் மனம் திறந்து பேச முடியாமல் போகிறது — அனைத்தும் சேர்ந்து உணர்ச்சி முடக்கத்தை உருவாக்குகிறது.

இளம் தலைமுறையினர் காதலை அனுபவிக்காமல், காம உந்துதல் கற்பனைக்கு அடிமையாகிறார்கள். அன்பு என்றால் உடல் எனும் தவறான கருத்து உருவாகிறது. உண்மையில் அன்பு என்பது இரண்டு ஆன்மாக்களின் இணைப்பு — உடல் ஈர்ப்பு அதன் ஒரு சிறிய பகுதி மட்டுமே. ஆனால் பொர்ன்

அந்த வரிசைமுறையையே தலைகீழாக மாற்றிவிடுகிறது. உடல் முதன்மை ஆகிவிடுகிறது; உணர்வுகள் இரண்டாம் நிலைக்குச் செல்கின்றன.

இதனால் திருமண வாழ்க்கையிலும் தகுதி குறைவு, துரோகம், நம்பிக்கை இழப்பு ஏற்படுகிறது. கணவன் மனைவியிடம் திருப்தி காணாமல், கற்பனைகளில் தொலைகிறான். மனைவி புறக்கணிக்கப்பட்டதாக உணர்கிறாள். குழந்தைகள் பெற்றோரின் பதற்றத்தை உணர்ந்து பாதிக்கப்படுகிறார்கள். ஒரு குடும்பம் மெதுவாக உடைகிறது — காரணம் யாருக்கும் தெரியாது, ஆனால் விளைவுகள் அனைவருக்கும் வேதனையாக இருக்கின்றன. வாழ்க்கையின் மிக அழகான அனுபவங்களான அன்பு, காதல், திருமணம், குடும்பம் — இவை அனைத்தும் அர்த்தமற்றவையாகத் தோன்றுகின்றன. சமூக அளவில், இந்தப் பழக்கம் ஒரு தலைமுறையின் உறவு திறன்களையே அழிக்கிறது.

நவீன உளவியல் - Hypersexuality

நவீன நரம்பியல் அறிவியல் பாலியல் ஆசையை டோபமைன்-உந்துதல் ஊக்க அமைப்பாக புரிந்துகொள்கிறது. மிக முக்கியமான கண்டுபிடிப்பு இதுவாகும் - டோபமைன் "திருப்தி" அளிப்பதில்லை, மாறாக "வேண்டும் என்ற ஏக்கத்தை" உருவாக்குகிறது. இது "விரும்புதல்" (wanting) மற்றும் "பிடித்திருத்தல்" (liking) என்ற இரண்டு வேறுபட்ட அமைப்புகளாக செயல்படுகிறது. திரும்பத் திரும்ப டோபமைன் உயர்வுகள் ஏற்படும்போது, "பிடித்திருத்தல்" குறைந்தாலும் "விரும்புதல்" அதிகரிக்கிறது - இதனால் மேலும் தீவிரமான தூண்டுதல்கள் தேவைப்படுகின்றன.

உலக சுகாதார நிறுவனத்தின் ICD-11 (2022) இதை "Compulsive Sexual Behavior Disorder" (CSBD) என்று அங்கீகரித்துள்ளது - "பாலியல் தூண்டுதல்களை கட்டுப்படுத்துவதில் தொடர்ச்சியான தோல்வி; எதிர்மறை விளைவுகள் இருந்தும் தொடர்தல்; வாழ்க்கையில் குறிப்பிடத்தக்க துன்பம்" என்று வரையறுக்கப்படுகிறது. மூளை ஸ்கேன் ஆய்வுகள் தெளிவாக காட்டுகின்றன - CSBD நோயாளிகளில் nucleus accumbens (வெகுமதி அமைப்பு) அதிக செயல்பாடு, prefrontal cortex (தடுப்பு கட்டுப்பாடு) பலவீனம். 2022 ஆய்வு நிரூபித்தது: டோபமைன் மருந்து கொடுத்தபோது பாலியல் தூண்டுதல்களுக்கான மூளை செயல்பாடு இரண்டு மடங்கு அதிகரித்தது, டோபமைன் தடுப்பான் கொடுத்தபோது குறைந்தது. சிகிச்சை முறைகள் இரு அடுக்குகளாக உள்ளன - லேசான நிலைகளுக்கு மனோதத்துவம் (CBT, DBT), மிதமான/கடுமையான நிலைகளுக்கு SSRIs மற்றும் நால்ட்ரெக்ஸான் போன்ற மருந்துகள்.

நம் முன்னோர்கள் "மோகினி பிசாசு பிடித்தது" என்று விவரித்த நிலை, இன்று நாம் "Compulsive Sexual Behavior Disorder" என்று அழைக்கிறோம். அவர்கள் கவனித்த அசாதாரண பாலியல் நடத்தைகள், கட்டுப்பாடு இழப்பு, சமூக விலகல், சுய அழிவு நோக்கிய செயல்கள் - இவை அனைத்தும் இன்று நாம் புரிந்துகொள்ளும் dopamine dysregulation மற்றும் prefrontal cortex பலவீனம் ஆகியவற்றின் வெளிப்பாடுகளாக இருக்கலாம். கண்ணுக்குத் தெரியாத சக்தி ஒருவரை ஆட்கொள்வது என்ற பாரம்பரிய விவரிப்பு, உண்மையில் மூளையின் வெகுமதி அமைப்பின் கைப்பற்றலை சரியாகவே விவரிக்கிறது.

2.12 வேதாளமும் நவீன உளவியலும்: கேள்விகளின் ஆபத்து

விக்ரமாதித்தன் கதைகள் கேட்பதற்கோ படிப்பதற்கோ மிகவும் சுவாரசியமாகவும், அறிவையும் கற்பனை சக்தியையும் தூண்டுவதாகவும் அமைகின்றன. ஆனால் உண்மையில் ஒரு வேதாளத்தால் பாதிக்கப்பட்ட மனிதனின் மனநிலையைப் பார்த்தால், அது நமக்கு மிகவும் அச்சம் தருவதாகவே இருக்கும். கதையில் வேதாளம் ஒரு புதிர் போடும் சக்தியாக இருக்கலாம், ஆனால் நிஜ வாழ்க்கையில் அதன் தாக்கம் மிகவும் அழிவுகரமானது.

வேதாளத்தின் கதைகளில் வரும் புதிர் கேள்விகள் ஒரு சாதாரண விளையாட்டு அல்ல. அது மனித மனத்தின் ஆழத்தில் உள்ள முடிவெடுக்க முடியாத நிலையை பிரதிபலிக்கிறது. விக்ரமாதித்தனிடம் வேதாளம் சொன்ன நிபந்தனை நினைவுக்கு வரும்: பதில் சொன்னால் அது தப்பி விடும், சொல்லாவிட்டால் அரசனின் தலை வெடிக்கும். இந்த இரட்டைச் சிக்கல், நவீன உளவியலில் "analysis paralysis" (பகுப்பாய்வு முடக்கம்) எனப்படும் நிலையை முற்றிலும் ஒத்ததாகும். மனிதன் சரியான விடை தெரிந்தும், அதைச் சொல்லாமல் போனால் மனம் உடைந்து சிதறும்; சொல்லிவிட்டால் மீண்டும் முதல் நிலைக்கு மாட்டிக்கொள்கிறான்.

ஒரு மனிதன் கேள்விகளால் தொடர்ந்து துளைக்கப்படும்போது, குறிப்பாக எதிர்மறை கேள்விகளாலும் குதர்க்கமான கேள்விகளாலும் சூழப்படும்போது, அவன் நிலைகுலைந்து போகிறான். இது

அலுவலகத்திலோ, குடும்பத்திலோ தொடரும்போது, அவன் ஆற்றல் முழுவதும் சிந்திப்பதிலேயே செலவழிந்துவிடுகிறது. எந்த ஒரு ஆக்கப்பூர்வமான செயல்களையும் செய்ய இயலாத சூழ்நிலைக்கு அவன் ஆளாகிவிடுகிறான். இது வெறும் மன உளைச்சல் அல்ல - இது முழு வாழ்க்கையையே நாசப்படுத்தும் ஒரு நிலை.

இதுதான் "obsessive rumination" (வெறிமுதிர் சிந்தனை) — மீண்டும் மீண்டும் அதே சந்தேகத்தில் சிக்கிக் கொள்வது. ஒரு கேள்விக்கு விடை கொடுத்தாலும் இன்னொரு கேள்வி தோன்றும். இப்படியாக மனம் முடிவில்லாத சுற்றத்தில் சிக்கிக் கொள்ளும். தொடர்ந்து எழுப்பப்படும் கேள்விகள், முடிவில்லாத கற்பனை மற்றும் சிந்தனைகளைத் தூண்டுகின்றன. இது சரியாக வருமா, அல்லது தவறாகிவிடுமா, அதன் சாதக பாதக விளைவுகள் என, பெரும்பகுதியான ஆற்றல் சிந்திப்பதிலேயே சிதறிவிடும். செயல்படுத்த ஆற்றலின்மை, தயக்கம், தோல்வி பயம் — இவை தன்நம்பிக்கையைக் குலைத்து எதையும் சிறப்பாகச் செய்ய இயலாத நிலைக்குத் தள்ளிவிடுகின்றன.

மனநோய்களின் உருவகங்கள்

பிணத்தின் வாயில் பேசும் வேதாளம், "ஒரே உடலில் வேறு குரல்" எனும் "dissociative identity disorder" (பிரிவு அடையாளக் கோளாறு) நோயை நினைவூட்டுகிறது. மனதில் சிதைந்த அடையாளங்கள் வெளி குரலாக மாறுவது, பழைய சமுதாயத்தில் "பேய்ப்பிடிப்பு" என கருதப்பட்டது. இன்று நாம் அதை மனநல சிக்கல் என்று அழைக்கிறோம், ஆனால் அடிப்படை அனுபவம் அதே.

மேலும், வேதாளத்தின் "தலைகீழ் தர்க்கம்" அல்லது குதர்க்கம், schizophrenia (மனப்பிளவு) நோயாளியின் "ஒழுங்கற்ற சிந்தனை" போலவே செயல்படுகிறது. உண்மையையும் பொய்யையும் மாற்றிக் காட்டும் மன நிலை, வாழ்க்கையை ஆபத்துக்குத் தள்ளுகிறது. பெரும்பாலும் கணவன்-மனைவி உறவுகளிலும் அல்லது பணியிடத்திலும் இதுபோன்ற குதர்க்கமான மனநிலை கொண்ட மனிதர்கள் எழுப்பும் கேள்விகள் பாதிக்கப்பட்ட மனிதரைக் கடுமையான மன உளைச்சலுக்கு ஆளாக்கும். இது தனி மனிதனை மட்டுமல்லாமல் சமுதாயத்தையும் சேர்த்தே பாதிக்கின்றன.

"தலை வெடிக்கும்" என்பதன் உண்மை

தவறும் பட்சத்தில் தலை வெடித்து சிதறும் என்று ஆரம்பத்திலேயே வேதாளம் விக்ரமாதித்தனை எச்சரிக்கிறது. இவை சாதாரணமான வார்த்தைகள் அல்ல. உண்மையிலேயே வேதாளத்தால் பாதிக்கப்பட்டவர்கள் "தலை வெடித்து சிதறும்" நிலைக்கு ஆளாகின்றனர். இதை உருவக அர்த்தத்தில் புரிந்துகொள்ள வேண்டும். அதீத சிந்தனை, நிறுத்த முடியாத கேள்விகளின் சுழல், குழப்பம், மன அழுத்தம் — இவையெல்லாம் மனதை உடைக்கும் சக்தி கொண்டவை. "தலை வெடிப்பது" என்பது மனம் முற்றிலும் சிதைந்து போவதன் குறியீடு.

இந்த அதீத சிந்தனை (overthinking) தூக்கத்தைக் கெடுத்துவிடும், நாள்பட்ட தூக்கமின்மை பல பக்க விளைவுகளை ஏற்படுத்தும். அதீத சிந்தனை அல்லது கற்பனை மனநலம் மற்றும் உடல் நலத்தினைக் கெடுப்பதுடன், மனக்கவலை, அச்சம், பைத்தியம் போன்ற மனநோய்களையும் ஏற்படுத்தலாம். இந்த சூழ்நிலையினை

நன்கு சிந்தித்துப் பாருங்கள், விக்ரமாதித்தனிடம் ஏன் வேதாளம் கேள்விகளுக்கு சரியான பதில் தரவில்லையெனில் தலை வெடித்து சிதறும் என்று சொன்னதன் பொருள் விளங்கும்.

விழிப்புணர்வே மருந்து

இவ்வாறு, வேதாளம் என்பது வெறும் பிசாசு அல்ல — அது மனிதனின் உளவியல் சிக்கல்களின் உருவகமாகும். பண்டைய சமுதாயம் மனநோய்களைப் புரிந்துகொள்ளும் வழியாகவே "வேதாளம்" எனும் கதை வடிவம் உருவாக்கப்பட்டது.

இதுபோன்ற நபர்களைக் கையாள்வதற்கு நமக்கு முதலில் விழிப்புணர்வும் அறிவும் மிகவும் அவசியம். ஒருவர் கேள்விகளால் நம்மைத் துளைக்கும்போது, அவர் செய்வது என்ன என்ற ஞானம் நமக்கு இருந்தால், நாம் அவரை எளிதாகக் கையாள முடியும். சூழ்நிலையை உணர்ந்து, தேவையான உதவிகளையும் ஆதரவையும் பெற முடியும். இந்த அறிவு இல்லாத மனிதன் அவர்களின் கேள்விகளுக்குப் பதில் அளிக்கச் சிந்திக்க ஆரம்பித்து, அந்தப் பிரச்சினைகளில் மூழ்கி, தன் வாழ்க்கையையே தொலைத்தும் விடுகிறான்.

எனவே வேதாளங்களைப் பற்றிய அடிப்படை அறிவு அனைவருக்கும் சமுதாயத்தில் அவசியம் தேவைப்படுகிறது. இந்த அறிவு நமக்கு இருக்கும்போது, வேதாளத்தின் வீரியம் தானாகவே குறைந்துவிடுகிறது. அது நம்மைப் பாதிக்க முடியாத நிலை உருவாகிறது. இது உளவியல் சார்ந்த அறிவாகவும் இருப்பது நமக்கு மேலும் பலம் அளிக்கிறது. விக்ரமாதித்தன் கதைகள் நமக்குக் கற்பிக்கும் மிக

முக்கியமான பாடம் இதுவே: வேதாளத்தை அறிந்துகொண்டால், அதை வெல்ல முடியும். அறியாமை மட்டுமே நமது மிகப்பெரிய பகை.

2.13 பழிவாங்கும் ஆவிகள் — ஆணவம், வெறுப்பு மற்றும் பிரிவினை

ஒருவர் துர்மரணம் அடையும்போது, தன் மரணத்திற்குக் காரணமானவரைத் தேடிவந்து பேயாகப் பழிவாங்குகிறார் என்ற நம்பிக்கை மக்களிடையே ஆழமாகப் பதிந்துள்ளது. புராண மற்றும் நாட்டுப்புறக் கதைகளில் தொடங்கி, நவீன திரைப்படங்கள் வரை, இந்தக் கருத்து தொடர்ந்து வலுப்படுத்தப்பட்டு நமது கூட்டு நினைவில் நிரந்தரமாகப் பதிவாகியிருக்கிறது. ஆனால் இதை நடைமுறைக் கோணத்தில் ஆராய்ந்தால், பல கேள்விகள் எழுகின்றன.

போர்க்குற்றங்களில் ஆயிரக்கணக்கான உயிர்கள் கொடூரமாக அழிக்கப்படுகின்றன - இங்கு பழிவாங்குதல் எப்படிச் சாத்தியம்? நான்கு பேர் சேர்ந்து ஒருவரைக் கொன்றிருந்தால், அந்த ஒரு பேய் நான்கு பேரையும் தனித்தனியாகப் பழிவாங்குமா? மாறாக, ஒருவர் நூறு பேரைக் கொன்றிருந்தால், நூறு பேய்களும் ஒரே நபரைத் தேடி வருமா? இந்த எண்ணிக்கை சமன்பாடே எவ்வளவு சிக்கலானது என்பது புரியும். இவ்வளவு இறுக்கமான தர்க்கரீதியான சிக்கல்களைக் கருத்தில் கொண்டால், "பேய்கள் பழிவாங்கும்" என்ற கூற்றை நாம் அதன் உண்மையான பொருளில் புரிந்துகொள்ளாமல், மேலோட்டமாகத் தவறாக விளக்கிக்கொண்ட நம்பிக்கையாக இருக்கலாம் என்று தோன்றுகிறது.

இதை வேறொரு கோணத்தில் அணுகினால், உண்மையான பழிவாங்குதல் என்பது கொலையோடு மட்டும் தொடர்புடையதல்ல என்ற புரிதல் கிடைக்கிறது. பழிவாங்குதல் என்பது வாழ்வின் பல்வேறு தளங்களில், பலவிதமான வடிவங்களில் வெளிப்படக்கூடிய ஒன்று.

பணியிடங்களில் இது மிகத் தெளிவாகக் காணப்படுகிறது. நம்மைப் பற்றி அவதூறுகளையும் தவறான தகவல்களையும் பரப்புவது, நியாயமற்ற அளவு பணியைச் சுமத்துவது, தேவையற்ற சிரமங்களை வேண்டுமென்றே ஏற்படுத்துவது போன்ற செயல்கள் பழிவாங்கலின் நுட்பமான வடிவங்களாகும். பதவி உயர்வு, புதிய பயிற்சி வாய்ப்புகள், வெளிநாட்டுப் பயனம், சம்பள உயர்வு ஆகியவற்றில் செயற்கையான தடைகளை உருவாக்குவதும் இதன் வெளிப்பாடுகளே. தகுதியும் திறமையும் இருந்தும், ஏதோ ஒரு அற்பமான காரணத்தைக் கூறி ஒருவரை அநீதிக்குள்ளாக்குவதும் பழிவாங்கலின் ஒரு வடிவம்தான்.

குடும்பங்களிலும் சமூக வட்டங்களிலும் இந்தப் பழிவாங்கல் இன்னும் மோசமான முறையில் நிகழ்கிறது. சிறிய தவறுகள் அல்லது கருத்து வேறுபாடுகள் ஏற்படும்போது, அவற்றை உடனடியாகத் தீர்க்காமல், வெளிப்படையாகப் பேசி முடிவுக்குக் கொண்டுவராமல், மனதில் அடக்கி வைத்துக்கொண்டு, சரியான தருணம் பார்த்துப் பெரிய பாதிப்பை ஏற்படுத்துவதே மிகக் கொடிய பழிவாங்கலாகும்.

இராமாயணத்திலிருந்து ஓர் உதாரணம்

இராமன் சிறுவனாக இருந்தபோது, விளையாட்டுத்தனமாகத் தனது வில்லில் களிமண் உருண்டையை வைத்து, கூனியின் கூன் விழுந்த முதுகை இலக்காகக் கொண்டு அடித்ததாகக்

கம்பர் மற்றும் வால்மீகி இராமாயணக் குறிப்புகள் விவரிக்கின்றன. குழந்தைப் பருவத்தின் அப்பாவித்தனத்தில் செய்த அந்தச் செயல் இராமனுக்கு வெறும் விளையாட்டாக இருந்தபோதிலும், கூனியான மந்தரைக்கு அது ஆழமான அவமானமாகப் பதிந்தது.

அக்காலத்தில் அவள் ஒரு வேலைக்காரியாக இருந்ததால், அரச குலத்தைச் சேர்ந்த சிறுவனை எதிர்க்கும் துணிவோ அதிகாரமோ அவளிடம் இல்லை. அதேவேளையில், சிறுவன் செய்த குறும்பு என்று மன்னித்துவிடும் பெருந்தன்மையும் அவள் இதயத்தில் இல்லாமல் போனது. அந்த அவமானத்தின் கசப்பை அவள் மனதின் ஆழத்தில் பாதுகாத்து வைத்துக்கொண்டு, பழிவாங்கும் தருணத்திற்காகப் பொறுமையாகக் காத்திருந்தாள்.

பல ஆண்டுகள் அமைதியாகவும் தந்திரமாகவும் காலத்தை எதிர்நோக்கியிருந்த மந்தரைக்கு, இராமனுக்கு முடிசூட்டப்படும் பட்டாபிஷேக அறிவிப்பு வந்தது ஒரு தங்க வாய்ப்பாக அமைந்தது. அயோத்தி முழுவதும் மகிழ்ச்சியில் திளைத்திருந்த அந்தத் தருணத்தையே இராமனுக்குத் துயரமான நாழிகையாக மாற்ற அவள் திட்டமிட்டாள்.

மந்தரையின் சூழ்ச்சியின் விசித்திரம் என்னவென்றால், அவள் நேரடியாகப் போரிடவில்லை; மாறாக, கைகேயியின் தாய்மை அன்பையே ஆயுதமாகப் பயன்படுத்தினாள். "இராமன் அரசனானால், உன் மகன் பரதன் அவனுக்கு அடிமையாக மாறிவிடுவான்" என்ற விஷமான பொய்களை விதைத்து, கைகேயியின் தூய்மையான தாய் உணர்வைத் தூண்டி, அவளது மனதில் பயத்தின் விதைகளை நட்டாள். கைகேயியின் குற்றமற்ற அன்பையே இராமனுக்கு எதிரான

கொடிய ஆயுதமாக மாற்றியதுதான் மந்தரையின் மிகப்பெரிய சூழ்ச்சியாக அமைந்தது.

கூனியின் இந்த ஒரே ஒரு செயல், இராமாயண வரலாற்றின் போக்கையே முற்றிலும் திசைதிருப்பியது. தசரதனின் இதயம் உடைந்து உயிரிழந்தது; இராமன் பதினான்கு ஆண்டுகள் காடுகளில் அலைய நேரிட்டது; சீதை அபகரிக்கப்பட்டாள்; இலங்கையில் பெரும்போர் நடந்தேறியது - இவையனைத்திற்கும் அடிப்படைக் காரணம், ஒரு சிறுவனின் அப்பாவி விளையாட்டும், ஒரு வேலைக்காரியின் மன்னிக்க மறுத்த இதயமும்தான்.

வயிறும் மனமும்: மொழியில் மறைந்துள்ள பழிவாங்கும் உணர்வின் வேர்கள்

"வயிற்றுக் கடுப்பு" மற்றும் "வயிற்று எரிச்சல்" ஆகிய சொற்கள் தமிழ் மொழியில் ஓர் ஆழமான இரட்டை வாழ்க்கையைக் கொண்டுள்ளன. வெறும் உடல் உபாதைகளைக் குறிக்கும் மருத்துவச் சொற்களாக மட்டும் இல்லாமல், மனித உணர்ச்சிகளின் வெளிப்பாடாகவும் இவை மிக ஆழமாகப் பயன்படுத்தப்படுகின்றன. இந்த இரட்டை அர்த்தத்தின் பின்னால் மறைந்திருக்கும் அறிவியல் உண்மைகள் வியக்க வைப்பவை.

மருத்துவ ரீதியாகப் பார்த்தால், வயிற்றுக் கடுப்பு என்பது பொதுவாகக் குடல் தொற்றினால் ஏற்படும் ஒரு நிலை. வயிற்றில் முறுக்கல் அல்லது பிடிப்பு போன்ற வலி ஏற்படும், மலம் கழிக்கும்போது அதிக சிரமத்தையும் வலியையும் கொடுக்கும். வயிற்று எரிச்சல் என்பது வயிற்றில் அமிலத்தன்மை அதிகரிப்பதால் ஏற்படுகிறது. அதிக காரமான உணவுகள் உண்பது, நேரத்திற்குச் சாப்பிடாமல்

இருப்பது, அல்லது மன அழுத்தம் காரணமாக வயிற்றில் உள்ள மென்மையான திசுக்கள் பாதிக்கப்படும்போது எரிச்சல் போன்ற உணர்வு தோன்றும்.

ஆனால் தமிழ் வழக்கில், இந்தச் சொற்கள் முற்றிலும் வேறொரு பரிமாணத்தைப் பெறுகின்றன. ஒருவரின் குணாதிசயத்தையும் உணர்ச்சிகளையும் குறிக்க இவை குறியீடாகப் பயன்படுத்தப்படுகின்றன. "அவன் நல்லா இருக்கிறதைப் பார்த்து இவனுக்கு வயிறு எரியுது" என்று சொல்லும்போது, அது பொறாமையின் உச்சத்தை குறிக்கிறது. மற்றவர்களின் வெற்றி தனக்குக் கிடைக்கவில்லையே என்ற ஆதங்கம், ஒரு நெருப்பைப் போல உள்ளுக்குள் எரிச்சல் தருவதை இது சுட்டிக்காட்டுகிறது. வயிற்றுக் கடுப்பு என்பது பிறர் மீதான தீராத கோபம் அல்லது அவர் செய்யும் செயல்களால் ஏற்படும் எரிச்சலைக் குறிக்கிறது. ஒருவரைப் பிடிக்கவே இல்லை என்றால், அவர் செய்யும் நல்ல விஷயத்தைக் கூடப் பார்க்கும்போது "கடுப்பாகின்றது" என்பார்கள். மனித உணர்ச்சிக்கும் வயிற்றுக்கும் உள்ள ஆழமான தொடர்பை அறிந்தே இதுபோன்ற சொற்களை நம் முன்னோர்கள் பயன்படுத்தியிருக்க வேண்டும்.

குடல்-மூளை இணைப்பு: இரண்டாவது மூளையின் ரகசியம்

மனித உணர்ச்சிக்கும் வயிற்றுக்கும் உள்ள தொடர்பினை உளவியல் ரீதியாக மருத்துவ உலகம் "குடல்-மூளை இணைப்பு" (Gut-Brain Axis) என்று அழைக்கிறது. வயிற்றை "இரண்டாவது மூளை" (Second Brain) என்றே மருத்துவர்கள் குறிப்பிடுகிறார்கள். நமது மூளைக்கும் வயிற்றுக்கும் இடையே "வேகஸ் நரம்பு" (Vagus Nerve)

வழியாக நேரடித் தொடர்பு உள்ளது. மகிழ்ச்சியைத் தரும் ஹார்மோனான செரோடோனின், சுமார் 95% நமது குடலில்தான் உற்பத்தியாகிறது. எனவே, குடல் அல்லது வயிற்றில் பாதிப்பு ஏற்படும்போது, இந்த ஹார்மோன் சுரப்பு பாதிக்கப்பட்டு, தானாகவே மனநிலையில் மாற்றம், பதற்றம், எரிச்சல் உண்டாகிறது.

ஒரு மனிதன் அதீத கோபத்திலோ, பொறாமையிலோ, வஞ்சத்திலோ இருக்கும்போது, மூளையில் ஏற்படும் பாதிப்பு நேரடியாகச் செரிமான மண்டலத்தைப் பாதிக்கிறது. கோபப்படும்போது சுரக்கும் அட்ரினலின் (Adrenaline) போன்ற ஹார்மோன்கள் வயிற்றில் அமிலச் சுரப்பை அதிகரிக்கின்றன. இது உண்மையாகவே வயிற்றில் ஒருவித எரிச்சலை உண்டாக்கும். நம் முன்னோர்கள் இந்த உண்மையை அறிவியல் ஆராய்ச்சிகள் இல்லாமலேயே அனுபவபூர்வமாக அறிந்து, அதை மொழியில் பதித்து வைத்திருக்கிறார்கள்.

நோயிலிருந்து கோபத்திற்கு: நச்சுச் சுழற்சி

இதன் எதிர்த்திசை இன்னும் ஆச்சரியமானது. வயிற்றுக் கடுப்பு (கிறுமி தொற்று) அல்லது வயிற்று உபாதைகள் உள்ளவர்கள் மனரீதியாகவும் அதிக எரிச்சலுடனும், எளிதில் கோபப்படும் நிலையிலும் இருப்பார்கள். இது கற்பனையல்ல - இதற்குப் பின்னால் ஆழமான மருத்துவ மற்றும் உளவியல் காரணங்கள் உள்ளன.

ஒரு மனிதன் தொடர்ச்சியான வலியிலோ அல்லது அசௌகரியத்திலோ இருக்கும்போது, அவனது மூளை அந்த வலியைச் சமாளிப்பதிலேயே முழு ஆற்றலையும் செலவிடும். உடல் நலம் குன்றிய நிலையில், மிகச் சிறிய விஷயங்களைக்

கூடத் தாங்கும் சக்தி மூளைக்கு இருப்பதில்லை. இதனால்தான், மற்ற நேரங்களில் சாதாரணமாகத் தெரியும் சிறு சத்தமோ அல்லது யாராவது கேட்கும் கேள்வியோ அவர்களுக்குப் பெரும் எரிச்சலைத் தந்து, கோபமாக வெளிப்படுகிறது.

வயிற்றுக் கடுப்பு உள்ளவர்களுக்குச் சரியான உறக்கம் இருக்காது, உடல் சோர்வடையும். தூக்கமின்மை மூளையின் உணர்ச்சிகளைக் கட்டுப்படுத்தும் பகுதியை (Amygdala) அதிக உணர்திறன் கொண்டதாக மாற்றும். இதனால் அவர்கள் "எதற்கெடுத்தாலும் கோபப்படும்" (Irritable) நிலைக்குத் தள்ளப்படுவார்கள். மருத்துவ ரீதியாக "எரிச்சல் மிகுந்த குடல் நோய்க்குழாம்" (Irritable Bowel Syndrome - IBS) போன்ற குடல் நோய்கள் உள்ளவர்களுக்கு, மனச்சோர்வு (Depression) மற்றும் பதற்றம் (Anxiety) ஏற்படுவதற்கான வாய்ப்புகள் மிக அதிகம் என்று ஆய்வுகள் கூறுகின்றன.

இவ்வாறு ஒரு நச்சுச் சுழற்சி (Vicious Cycle) உருவாகிறது. தீய குணம் உடல் நோயைத் தரும்; அந்த உடல் நோய் மீண்டும் கோபத்தையும் எரிச்சலையும் தூண்டும்; அந்தக் கோபம் மேலும் வயிற்றுப் பாதிப்பை அதிகரிக்கும். உடல் உபாதை என்பது வெறும் வலியோடு முடிந்துவிடுவதில்லை; அது ஒட்டுமொத்த ஆளுமையையே தற்காலிகமாக மாற்றுகிறது.

நுண்ணுயிர்கள்: கண்ணுக்குத் தெரியாத மனநிலை கட்டுப்பாட்டாளர்கள்

சமீபத்திய ஆய்வுகள் லாக்டோபாசில்லஸ் மற்றும் பிஃபிடோபாக்டீரியம் இனங்கள் மன அழுத்தத்தால் வரும்

எரிச்சலைக் குறைத்து, மனநிலை நிலைத்தன்மையை மேம்படுத்துவதாக சுட்டிக்காட்டுகின்றன. இதேபோல் அக்கர்மான்சியா என்ற நுண்ணுயிரி மன அழுத்தத்தைக் கையாளும் முறையை மேம்படுத்தி, மனச்சோர்வு போக்குகளைக் குறைப்பதாகக் காணப்பட்டுள்ளது.

இதனால் கோபம், பதற்றம், மனச்சிதைவு அனைத்தும் மனம் மட்டும் சம்பந்தப்பட்டவை அல்ல என்பது தெளிவாகிறது. குடலுக்குள்ளும் ஒரு முக்கியமான கட்டுப்பாட்டு மையம் இருப்பதாகத் தோன்றுகிறது. விலங்கு ஆய்வுகள் இதை மேலும் ஆதரிக்கின்றன. குடல் நுண்ணுயிர்கள் இல்லாத அல்லது மருந்துகளால் அவை அழிக்கப்பட்ட எலிகளில், காரணமில்லாத ஆத்திரமும் தாக்குதல் நடத்தைகளும் அதிகரிப்பதாகக் கண்டறியப்பட்டுள்ளது. ஆனால் அதே எலிகளில் நல்ல நுண்ணுயிர்களை மீண்டும் குடியமர்த்தியதும், அந்த வன்முறை நடத்தை கணிசமாகக் குறைவதாக அவதானிக்கப்பட்டுள்ளது.

இதற்கு எதிர்புறமாக, குடலில் நல்ல நுண்ணுயிர்கள் குறையும்போது - குறிப்பாக தீங்கு விளைவிக்கும் நுண்ணுயிர்களின் எண்ணிக்கை அதிகரிக்கும்போது - மன அழுத்தம், பதற்றம், வன்முறை உணர்வுகள் தீவிரமாகும் வாய்ப்பு இருப்பதாக ஆய்வுகள் சுட்டிக்காட்டுகின்றன. இந்த மாற்றங்கள் ஒரே நாளில் வெடித்து வெளிப்படுவதில்லை. நாள்தோறும் உருவாகும் நுட்பமான மனநிலை மாற்றங்கள், தினசரி எரிச்சல், காரணமில்லாத பதற்றம் போன்றவையாக மெதுவாக வெளிப்படுகின்றன.

குடும்பக் கொலைகள் மற்றும் வன்முறைகள்: குவிந்த கோபத்தின் இறுதி வெடிப்பு

குடும்ப உறுப்பினர்களுக்குள்ளேயே நடக்கும் கொலை மற்றும் வன்முறைகளை உளவியல் ரீதியாகப் பகுப்பாய்வு செய்யும்போது, ஒரு முக்கியமான உண்மை வெளிப்படுகிறது - இது ஒரு நொடியில் நடக்கும் விபத்தல்ல, மாறாக மாதங்கள் அல்லது ஆண்டுகளாகக் குவிக்கப்பட்ட வெறுப்பு, கோபம், பழிவாங்கும் எண்ணங்களின் இறுதி வெடிப்பாகவே பார்க்கப்படுகிறது.

உளவியல் ஆராய்ச்சிகள் காட்டுவது என்னவென்றால், குடும்பக் கொலைகளில் கணிசமான சதவீதம் நீண்டகால உணர்ச்சிக் குவிப்பு மற்றும் பழிவாங்கும் சிந்தனை முறைகளுடன் (vengeful thought patterns) நேரடித் தொடர்புடையவை. மனநலக் கோளாறுகள், போதைப் பழக்கம், பொருளாதார நெருக்கடி, உடல் நோய்கள் போன்ற பல காரணிகளும் பங்கு வகிக்கின்றன. ஆனால் உளவியல் வல்லுநர்கள் தொடர்ந்து கவனிக்கும் பொதுவான அம்சம் - கொலை செய்பவரின் மனதில் நீண்ட காலமாக அடக்கப்பட்ட கோபமும் திட்டமிட்ட பழிவாங்கும் எண்ணங்களும் இருந்திருக்கின்றன என்பதுதான்.

வாழ்க்கைத் துணைக் கொலைகளில் (Intimate Partner Homicide) மூன்று முக்கிய உளவியல் முறைகள் காணப்படுகின்றன. முதலாவது, அதிகாரப் பசி மற்றும் கட்டுப்பாட்டு வெறி (Control & Dominance). ஒரு துணை மற்றவரைத் தனது முழுக் கட்டுப்பாட்டில் வைத்திருக்க விரும்புகிறார். அந்தக் கட்டுப்பாடு நழுவும்போது - **விவாகரத்து கேட்பது, சுதந்திரமாக வேலைக்குச் செல்வது**

போன்ற சூழல்களில் - "இவர் என் கட்டுப்பாட்டை மீறிவிட்டார், இதற்குத் தண்டனை கொடுக்க வேண்டும்" என்ற பழிவாங்கும் சிந்தனை படிப்படியாக வளர்ந்து வன்முறையாக வெடிக்கிறது.

இரண்டாவது, நோயுற்ற சந்தேகம் (Morbid Jealousy அல்லது Pathological Jealousy). துணைக்கு வேறொருவருடன் தொடர்பு இருக்கிறது என்று எந்த ஆதாரமும் இல்லாமல் தொடர்ந்து சந்தேகிப்பது - இது 'ஒதெல்லோ சிண்ட்ரோம்' (Othello Syndrome) என்ற மனநலக் கோளாறாகவும் வெளிப்படுகிறது. "இவர் என்னை ஏமாற்றுகிறார், இதற்கு என்ன தண்டனை கொடுப்பது?" என்ற எண்ணம் நாளுக்கு நாள் விஷமாக வளர்கிறது.

மூன்றாவது, வன்முறைச் சுழற்சி (Cycle of Violence). நீண்ட காலமாகத் தொடரும் குடும்ப வன்முறையின் உச்சகட்டம் இது. தொடர்ந்து அடிதடி, சித்திரவதை அனுபவிக்கும் நபரின் மனதில் "இன்னும் எவ்வளவு காலம்? இவரை ஒழித்துக்கட்ட வேண்டும்" என்ற பழிவாங்கும் தீர்மானம் வேரூன்றி, ஒரு கட்டத்தில் கொலையாக வெளிப்படுகிறது.

பிள்ளைகளைக் கொல்லுதல் (Filicide) என்ற கொடுஞ்செயலிலும் இதே உளவியல் முறை காணப்படுகிறது. பல்வேறு காரணங்கள் இருந்தாலும், குறிப்பிடத்தக்க எண்ணிக்கையில் பழிவாங்கும் நோக்கம் (Spouse Revenge) முக்கிய காரணியாக இருக்கிறது. கணவன் அல்லது மனைவி மீதுள்ள கடுமையான வெறுப்பைத் தீர்க்க, அவர்கள் மிகவும் நேசிக்கும் குழந்தைகளையே கொல்கிறார்கள். "நான் அனுபவித்த வலியை இவரும் அனுபவிக்க வேண்டும், இவர் அன்பு செய்வதை அழிப்பதே மிகப்பெரிய பழிவாங்கல்" என்ற

சிந்தனை முறை இதில் தெளிவாகத் தெரிகிறது. உளவியல் இலக்கியத்தில் இது "மீடியா காம்ப்ளக்ஸ்" (Medea Complex) என்று அழைக்கப்படுகிறது.

இவையனைத்தும் சுட்டிக்காட்டுவது என்னவென்றால், பழிவாங்கும் உணர்வும் வன்முறையும் வெறும் மன உணர்ச்சிகள் மட்டும் அல்ல - அவை உடல், மனம், நுண்ணுயிர்கள் என மூன்று தளங்களிலும் செயல்படும் சிக்கலான நிகழ்வுகள். குடும்பக் கொலைகளில் கணிசமான பகுதி, மனதில் குவிந்த கோபம், வெறுப்பு, பழிவாங்க வேண்டும் என்ற தீர்மானம் ஆகியவற்றின் விளைவு என்பதை உளவியல் ஆராய்ச்சிகள் தொடர்ந்து நிரூபிக்கின்றன. இது ஒரே காரணம் அல்ல, ஆனால் மிக முக்கியமான காரணிகளில் ஒன்று.

பழையதும் புதியதும் - ஒரே உண்மை

நம் முன்னோர்கள் இவற்றை "பழிவாங்கும் பேய்கள்", "வெறுப்பின் ஆவி", "தீய சக்திகள்" என்று அழைத்தார்கள். நவீன உளவியல் இவற்றை "நாசிசம்", "சைக்கோபதி", "ஆளுமைச் சிதைவு", "மனநோய்" என்று அழைக்கிறது. பெயர்கள் மாறியுள்ளன, ஆனால் அடிப்படை பதிப்பு ஒன்றாகவே உள்ளது. இந்த கால இடைவெளியினை நாம் மனிதர்களுக்கு தீமைசெய்யும் நுன்னுயிர்களை நீக்கி , நன்மை செய்யும் நுன்னுயிர்களாலும் , மதங்களில் போதிக்கப்பட்டுள்ள நல்லொழுக்கம் , மன்னிப்பு, அன்பு மற்றும் பக்தியினால் நிரப்பினால் நிச்சயம் நல்ல பலன்கள் கிடைக்கும்.

"என்பு இலதனை வெயில்போலக் காயுமே அன்பு இலதனை அறம்"

எலும்பு இல்லாத உடம்போடு வாழும் புழுவை வெயில் காய்ந்து வருத்துவது போல், அன்பு இல்லாத உயிரை அறம் வருத்தும்

2.14 தற்கொலை பேய்கள்

இதுவரை நாம் பார்த்தபடி, பழங்காலத்தில் "பேய்கள்" என்று அழைக்கப்பட்டவை, இன்று நவீன மருத்துவத்தில் மனநோய் அல்லது கிருமிகளால் ஏற்படும் தொற்று நோய் என்று புரிந்துகொள்ளப்படுகின்றன. கண்ணுக்குத் தெரியாத ஒரு கிருமி மனிதனின் ஆரோக்கியத்தில் கேடு விளைவிக்கும் என்பது இன்று கிட்டத்தட்ட அனைவரும் அறிந்த உண்மை. காய்ச்சல், வயிற்றுப்போக்கு, தோல் நோய்கள் - இவை அனைத்தும் கிருமிகளால் ஏற்படுகின்றன என்பதை நாம் ஏற்றுக்கொள்கிறோம்.

ஆனால் இப்போது ஒரு மிக முக்கியமான கேள்வி எழுகிறது. கண்ணுக்குத் தெரியாத கிருமிகள் ஒரு மனிதனின் செயல்பாட்டை மாற்ற முடியுமா? அவனுக்குள் தீய எண்ணங்களை விதைக்க முடியுமா? உதாரணமாக, எவ்வாறு ஒரு கிருமியால் ஒரு மனிதனை தற்கொலைக்கு தூண்ட முடியும்? மற்றொருவரை கொலை செய்ய வைக்க முடியுமா? ஒரு கிருமியால் வன்முறையை தூண்ட முடியுமா? இது நம்பக்கூடியதாக இருக்கிறதா?

அல்லது நம் முன்னோர்கள் கூறியது போல், கண்ணுக்குத் தெரியாத ஆன்மாக்கள் மனிதனின் சிந்தனையையும் செயல்பாட்டையும் நடத்தையையும் மாற்ற முடியுமா? இது உண்மையில் சாத்தியமா? இந்த கேள்விகளுக்கான பதில் தேடுவதற்கு முன், மனிதர்கள் பயன்படுத்தும் மருந்துகள் எவ்வாறு உருவாக்கப்படுகின்றன என்பதை நினைவில் கொள்வோம். பெரும்பாலும் மருந்துகள் முதலில் சோதனைச்சாலைகளில் எலி, குரங்கு, குதிரை போன்ற விலங்குகளின் உடலில் செலுத்தி பரிசோதிக்கப்படும். அதன் பிறகே மனிதர்களுக்கு அளிக்கப்படும். அதே முறையை நாமும் பின்பற்றுவோம். கிருமிகள் மனித நடத்தையை மாற்ற முடியுமா என்பதை அறிய, முதலில் மற்ற உயிரினங்களில் இது நடக்கிறதா என்று பார்ப்போம். விலங்குகளின் நடத்தையை கிருமிகள் எவ்வாறு மாற்றுகின்றன என்பதை புரிந்துகொண்டால், மனிதர்களுக்கும் இது சாத்தியமா என்பது தெளிவாகும்.

ஜாம்பி பூஞ்சையின் அதிசயம் : புகழ்பெற்ற பிரிட்டிஷ் இயற்கை ஆர்வலர் ஆல்பிரட் ரஸல் வாலஸ் (Alfred Russel Wallace) என்பவரால் 1859-ஆம் ஆண்டு இந்தோனேசியாவின் சுலாவேசி (Sulawesi) தீவில் ஒபியோகார்டிசெப்ஸ் யூனிலேட்டரலிஸ் (Ophiocordyceps unilateralis) என்னும் வினோதமான பூஞ்சை கண்டறியப்பட்டது. ஆல்பிரட் வாலஸ் ஒரு எறும்பின் தலையிலிருந்து முளைத்து வந்த வித்தியாசமான தாவர வளர்ச்சியைப் போன்ற அமைப்பைக் கவனித்தார். இருப்பினும், இது குறித்த விரிவான மரபணு மற்றும் உயிரியல் ஆய்வுகள் 2009-ஆம் ஆண்டுக்குப் பின்னரே தீவிரமடைந்தன. இந்த பூஞ்சை எறும்புகளைத் தாக்கி

அவற்றை 'ஸோம்பிகளாக' (Zombies) மாற்றும் சக்தி கொண்டது. இது வெப்பமண்டல மழைக்காடுகளான பிரேசில், தாய்லாந்து மற்றும் ஆப்பிரிக்காவின் சில பகுதிகளில் அதிகம் காணப்படுகிறது.

'ஜாம்பி பூஞ்சை' என்ற பெயரில் பிரபலமான இது, எறும்புகளின் நடத்தையை முழுமையாகக் கட்டுப்படுத்தி, தன் வித்துக்களைப் பரப்புவதற்கு அவற்றைப் பயன்படுத்துகிறது. இந்தப் பூஞ்சையின் வித்துக்கள் எறும்பின் உடலில் படும்போது, அவற்றின் தோலின் மேல் ஒட்டிக்கொள்கின்றன. பின்னர் சில ரசாயன மற்றும் இயந்திர சக்தியின் மூலம் அவை எறும்பின் தோலில் துளையிட்டு உள்ளே நுழைந்துவிடுகின்றன. உள்ளே நுழைந்த பூஞ்சை இழைகள் எறும்பின் உடல் முழுவதும் படிப்படியாகப் பரவத் தொடங்குகின்றன. பின்னர், மிக முக்கியமான நிகழ்வு நடக்கிறது - அந்தப் பூஞ்சை எறும்பின் நரம்பு மண்டலத்தையே கட்டுப்படுத்தத் தொடங்குகிறது.

இதன் விளைவாக, அந்த எறும்பு தன் வழக்கமான பணிகளைச் செய்யாமல் விசித்திரமாக இயங்கத் தொடங்குகிறது. தன் காலனியை விட்டு வெளியேறி, ஒரு செடியின் அல்லது மரத்தின் தண்டில் ஏறுகிறது. குறிப்பிட்ட உயரத்தில், குறிப்பிட்ட ஈரப்பதமும் வெப்பநிலையும் உள்ள இடத்தில், ஒரு இலையின் கீழ் விளிம்பைத் தன் தாடைகளால் இறுக்கமாகக் கடித்துக்கொண்டு நின்றுவிடுகிறது. இந்த 'மரண பிடி' (death grip) என்று அழைக்கப்படும் நிலையிலேயே அந்த எறும்பு இறந்துவிடுகிறது. எறும்பு இறந்த சில நாட்களில், அதன் தலைப் பகுதியிலிருந்து பூஞ்சையின் காளான் வளர்ந்து வெளியே வருகிறது. இந்தக் காளான் லட்சக்கணக்கான

வித்துக்களை வெளியிடுகிறது. இவை கீழே செல்லும் எறும்புகளின் மேல் பட்டு, மீண்டும் அதே சுழற்சியைத் தொடங்குகின்றன. இவ்வாறு ஒரு பூஞ்சைத் தொற்று மிகப்பெரிய ஒரு எறும்புக் காலனியையே அழிக்கும் ஆற்றல் கொண்டது.

ஆச்சரியமான விஷயம் என்னவெனில், பணியில் இருக்கும் எறும்புகள் இப்படிப் பாதிக்கப்பட்ட எறும்புகளைக் கவனித்தால், உடனே அவற்றைக் காலனிக்கு வெளியே மிகத் தொலைவில் தூக்கிச் சென்று விட்டுவிடுகின்றன. இதன் மூலம் மொத்தக் காலனியும் பாதுகாக்கப்படுகிறது. பாதிக்கப்பட்ட ஒரு எறும்பு மொத்தக் காலனியையும் அழிக்காமல் இருப்பதற்காக, ஆரோக்கியமான பணியாளர் எறும்புகள் நோயுற்ற எறும்புகளை மட்டும் தனிமைப்படுத்துகின்றன. நாம் இதை 'சமூக இடைவெளி' (social distancing) என்ற நவீன நோய்த் தடுப்பு முறையோடு ஒப்பிட்டுப் பார்க்கலாம்.

இங்கே கவனிக்க வேண்டிய மிக முக்கியமான விஷயம் என்னவெனில், இந்தப் பூஞ்சையின் வித்துக்கள் எறும்புக்குள் செல்வது யாருடைய கண்களுக்கும் தெரிவதில்லை. அவை மிகவும் நுட்பமானவை, சிறியவை. மின்சாரம் போல் மனிதக் கண்களுக்குத் தெரியாத பல விஷயங்கள் இருக்கின்றன என்பதை இது தெளிவாகக் காட்டுகிறது. Ophiocordyceps இனத்தைச் சேர்ந்த பூஞ்சை வகைகள் மற்ற பூச்சிகளையும் தாக்குகின்றன. இவை பல்வேறு வகைகளாக இருக்கின்றன - இது ஒரு மிகப்பெரிய பட்டியல். இவை அனைத்தும் அறிவியல் பூர்வமாக நிரூபிக்கப்பட்டுள்ளன. சுமார் **48 மில்லியன் ஆண்டுகளுக்கு** முன்பே இது போன்ற பூஞ்சைகள் இருந்ததற்கான புதைபடிவ ஆதாரங்கள் (Fossils)

ஜெர்மனியில் கண்டறியப்பட்டுள்ளன என்பது குறிப்பிடத்தக்கது. இணையத்தில் தேடினால் பல ஆராய்ச்சிக் கட்டுரைகளையும் காணொளி ஆவணங்களையும் காண முடியும்.

எலிகளின் தற்கொலை - டாக்ஸோபிளாஸ்மா கோண்டி (Toxoplasma gondii) : 1908-ஆம் ஆண்டு வட ஆப்பிரிக்காவில் உள்ள துனிசியாவில் (Tunisia), ஆராய்ச்சியாளர்கள் ஒரு வகை எலி போன்ற விலங்கின் திசுக்களை ஆராய்ந்தபோது டாக்ஸோபிளாஸ்மா கோண்டி என்னும் நுண்ணுயிரியைக் கண்டறிந்தனர்.

கண்ணுக்குத் தெரியாத நுண்ணுயிரியின் முட்டை எலியின் உடலுக்குள் நுழைந்து, அதன் மிக ஆழமான உயிர்வாழ்வுக் கருவியையே கட்டுப்படுத்தி, அந்த எலிக்குத் தற்கொலைக்கு சமமான மரணத்தை ஏற்படுத்துகிறது. அந்த நுண்ணுயிரி எலியின் பயம் என்ற உணர்ச்சியையே மாற்றியமைக்கிறது என்பதை நவீன ஆராய்ச்சியாளர்கள் நிரூபித்திருக்கிறார்கள். இயல்பாக ஒரு எலி பூனையின் வாசனையை உணர்ந்தவுடன் உயிருக்குப் பயந்து உடனடியாக ஓடிவிடும் — இது பல்லாயிரம் ஆண்டுகள் பரிணாம வளர்ச்சியில் பதிந்த பாதுகாப்பு உள்ளுணர்வு. ஆனால் இந்த நுண்ணுயிரி எலியின் மூளையில் அமிக்டாலா என்ற பயத்தை உணரும் பகுதியின் இயக்கத்தை மாற்றி, டோபமைன் என்ற மூளை இரசாயனத்தின் அளவை உயர்த்தி, எலியிடம் பூனை மீதான பயத்தைக் குறைத்து, மாறாக அதன்பால் ஈர்க்கப்படும் வண்ணம் செய்துவிடுகிறது. இதன் விளைவாக தொற்றுபட்ட எலி பூனையை நெருங்கி, எளிதாக வேட்டையாடப்படும் நிலையை ஏற்படுத்துகிறது.

பூனை அந்த எலியை உண்ணும்போது, எலியின் உடலில் வாழும் நுண்ணுயிரி பூனையின் குடலை அடைகிறது. பூனையின் குடலுக்குள் அது பெருகி, "ஊசிஸ்ட்" (oocyst) எனப்படும் முட்டை போன்ற அமைப்புகளை உருவாக்கித் தன் வாழ்க்கைச் சுழற்சியை நிறைவு செய்கிறது. இந்த ஊசிஸ்ட்கள் பூனைச் சாணத்துடன் வெளியேறி மண், தண்ணீர், தாவரங்கள் ஆகியவற்றை மாசுபடுத்துகின்றன. இவை வெளியில் ஒரு ஆண்டுவரை உயிரோடு இருக்கும் — நீர், காற்று, புல் வழியாக மீண்டும் வேறொரு எலியின் உடலுக்குள் சென்றால் அந்த எலிக்கும் அதே நிலைமைதான்.

இந்த அதிசயமான நிகழ்வு நமக்கு என்ன உணர்த்துகிறது? கண்ணுக்குத் தெரியாத ஒரு உயிரி, தன் சொந்த நோக்கத்திற்காக, மற்றொரு உயிரினத்தின் மூளையையே கைப்பற்றி, அதன் இயல்பான பாதுகாப்பு உள்ளுணர்வை அழித்து, அதை மரணத்தை நோக்கித் தள்ள முடியும் என்ற உண்மையை இது தெளிவாக நிரூபிக்கிறது.

பாகுலோ வைரஸ் — மரமேறி ஏறும் பூச்சி : சுமார் 2,000 ஆண்டுகளுக்கு முன்பே சீனாவில் பட்டுப்புழுக்கள் ஒருவித நோயால் பாதிக்கப்பட்டு, அவற்றின் உடல் திரவமாக மாறி இறந்து போவதை மக்கள் கவனித்தனர். ஆனால் 1940-களில் மின்னணு நுண்ணோக்கி (Electron Microscope) கண்டறியப்பட்ட பிறகு, புழுக்களைத் தாக்கும் ஒரு குச்சி வடிவிலான (Rod-shaped) வைரஸ் இதற்குக் காரணம் என்று அறிவியல் பூர்வமாக உறுதி செய்யப்பட்டது.

இரவு வேளையில் இலைகளைத் தின்று, பகலில் மரப்பட்டையின் இடுக்குகளிலோ அல்லது தரையில் உள்ள

இலைகளின் கீழோ ஒளிந்திருக்கும் இளம் புழுக்கள் (caterpillars) திடீரென்று தங்கள் இயல்பான நடத்தையை இழக்கின்றன. பாகுலோவைரஸ் (Baculovirus) என்ற கண்ணுக்குத் தெரியாத நுண்ணுயிரி அவற்றின் உடலுக்குள் நுழைந்தவுடன், அவற்றின் மூளையில் ஒளியை உணரும் முறையே மாறிவிடுகிறது. இயல்பாக ஒளியைத் தவிர்த்து இருளில் ஒளிந்திருக்கும் இந்தப் புழுக்கள், வைரஸ் தொற்றுக்குப் பின் பகலில் மரத்தின் உச்சியை நோக்கி ஏறத் தொடங்குகின்றன. வைரஸ் புழுக்களின் கண்களில் உள்ள ஒளி உணரும் புரதங்களை (opsin genes) அதிகமாக உற்பத்தி செய்யச் செய்து, அவற்றின் பார்வையையே கைப்பற்றுகிறது. மேலிருந்து வரும் ஒளியை நோக்கி ஏறும் வண்ணம் அவற்றின் மூளை மாற்றியமைக்கப்படுகிறது. இருளில் வைக்கப்பட்ட தொற்றுபட்ட புழுக்கள் கீழேயே இறந்தன, ஆனால் மேலிருந்து ஒளி வந்தபோது அவை உயரத்திற்கு ஏறி இறந்தன என்பதை விஞ்ஞானிகள் பரிசோதனைகளில் நிரூபித்துள்ளனர்.

மூன்று முதல் ஏழு நாட்களில் வைரஸ் புழுவின் உடலின் ஒவ்வொரு செல்லிலும் பெருகி, கோடிக்கணக்கான வைரஸ் துகள்களை உருவாக்குகிறது. புழு மரத்தின் உச்சியில் இறந்தபின், வைரஸ் இரண்டு சிறப்பான நொதிகளை (chitinase மற்றும் cathepsin) செயல்படுத்துகிறது. இந்த நொதிகள் புழுவின் வெளிப்புற ஓட்டை உடைத்து, அதன் முழு உடலையும் திரவமாகக் கரைத்துவிடுகின்றன. சில மணி நேரங்களில் புழுவின் உடல் முழுவதும் ஒரு வைரஸ் நிரம்பிய திரவமாக மாறி, ஒவ்வோர் சொட்டிலும் கோடிக்கணக்கான வைரஸ் துகள்கள் கீழே உள்ள இலைகளின் மீது பொழிகின்றன. புழுவின் ஒரு மில்லிகிராம் திசுவிலிருந்து ஒரு கோடி வைரஸ் துகள்கள் உற்பத்தியாகும் என்பதை

ஆய்வாளர்கள் கணக்கிட்டுள்ளனர். மற்ற புழுக்கள் இந்த வைரஸ் மாசுபட்ட இலைகளைத் தின்று, மீண்டும் தொற்றுக்கு உள்ளாகின்றன. இதை விஞ்ஞானிகள் "Summit disease" அல்லது "மரமுடி நோய்" (tree-top disease) என்று அழைக்கிறார்கள் — ஒரு கண்ணுக்குத் தெரியாத வைரஸ் ஒரு உயிரினத்தின் மூளையைக் கைப்பற்றி, அதன் இறப்பையே தன் சந்ததிகளைப் பரப்பும் கருவியாகப் பயன்படுத்துகிறது.

நவீன காலப் பயன்பாடுகள்: இன்று பாகுலோவைரஸ் மனிதர்களுக்கு மிகவும் பயனுள்ள ஒன்றாக மாற்றப்பட்டுள்ளது. இது மனிதர்களுக்கோ, விலங்குகளுக்கோ அல்லது தேனீக்கள் போன்ற நன்மை செய்யும் பூச்சிகளுக்கோ எந்தப் பாதிப்பையும் ஏற்படுத்தாது. எனவே, விவசாயத்தில் ரசாயனப் பூச்சிக்கொல்லிகளுக்கு மாற்றாக இயற்கை பூச்சிக்கொல்லியாகப் பயன்படுத்தப்படுகிறது.

லியூகோக்ளோரிடியம் — பறவைக்குப் பலி தரும் நத்தை : லியூகோகுளோரிடியம் பாராடாக்சம் (Leucochloridium paradoxum) என்ற இந்த ஒட்டுண்ணி தட்டைப்புழு முதன்முதலில் 1835-ஆம் ஆண்டு ஒரு ஜெர்மானிய இயற்கை ஆர்வலரால் விவரிக்கப்பட்டது.

ஈரமான புல்வெளிகளில் வாழும் சிறு நத்தைகள் இயல்பாக இருளையும் மறைவையும் விரும்பும் உயிரினங்கள். பகலில் அவை மரப்பட்டையின் இடுக்குகளிலோ, இலைகளின் கீழோ பதுங்கியிருக்கும் — பறவைகளின் பார்வையிலிருந்து தப்பிக்க இது அவற்றின் உயிர்வாழ்வுக் கருவி. ஆனால் லியூகோகுளோரிடியம் பாராடாக்சம் என்ற தட்டைப்புழு

உடலுக்குள் நுழைந்தவுடன், இந்த இயல்பு முழுவதும் சிதறுகிறது.

பறவை சாணத்தில் உள்ள புழுவின் முட்டைகளை நத்தைகள் தற்செயலாக உண்ணும்போது, முட்டைகள் குடலில் பொறிந்து, ஸ்போரோசிஸ்ட் (sporocyst) எனப்படும் பைகளாக வளர்ந்து, கண் தண்டுகளுக்குப் பயணம் செய்கின்றன. ஆரம்பத்தில் நத்தைகளின் கண்கள் ஏன் துடிக்கின்றன, ஏன் வண்ணமயமாக மாறுகின்றன என்று ஆராய்ச்சியாளர்கள் குழப்பமடைந்தனர். பின்னரே, இது ஒரு தட்டைப்புழுவின் பை போன்ற அமைப்பு என்பது கண்டறியப்பட்டது. அங்கு அவை 'ப்ரூட்சாக்' (broodsac) எனப்படும் வீங்கிய, நிறமுள்ள பைகளை உருவாக்குகின்றன — பச்சை, மஞ்சள், கருப்பு கோடுகளுடன் துடிக்கும் புழு போல. இந்த பைகள் நிமிடத்திற்கு நாற்பது முதல் எண்பது முறை துடித்து, பறவைகளை மோசமாக ஏமாற்றும் பார்வைச் சமிக்ஞையாக மாறுகின்றன.

இந்த தொற்றுக்குப் பிறகு நத்தையின் நடத்தை முற்றிலும் மாறுகிறது. இருளில் மறைவது என்ற இயல்பு மறைந்து, அது பகல் வெளிச்சத்திற்குச் சென்று புல் நுனியில் வெளிப்பட்டு நிற்கிறது. இது ஒரு நத்தைக்குத் தற்கொலைக்கு சமமான நடத்தை. ஆராய்ச்சிகளில் பாதிக்கப்பட்ட நத்தைகளில் பாதிக்கும் அதிகமானவை (≈53%) நீண்ட நேரம் வெளியில் இருந்தன; சாதாரண நத்தைகளில் இது வெறும் 28% மட்டுமே.

பறவைகள் இந்த துடிக்கும், நிறமுள்ள கண் தண்டுகளை ஒரு பூச்சிப்புழு என நினைத்து பாய்ந்து உண்ணுகின்றன. நத்தையின் கண் தண்டு கிழிந்தாலும், நத்தை உயிருடன்

தப்பி விடுகிறது — அது புதிய கண் தண்டை மீண்டும் வளர்க்கும் திறன் கொண்டது. ஆனால் அதன் உடலில் புழுக்கள் இன்னும் இருக்கும் வரை, இதே நிகழ்ச்சி மீண்டும் மீண்டும் நடக்கும். பறவையின் குடலில் ஸ்போரோசிஸ்ட் புழுக்கள் வளர்ந்து முட்டையிட்டு, அவை சாணத்துடன் வெளியேறி, சுழற்சி தொடர்கிறது.

பார்வை சார்ந்த தந்திரம்: இந்தப் புழு வெளிச்சம் இருக்கும்போது மட்டுமே துடிக்கும். இருட்டில் துடிப்பதை நிறுத்திவிடும். இதன் மூலம் ஆற்றலைச் சேமித்து, பறவைகள் இரை தேடும் நேரத்தில் மட்டுமே தன்னை வெளிப்படுத்திக் கொள்ளும் மதிநுட்பம் இதற்கு உண்டு. ஒரு புழு நத்தையின் அடிப்படை 'பயம்' என்ற உணர்வை அழித்து, அதைத் தன் வாழ்விற்கான தூண்டிலாக மாற்றுகிறது.

யூஹாப்லார்கிஸ் — பறவைக்குக் காட்சியளிக்கும் மீன் : பசிபிக் கடலோரத் தண்ணீர்ச் சதுப்புகளில் வாழும் கிலிஃபிஷ் (California killifish) என்ற சிறு மீன்கள் இயல்பாக கவனமான, பாதுகாப்பான நீந்தல் முறையைக் கொண்டவை. நீரின் ஆழத்தில் மற்ற மீன்களோடு கூட்டமாக நீந்தி, வேட்டையாடும் பறவைகளின் கண்களுக்குத் தெரியாமல் மறைவில் வாழும். ஆனால் யூஹாப்லார்கிஸ் காலிஃபோர்னியென்சிஸ் (Euhaplorchis californiensis) என்ற தட்டைப்புழு இந்த மீன்களின் தோலில் ஊடுருவி, இரத்த நாளங்கள் வழியாகப் பயணித்து, இறுதியில் மூளையை அடையும்போது, மீனின் முழு நடத்தையும் மாறிவிடுகிறது. புழுக்கள் மூளையின் மேற்பரப்பில் (meningeal layer) ஆயிரக்கணக்கான சிஸ்ட்களை உருவாக்குகின்றன — ஒரே மீனில் ஆயிரத்திற்கும் மேற்பட்ட சிஸ்ட்கள் காணப்படுவது சகஜம். வியக்கத்தக்க விஷயம் என்னவென்றால், இவ்வளவு பெரிய தொற்றுக்குப் பின்னும் மீன் உயிரோடு இருக்கிறது, பெருக

முடிகிறது, ஆனால் அதன் மூளையின் சில குறிப்பிட்ட பகுதிகளில் உள்ள டோபமைன், செரோட்டோனின் போன்ற நரம்பியல் ரசாயனங்களின் அளவுகள் மாற்றப்பட்டுவிட்டன.

இந்த இரசாயன மாற்றங்களின் விளைவு மீனின் நடத்தையில் தெளிவாகத் தெரிகிறது. தொற்றுற்ற மீன்கள் நான்கு மடங்கு அதிகமாக "கவனத்தை ஈர்க்கும் நடத்தைகளில்" (conspicuous behaviors) ஈடுபடுகின்றன — நீரின் மேற்பரப்புக்கு வந்து மின்னுதல், திடீரென்று வேகமாக நீந்துதல், உடலை முறுக்கி ஒளிரச் செய்தல், அசாதாரண முறையில் துள்ளுதல். இந்த நடத்தைகள் வானத்திலிருந்து பார்க்கும் பறவைகளுக்கு ஒரு தெளிவான அழைப்பாக மாறுகின்றன. ஆய்வுகள் காட்டுகின்றன: தொற்றுற்ற மீன்கள் தொற்றில்லாத மீன்களைவிட பத்து முதல் முப்பது மடங்கு அதிகமாக பறவைகளால் வேட்டையாடப்படுகின்றன. கடலோரப் பறவைகள் இந்த மீன்களை உண்ணும்போது, புழுக்கள் பறவையின் குடலை அடைந்து, அங்கு வளர்ந்து முட்டையிட்டு, அந்த முட்டைகள் பறவைச் சாணத்துடன் வெளியேறி, நத்தைகளால் உண்ணப்பட்டு, மீண்டும் மீன்களுக்குச் சென்று சுழற்சி தொடர்கிறது. இந்த ஒட்டுண்ணி 1950-ல் வகைப்பாட்டியல் ரீதியாக விவரிக்கப்பட்டிருந்தாலும், மீன்களின் நடத்தை மீது அது ஏற்படுத்தும் மனதை மாற்றும் விளைவுகள் குறித்து 1996 ஆம் ஆண்டு ஆராய்ச்சியில் கண்டுபிடிக்கப்பட்டது.

தயிர் கடையும் பூச்சியின் தற்கொலை

குதிரைமுடிப் புழு (Horsehair worm) என்பது கும்பிடுப்பூச்சிகளைத் (praying mantises) தாக்கி அவற்றின்

நடத்தையைக் கட்டுப்படுத்தும் ஒட்டுண்ணியாகும். இதன் செயல்முறை மிகவும் வியக்கத்தக்கது.

ஒரு இளம் கும்பிடுப்பூச்சி, வெட்டுக்கிளிகள் போன்ற பாதிக்கப்பட்ட சிறிய பூச்சிகளை உண்ணும்போது தற்செயலாக இந்தப் புழுவின் நுண்ணிய லார்வாக்கள் இவற்றின் வயிற்றில் நுழைந்துவிடுகின்றன. உள்ளே நுழைந்த புழு கும்பிடுப்பூச்சியின் குடலுக்குள் வளர்ந்து, சில சமயங்களில் ஒரு மீட்டர் நீளம் வரை எட்டி, பூச்சியின் உள் கொழுப்புகளை உண்டு வாழ்கிறது. ஆச்சரியம் என்னவெனில், இத்தனை பெரிய புழு உள்ளே இருந்தும் கும்பிடுப்பூச்சி சாதாரணமாக வாழ்கிறது.

புழு முதிர்ச்சியடைந்ததும், இனப்பெருக்கம் செய்ய அதற்குத் தண்ணீர் தேவைப்படுகிறது. இப்போதுதான் மிக முக்கியமான நிகழ்வு நடக்கிறது - அது கும்பிடுப்பூச்சியின் சொந்த நரம்பு மண்டல சமிக்ஞைகளைப் போலவே செயல்படும் புரதங்களை வெளியிட்டு, அதன் மூளையையே கைப்பற்றுகிறது. இந்த இரசாயன கையாளுதல், நிலத்தில் வாழும் கும்பிடுப்பூச்சியைத் தண்ணீரை நோக்கி செலுத்துகிறது. கும்பிடுப்பூச்சி தன்னைக் கட்டுப்படுத்த முடியாமல் ஒரு குளம் அல்லது நீரோடைக்குள் நடந்து சென்று மூழ்கி இறந்துவிடுகிறது.

தண்ணீருக்குள் சென்றதும், அந்தப் புழு கும்பிடுப்பூச்சியின் வயிற்றிலிருந்து வெளியேறி இனப்பெருக்கம் செய்கிறது. சமீபத்திய ஆய்வுகள், இந்தப் புழு கும்பிடுப்பூச்சியிடமிருந்தே மரபணுக்களைத் திருடி பூச்சியின் மனதைக் கட்டுப்படுத்தும் திறனைப் பெற்றிருக்கலாம் என்று கூறுகின்றன. ஒரு ஒட்டுண்ணி தன் ஓம்புயிரின் மரபணு அமைப்பையே திருடி

அதன் மூளையைக் கைப்பற்றுகிறது என்பது எவ்வளவு பயங்கரமான உத்தி.

ரேபிஸ்: வெறிநாய்க்கடியின் மர்மம்

மனிதர்களைப் பொறுத்தவரை, ரேபிஸ் வைரஸ் மிகச் சிறந்த உதாரணமாக அமைகிறது. வெறிநாய் கடித்தால் ஏற்படும் இந்த நோய், நமது முன்னோர்களை ஆயிரக்கணக்கான ஆண்டுகளாக அச்சுறுத்தி வந்துள்ளது. ஒரு மனிதனை ரேபிஸ் வைரஸ் தாக்கும்போது, அது அவரது உடலில் நுழைந்து படிப்படியாகப் பரவுகிறது. முக்கியமாக, அது நரம்பு மண்டலத்தையே குறிவைத்துத் தாக்குகிறது. பின்னர் நடப்பது திகிலூட்டுவது - அந்த மனிதன் தன் மனித இயல்பை இழந்து, கிட்டத்தட்ட நாயைப் போலவே நடக்கத் தொடங்குகிறான். நீரைக் கண்டு பயப்படுவது, வாயில் நுரை தள்ளுவது, தொண்டையில் பிடிப்பு, கடிக்க முயல்வது என்று அவனது நடத்தையே முற்றிலும் மாறுபடுகிறது. இந்த வைரஸும் நம் கண்களுக்குத் தெரிவதில்லை. ஆனால் அதனால் அது இல்லை என்று நம்மால் கூற முடியுமா?

அறிவியல் வளர்ந்ததால், இந்த மர்மமான நோய்க்கான காரணத்தை நாம் கண்டுபிடித்தோம். மேலும் முக்கியமாக, நோய் பரவாமல் தடுப்பதற்கான தடுப்பூசியையும் உருவாக்கினோம். ஆனால் அதற்கு முன், பல நூற்றாண்டுகளாக மக்கள் இந்த நோயின் பயங்கரமான அறிகுறிகளை வேறு விதமாக விளக்கினார்கள் - ஓநாய் மனிதர்கள் மற்றும் காட்டேரிகள் என்ற கதைகளாக.

ஓநாய் மனிதர் கதைகளின் பின்னணி

இன்று நாம் நாட்டுப்புறக் கதைகளில் கேட்கும் பல "ஓநாய் மனிதன்" (Werewolf) கதைகளுக்கும், பழங்காலத்தில் பரவிய ரேபிஸ் வைரஸிற்கும் மிக நெருக்கமான தொடர்பு உண்டு என்று நவீன ஆராய்ச்சியாளர்கள் கருதுகின்றனர். ஐரோப்பிய நாடுகளில் "சூனியக்காரிகளின் சாபத்தால் அல்லது ஓநாய் கடித்ததால் ஒருவன் ஓநாய் மனிதனாக மாறுகிறான்" என்ற கதைகள் பிரபலம். இந்த கதைகளையும் ரேபிஸ் அறிகுறிகளையும் ஒப்பிடும்போது வியக்கத்தக்க ஒற்றுமைகள் தெரிகின்றன.

முதலாவது, கடித்தல் மூலம் பரவல். ரேபிஸ் வைரஸ் ஒரு மிருகம் கடித்தால் மட்டுமே பரவும். கதைகளிலும் ஓநாய் கடித்தால் மட்டுமே மனிதன் ஓநாய் மனிதனாக மாறுகிறான். இரண்டாவது, நீர் பயம் (Hydrophobia). ரேபிஸ் பாதித்தவர்கள் நீரைக் கண்டால் அஞ்சுவார்கள், விழுங்க முடியாமல் திணறுவார்கள். கதைகளில் ஓநாய் மனிதர்கள் புனித நீருக்கோ அல்லது ஆற்று நீருக்கோ அஞ்சுவதாக சொல்லப்படும். மூன்றாவது, ஆக்ரோஷமும் வினோத ஒலிகளும். ரேபிஸ் பாதித்த மனிதர்கள் மூளை பாதிக்கப்படுவதால் அதிக ஆக்ரோஷமாகவும், ஊளையிடுவது போன்ற குரலிலும் கத்துவார்கள். இதுவே அவர்களை "ஓநாய் மனிதர்களாக" உருவகப்படுத்தக் காரணமானது.

1760-களில் பிரான்சின் 'பீஸ்ட் ஆஃப் ஜெவாடன்' (Beast of Gévaudan) என்ற மர்மமான விலங்கு பலரைக் கொன்றது. அது ஒரு சூனியக்காரியின் கட்டுப்பாட்டில் உள்ள ஓநாய் மனிதன் என்று மக்கள் நம்பினர். ஆனால் அது ரேபிஸ்

பாதித்த ஒரு பெரிய ஓநாயாக இருக்கலாம் என்று பின்னாளில் ஆய்வாளர்கள் கருதினர்.

காட்டேரி கதைகளின் பின்னணி : ரேபிஸ் வைரஸ் ஓநாய் மனிதர்களுக்கு மட்டுமல்ல, காட்டேரி (Vampire) கதைகளுக்கும் அடிப்படையாக அமைந்தது. 1720-களில் கிழக்கு ஐரோப்பாவில் பெரும் ரேபிஸ் தொற்று ஏற்பட்டது. அப்போது பாதிக்கப்பட்டவர்கள் பிரகாசமான ஒளியைக் கண்டு அஞ்சுவது, கண்ணாடியில் முகம் பார்க்க அஞ்சுவது, மற்றவர்களைக் கடிக்கத் துடிப்பது போன்ற அறிகுறிகள் காட்டினர். இவை அனைத்தும் காட்டேரிகளின் பண்புகளாக நாட்டுப்புறக் கதைகளில் சேர்க்கப்பட்டன.

பழங்காலத்தில் வைரஸ் அல்லது பாக்டீரியா பற்றிய அறிவு இல்லை. திடீரென்று ஒரு மனிதன் மிருகத்தைப் போல் கத்துவதும், கடிக்க வருவதும், வெளிச்சத்தைக் கண்டு அஞ்சுவதும் "சாத்தான் அல்லது சூனியக்காரியின் வேலை" என்று மட்டுமே மக்களால் புரிந்துகொள்ள முடிந்தது. கண்ணுக்குத் தெரியாத ஒரு வைரஸ் மனித நடத்தையை எப்படி மாற்றியது என்பதை அவர்கள் அறியவில்லை. ஆனால் அந்த மாற்றத்தை அவர்கள் கண்டார்கள், பயந்தார்கள், கதைகளாக பதிவு செய்தார்கள். இன்று நாம் அதை அறிவியல் பூர்வமாக புரிந்துகொள்கிறோம்.

தற்கொலை பேய்களும் ஒட்டுண்ணிகளும்

நாம் இதுவரை பார்த்த அனைத்து உதாரணங்களும் - டாக்ஸோபிளாஸ்மா கோண்டி எலியை பூனையை நோக்கித் தள்ளுவது, ஜாம்பி பூஞ்சை எறும்பை மரமுடிக்கு ஏற்றுவது, பாகுலோவைரஸ் புழுவை ஒளியை நோக்கி இழுப்பது, லியூகோகுளோரிடியம் நத்தையை பகல் வெளிச்சத்திற்கு

கொண்டு செல்வது, குதிரைமுடிப் புழு கும்பிடுப்பூச்சியைத் தண்ணீருக்குள் தள்ளுவது, ரேபிஸ் வைரஸ் மனிதனை மிருகமாக மாற்றுவது - இவை அனைத்தும் ஒரே முக்கியமான உண்மையை நிரூபிக்கின்றன. கண்ணுக்குத் தெரியாத ஒரு உயிரி வேறொரு உயிரியின் உடலுக்குள் புகுந்து, அந்த பாதிக்கப்பட்ட (Host) உயிரியின் நடத்தையை முழுமையாகக் கட்டுப்படுத்தி, அதன் இயல்பான பாதுகாப்பு உள்ளுணர்வை அழித்து, அதை மரணத்தை நோக்கித் தள்ள முடியும். இது இன்று நிரூபிக்கப்பட்ட அறிவியல் உண்மை. இதுபற்றி ஏராளமான ஆராய்ச்சிகள் மேற்கொள்ளப்பட்டு, சர்வதேச அறிவியல் இதழ்களில் வெளியிடப்பட்டுள்ளன. இதுபற்றிய காணொளிகள் YouTube ல் நிறைய உள்ளன.

நம் முன்னோர்கள் "பேய் பிடித்தவன் தன் சுயபுத்தியை இழந்து ஆபத்தை அல்லது மரணத்தை நோக்கிச் செல்கிறான்" என்று சொன்னது வெறும் மூடநம்பிக்கை அல்ல - அது ஒரு நுட்பமான கவனிப்பு. அவர் தீயில் குதிப்பார், விஷத்தைக் குடிப்பார், உயரத்திலிருந்து குதிப்பார், தன் உயிரைப் பாதுகாக்கும் இயல்பான உள்ளுணர்வு அவரை விட்டு நீங்கிவிடும் என்று அவர்கள் கூறினார்கள். இன்று விஞ்ஞானம் இதற்குத் தெளிவான விடை தருகிறது - விலங்குகளின் மட்டத்தில் இது நிரூபிக்கப்பட்டிருக்கிறது. மனிதர்களிலும் இதுபோன்ற மூளை-நடத்தை மாற்றங்கள் நிகழலாம் என்பதை விஞ்ஞானிகள் முழுமையாக மறுக்கவில்லை.

கடந்த இருபது ஆண்டுகளில் டென்மார்க், ஐரோப்பா, அமெரிக்கா ஆகிய நாடுகளில் நடந்த பெரிய மக்கள்தொகை ஆய்வுகள், குறிப்பாக டாக்ஸோபிளாஸ்மா கோண்டி, ஹெர்பிஸ் வைரஸ்கள், சைட்டோமெகாலோவைரஸ் போன்ற

தொற்றுகள் உள்ளவர்களில் தற்கொலை முயற்சி, மனச்சோர்வு, திடீர் ஆவேசம் ஆகியவை அதிகரிப்பதாக சான்றுகள் காட்டுகின்றன. தொற்றுகளால் ஏற்படும் நீடித்த அழற்சி மூளையின் இரசாயன சமநிலையைக் குலைத்து, செரோட்டோனின், டோபமைன் போன்ற நரம்பியல் ரசாயனங்களைப் பாதிக்கக்கூடும் என்பது தற்போதைய கருதுகோள். இது இன்னும் **திறந்த அறிவியல் கேள்வி**யாகவே உள்ளது, மேலும் இதுகுறித்து ஆராய்ச்சியாளர்கள் இன்னும் தீவிரமாக ஆராய்ந்து வருகின்றனர்.

எனவே, கண்ணுக்குத் தெரியாத ஒரு சக்தி நம்மை ஆளும் திறன் கொண்டது, நம் சுயத்தை இழக்கச் செய்வது, நம்மை நம் இயல்புக்கு எதிராகச் செயல்படவைப்பது சாத்தியம் என்பதை இந்த விஞ்ஞான உண்மை நிலைநாட்டுகிறது. கண்ணுக்குத் தெரியாதவை இல்லை என்று அர்த்தம் இல்லை; கண்ணுக்குத் தெரியாதவை வல்லமை அற்றவை என்றும் அர்த்தம் இல்லை. புராதன ஞானமும் நவீன அறிவியலும் சந்திக்கும் இடமே இது. நம் முன்னோர்கள் "பேய்" என்று அழைத்தது, இன்று நாம் வைரஸ், பூஞ்சை, பாக்டீரியா, ஒட்டுண்ணி என்று அழைக்கிறோம். பெயர்கள் மட்டுமே மாறின - ஆனால் அவர்கள் கவனித்த நிகழ்வு மற்றும் அவர்களின் விளக்கம் இப்பொழுது நமக்கு தெளிவாகின்றது.

தற்கொலை நவீன உளவியல் மற்றும் அறிவியல் பார்வை

நவீன உளவியலின்படி, தற்கொலை மரணம் என்பது ஒரு மிகவும் சிக்கலான நிகழ்வு. இது வெறும் தனிப்பட்ட முடிவு மட்டுமல்ல - உயிரியல், மரபணு, சுற்றுச்சூழல் காரணிகளின் சிக்கலான கலவையாகும். சமீபத்திய ஆராய்ச்சிகள் இதில்

பரம்பரை மற்றும் மரபணு காரணிகள் (Heredity & Genetics) குறிப்பிடத்தக்க பங்கு வகிக்கக்கூடும் என்பதை சுட்டிக்காட்டுகின்றன.

மரபணு தொடர்பு - ஆராய்ச்சி கண்டுபிடிப்புகள்

இரட்டையர் ஆய்வுகள் (Twin Studies) சுவாரஸ்யமான கண்டுபிடிப்புகளை வெளிப்படுத்தியுள்ளன. ஒரு கரு இரட்டையர்களில் (Identical Twins - ஒரே மரபணு கொண்டவர்கள்) ஒருவர் தற்கொலை செய்து கொண்டால், மற்றவரும் தற்கொலைக்கு முயல்வதற்கான வாய்ப்பு இரு கரு இரட்டையர்களை (Fraternal Twins) விட அதிகமாக இருப்பதாக ஆய்வுகள் தெரிவிக்கின்றன. சில ஆய்வுகள் இந்த வாய்ப்பை சுமார் பதினைந்து முதல் முப்பத்தெட்டு சதவீதம் வரை குறிப்பிடுகின்றன. இது தற்கொலை நடத்தையில் மரபணுவின் பங்கு (Heritability) முப்பது முதல் ஐம்பத்தைந்து சதவீதம் வரை இருக்கலாம் என்பதை சுட்டிக்காட்டுகிறது.

ஆனால் இங்கே ஒரு முக்கியமான நுட்பம் இருக்கிறது. மனச்சோர்வு (Depression) போன்ற மனநலப் பிரச்சனைகள் பரம்பரையாக வரலாம் என்பது அறியப்பட்டதே. ஆனால் ஆராய்ச்சியாளர்கள் கண்டறிந்துள்ளதாவது, தற்கொலைக்கான தூண்டுதல் - குறிப்பாக ஆக்ரோஷம் மற்றும் அவசரகதி (Impulsivity & Aggression) - இவை தனிப்பட்ட மரபணு பண்புகளாக இருக்கலாம் என்பதாகும். அதாவது, மனச்சோர்வு இல்லாத உறவினர்களிடமும் தற்கொலை அபாயம் இருக்கலாம் என்பது சில ஆய்வுகளின் கண்டுபிடிப்பு.

இருபத்தைந்து வயதுக்கு முன் ஏற்படும் மனச்சோர்வு (Early-onset depression) வலுவான பரம்பரைத் தன்மையைக் கொண்டிருப்பதாக ஆராய்ச்சிகள் சுட்டிக்காட்டுகின்றன. இது தற்கொலை முயற்சிகளுக்கான அபாயத்தை குறிப்பிடத்தக்க அளவில் அதிகரிக்கக்கூடும் என்று கூறப்படுகிறது.

குடும்ப வரலாறு மற்றும் அபாயம்

குடும்பத்தில் ஒருவர் தற்கொலை செய்து கொண்டிருந்தால், மற்ற உறுப்பினர்களுக்கு தற்கொலை ஆபத்து அதிகரிக்கிறது என்பது பல ஆய்வுகளின் கண்டுபிடிப்பு. சில ஆய்வுகள் இந்த அபாயம் இரண்டரை மடங்கு வரை அதிகமாக இருக்கலாம் என்று தெரிவிக்கின்றன. இது வெறுமனே "பார்த்து கற்றுக்கொள்வது" (Imitation அல்லது Social Learning) மட்டுமல்ல என்பதை ஆராய்ச்சியாளர்கள் கண்டறிந்துள்ளனர். உயிரியல் ரீதியான காரணிகளும் இதில் பங்கு வகிக்கலாம்.

முதல் நிலை உறவினர்களான (பெற்றோர், உடன்பிறப்பு) தற்கொலை வரலாறு குறிப்பாக முக்கியமானது. இந்த உயிரியல் தொடர்பு அடுத்த தலைமுறைக்கும் செல்வாக்கு செலுத்தக்கூடும் என்பது ஆய்வாளர்களின் கருத்து.

எபிஜெனெடிக்ஸ் - புதிய புரிதல்

சமீபத்திய ஆண்டுகளில், எபிஜெனெடிக்ஸ் (Epigenetics) என்ற துறை மிக முக்கியமான கண்டுபிடிப்புகளை வெளிப்படுத்தியுள்ளது. இது மரபணுக்களின் வரிசை மாறாமலே, அவற்றின் செயல்பாடு எப்படி மாறலாம் என்பதை ஆராயும் துறை.

சில ஆய்வுகளின்படி, சிறுவயதில் ஏற்படும் கடுமையான அதிர்ச்சிகள் (Trauma) அல்லது துஷ்பிரயோகம் (Abuse) மரபணுக்களின் செயல்பாட்டை (Gene Expression) மாற்றியமைக்கலாம். இது மரபணு வரிசையில் மாற்றம் இல்லாமல், மரபணுக்கள் எப்படி "வெளிப்படுகின்றன" என்பதில் மாற்றம் ஏற்படுத்துவதாகும்.

உதாரணமாக, சிறுவயதில் கடுமையான மனக்காயம் அடைந்தவர்களின் மூளையில், குறிப்பாக ப்ரீஃப்ரன்டல் கார்டெக்ஸ் (Prefrontal Cortex) என்ற பகுதியில், மன அழுத்தத்தைக் கையாளும் மரபணுக்கள் "மெதிலேஷன்" (Methylation) என்ற செயல்முறை மூலம் அவற்றின் செயல்பாடு குறையலாம் என்று சில ஆய்வுகள் சுட்டிக்காட்டுகின்றன. இந்த மாற்றம் தற்கொலைக்கான அபாயத்தை வாழ்நாள் முழுவதும் அதிகரிக்கக்கூடும். மேலும் சில ஆராய்ச்சிகள், இது தலைமுறை தலைமுறையாகவும் கடத்தப்பட வாய்ப்புள்ளது என்று ஆராய்ந்து வருகின்றன.

நம் முன்னோர்கள் சிறுவர்கள் மற்றும் பெண்கள், தற்கொலை நடந்த கிணறுகள், அறைகள், மரத்தடிகள் ஆபத்தானவை என்று எச்சரித்து அங்கே அனுமதி மறுத்தனர். இது வெறும் பயமுறுத்தலோ அல்லது மூடநம்பிக்கையோ அல்ல, அவர்களின் நுண்ணறிவு மற்றும் மனநுட்பத்தைக் காட்டுவதாகவும் பார்க்கலாம்.

புரிதலின் முக்கியத்துவம்

இந்த அறிவியல் கண்டுபிடிப்புகள் என்ன சொல்கின்றன? நவீன அறிவியல் தற்கொலையை ஒரு "பேய்" அல்லது "ஆவி" என்று பார்க்கவில்லை. ஆனால் அது மரபணுக்கள்

மற்றும் மூளை வேதியியல் மாற்றங்கள் மூலம் ஒரு குடும்பத்தில் தொடரக்கூடிய ஒரு உயிரியல் போக்கு இருக்கலாம் என்பதை கண்டறிந்துள்ளது.

சுவாரஸ்யமான விஷயம் என்னவெனில், மனநலப் பிரச்சனைகள் இல்லாமலே கூட, பரம்பரையாக வரும் "ஆக்ரோஷமான மற்றும் அவசரகதி" (Impulsive Aggression) குணம் தற்கொலை அபாயத்தை அதிகரிக்கலாம் என்பது ஆய்வுகளின் கண்டுபிடிப்பு.

பழையதும் புதியதும் - ஒரு தொடர்பு

இங்கே ஒரு சுவாரஸ்யமான தொடர்பை நாம் காணலாம். நம் முன்னோர்கள் "தற்கொலை செய்த ஆன்மாக்கள் குடும்பத்தில் மற்றவர்களையும் பாதிக்கும்" அல்லது முன்னோர் சாபம் (பித்ரு தோஷம்) என்று நம்பினார்கள். நவீன அறிவியல் "தற்கொலை வரலாறு உள்ள குடும்பங்களில் மரபணு மற்றும் உயிரியல் காரணிகள் மூலம் அபாயம் அதிகரிக்கலாம்" என்று கூறுகிறது.

வடிவங்கள் வேறுபட்டாலும், அடிப்படை கவனிப்பு ஒன்றே - தற்கொலை ஒரு தனிப்பட்ட நிகழ்வு மட்டுமல்ல, அது குடும்பம் மற்றும் தலைமுறைகள் வழியாக தொடர்பு கொண்டிருக்கலாம். பெயர்கள் மாறினாலும் - "முன்னோர் சாபம்" அல்லது "மரபணு" - கவனிப்பு ஒன்றே: ஒரு குடும்பத்தில் நடக்கும் தற்கொலை, மற்றவர்களையும் பாதிக்கும் அபாயம் உள்ளது.

2.15 காரியப் பேய் : நடிப்பு அரக்கன்

முகமூடிகளின் உளவியல்

மனோதத்துவ ஆய்வுகளில், ஒருவர் தனது சுயநல இலக்கை அடைவதற்காக சூழ்நிலைக்கேற்ப வேடங்களை மாற்றிக்கொள்வது, பிறரை உணர்ச்சி ரீதியாகப் பயன்படுத்துவது, உண்மையான நோக்கத்தை மறைத்து வேறொரு முகத்தைக் காட்டுவது போன்ற நடத்தைகள் "strategic self-presentation" அல்லது "impression management" என அழைக்கப்படுகின்றன. இத்தகைய நபர்கள் தங்களுக்குத் தேவையான பலனைப் பெறுவதற்காக இரக்கம், அன்பு, பாதிப்பு, நம்பிக்கை போன்ற உணர்ச்சிகளைக் கூட கருவியாக மாற்றிக்கொள்கிறார்கள். சமூக உளவியலில் இது ஒரு திட்டமிட்ட நடத்தை முறையாகவே பார்க்கப்படுகிறது - அதாவது இவர்கள் இலக்கு மையமான (goal-oriented) சிந்தனையால் மனித உறவுகளையே ஒரு சாதனமாகப் பயன்படுத்துகிறார்கள்.

சில ஆய்வுகள், இவ்வகை நடத்தைகள் Machiavellian traits, manipulative behavior, அல்லது dark personality traits என்பவற்றுடன் தொடர்புடையதாக இருக்கலாம் என்றும் சுட்டிக்காட்டுகின்றன. இப்படிப்பட்ட நபர்கள் சூழ்நிலை மாறும்போது தங்களின் முகபாவம், பேச்சு, நடத்தை அனைத்தையும் வேகமாக மாற்றிக்கொள்ளும் அபூர்வமான திறன் கொண்டவர்களாக இருப்பார்கள். இதனால் சமூகத்தில் அவர்கள் "நம்பிக்கைக்குரியவர்", "பாதிக்கப்பட்டவர்", "உதவியாளர்" போன்ற பல வேடங்களில் தோன்றினாலும், அடிப்படையில் அவர்களின் செயல்கள் தனிப்பட்ட லாபம், அதிகாரம் அல்லது கட்டுப்பாட்டை நோக்கியே நகரும். இதுவே தமிழ்ச் சமூக

மொழியில் "காரியத்துக்காக எப்படியும் மாறிக்கொள்ளும் மனிதர்கள்" என்ற உருவகமாக வெளிப்படுகிறது.

ஆன்மாக்களின் நிறைவேறாத ஆசைகள்

பேய்கள் சுருட்டு கேட்பது, சாராயம் கேட்பது, கறிசோறு கேட்பது என்பது வெறும் தற்செயல் அல்ல - இது அவர்களின் ஆழமான, நிறைவேறாத ஆசைகளின் அடையாளம். ஆன்மீகத்திலும் நாட்டுப்புறவியலிலும், இது அந்த ஆன்மாவின் நிறைவேறாத உலகியல் ஆசைகளின் நீட்சியாகவே கருதப்படுகிறது.

ஒருவன் மதுவிற்கும், மாமிசத்திற்கும் அடிமையாக இருந்து, அந்த ஆசை தீரும் முன்பே இறந்துவிட்டால், அந்த ஆசை அவனது ஆன்மாவைத் துரத்திக்கொண்டே இருக்கும் என்பது நம்பிக்கை. ஆவிக்கு உடல் இல்லாததால் அதை அனுபவிக்க முடியாது, அதனால் அது வேறொரு உடலை நாடுகிறது. அவர்களுக்கு அந்தப் பொருட்களை எப்படியாவது அடைய வேண்டும் என்ற தீவிர வேட்கை இருக்கும். ஆனால் அது கிடைக்காத நிலையில், ஒருவித மன ஆவேச நிலைக்குத் தள்ளப்பட்டு, "எனக்கு அது வேண்டும்" என்று குழந்தை போல அடம்பிடிக்க ஆரம்பித்துவிடுகிறார்கள்.

சுருட்டு, சாராயம், கறிச்சோறு - இவை அனைத்தும் 'தாமஸ' (Tamasic) குணத்தைச் சார்ந்தவை. இந்தப் பொருட்களின் வீரியம் அந்த ஆவியின் தற்காலிகத் தேவையைப் பூர்த்தி செய்வதாக நம்பப்படுகிறது. ஒரு குழந்தைக்குப் பிடித்த மிட்டாயைக் கொடுத்தால் அது அழுகையை நிறுத்துவது போல, அந்த ஆவிக்குத் தேவையானதை 'பலி' அல்லது 'படையல்' மூலம் கொடுக்கும்போது, அதன் வஞ்சம் தணிந்து

அந்த இடத்தை விட்டு விலகுகிறது என்பது மக்களின் நம்பிக்கை.

தமிழ்நாட்டு நாட்டுப்புறத் தெய்வ வழிபாடுகளில் சுருட்டும் சாராயமும் முக்கியப் படையல்களாக இருக்கும். இவை வீர மரணம் அடைந்த அல்லது ஆசையுடன் இறந்த ஆன்மாக்களைச் சாந்தப்படுத்தத் தொடங்கப்பட்ட வழிபாட்டு முறைகளே. இவர்களுக்கு 'இரத்தச் சோறு' அல்லது 'கறிச்சோறு' படைப்பது வழக்கம். அந்த ஆவிக்கு இரத்தத்தின் மீதான தாகம் இருப்பதாகவும், அதை நிறைவேற்றினால் அது ஊரைக் காக்கும் காவல் தெய்வமாக மாறும் என்றும் மக்கள் நம்புகிறார்கள்.

உலகளாவிய படையல் மரபுகள்

உலகெங்கிலும் உள்ள பல்வேறு கலாச்சாரங்களில், ஆவிகள் மற்றும் இறந்தவர்களின் ஆன்மாக்களைச் சாந்தப்படுத்த மது, புகையிலை, மாமிசம் படைக்கும் பழக்கம் மிக ஆழமாக வேரூன்றியுள்ளது. கரீபியன் நாடுகளின் 'வூடு' (Voodoo) வழிபாட்டில் மரணத்தின் அதிபதியான 'பாரன் சமேதி'க்கு (Baron Samedi) ரம் (Rum) மற்றும் சுருட்டு படைக்கப்படுகிறது. மெக்சிகோவின் 'இறந்தோர் நாள்' (Day of the Dead) விழாவில், இறந்தவர்களுக்குப் பிடித்தமான டெக்கீலா (Tequila) மற்றும் உணவுகளை ஆவிகள் வந்து சுவைப்பதாக நம்பிக்கை உண்டு. சீனா, ஜப்பான், மங்கோலியா, கொரியா ஆகிய நாடுகளிலும் இதுபோன்ற நடைமுறை நம்பிக்கைகள் காணப்படுகின்றன.

மனதின் மறைமுக ஆசைகள்

சில நேரங்களில், ஒரு நபர் - குறிப்பாக பெண்கள் - தனது வாழ்க்கையில் மிகவும் கட்டுக்கோப்பாக அல்லது பயந்த சுபாவம் உள்ளவராக இருக்கலாம். ஆனால் அவரது ஆழ்மனதில் மாமிசம் உண்ணவோ அல்லது மது அருந்தவோ ஆசை இருக்கலாம். சமூகம் அல்லது குடும்பத்தின் பயத்தால் அதைச் செய்ய முடியாமல் போகும்போது, அவரது மனமே ஒரு 'ஆவேச' நிலையை உருவாக்கி (Dissociative Identity Disorder), அந்தப் பேயைக் காரணமாகக் காட்டி தனது ஆசையை நிறைவேற்றிக்கொள்ளலாம்.

காரியப் பேய்கள்: மனித வடிவிலான நடிப்பரங்கம்

"காரியப் பேய்கள்" என்பது ஒருவரது சுயநலத்திற்காக அல்லது ஒரு காரியத்தைச் சாதித்துக்கொள்வதற்காக எப்பேர்ப்பட்ட வேடத்தையும் போடும் நபர்களைக் குறிக்கும் ஒரு மரபுத்தொடர். பொதுவாக ஒருவரை 'பேய் பிடித்திருக்கிறது' என்று சொன்னால், அவர் தனது சுயநினைவின்றி ஏதோ ஒரு உந்துதலில் செயல்படுவார். அதேபோல, ஒரு குறிப்பிட்ட காரியத்தை முடிப்பதையே குறியாகக் கொண்டு, அதற்காகப் பைத்தியம் பிடித்தவர் போலவோ அல்லது ஆவேசம் வந்தவர் போலவோ நடிப்பவர்களை "காரியப் பேய்கள்" என்பார்கள்.

இவர்களின் நடத்தையில் சில தனித்தன்மைகள் உண்டு. விடாப்பிடியான குணம் முதன்மையானது - தாங்கள் நினைத்தது நடக்கும் வரை மற்றவர்களுக்கு மன உளைச்சலைத் தருவார்கள். நாடகம் ஆடுவதில் இவர்கள் தேர்ந்தவர்கள் - அழுகை, அதீத கோபம், தற்கொலை மிரட்டல் அல்லது தனக்கு ஏதோ உடல்நிலை சரியில்லை

என்பது போன்ற மாயத்தோற்றத்தை உருவாக்குவார்கள். ஆனால் மிக ஆச்சரியமான விஷயம், அவர்கள் எதிர்பார்த்த காரியம் கைகூடிய அடுத்த நிமிடமே, அந்த "பேய்" மறைந்துவிடும். அவர்கள் மிகவும் இயல்பாகவும், மகிழ்ச்சியாகவும் மாறிவிடுவார்கள். இதுவே அவர்கள் நடித்தார்கள் என்பதற்கான தெளிவான சாட்சி.

உளவியல் ரீதியாகப் பார்த்தால், இது ஒருவகை உணர்ச்சி ரீதியான பிளாக்மெயில் (Emotional Blackmail) ஆகும். மற்றவர்களின் பரிதாபத்தைப் பெறுவதற்காகவோ அல்லது மற்றவர்களைப் பயமுறுத்தி அடிபணிய வைப்பதற்காகவோ இவர்கள் இத்தகைய விசித்திரமான நடத்தைகளை வெளிப்படுத்துகிறார்கள்.

நடைமுறை வாழ்க்கையில் இவர்களை எளிதாக அடையாளம் காண முடியும். சொத்துக்காகவோ அல்லது பணம் கேட்டு அடம் பிடிக்கும் உறவினர்கள், தான் விரும்பியதை அடையும் வரை மற்றவர்களை நிம்மதியாக இருக்க விடாதவர்கள், பதவிக்காக அல்லது காரியத்திற்காகக் காலில் விழுந்து கெஞ்சுவதும் காரியம் முடிந்ததும் அதே நபரைத் துச்சமாக மதிப்பதும் காரியப் பேய்களின் வேலை.

சுருக்கமாகச் சொன்னால், "தன் காரியம் முடியும் வரை பேயாகவும், முடிந்ததும் மனிதனாகவும்" மாறுபவர்களே காரியப் பேய்கள். இன்னும் சிலர் "தன் காரியம் முடியும் வரை மனிதனாகவும், முடிந்ததும் பேயாகவும்" மாறுவார்கள். இவர்களிடம் எச்சரிக்கையாக இருப்பது அவசியம்.

குற்றத்திற்குப் பிந்தைய நாடகம்

குற்றம் நிகழ்ந்த பிறகு பலர் தங்களை நிரபராதியாகக் காட்டிக்கொள்வதும், "எனக்கு என்ன நடந்தது என்று தெரியவில்லை" என்று கூறுவதும் மனோதத்துவ ஆய்வுகளில் பரவலாகக் காணப்படும் நடத்தை. இது சில நேரங்களில் உண்மையான நினைவிழப்பாக இல்லாமல், மன அழுத்தத்தால் உருவாகும் denial அல்லது dissociation போன்ற உளவியல் பாதுகாப்பு செயல்முறைகளின் விளைவாக இருக்கலாம். கடும் கோபம், பயம் அல்லது திடீர் வன்முறை நேரங்களில் மனித மூளை முழுமையான நினைவுகளைப் பதிவு செய்யாமல் விடும் சூழ்நிலையும் உருவாக முடியும் என ஆய்வுகள் கூறுகின்றன.

இதனுடன் சில சந்தர்ப்பங்களில், குற்றத்திற்குப் பிந்தைய கட்டத்தில் தண்டனையைத் தவிர்க்கும் நோக்கில் மனநோய் இருப்பது போல நடிப்பதும் காணப்படுகிறது. இதை "malingering" எனும் மனோதத்துவக் கருத்து விளக்குகிறது. இவ்வகை நடத்தை குற்றம் செய்தவரின் உள்ளார்ந்த மனநிலையைப் பாதுகாப்பதற்கும், சமூகமும் சட்டமும் தன்னை எப்படி பார்க்கும் என்பதைக் கட்டுப்படுத்துவதற்குமான ஒரு முயற்சியாகவே ஆய்வுகள் விவரிக்கின்றன. எனவே இத்தகைய செயல்கள் உண்மையான பைத்தியம் அல்ல; குற்றத்திற்குப் பிந்தைய மனித மனத்தின் தற்காப்பு மற்றும் தன்னிலை காக்கும் உத்திகளாகவே அறிவியல் புரிந்துகொள்கிறது.

சமூக ஒழுக்கமும் தண்டனையும் — சிங்கப்பூரின் பாடம்

1950–60 காலகட்டங்களில் சிங்கப்பூர் கடும் சமூக குழப்பம், ஒழுக்கக் குறைவு, கும்பல் வன்முறை, சிறிய அளவிலான ஊழல் மற்றும் சட்ட மீறல்கள் போன்ற பிரச்சினைகளை எதிர்கொண்டிருந்தது. 1965-ல் சுயாட்சி பெற்ற பின்னர், நாட்டை ஒழுங்குமிக்க சமூகமாக மாற்ற வேண்டும் என்ற நோக்கில் பிரதமர் லீ குவான் யூ தலைமையிலான அரசு கடுமையான சட்ட அமலாக்க முறைகளைக் கொண்டு வந்தது. இதன் ஒரு பகுதியாகவே ஏற்கனவே இருந்த பிரிட்டிஷ் கால சட்டங்களில் இடம்பெற்றிருந்த பிரம்படி (caning) தண்டனை வலுப்படுத்தப்பட்டு நடைமுறைப்படுத்தப்பட்டது.

நோக்கம் பழிவாங்குதல் அல்ல; சட்டத்தை மீறினால் உறுதியான நடவடிக்கை அல்லது தண்டனை உண்டு என்ற தெளிவான மனநிலையை சமூகத்தில் உருவாக்குவதே. இந்த நடவடிக்கைகளின் விளைவாக சில ஆண்டுகளுக்குள் பொதுத் துறைகளில் ஒழுக்கம், விதி பின்பற்றுதல் மற்றும் குற்றச்செயல்கள் குறையும் போக்கு தெளிவாகக் காணப்பட்டது. பிரம்படி (caning) தண்டனை ஒரு வலுவான மனோதத்துவச் சின்னமாகச் செயல்பட்டது என சமூக ஆய்வுகள் குறிப்பிடுகின்றன.

தடுப்பு கோட்பாடு — பயம் எவ்வாறு நடத்தையை மாற்றுகிறது

மனித மனம் தண்டனை உறுதியானது, தவிர்க்க முடியாதது என உணரும்போது, தவறான நடத்தை குறையும் என்பதே

deterrence theory-யின் மைய கருத்து. பிரம்படி போன்ற தண்டனைகள் வலி மட்டுமல்ல, அவமானம், நினைவில் நிலைக்கும் அனுபவம் ஆகியவற்றை உருவாக்குவதால், விதிகளை மீறுவதற்கான உளவியல் தடையை உயர்த்துகின்றன. இதன் மூலம் தனிநபர் மட்டுமல்ல, சமூக அளவிலும் ஒழுக்க நெறிகள் வலுப்பெறும் நிலை உருவாகிறது.

தண்டனை தளரும்போது — ஆபத்து எடுக்கும் மனநிலை

சமூகத்தில் சட்ட மீறல்கள், லஞ்சம், ஊழல், வரிசை தாண்டுதல், சமுதாய ஒழுக்க விதிகளைப் பின்பற்றாமை போன்ற நடத்தைகள் தனிநபரின் குணக்குறைவாக மட்டுமல்ல; அது அந்த சமூகத்தின் மனநிலை அனுபவத்துடன் தொடர்புடையதாகவும் பார்க்கப்படுகிறது. தண்டனை வர நீண்ட காலம் ஆகும், அல்லது அது உறுதியானது அல்ல என்ற உணர்வு உருவாகும்போது, மனித மனம் உடனடி லாபத்தை முன்னிலைப்படுத்தி ஆபத்து எடுத்தலை இயல்பாக ஏற்றுக்கொள்கிறது. இதனை மனோதத்துவத்தில் risk-taking behavior மற்றும் temporal discounting என விளக்குகின்றனர்.

சமூகத்தில் ஒழுக்கம், சட்டம் மற்றும் தண்டனை பற்றிய நம்பிக்கை தளரும்போது, மனித மனம் விதிகளை மீறுவது "பெரிய தவறு" என்ற உணர்வை மெதுவாக இழக்கத் தொடங்குகிறது. அதாவது உடனடி லாபம் அல்லது வசதியே முக்கியம், எதிர்கால விளைவுகள் அற்பமாக உணரப்படும் நிலை உருவாகிறது.

உயிரியல் காரணிகள் — கட்டுப்பாட்டை இழக்கும் மூளை

இத்தகைய சூழலில் சில உயிரியல் காரணிகள் மனிதரின் திடீர் செயற்பாடுகளையும் ஆபத்து உணர்வையும் மேலும் மாற்றக்கூடும் என்ற கோணமும் ஆராய்ச்சிகளில் முன்வைக்கப்படுகிறது. உதாரணமாக, Toxoplasma gondii போன்ற சில பராசிட்கள் மனிதர்களில் impulse control குறைவு மற்றும் risk perception மாற்றம் போன்றவற்றுடன் தொடர்புடையதாக சில ஆய்வுகள் குறிப்பிடுகின்றன. இவை தனித்தனியாகக் குற்றத்தை உருவாக்காது என்றாலும், சமூக ஒழுக்கக் கட்டுப்பாடுகள் தளர்ந்த சூழலில் இத்தகைய உயிரியல் தாக்கங்கள் சேர்ந்தால், விதி மீறலுக்கான உளவியல் தடையை மேலும் குறைக்கக்கூடும்.

மேலும், சில ஆய்வுகள் மனிதர்கள் சட்டத்தை மீறும் தருணங்களில் அட்ரெனலின் சார்ந்த உளவியல் தூண்டுதலை அனுபவிப்பதாகவும், அந்த "thrill" உணர்வு மீண்டும் மீண்டும் தேடப்படக்கூடியதாக மாறலாம் என்றும் சுட்டிக்காட்டுகின்றன. இதன் விளைவாக, ஆரம்பத்தில் சிறிய விதி மீறல்களாகத் தொடங்கும் நடத்தை, காலப்போக்கில் அதே உணர்ச்சித் தூண்டுதலைப் பெற அதிகமான ஆபத்தையும் பெரிய தவறுகளையும் தேடும் ஒரு சுழற்சியாக மாறக்கூடும். இவ்வாறு சமூக கட்டுப்பாடு, மனநிலை, உயிரியல் தூண்டுதல் மற்றும் உணர்ச்சி பழக்கங்கள் ஒன்றோடு ஒன்று இணையும் போது, குற்றச்செயல்கள் ஒரே நேரத்தில் சமூகமும் தனிநபரும் உருவாக்கும் தொடர்ச்சியான செயல்முறையாக வெளிப்படலாம் என்ற ஒரு speculative behavioral model-ஆக இதைப் பார்க்க முடியும்.

சமூகத் தொற்று — தவறு எவ்வாறு பரவுகிறது

உயிரியல் உலகில் சில பராசிட்கள் ஒருவரிடமிருந்து மற்றொருவருக்குப் பரவுவது போல, மனித சமூகத்தில் உணர்ச்சிகளும் நடத்தைகளும் ஒருவரிடமிருந்து மற்றொருவருக்குப் பரவும் தன்மை கொண்டவை என மனோதத்துவ ஆய்வுகள் கூறுகின்றன. ஒருவர் விதிகளை மீறித் தப்பித்துவிடுவதைப் பார்க்கும் போது, அதே செயலை மற்றவர்களும் முயற்சிக்கத் தொடங்குவது social contagion எனப்படும் உளவியல் செயல்முறையின் ஒரு வெளிப்பாடாகும்.

இங்கு பரவுவது நோய் அல்ல; ஆனால் "இதுவும் சாத்தியமே", "இதில் பெரிய விளைவு இல்லை" என்ற மனநிலை. இதனால் சட்டம், வரிசை, ஒழுக்கம் போன்ற கட்டுப்பாடுகள் மெதுவாகத் தளரத் தொடங்குகின்றன. பராசிட்கள் உடலுக்குள் நுழைந்து நடத்தை மாற்றும் விதத்தைப் போலவே, விதி மீறலைக் காணும் அனுபவம் மனித மனத்தில் பய உணர்வைக் குறைத்து, ஆபத்தைச் சாதாரணமாக்குகிறது. இவ்வாறு உயிரியல் பரவலும் சமூக பரவலும் வேறு தளங்களில் நடந்தாலும், இரண்டிலும் ஒரு ஒற்றுமை காணப்படுகிறது — ஒன்று உடலைப் பாதிக்கிறது; மற்றொன்று மனநிலையை. இந்த இரண்டும் இணையும் போது, தவறு தனிநபரின் செயல் மட்டுமல்ல; சமூகமெங்கும் மெதுவாகப் பரவும் ஒரு பழக்கமாக மாறும் சூழல் உருவாகலாம் என்ற கருத்தும் முன்வைக்கப்படுகிறது.

ஜப்பான் — ஒழுக்கம் என்ற சமூக மருந்து

ஜப்பானியர்கள் மிக மோசமான பேரிடர் காலங்களிலும், மிகுந்த ஒழுக்கத்துடனும் (discipline) வரிசையாக நின்று தங்களுக்குத் தேவையான உணவு மற்றும் பொருட்களைப் பெற்றுக் கொள்வது என்பது வெறும் கதையல்ல, அது ஒரு வரலாற்று உண்மை. இரண்டாம் உலகப் போரின் போது ஹிரோஷிமா மற்றும் நாகசாகி நகரங்களில் அணு குண்டு வீசப்பட்ட போதும், 2011-ஆம் ஆண்டு ஏற்பட்ட மிகப்பெரிய சுனாமி மற்றும் நிலநடுக்கத்தின் போதும் ஜப்பானியர்கள் காட்டிய இந்த மன உறுதி உலகையே வியக்க வைத்தது.

இதன் பின்னணியில் ஆழமான கலாச்சார அடித்தளங்கள் இருக்கின்றன. ஜப்பானிய கலாச்சாரத்தில் **'கமன்' (Gaman - 我慢)** என்ற ஒரு தத்துவம் உண்டு. இதற்கு "தாங்க முடியாத கஷ்டங்களையும் பொறுமையுடனும், கண்ணியத்துடனும் சகித்துக் கொள்ளுதல்" என்று பொருள். எவ்வளவு பெரிய கஷ்டம் வந்தாலும், மற்றவர்களுக்குத் தொந்தரவு தராமல் அமைதியாக அதை எதிர்கொள்வதை அவர்கள் ஒரு பெருமையாகக் கருதுகின்றனர். இதனுடன் இணைந்து செயல்படுவது **'என்ரியோ' (Enryo - 遠慮)** எனும் கருத்து — பிறருக்காக விட்டுக்கொடுத்தல். பேரிடர் காலங்களில் தனக்கு உணவு எவ்வளவு முக்கியமோ, அதேபோல் பின்னணியில் நிற்கும் மற்றவர்களுக்கும் அது அவசியம் என்பதை அவர்கள் உணர்கிறார்கள். 'நான் முதலில்' என்று முண்டியடிக்காமல், 'எனக்குக் கிடைத்தது மற்றவர்களுக்கும் கிடைக்க வேண்டும்' என்ற உயர்ந்த எண்ணமே அவர்களை வரிசையில் நிற்க வைக்கிறது.

இந்த மனநிலை தற்செயலாக உருவானதல்ல. ஜப்பானிய பள்ளிகளில் பாடங்களை விட "ஒழுக்கம் மற்றும் நற்பண்புகளுக்கே" (moral education) முதல் மூன்று ஆண்டுகள் முக்கியத்துவம் அளிக்கப்படுகிறது. சமூகத்திற்கு எப்படிப் பங்களிக்க வேண்டும், பொது இடங்களில் எப்படி நடந்து கொள்ள வேண்டும் என்பது அவர்களின் ரத்தத்திலேயே ஊறிய ஒரு விஷயமாக மாறிவிடுகிறது. இந்த கல்வி முறையின் பலன் நெருக்கடி காலங்களில் தெளிவாகத் தெரிகிறது.

2011-இல் ஜப்பானில் மிகக் கொடிய நிலநடுக்கமும் சுனாமியும் ஏற்பட்டபோது, மின்சாரம் இல்லை, தண்ணீர் இல்லை, உணவுக்குத் தட்டுப்பாடு நிலவியது. ஆனாலும், அங்கு ஒரு கடையில் கூட கொள்ளைச் சம்பவங்கள் (looting) நடக்கவில்லை. மக்கள் பல மணி நேரம் அமைதியாக வரிசையில் நின்று தங்களுக்குத் தேவையான குறைந்தபட்ச உணவை வாங்கிச் சென்றனர். "இயற்கை தான் நம்மிடம் இருந்து அனைத்தையும் பறித்துவிட்டது, நாமே ஒருவரிடமிருந்து ஒருவர் பறிக்கக் கூடாது" என்பதே அவர்களின் சிந்தனையாக இருந்தது.

இந்த உதாரணம் நமக்கு என்ன கற்பிக்கிறது? சமூக ஒழுக்கம் என்பது வெறும் சட்டத்தாலோ தண்டனையாலோ மட்டும் நிலைநிறுத்த முடியாதது — அது ஒரு உள்ளார்ந்த கலாச்சார மதிப்பாக மாறவேண்டும். சிறுவயது முதல் கற்பிக்கப்படும் நற்பண்புகள், சமூகப் பொறுப்புணர்வு, மற்றவர் நலன் மீதான அக்கறை — இவை அனைத்தும் சேர்ந்தால், நெருக்கடி காலங்களில் கூட மனிதநேயம் வெல்லும். ஜப்பானியர்களின் இந்த உன்னத பண்பு உலகிற்கு ஒரு மிகப்பெரிய பாடம். பேரிடர் காலத்தில் மனிதநேயமும்

ஒழுக்கமும் எப்படி இருக்க வேண்டும் என்பதற்கு அவர்கள் ஒரு சிறந்த உதாரணம்.

மனநோய் சிகிச்சை — அதிர்ச்சி சிகிச்சையின் வரலாறு

மனநோய்களுக்கு வழங்கப்பட்ட shock treatment என அழைக்கப்படும் Electroconvulsive Therapy (ECT) என்பது 1930–40 காலகட்டங்களில் உருவான ஒரு மருத்துவ முறையாகும். அக்காலத்தில் மன அழுத்தம், பேசாமை, தற்கொலை ஆபத்து போன்ற கடுமையான நிலைகளுக்கு மருந்துகள் இல்லாத காரணத்தால், மூளையில் கட்டுப்படுத்தப்பட்ட seizure உருவாக்குவதன் மூலம் மனநிலை மாற்றம் ஏற்படுத்தலாம் என்ற கண்டுபிடிப்பின் அடிப்படையில் இந்த சிகிச்சை பயன்படுத்தப்பட்டது.

பல ஆய்வுகள், குறிப்பாக தீவிர மன அழுத்தம் மற்றும் catatonia போன்ற நிலைகளில் ECT வேகமான மற்றும் பயனுள்ள மாற்றத்தை ஏற்படுத்துவதாகப் பதிவு செய்துள்ளன. ஆரம்ப காலங்களில் பாதுகாப்பு முறைகள் குறைந்திருந்ததால் இது தவறாகப் புரிந்துகொள்ளப்பட்டாலும், இன்றைய மருத்துவத்தில் மயக்க மருந்து மற்றும் பாதுகாப்பு நடைமுறைகளுடன் வழங்கப்படும் ECT ஒரு கட்டுப்படுத்தப்பட்ட, ஆதார அடிப்படையிலான சிகிச்சை முறையாகவே பயன்படுத்தப்படுகிறது.

முடிவுரை — பலதரப்பு தீர்வுகளின் அவசியம்

இதுபோன்ற பிரச்சினைகளுக்கு நிரந்தர தீர்வுகாக பலகட்ட ஆராய்ச்சி, சரியான புரிந்துகொள்ளல், சமுதாய மற்றும் கல்வி அறிவு, ஆலோசனை, தடுக்கும் விதம், தண்டனை, மருந்துகள் மற்றும் சிகிச்சை முறைகள் தேவைப்படுகின்றன. சமூக ஒழுக்கம் என்பது சட்டம், உளவியல், உயிரியல், மற்றும் கல்வி ஆகிய பல தளங்களில் ஒரே நேரத்தில் செயல்படும்போதே நிலையாகும். தனித்தனியாக எந்த ஒரு அணுகுமுறையும் முழுமையானது அல்ல; அனைத்தும் ஒன்றிணைந்து செயல்படும்போதே மனித நடத்தையின் சிக்கலான பிரச்சினைகளுக்குத் தீர்வு காண முடியும்.

2.16 நூற்றாண்டின் ஸ்பெசல் பேய் : நார்சிஸ்ட்

இதுவரை நாம் சந்தித்த பேய்கள் பெரும்பாலும் சாதாரண நோய்கள், ஊட்டச்சத்துக் குறைபாடுகள், நடிப்பு, ஆணவம், அகங்காரம், பொறாமை போன்ற தீய எண்ணங்களின் வெளிப்பாடுகளாக இருந்திருக்கலாம். ஆனால் இப்போது நாம் பார்க்கப்போவது, இந்த நூற்றாண்டையே கலக்கிக்கொண்டிருக்கும் ஒரு சிறப்பு வகைப் பேய். இதுவரை நாம் சந்தித்த அனைத்துப் பேய்களின் குணாதிசயங்களையும் ஒன்றாக இணைத்துப் பாருங்கள் — இந்தப் பேயிலிருந்து கொஞ்சம், அந்தப் பேயிலிருந்து கொஞ்சம், இங்கிருந்து கொஞ்சம், அங்கிருந்து கொஞ்சம் என்று எல்லாவற்றையும் கலந்து ஒரு கலவை செய்தால் கிடைப்பது — பிரமாண்டமான நார்சிஸ்ட்.

பேய் பிடித்தவர்கள்" பற்றி நம் முன்னோர்கள் என்ன சொன்னார்கள்? இவர்கள் தனக்கும் தன்னைச் சார்ந்தவர்களுக்கும் மாபெரும் தீங்கு விளைவிப்பார்கள் என்றார்கள். எந்த வீட்டில் இவர்கள் இருக்கிறார்களோ, அங்கே சண்டை சச்சரவுகளுக்குக் குறைவிராது, செல்வம் சேராது, அவமானம் வரும், உறவுகளில் பிரச்சினைகள் தோன்றும், நிம்மதியிருக்காது, பழிவாங்குதல், தற்கொலை, கொலை போன்ற கொடிய விளைவுகள் ஏற்படும் என்றார்கள். இன்னும் மோசமானது: இவர்கள் தாய், தந்தை, கணவன், மனைவி, குழந்தைகள் என எந்த உறவையும் மதிக்காமல், முற்றிலும் சுயநலத்தில் செயல்பட்டு, பேரழிவை ஏற்படுத்துவார்கள் என்றார்கள்.

அன்று "பேய் பிடித்தவர்கள்" என்று நம் முன்னோர்கள் சொன்னவர்களை, இன்று நவீன உளவியல் "narcissist" என்று அழைக்கிறது. பெயர் மாறியிருக்கிறது; நடத்தை அப்படியே. நார்சிஸ்ட்கள்தான் நம் முன்னோர்கள் சொன்ன "பேய்" என்பதற்கு மிகச்சரியான நிகழ்கால ஆதாரம்.

குடும்பத்தின் படிப்படியான அழிவு

தீய சக்திகள் அல்லது பேய்கள் குடும்பத்தில் ஒரு நபரைப் பாதித்தால், அவர் மூலம் தங்கள் நிறைவேறாத இச்சைகளான காமம், அதிகாரம், பழிவாங்குதல் ஆகியவற்றை நிறைவேற்ற முனையும்போது, அந்த முழுக் குடும்பமும் படிப்படியாக அழிவை நோக்கி இழுக்கப்படுகிறது. முதலில் சிறு வாக்குவாதங்கள் தொடங்குகின்றன; பின்னர் கடுமையான சண்டைகளாக மாறுகின்றன. வீட்டில் சமாதானம் அழிகிறது, நிம்மதி மறைகிறது. குடும்ப உறுப்பினர்கள் அனைவருக்கும் மனக்குழப்பம், தூக்கமின்மை, விவரிக்க முடியாத உடல் நோய்கள்

தோன்றுகின்றன. தெய்வபக்தி குறைகிறது, நற்காரியங்களில் ஈடுபட முடியாமல் போகிறது.

உறவுகளில் விரிசல் ஏற்படுகிறது; நம்பிக்கை குலைகிறது. உறவினர்களும் நண்பர்களும் விலகுகிறார்கள்; சமூகத்தில் அவமானங்களைச் சந்திக்க நேரிடுகிறது. தொழிலில் கவனம் குறைகிறது, வியாபாரத்தில் நஷ்டங்கள் ஏற்படுகின்றன. சேமிப்புகள் தீர்ந்துபோகின்றன, சொத்துக்கள் விற்கப்படுகின்றன, கடன்கள் குவிகின்றன. இறுதியில், கணவன்-மனைவி பிரிவு, குடும்பச் சிதைவு, பொருளாதார வீழ்ச்சி என மொத்த வாழ்க்கையும் நொறுங்குகிறது. இவ்வாறு, ஒரு நபரின் மீதான தீய சக்தியின் ஆதிக்கம், மொத்தக் குடும்பத்தின் மனம், உடல், உறவுகள், செல்வம் அனைத்தையும் அழித்து, எண்ணிலடங்காத பிரச்சினைகளை உருவாக்கிவிடுகிறது.

பழங்கால நம்பிக்கையும் நவீன உளவியலும்

இவை அனைத்தும் நார்சிஸ்டிக் பர்சனாலிட்டி டிஸ்ஆர்டரால் பாதிக்கப்பட்ட ஒரு நபரின் குடும்பத்தில் நிகழும். இவர்கள் குடும்பத்திலும் நிறுவனங்களிலும் பேரழிவை ஏற்படுத்தும் மாபெரும் சக்தி என்று சொன்னால் மிகையல்ல. அதாவது, பழங்காலத்தில் தீய சக்தியால் ஆட்கொள்ளப்பட்ட ஒரு மனிதனின் குணாதிசயங்களையும், அவர்களால் ஏற்பட்ட பாதிப்புகளையும் எவ்வாறு விளக்கினார்களோ, அவை அனைத்தும் நார்சிஸ்ட்களுக்கு மிகவும் சரியாகப் பொருந்தும். நவீன உளவியலில் இது போன்ற மனநோய்களுக்குச் சில உட்பிரிவுகள் உள்ளன; நாம் இங்கே பொதுவான கண்ணோட்டத்திலேயே இணைக்கின்றோம்.

அபூர்வமான ஆற்றல்கள்: ஏன் இவர்களை வெல்வது கடினம்?

பேய்கள் சாதாரண மனிதர்களை விட அசாதாரணப் பலம் கொண்டவை என்பது பொதுவான நம்பிக்கை. மேலும் அவை தங்கள் தோற்றத்தை எளிதில் மாற்றிக்கொள்ளும் திறன் கொண்டவை என்பதால், சாதாரண மனிதர்களால் அவற்றை அடையாளம் காண முடியாது. ஒருவேளை அடையாளம் கண்டாலும், அவற்றை வெல்லும் ஆற்றல் சராசரி மனிதனிடம் இல்லை. இதேபோல, நார்சிஸ்ட்களிடமும் சில அபூர்வ ஆற்றல்கள் உள்ளன; அதனால்தான் அவர்களை எதிர்கொள்வது மிகவும் கடினமாகிறது.

மனதைப் படிக்கும் திறன்

நார்சிஸ்ட்களுக்கு "மற்றவர்கள் என்ன நினைக்கிறார்கள், அவர்களின் பலவீனம் என்ன" என்பது நன்கு தெரியும். மற்றவர்களின் பலவீனங்களைத் துல்லியமாகப் பயன்படுத்திக் கொள்வார்கள். இவர்கள் எப்போதும் ஒருவிதமான தற்காப்பு உணர்விலேயே (Hypervigilance) இருப்பார்கள். தங்களை யாராவது குறை சொல்லிவிடுவார்களோ அல்லது தங்கள் முகமூடி கழன்றுவிடுமோ என்ற பயத்தில், சுற்றியிருப்பவர்களை ஒரு ரேடார் போலக் கவனித்துக் கொண்டே இருப்பார்கள். உங்கள் சின்ன அசைவு, குரல் மாற்றம் என அனைத்தையும் கவனிப்பதால், நீங்கள் என்ன செய்யப் போகிறீர்கள் என்பதை உங்களை விட அவர்களால் முன்கூட்டியே கணிக்க முடிகிறது.

மின்னல் வேக சிந்தனையும் பேச்சும்

நார்சிஸ்ட்களிடம் காணப்படும் மற்றொரு அபூர்வ ஆற்றல் அவர்களின் கூர்மையான நாக்கு ஆகும். இவர்கள் மின்னல்

போல சிந்தித்து, அதை விட வேகமாகப் பேசுவார்கள். உங்கள் வார்த்தைகள் முடிவதற்குள் பதிலடி தயார், ஒரு வாக்கியத்தின் நடுவிலேயே உங்கள் சொற்களைத் திருப்பிவிடுவார்கள்.

இதற்குக் காரணம், அவர்களிடம் "மனசாட்சித் தயக்கம்" இல்லாதது. நீங்கள் ஒரு செயலைச் செய்யும்போது "இது சரியா, தர்மமா, நியாயமா?" என்று யோசிப்பீர்கள். இந்த யோசனை உங்கள் வேகத்தைக் குறைக்கும். ஆனால் நார்சிஸ்ட்களுக்கு அந்த தயக்கம் கிடையாது. தயங்காமல் பொய் சொல்வார்கள்; அந்தப் பொய்யை நிரூபிக்கப் போனால் அதற்கு வேறு ஏதேனும் புதுக் காரணம் காட்டுவார்கள் அல்லது குழப்பத்தை ஏற்படுத்தியோ, அப்பாவி நாடகமாடியோ எளிதில் தப்பித்துக்கொள்வார்கள். அதனால் அவர்களின் முடிவுகள் மின்னல் வேகத்தில் எடுக்கப்படும். இந்த தயக்கமற்ற போக்குதான் அவர்களைத் துணிச்சலானவர்களாக, நம்பிக்கையுடையவர்களாக, ஆதிக்கம் செலுத்துபவர்களாகக் காட்டுகிறது.

வடிவம் மாற்றும் திறன் - பன்மை ஆளுமை கோளாறு

நார்சிஸ்ட்கள் மற்றவர்களின் உடல் மொழி, குரல் ஓசை, நகைச்சுவை — அனைத்தையும் அருகில் உள்ளவர்கள் விரும்பும் வகையில் மாற்றிக்கொள்வார்கள். ஒரு கவர்ச்சியான ஆளுமை முகமூடியை அணிந்துகொள்வார்கள். கிரேக்கப் புராணங்களில் வரும் ப்ரோட்டியஸ் என்ற கடல் தெய்வம் போல, எந்த வடிவத்தையும் எடுக்கும் திறன் கொண்டவர்கள்.

2005-ஆம் ஆண்டு வெளியான 'அந்நியன்' திரைப்படத்தில் நடிகர் விக்ரம், ஒரே மனிதனுக்குள் மூன்று முற்றிலும்

வேறுபட்ட ஆளுமைகளாக உயிர்ப்பித்துக் காட்டினார். நேர்மையான வழக்கறிஞராக இருக்கும் அம்பி, காதல் உணர்வுகளின் வெளிப்பாடான ரெமோ, சமூக நீதியை கருட புராண தண்டனைகளால் நிலைநாட்டும் கொடூரமான அந்நியன் — இந்த மூன்று ஆளுமைகளும் ஒரே உடலில், ஒரே மனதில் மாறி மாறி வெளிப்பட்டன. அதேபோல், 'சந்திரமுகி' திரைப்படத்திலும் நடிகை ஜோதிகா, கங்கா என்ற சாதாரண பெண்ணிலிருந்து சந்திரமுகி என்ற வேறொரு ஆளுமையாக மாறும் தருணங்களில் குரல், உடல்மொழி, பார்வை அனைத்தும் முற்றிலும் மாறிவிடுவதை நுட்பமாக சித்தரித்தார். இந்த திரைப்படங்கள் வெறும் கதை அல்ல — இவை ஒரு உண்மையான மருத்துவ நிலையை சினிமா மொழியில் கொண்டுவந்து நம் முன் வைத்தன.

திரையில் காட்டப்பட்ட இந்த நிலை மருத்துவ உலகில் 'பன்மை ஆளுமைக் குறைபாடு' (Multiple Personality Disorder) என்று அழைக்கப்பட்டது; நவீன மனநல அறிவியல் இதை இப்போது 'டிசோசியேட்டிவ் ஐடென்டிட்டி டிசார்டர்' (Dissociative Identity Disorder - DID) என்று வகைப்படுத்துகிறது. இது ஒரு நபர் சிறுவயதில் அல்லது வாழ்க்கையின் ஏதேனும் ஒரு கட்டத்தில் தாங்கமுடியாத மன உளைச்சலுக்கோ அல்லது கடுமையான பாதிப்பிற்கோ உள்ளாகும்போது, அந்த வலியிலிருந்து தப்பிக்க மனமே தானாக உருவாக்கிக்கொள்ளும் ஒரு பாதுகாப்பு அரண் ஆகும். இந்த நிலையில் ஒரே உடலுக்குள் வெவ்வேறு பெயர்கள், குரல்கள், நடைகள், பழக்கவழக்கங்கள் கொண்ட ஒன்றுக்கும் மேற்பட்ட ஆளுமைகள் மாறி மாறி ஆட்சி செய்யும். உலகம் முழுவதும் இது ஆவணப்படுத்தப்பட்டு, மருத்துவ ரீதியாக நிரூபிக்கப்பட்ட ஒரு உண்மை.

நம் முன்னோர்கள் "பேய் தன் உருவத்தையும் குரலையும் விருப்பப்படி உடனடியாக மாற்றிக்கொள்ளும்" என்று எச்சரித்ததன் பொருள் பாவனை மாற்றமே. பேய்கள் ஆசைவார்த்தை கூறி ஏமாற்றியோ, அல்லது கொடூரமான முகத்தைக் காட்டி பயமுறுத்தியோ, அல்லது அழுது புலம்பி கெஞ்சியும் எப்படியாவது தன் ஆசைகளை நிறைவேற்றத் துடிக்கும் என்னும் செய்தியையும் அவர்கள் தெளிவாக விவரித்தனர் — முகம் மாறும், நடை மாறும், பேச்சு மாறும் என்று கூறினர். நவீன DID நோயாளிகளிடம் நாம் காண்பதும் சரியாக இதுவேதான் — ஒரே நபரில் ஆளுமை மாறும்போது குரல், உடல்மொழி, நினைவுகள் கூட மாறிவிடும். அதாவது இந்த மாற்றம் அவர்களுக்குள் இருக்கும் பேயின் செயல், சாதாரணமாக மனிதன் செயல் அல்ல வேறு ஒரு சக்தியின் இயக்கம் என்று விளக்கினர்.

நம் முன்னோர்கள் அன்று அவர்கள் கண்ட உண்மையை மிகத் தெளிவாக ஆவணப்படுத்தியுள்ளனர், நவீன அறிவியல் அவர்கள் அன்று கண்ட காட்சிகளுக்கு புதிய பெயரினை வழங்கியுள்ளது.

அலுவலகத்திலும் குடும்ப உறவுகளிலும் இதுபோன்ற நபர்கள் தங்களின் காரியத்தை சாதிக்க மிகவும் கனிவான முகத்தை நம்மிடம் காட்டுவார்கள். தங்கள் தேவையான விஷயம் கிடைத்தவுடன் நம்மை உடனடியாக தூக்கி எறிந்துவிடுவார்கள். அவர்களின் கனிவு அல்லது பணிவு எல்லாம் அவர்களின் காரியம் நிறைவேறும் வரை மட்டுமே. ஆனால் மீண்டும் தங்களுக்கு ஏதேனும் நம் தயவு தேவைப்பட்டால் அவர்கள் தயங்காமல் அதே முகமூடியை அணிந்து வந்து, எதுவுமே நடக்காதது போல் நடந்துகொண்டு அவர்களின் காரியத்தை நிறைவேற்ற

கனகச்சிதமாக மீண்டும் நடிப்பார்கள். இதை சாதாரணமாக திட்டமிட்டு நடத்த முடியாது — அது அவர்களின் இயல்பாகவே மாறி இருக்கும், அல்லது ஏதோ ஒரு சாதாரண சக்திக்கு அப்பாற்பட்ட சக்தி போல் இயங்குவார்கள். இது சாதாரணமாக இருக்கும் வரை மற்றவர்கள் பெரிதாக எடுத்துக்கொள்வதில்லை. ஆனால் இவர்களின் விருப்பம் தடைபடும்போதுதான் பிரச்சனை பெரிதாகும் — வாக்குவாதம் சண்டையாக முற்றி, இவர்களின் ஒழுக்கக் குறைவான செயலுக்கு முழுத்தடை ஏற்படும்போதுதான் இவர்களின் இந்த குணமாறுபாடு பெரும்பாலும் வெளிப்படும்.

அவர்கள் எதைப் பற்றியும் கவலைப்படாமல் முடிவுகளை எடுப்பதால், அவர்களின் வேகம் மற்றவர்களுக்கு ஒரு "அதிமானுடச் சக்தி" அல்லது "மாயாஜாலம்" போலத் தோன்றுகிறது. தங்களின் குழந்தை, பெற்றோர், உடன்பிறந்தவர்கள் மற்றும் வாழ்க்கைத்துணை என நெருக்கமானவர்களின் வாழ்க்கையைத் தயங்காமல் சிதைப்பார்கள். அவர்கள் சிந்தித்துச் செயல்படுவதை விட உணர்வுரீதியாகச் செயல்படுவார்கள்.

ஏன் ஆரம்பத்திலேயே கண்டுபிடிக்க முடிவதில்லை?

நார்சிஸ்டிக் ஆளுமைக் கோளாறு உடையவர்களை ஆரம்பக் கட்டத்திலேயே கண்டுபிடிப்பது மிகவும் கடினம். அனுபவமுள்ள மருத்துவர்களுக்குக் கூட இது சவாலான விஷயம். காரணம், இவர்கள் ஆரம்பத்தில் "தீயவர்கள்" போல நடக்க மாட்டார்கள். மாறாக, மிகவும் நம்பிக்கையூட்டும், பேசுவதில் இனிமையான, கவனம் கொடுக்கும், பாதுகாப்பு தரும் மனிதர்களாகவே தோன்றுவார்கள். அதிகப்படியான

அன்பைக் காட்டுவார்கள், விரைவில் நெருக்கமாவார்கள், "மிகச் சிறந்தவர்கள்" என்ற எண்ணத்தை உருவாக்குவார்கள்.

மெதுவாகத்தான் மாற்றம் தொடங்கும் — விமர்சனம், பழி போடுதல், gaslighting (நடந்த உண்மைகளையே மறுத்துப் பேசுதல்), உணர்ச்சி ரீதியான கட்டுப்பாடு. இவை எல்லாம் படிப்படியாக வருவதால், குடும்பம் அதை இயல்பாக்கி மன்னித்துவிடுகிறது. உண்மை தெரிவது பெரிய சேதம் ஏற்பட்ட பிறகே — மனஅழுத்தம், விவாகரத்து, தற்கொலை எண்ணங்கள் வந்த பின்னரே.

மருத்துவர்களால் ஏன் உடனே கண்டறிய முடிவதில்லை?

மருத்துவர்கள் ஏன் உடனே சொல்ல முடிவதில்லை என்பதும் முக்கியம். நார்சிஸ்டிக் ஆளுமைக் கோளாறு என்பது ஒரு முறையான நோயறிதல்; இதற்கு மாதக்கணக்கில் தனிப்பட்ட மதிப்பீடு, வரலாறு, மீண்டும் மீண்டும் நடத்தை வடிவங்களைக் கவனிப்பு தேவை. ஆரம்பகால குடும்ப அல்லது தம்பதியர் ஆலோசனை அமர்வுகளில் இதை உடனடியாகக் கண்டறிவது சற்று கடினம்.

மேலும், நார்சிஸ்ட் ஒருவர் ஆலோசனையில் கூட மிகச் சிறப்பாக நடிப்பார் — அமைதியாக, தெளிவாக, மிகவும் நியாயமானவராகத் தோன்றுவார். அதே நேரம் பாதிக்கப்பட்டவர் குழப்பமாகவும், அழுதபடியும், பதற்றத்துடனும் இருப்பார். இதனால் அனுபவமுள்ள ஆலோசகர் கூட பாதிக்கப்பட்டவரை "உணர்ச்சி ரீதியாக நிலையற்றவர்" என்று தவறாக நினைக்க வாய்ப்புண்டு.

மேலும், தம்பதியர் சிகிச்சையில் இரண்டு பேரின் கண்ணோட்டங்களையும் சமநிலைப்படுத்த வேண்டும்

என்பதால், ஒரு நபரை "நார்சிஸ்ட்" என்று நேரடியாகச் சொல்வது தொழில்முறை ரீதியாகச் சரியல்ல. அந்தப் பட்டப்பெயர் தவறாகப் பயன்படுத்தப்படலாம், குடும்பத்தில் மோதலை அதிகரிக்கலாம். மேலும், முழுமையான NPD இல்லாத பலரும் மன அழுத்தத்தின் கீழ் சில நார்சிஸ்டிக் குணாதிசயங்களைக் காட்டுகிறார்கள்.

இதனால்தான் உலகம் முழுவதும் ஒரே மாதிரி நடக்கிறது. நார்சிஸ்ட்கள் பெரும்பாலும் ஆரம்பத்தில் அடையாளம் காணப்படுவதில்லை. சேதம் ஏற்பட்ட பிறகே உண்மை வெளிவருகிறது. இது பாதிக்கப்பட்டவரின் தவறல்ல, அறிவின்மையோ கவனக் குறைவோ அல்ல. இந்த வகை மனிதர்களின் இயல்பே அப்படிப்பட்டது — அவர்கள் தங்களை மறைத்து வாழ்பவர்கள்.

பண்டைய நம்பிக்கையின் தர்க்கம்

இப்போது நாம் புரிந்துகொள்ளலாம், ஏன் பழங்காலத்தில் பேய்களை விரட்ட தெய்வீகச் சக்தி அவசியமாக கருதப்பட்டது என்பதை. இறையருள் கொண்ட ஆன்மீக நபர்களால் மட்டுமே பேய்களைத் துல்லியமாக அடையாளம் காண முடிந்தது. அவர்களின் தெய்வீக ஆற்றலால் மட்டுமே பேய்களை மிரட்டி, பிடித்த நபரிடமிருந்து விரட்ட முடிந்தது. அனைத்து மதங்களின் வாய்மொழி மரபுகளும் வரலாற்றுக் கதைகளும் இதையே சுட்டிக்காட்டுகின்றன — பேய்களை விரட்ட அபார ஆன்மீகச் சக்தி கொண்ட நபர்கள் மட்டுமே வெற்றி பெற்றனர்.

இதேபோல், நார்சிஸ்ட்களிடமிருந்து தப்பிக்கவும், அவர்களின் உண்மை முகத்தைப் புரிந்துகொள்ளவும், மிகப்பெரிய மன உறுதியும் ஆதரவும் தேவைப்படுகிறது. சாதாரண மனிதர்களால் அவர்களை எதிர்கொள்வது மிகவும்

கடினம்; அனுபவமுள்ள மனநல நிபுணர்களின் உதவி அவசியமாகிறது.

அறிவியல் ஆய்வுகள்: உடல் ரீதியான காரணிகள்

நீண்ட காலமாக நார்சிஸ்டிக் பர்சனாலிட்டி டிஸார்டர் (NPD) என்பது முற்றிலும் உளவியல் சார்ந்த பிரச்சினை என்றே கருதப்பட்டு வந்தது. ஆனால் சமீபகால ஆய்வுகள் இதற்கும் உடல் ரீதியான காரணிகளுக்கும் இடையே ஒருவித தொடர்பு இருக்கலாம் என்ற சாத்தியத்தை எழுப்பியுள்ளன.

மூளை அமைப்பு வேறுபாடுகள்

நார்சிஸிஸம் (Narcissistic traits / NPD) கொண்ட நபர்களில், மூளையின் மீடியல் ப்ரீஃப்ரன்டல் கார்டெக்ஸை (mPFC) — குறிப்பாகச் சுய உணர்வு, உணர்ச்சிக் கட்டுப்பாடு, சமூகப் புரிதல் போன்றவற்றுடன் தொடர்புடைய நரம்பியல் வலையமைப்புகளில் — சில வேறுபாடுகள் காணப்படுகின்றன என்று சில ஆய்வுகள் தெரிவிக்கின்றன. ஆனால் இவை தற்போது எந்தவொரு நபரையும் உறுதியாக நார்சிஸ்ட் என அடையாளம் காணப் போதுமான அளவிலான நிரூபணமாகக் கருதப்படவில்லை. இத்துறையில் ஆராய்ச்சிகள் தொடர்ந்து நடைபெற்று வருகின்றன; எதிர்காலத்தில் தெளிவான விளக்கங்கள் கிடைக்கலாம்.

ஆக்ஸிடேட்டிவ் ஸ்ட்ரெஸ் மற்றும் குடல்-மூளை தொடர்பு

2020-ல் யுனிவர்சிட்டி ஆஃப் சிகாகோ நடத்திய ஆய்வு, NPD உடையவர்களின் இரத்தத்தில் ஆக்ஸிடேட்டிவ் ஸ்ட்ரெஸ் (oxidative stress) அதிகமாக இருப்பதைக் கண்டறிந்தது. மேலும், குடல் பாக்டீரியாக்களும் மூளையின்

செயல்பாடுகளுக்கும் இடையிலான தொடர்பை (gut-brain axis) ஆராயும் சில விஞ்ஞானிகள், குடலில் உள்ள நுண்ணுயிரிகளின் தன்மையும் ஆளுமைப் பண்புகளை ஓரளவு பாதிக்கலாம் என்று குறிப்பிடுகின்றனர்.

எனினும், இவை அனைத்தும் இன்னும் ஆரம்ப நிலை ஆய்வுகளே; NPD-க்கும் குறிப்பிட்ட நுண்ணுயிரிகளுக்கும் இடையே நேரடியான தொடர்பை உறுதிப்படுத்தப் போதுமான சான்றுகள் இல்லை. இந்தத் திசையில் ஆய்வுகள் தொடர்ந்து நடைபெற்று வருகின்றன.

2.16.1 நார்சிசிஸ்ட் இரகசியங்கள்

பழங்கால புராணங்களில் வந்த அசுரர்கள் பலர் வெளியில் பலம் உடையவர்களாகவும், ஆனால் உள்ளே புத்திசாலித்தனம் குறைவான நொறுங்கியவர்கள் போலவும் சித்தரிக்கப்படுவர். அவர்களின் தேவையும் செயல்களின் நோக்கமும் ஆராய்ந்தால் சிறுபிள்ளைத்தனமாகவே இருக்கும். தன்னை யாராவது அவமானப்படுத்தியதால் மனித சமுதாயத்தையே அடிமைப்படுத்தி ஆள வேண்டும், தான் தான் உலகில் மிகப் பெரிய மனிதன், மற்றவர்கள் அனைவரும் தன் முன் மண்டியிட வேண்டும், தனது துதி பாட வேண்டும் என்று அவர்களின் ஆசைகள் நீளும்.

நார்சிசிஸ்ட் மனிதர்களும் அப்படித்தான். வெளியில் அழகு, பெருமை, பலம், ஆணவம், குருட்டுத் தைரியம், சுய விளம்பரம் என்று காட்சியளிப்பார்கள். ஆனால் உள்ளே பயம், பலவீனம், தகுதியின்மை, சுய மதிப்பின்மை போன்றவை குடிகொண்டிருக்கும்.

நார்சிசிஸ்ட் ஆணாக இருந்தாலும் பெண்ணாக இருந்தாலும், அவர்கள் வெறும் சாதாரண "சுயநலக்காரர்கள்" அல்ல. அவர்கள் மனதின் கட்டமைப்பே வேறு. அவர்கள் உள்ளக உலகில் மூன்று பெரிய துருவங்கள் இருக்கின்றன. முதலாவது, வெளிப்பட்ட பெருமை என்று சொல்லக்கூடிய ஒரு மனநிலை. "நான் எல்லாவற்றிலும் மேல்", "என்னைப் போல் யாரும் இல்லை" என்ற நம்பிக்கை அவர்கள் மனதில் ஆழமாக வேரூன்றியிருக்கும். தங்களை உயர்த்திக் காட்டும் கதைகளை நெசவு செய்வார்கள், தங்கள் சாதனைகளை பல மடங்கு பெரிதாக உப்பிப் பெருக்கிச் சொல்லுவார்கள்.

இரண்டாவது, நொறுங்கிய உள்ளம் என்னும் பலவீனம். வெளியில் அவர்கள் இமய மலை போல உறுதியாகத் தெரிந்தாலும், உள்ளே ஒரு சிறிய கல் எறிந்தாலே கூட உடைந்து போகக்கூடிய நுட்பமான கண்ணாடிப் பொம்மை போன்றவர்கள். ஒரு சிறிய விமர்சனம், ஒரு கேள்வி, ஒரு மறுப்பு - இவை அனைத்தும் அவர்களின் உள்ளத்தை ஆழமாக காயப்படுத்தும். அதனால் தான் அவர்கள் எப்போதும் தங்களைப் பாதுகாத்துக் கொள்ள கவசங்களை அணிந்திருக்கிறார்கள்.

மூன்றாவது, மற்றவர்களின் உணர்வுகளைப் புரிந்து கொள்ள முடியாமை. மற்றவர்களின் மன வேதனை, வலி, துன்பம் - இவை எதுவும் அவர்களை உண்மையில் தாக்குவதில்லை. மாறாக அவர்களுக்கு அது சக்தியையும் மகிழ்ச்சியைக் தருகின்றது எனலாம். அவர்கள் மற்றவர்களின் உணர்வுகளைப் புரிந்து கொள்வது அதை தங்கள் நோக்கங்களுக்காக பயன்படுத்திக் கொள்வதற்குத்தான், உண்மையான பச்சாதாபத்திற்காக அல்ல.

அவர்களின் சிந்தனை முறையும் வித்தியாசமானது. அவர்களுக்கு உலகம் என்பது தங்களைச் சுற்றியே சுழல வேண்டிய ஒன்று. உறவுகள் என்பவை அவர்களுக்கு பயன்பாட்டுக்கான கருவிகள் மட்டுமே. அன்பு என்பது ஒரு பரிசு அல்லது தண்டனை போன்றது - தங்கள் விருப்பப்படி கொடுக்கவும் பறிக்கவும் செய்யக்கூடியது. குழந்தைகள் என்பவர்கள் தங்கள் பெருமையை காட்டும் மேடைகள். துணைவர் என்பவர் தங்கள் ஆட்சியை நிலைநிறுத்தும் தூண், அல்லது தகுதியற்ற பணியாள். இந்த பார்வையால் தான் அவர்கள் குடும்பத்தை ஒரு ஆட்சி போல, ஒரு பேரரசு போல நடத்துகிறார்கள்.

இந்த வகை நார்சிசிஸ்ட் மனிதர்கள் பெரிய சத்தத்தில் பேசுவார்கள். அவர்களின் குரலே அவர்களின் முக்கியத்துவத்தை உலகிற்கு அறிவிக்கும் எக்காளம் போன்றது. தங்கள் சிறு செயல்களைக் கூட ஏதோ பெரும் சாதனைகள் போல உப்பிப் பெருக்குவார்கள். ஒரு சாதாரண நிகழ்வையும் வரலாற்று சிறப்பு மிக்கதாக மாற்றும் திறன் அவர்களுக்கு உண்டு. யாரையும் தரம் தாழ்த்திப் பேசுவதிலும் வல்லவர்கள். மற்றவர்களை தாழ்த்துவதன் மூலம் தான் தங்களை உயர்த்திக் கொள்ள முடியும் என்று நம்புகிறார்கள். தானே தலைவன், தானே வீரன் என்று நினைப்பார்கள், அப்படியே பேசுவார்கள். விமர்சனங்களைத் தாங்க மாட்டார்கள், கேள்விகளைக் கூட தங்கள் மீதான அவமானமாக எடுத்துக் கொள்வார்கள்.

நார்சிசிஸ்டின் நான்கு அடுக்குச் சுழற்சி

நார்சிசிஸ்ட் மனிதர்களின் உறவுகள் ஒரு குறிப்பிட்ட முறையில் நான்கு கட்டங்களாக சுழலும். இந்த சுழற்சியை அறிந்து கொள்வது மிகவும் முக்கியம். ஏனெனில் இதை

அறியாதவர்கள் பல ஆண்டுகள் இதில் சிக்கிக் கொண்டு, உடல் ரீதியாகவும் மன ரீதியாகவும் பலவீனமடைந்து போவார்கள்.

முதல் கட்டம் - ஆரம்ப மாயம் என்று சொல்லப்படும் இந்த நிலையில், நார்சிசிஸ்ட் மிக அதிகமான அன்பையும் கவனத்தையும் செலுத்துவார். எதிர்கால கனவுகளை மிக அழகாக காட்டுவார். "நீ இல்லாமல் என்னால் வாழ முடியாது", "என்னால் தான் இதுபோல் உன்னை நேசிக்க முடியும்" போன்ற வார்த்தைகளால் நம்பிக்கையின் மாய வலையை விரித்து, ஆக்டோபஸ் கரங்களைப் போல் உறவை இறுக்கமாகப் பிடித்துக் கொள்வார். இந்த நிலையில் பாதிக்கப்படுபவர் முழுவதும் அந்த அன்பில் மூழ்கி, இதுவே தங்கள் வாழ்வின் உச்சம் என்று நம்பி விடுவார்கள்.

இரண்டாவது கட்டம் - தாழ்த்தும் கட்டம் மெதுவாக ஆரம்பிக்கும். தேவையற்ற அறிவுரைகள், "நீ இன்னும் வளர வேண்டும்", உனக்கு சூது வாது தெரியவில்லை, அப்பாவியாக இருக்கிறாய், உன்னை ஏமாற்றுகின்றார்கள் என்று ஆரம்பித்து, அடிக்கடி சிறு குறைகளைச் சுட்டிக்காட்டுதல் அல்லது தேவையில்லாமல் அர்த்தமற்ற குறைகளைச் சொல்லுதல் என்று முன்னேறும். "உன் பழக்கம், உன் உணர்வுகள், உன் பேசும் முறை எல்லாம் தவறு" என்று நீளும். சொன்னாலும் தவறு, சொல்லாவிட்டாலும் தவறு. செய்தாலும் தவறு, செய்யாவிட்டாலும் தவறு. ஒருவேளை கையும் களவுமாக அவர்கள் பிடிபட்டால் கபட நாடகம் ஆடித் தப்பித்துக் கொள்வார்கள். பின்னர் "நீ தான் அதைத் தவறாகப் புரிந்து கொண்டாய்", "நான் அவ்வாறு சொல்லவில்லை", "அந்த அர்த்தத்தில் சொல்லவில்லை" என்று தப்பித்துக் கொள்வார்கள். மொத்தத்தில் பிரச்சினை

உன்னிடம் தான் அல்லது உன்னால் தான் என்று முடிப்பார்கள். இவையனைத்தும் உன் நலனுக்காகவும் வளர்ச்சிக்காகவும் தான் என்பார்கள்.

மூன்றாவது கட்டம் - புறக்கணிக்கும் கட்டம் மிகக் கொடுமையானது. திடீரென பேசாமல் உறவையே நிறுத்துவார்கள். பாசத்தை திடீரென முடித்தல், விரோதம் கொள்ளுதல், பழகிய நபர் அல்லது உறவை மற்றவர்களிடமிருந்து தனிமைப்படுத்துதல் போன்ற செயல்களைச் செய்வார்கள். உதாரணமாக, கணவன் அல்லது மனைவி யாராக இருந்தாலும் அவர்களுடைய உறவினர்களைத் தரம் குறைவாக நடத்துதல், அவமானப்படுத்துதல், மிகவும் கேவலமான சொற்களைப் பயன்படுத்துதல், பொதுவெளியில் சொல்ல முடியாத இழிசெயல்கள் மற்றும் பாலியல் குற்றங்கள் செய்ததாகப் பழி போடுதல் போன்று எந்த விதமான செயல்களாகவும் இருக்கலாம். ஆனால் அவர்களின் நோக்கம் ஒன்றே ஒன்று தான் - பாதிக்கப்பட்ட அந்த நபரை முழுமையாக தனிமைப்படுத்தி விடுவது.

நான்காவது கட்டம் - திரும்ப ஈர்த்தல் என்னும் இந்த நிலை மிக நுணுக்கமானது. பாதிக்கப்பட்ட நபர் சூழ்நிலையை அறிந்து விலகிச் செல்ல முடிவு எடுக்கும்போது, "நான் மாறிவிட்டேன்", "நான் இதை மீண்டும் செய்ய மாட்டேன்", "நமக்குள் சின்ன கருத்து வேறுபாடு தான், நீ இதை பெரிதுபடுத்த வேண்டாம்" என்று சொல்லி, நீலிக் கண்ணீர் வடித்தல், நாடகம் ஆடுதல் போன்றவை அரங்கேறும்.

உதாரணமாக, ஒரு தொழிலாளி தான் வேலை செய்யும் இடத்தில் முதலாளி அல்லது மேலாளர் கொடுக்கும் இத்தகைய உளவியல் பிரச்சினையினால் வெளியேற

நினைக்கும்போது, "உன்னால் தான் இதைச் செய்ய முடியும்", "உன்னால் தான் இந்த வளர்ச்சியையும் பிரச்சினைகளையும் கையாள முடியும்", "உன்னைப் போல் திறமையான ஆளை விடமாட்டோம்", "நீ எங்கள் சொத்து", "உனக்கு அடுத்த முறை பதவி உயர்வு, சம்பள உயர்வு நிச்சயம்" என்றெல்லாம் பேசி மீண்டும் அழுத்தி விடுவார்கள். கணவன் மனைவியாக இருந்தால் இதுபோலவே சூழ்நிலைக்கு ஏற்றவாறு ஏதாவது ஒரு நம்பிக்கையைக் கொடுத்து பிரச்சினையைத் தற்காலிகமாக முடித்துவிடுவார்கள்.

ஆனால் மீண்டும் இந்த சுழற்சி எப்போது தொடங்கியது என்றே தெரியாமல் பல சுற்றுகளை முடித்துவிடுவார்கள். இந்தச் சுழற்சியை அறியாதவர் பல ஆண்டுகள் அதிலேயே சிக்கிக் கிடப்பதோடு மட்டுமல்லாமல், உடல், மனம் மற்றும் பொருளாதாரத்திலும் எந்த வளர்ச்சியும் இல்லாமலோ அல்லது பலவீனமடைந்தோ, தங்கள் சொந்த அடையாளத்தையும் இழந்து போயிருப்பார்கள்.

நார்சிசிஸ்ட் துணையை கட்டுப்படுத்தும் வழிமுறைகள்.

ஒவ்வொரு மனித உறவிலும் அன்பு, நம்பிக்கை, மரியாதை ஆகியவை அடித்தளங்களாக இருக்க வேண்டும். ஆனால் நார்சிசிஸ்ட் மனிதர்களின் உறவில் இவை எதுவும் இல்லை. மாறாக, அவர்கள் தங்கள் துணையை கட்டுப்படுத்தவும், தங்கள் அதிகாரத்தை நிலைநிறுத்தவும் பல்வேறு உளவியல் ஆயுதங்களை பயன்படுத்துகின்றனர். இந்த ஆயுதங்கள் ஒவ்வொன்றும் "அன்பு" என்ற முகமூடியின் பின்னால் மறைந்து, மெதுவாக துணையின் மனதையும் ஆன்மாவையும் சிதைக்கின்றன. இவற்றை அறிந்து கொள்வதே இந்த அழிவிலிருந்து தப்பிக்கும் முதல் படியாகும்.

நச்சு மனிதர்களின் (பேய்களின்) வேட்டை முறைகள்

1. முகமூடிக்கு பின்னால் உள்ள வெறுமை

ஒரு மனிதனுக்கு அடிப்படையாக இருக்கக்கூடிய மனிதாபிமானம், கருனை சார்ந்த உணர்வுகளும் உணர்ச்சிகளும் இவர்களுக்கு துளியும் கிடையாது. ஆனால் தற்பெருமை, ஆனவம், பொறாமை, பழி உணர்வு, காழ்ப்புணர்வு போன்ற மனித பண்புக்கு எதிரான அனைத்து தீய குணங்களும் நிரம்பி இருக்கும். முகத்தில் வசீகர புன்னகையும் அசாதாரணான தன்னம்பிக்கையும் விடாமுயற்சியும் கடின உழைப்பும் மிகவும் பிரகாசமாக இருப்பது போல் தோன்றும், ஆனால் உண்மையில் அது வெறும் நடிப்பு. இவர்கள் காலி பெருங்காய டப்பா - வெளியில் பளபளப்பு, உள்ளே சூன்யம். இடம், நேரம், சூழ்நிலைக்கு ஏற்ப தேவையான முகமூடிகளை அணிந்து கொள்வார்கள், இதனால் தான் பேய்கள் உருமாறி வரும் என்பார்கள். ஆயிரம் முகமூடிகளுக்கு பின் இவர்கள் தங்களுடைய சுயத்தையே தொலைத்து இருப்பார்கள், நடிப்பே அவர்களின் வாழ்க்கையாக மாறி இருக்கும்.

2. காதல் குண்டு: தொடக்கப் பேரன்பின் மாயவலை

காதல் பிசாசு உங்கள் பருவ வயதில் உங்கள் மேல் காதல் போர் தாக்குதல் நடத்தும். உறவின் ஆரம்ப நாட்களில் இந்த நார்சிசிஸ்ட் பேய் உங்கள் வாழ்க்கையில் ஒரு அதிசயம்

போல் நுழையும், நீங்கள் பலகாலமாக அடைபட்டு கிடக்கின்ற சிறையில் இருந்து உங்களை மீட்டு சொர்க்கத்திற்கு அழைத்துச் செல்ல வானத்திலிருந்து இறங்கி வந்த தேவதை போல் தோன்றும். தினமும் செய்திகள், திடீர் பரிசுகள், "என்னுயிர் நீதானே உன் உயிர் நான் தானே, ஒன்று சேர்ந்தோமே இன்பம் காண்போமே! காவியம் போலொரு வாழ்வினை வாழ்வோமே!" என்பது போன்ற மயக்கும் காதல் வார்த்தைகள், தங்கள் மனதின் ஆழமான அனுபவங்களைப் பகிர்ந்து கொண்டு ஒரு வலுவான பிணைப்பை உருவாக்குவார்கள். இவை அனைத்தும் ஒரு கவர்ச்சிகரமான மாயவலையாக விரிக்கப்படும். ஆனால் உண்மை என்னவென்றால், ரத்த வாடையை மோப்பம் பிடித்து ஓநாய் வருவது போல், உங்களின் மனதிற்குள் மறைந்துள்ள குழந்தை பருவ வடுக்களை மோப்பம் பிடித்து உங்களை வேட்டையாட வந்திருக்கும் பேய்கள் என்பதை நீங்கள் அறியாமல் பலியாகியிருப்பீர்கள். காதல், கல்யாணம் என்கிற போர்வையில் உங்களுடைய வாழ்க்கையில் இவர்கள் நுழைவார்கள், அதன் பின் நீங்கள் நரகத்தின் பல மூளைமுடுக்குகளையும் அறிந்து கொண்டிருப்பீர்கள்.

3. நினைவையும் யதார்த்தத்தையும் உடைக்கும் மனோதந்திரம்

திருமணமான சில மாதங்களில், உங்களுடைய சிறு வயது காயங்கள், கவலைகள் ஆகியவற்றையும், உங்கள் நெருங்கிய உறவினர்கள் பற்றியும் இவர்கள் தெளிவாக புலன் விசாரணை செய்வது போல் தெரிந்து கொண்டு வைத்திருப்பார்கள். ஆனால் அது உங்களை குணப்படுத்துவதற்காகவோ ஆற்றுப்படுத்துவதற்காகவோ

அல்ல, தேவை ஏற்படும் பொழுது அதை குத்தி உங்களை மேலும் காயப்படுத்தி பலகீனப்படுத்துவதற்காக. வெந்த புண்ணில் வேலை பாய்ச்சுவது என்ற பழமொழி இவர்கள் விஷயத்தில் முற்றிலும் உண்மை. இவர்கள் உங்களை ஒருவித மயக்கத்திலேயே வைத்திருப்பார்கள், தேவைப்படும் பொழுது அவர்களின் விருப்பத்திற்கு ஏற்ப உங்களை ஆட்டி வைப்பார்கள். நீங்கள் மகிழ்ச்சியாக இருக்க வேண்டியதா, துக்கமாக இருக்க வேண்டியதா, கவலைப்பட வேண்டியதா, பயப்பட வேண்டியதா, கோபப்பட வேண்டியதா என்பது எல்லாம் அவர்களின் கைவசம் இருக்கும். அதை உணராமலேயே நீங்கள் அவர்களின் காலத்திற்கு உங்களின் உணர்ச்சி நடனத்தை ஆடிக் கொண்டிருப்பீர்கள். இதுவே நார்சிசிஸ்டின் மிகக் கொடூரமான ஆயுதம் - மற்றவரின் யதார்த்த உணர்வையே சிதைத்துவிடுவது, உங்களுக்கு புத்திசாலித்தனம் குறைவாக உள்ளது, நீங்கள் ஒரு ஏமாளி என்பது போன்ற தோற்றத்தை உங்களுக்குள் ஏற்படுத்துவார்கள். உங்களது சுய பலத்தையும் தன்னம்பிக்கையையும் உடைத்து ஒரு விதமான நிலையற்ற தன்மையை ஏற்படுத்துவார்கள்.

4. மூன்றாம் நிழல்: முக்கோண வலையின் விஷம்

மூன்றாம் நபரின் நிழலை பயன்படுத்தும் விஷத்தை இவர்கள் மிகத் திறமையாக கையாள்வார்கள். "அந்த அலுவலக சகாள் என்னை ரொம்ப புரிந்துகொள்கிறார், நான் என்ன சொன்னாலும் கேட்கிறார், நீ மட்டும் எப்போதும் புகார் தான்" என்று சொல்லி உங்கள் மனதில் பாதுகாப்பின்மையை விதைப்பார்கள். இன்னொரு நபரை நேரடியாக உறவில் ஈடுபடுத்தாமலேயே, அவர்களின் பெயரை பயன்படுத்தி துணையின் மனதில் பொறாமையையும் தாழ்வு

மனப்பான்மையையும் உருவாக்குவது நார்சிசிஸ்டின் வழக்கமான உத்தி. உங்களுக்கு புத்திமதி சொல்வதற்காக உங்களுக்கு சற்றும் பொருத்தம் இல்லாத நபர்களை தேர்ந்தெடுத்து, அவர்கள் மூலம் உங்களை அவமானப்படுத்துவது, மட்டம் தட்டுவது போன்ற செயல்களில் ஈடுபடுவார்கள். இதனால் துணை தொடர்ந்து தன்னை சரிசெய்து கொள்ள முயற்சி செய்வார், நார்சிசிஸ்டின் கவனத்தை பெற போட்டியிடுவார். கற்பனையான குற்றச்சாட்டுகள், நண்பர்களை சந்திக்க வேண்டாம் என்று சொல்லுதல், சமூக வாழ்க்கையை முற்றிலும் தடை செய்தல் - இவை எல்லாம் பொறாமையின் பெயரில் செய்யப்படும், ஆனால் உண்மையில் இது அன்பல்ல, கட்டுப்பாடு.

5. கண்ணாடி பிம்பம்: குற்றத்தை எறியும் தந்திரம்

தானே மறைவாக வேறு யாருடனோ தொடர்பு கொண்டிருந்தாலும், "நீங்கள் தான் என்னை நம்ப மாட்டீர்கள்! யாரிடம் பேசிக்கொண்டிருக்கிறீர்கள்?" என்று குற்றச்சாட்டை மாற்றி விடுவார். தன் மனதின் குற்ற உணர்வையும் தவறுகளையும் மற்றவர் மேல் போட்டு, தன்னை சுத்தமாக காட்டிக் கொள்வார். இவர்களின் செயல்களும் சூழ்ச்சிகளும் உங்களை நடத்தும் விதமும் பற்றி நீங்கள் அறிந்து கொள்வதற்கு முன்பாகவே, அவர்கள் உங்கள் நாடி நரம்புகளில் ஊடுருவி அதை கட்டுப்படுத்திக் கொண்டிருப்பார்கள். அவர் தேவையில்லாமல் அதிகமாக செலவு செய்தாலும், "உன் ஷாப்பிங் பழக்கம் தான் காரணம்! நீ எவ்வளவு செலவு செய்கிறாய் தெரியுமா?" என்று குற்றத்தை முழுவதும் துணை மீது சுமத்திவிடுவார். இந்த குற்றச்சாட்டு மாற்றுதல் எல்லா சூழ்நிலைகளிலும் நடக்கும். வேலை இழந்தாலும், நண்பர்களை இழந்தாலும்,

குடும்பத்துடன் பிரச்சனை வந்தாலும் - எல்லாவற்றிற்கும் துணையே காரணம் என்று சொல்லி தன்னை சுத்தமாக வைத்துக் கொள்வார்.

6. மௌனத்தின் கொடுமையும் நிதி விலங்கும்

ஒரு சிறிய கருத்து வேறுபாட்டிற்கு மூன்று நாட்கள் பேசாமல் இருப்பார்கள், வீட்டில் இருந்தாலும் நீங்கள் இல்லாதவர் போல் நடந்து கொள்வார்கள். என்ன தவறு செய்தீர்கள் என்று கூட தெரியாது, பயத்திலும் கவலையிலும் மன்னிப்பு கேட்க வேண்டியிருக்கும். இந்த மௌனத்தின் கொடுமை வார்த்தைகளால் தாக்குவதை விட கொடூரமானது, ஏனெனில் இது மற்றவரை முழுமையாக தனிமைப்படுத்தி, அவர்களின் தன்மதிப்பை நசுக்குகிறது. இதோடு சேர்ந்து பணம் என்பது நார்சிசிஸ்டின் கையில் வலுவான ஆயுதமாக மாறும். துணையின் சம்பளத்தை முழுவதும் கட்டுப்படுத்துவது, ஒவ்வொரு செலவையும் கேள்வி கேட்பது, தனிப்பட்ட செலவுகளை விமர்சிப்பது, வங்கிக் கணக்குகளை அணுக முடியாமல் செய்வது - இவை எல்லாம் துணையை நிதி ரீதியாக சார்ந்திருக்க வைக்கும் வழிகள். இதனால் துணை வெளியேற நினைத்தாலும் பொருளாதார பயம் காரணமாக தங்கி விடுவார். பாலியல் உறவையும் ஒரு வெகுமதி அல்லது தண்டனை போல பயன்படுத்துவார்கள், "உன் நடத்தை எனக்கு வெறுப்பை ஏற்படுத்துகிறது" என்று சொல்லி உணர்ச்சி ரீதியான விலகலையும் காட்டுவார்கள். முன்பு காட்டிய பாசம், கவனம், அரவணைப்பு - இவை அனைத்தும் திடீரென மறைந்துவிடும்.

7. தனிமையின் சிறை: உறவுகளை அறுக்கும் சூழ்ச்சி

"உன் அம்மா-அப்பா உனக்கு எதிராக தூண்டுகிறார்கள்", "உன் நண்பர்கள் நல்லவர்கள் இல்லை, அவர்கள் நம் உறவை பிரிக்க பார்க்கிறார்கள்" என்று சொல்லி துணையை மற்ற அனைவரிடமிருந்தும் தனிமைப்படுத்துவார். உங்களை தெளிவாகவும் தைரியமாகவும் மாற்றக்கூடிய உறவுகளிடம் இருந்து பிரித்து விடுவார்கள், உங்களை தனிமைப்படுத்தி ஒரு விதமான நிலையற்ற தன்மையை ஏற்படுத்துவார்கள். இதனால் துணை முழுவதும் நார்சிசிஸ்டையே சார்ந்திருக்க வேண்டிய நிலைக்கு தள்ளப்படுவார். குடும்பத்திற்கும் நண்பர்களுக்கும் துணையைப் பற்றி பொய்கள் பரப்புவது, அவர்களின் நற்பெயரை கெடுப்பது, "அவர் மனநிலை சரியில்லை", "அவர் என்னை துன்புறுத்துகிறார்" என்று சொல்லி தன்னை பாதிக்கப்பட்டவராக காட்டிக் கொள்வார்கள். இதனால் துணை வெளியேற முயற்சி செய்தாலும் யாரும் நம்ப மாட்டார்கள். இந்த பிரச்சனை எல்லாம் உங்களுக்கு மட்டும்தான் தெரியும், வேறு யாருடைய கண்ணுக்கும் தெரியாது. நீங்கள் சொல்ல முயற்சி செய்தாலும் இது எல்லாம் யாருக்குமே புரியாது, அவர்கள் அனைத்து பழியையும் உங்கள் மேல் போட்டு விடுவார்கள்.

8. இடைவிடாத சித்திரவதை: ஆறு நாள் துன்பம், ஒரு நாள் ஓய்வு

ஆறு நாட்கள் காயப்படுத்தி, ஒரு நாள் சொர்க்கம் போல் நடந்து கொள்வார். அந்த ஒரு நாள் நல்ல நடத்தைக்காக துணை காத்திருப்பார், அதற்காகவே பொறுத்துக் கொள்வார். இந்த இடைவிடாத தயவு என்பது ஒரு வகை அடிமையாக்கும் செயல், சூதாட்டம் போல், எப்போது நல்லது வரும் என்று தெரியாத எதிர்பார்ப்பில் துணை சிக்கிக்

கொள்வார். அவர்கள் உங்கள் சக்தியை உறிஞ்சும் எனர்ஜி வேம்பையர்ஸ். இவர்களுடன் வாழும் பொழுது நீங்கள் ஏற்கனவே பெற்றிருந்த சுதந்திரத்தையும் இழந்திருப்பீர்கள், தனிமையாகவும் வெறுமையாகவும், ஒரு விதமான திருப்தியற்ற மனநிலையிலும், எதற்காகவோ ஏங்கி காத்திருப்பது போல அதிகம் உணருவீர்கள். நான்கு நாட்கள் உதை, இரண்டு நாட்கள் ஓய்வு, ஒருநாள் காதல் என்று பட்டியின் ஏழு நாட்களும் ஓடும். "நான் உனக்காக எவ்வளவு தியாகம் செய்து வாழ்கிறேன்" என்பது ஒரு முடிவில்லாத கடன் பதிவேடாக மாறும், துணை எப்போதும் கடனாளி, நார்சிசிஸ்ட் கடன் கொடுத்தவர்.

9. இரட்டைப் பிடியும் கண்காணிப்பும்

"சுதந்திரமாக இரு, உன் வாழ்க்கையை வாழு" என்று சொல்லுவார், ஆனால் துணை சுதந்திரமாக ஏதாவது செய்தால், "என்னோடு வேலைக்கு நீ கவனம் குடுக்கவே இல்லை!" என்று குற்றம் சாட்டுவார். எப்படி செய்தாலும் தவறு, எப்படி நடந்து கொண்டாலும் குறை - இந்த இரட்டை பிடிப்பு துணையை மனரீதியாக சோர்வடையச் செய்யும். என்ன உணவு சாப்பிட வேண்டும், எந்த நேரத்தில் வீட்டில் இருக்க வேண்டும், எப்படி ஆடை அணிய வேண்டும், யாரை சந்திக்க வேண்டும் - இவை அனைத்தையும் நார்சிசிஸ்ட் முடிவு செய்வார். தொலைபேசியை சோதிப்பது, இருக்கும் இடத்தை கண்காணிப்பது, சமூக வலைத்தளங்களை தொடர்ந்து கவனிப்பது - இவை அனைத்தும் "அன்பு" என்ற பெயரில் செய்யப்படும். ஆனால் உண்மையில் இது துணையின் தனிமையை அழித்து, அவர்களை முழுவதும்

கட்டுப்பாட்டில் வைக்கும் முயற்சி. இந்த நுணுக்கமான கட்டுப்பாடு துணையின் சுயத்தையே அழித்துவிடும்.

10. கலாச்சார ஆயுதமும் அச்சுறுத்தல் விளையாட்டும்

"நம் கலாச்சாரப்படி மனைவி வீட்டையும் கணவனையும் பார்த்துக் கொள்ள வேண்டும், வேலை, தொழில் எல்லாம் பிறகு" என்று சொல்லி கலாச்சார நெறிகளை கட்டுப்பாட்டிற்கான காரணமாக பயன்படுத்துவார். இது கலாச்சாரத்தை மதிப்பது அல்ல, மாறாக துணையின் சுதந்திரத்தை பறிக்கும் வழி. ஒரு சிறிய தகராறுக்கு, "நான் உன்னை விட்டுப் போய்விடுவேன், யாரோ என்னைவிட மேல் தரமான ஆள் கிடைப்பார்" என்று அச்சுறுத்துவார், இந்த கைவிடப்படுவோமோ என்ற பயம் துணையை முழுவதும் பணிந்துவிடச் செய்யும். சிலர் மிக தீவிரமாக, "நீ இப்படி நடந்து கொண்டால் நான் என்னையே காயப்படுத்திக் கொள்வேன்" என்று சொல்லி மிரட்டுவார்கள், இந்த உணர்ச்சி மிரட்டல் துணையை முழுவதும் பூட்டி வைக்கும். இவர்களின் உச்சகட்டமாக உங்களை இயக்கும் பொழுது, உங்களுடைய முகம் பேய் அடித்தது போல் இருக்கும் - உங்களுடைய பொலிவு, சிரிப்பு எல்லாம் காணாமல் போயிருக்கும், உங்கள் பேச்சு, நடை, உடை, பாவனை, பாஷையில் எல்லாமே சரியில்லாமல் போகும். ஆனா இது எல்லாத்துக்கும் அடிப்படை காரணம் என்னவென்று உங்களால் எளிதில் கண்டுகொள்ள முடியாது. இவர்களுடன் பழகுவது உறவை வளர்த்துக் கொள்வதற்கு அல்ல, மாறாக உங்களுடன் ஊடுருவி உங்களையே ஆக்கிரமித்து உங்களை எப்படி உபயோகப்படுத்திக் கொள்வது என்பதற்காகவே.

உணர்ச்சி சக்தியை உறிஞ்சும் திறன்: "Energy Vampire"

ஒரு நார்சிஸ்ட் மனிதருடன் நீண்ட நேரம் வாழ்ந்தால் ஒரு விசித்திரமான அனுபவம் நிகழும். அவருடன் பேசிப் பேசி, விவாதித்து, விளக்கி, சமாதானப்படுத்தி, சண்டை போட்டு முடிந்த பிறகு — பாதிக்கப்பட்டவர் முழுமையாகச் சோர்ந்துபோயிருப்பார். மனதிலும் உடம்பிலும் சோர்ந்து சக்தியே இல்லாத மாதிரி இருக்கும். ஆனால் அதே நேரத்தில், அந்த நார்சிஸ்ட் மனிதன் மட்டும் இன்னும் உற்சாகமாக, பேசுவதிலும் செயல்படுவதிலும் அதிகச் சக்தியுடன் இருப்பதைப் பார்க்க முடியும்.

இதற்குக் காரணம், அவர்கள் உணர்ச்சிச் சக்தியை மற்றவர்களிடமிருந்து பெறுகிறார்கள். மற்றவர் அழுகிறாரா, கோபப்படுகிறாரா, குழம்புகிறாரா, பயப்படுகிறாரா, விளக்கம் சொல்ல முயற்சிக்கிறாரா — இந்த எல்லா உணர்ச்சிகளும் அவர்களுக்கு "supply" ஆகும். உளவியலில் இதை narcissistic supply என்று சொல்வார்கள். மற்றவர் எவ்வளவு உணர்ச்சிவசப்பட்டு எதிர்வினையாற்றுகிறாரோ, அவ்வளவு நார்சிஸ்ட் உயிர்ப்புடன் இருப்பான். இது உண்மையில் ஆற்றல் பரிமாற்றம் போல தோன்றும். அதனால்தான் பலரும் அனுபவத்தின் அடிப்படையில் "இவர்களை energy vampire" என்று சொல்கிறார்கள். இதனால்தான் அவர்கள் அருகில் இருந்தால் வாழ்க்கையே மெதுவாக உலர்ந்துபோகும் போல உணர்வு வரும்.

ஒருவர் எவ்வளவுதான் பொறுமையாக அமைதி காத்தாலும், அவர்கள் அவரின் இரத்தத்தைக் கொதிக்க வைத்து சாந்தியையும் சமாதானத்தையும் ஆவியாக்கிவிடுவார்கள். அவர்களுக்குத் தேவையானது அவரின் சமநிலையை இழக்க வைப்பதுதான். அவர் கோபமடைந்தாலோ தாக்கினாலோ,

அவர்கள் வெற்றி பெற்றதாகவே அர்த்தம். பெரும்பாலான குடும்ப வன்முறைகளை இப்படித்தான் தூண்டுகிறார்கள்.

இன்னும் ஆபத்தானது, பாதிக்கப்பட்டவர் தொடர்ந்து விளக்கம் சொல்ல ஆரம்பிப்பது. "நான் அப்படிச் சொல்லல", "நான் கெட்டவனல்ல" என்று நிரூபிக்க முயலும்போது, அவர் தன் நிலையை உயரத்திலிருந்து கீழே இறக்கிக்கொள்கிறார். நார்சிஸ்ட் கேள்வி கேட்கிறான்; பாதிக்கப்பட்டவர் பதில் சொல்கிறார். இந்த சமநிலையின்மைதான் மனசக்தியைச் சுரண்டுகிறது.

இதனால் பாதிக்கப்பட்டவர் மெதுவாக "எல்லோரையும் மகிழ்விக்கும் மனிதராக" மாறுகிறார். "யாரையும் கோபப்படுத்தக் கூடாது", "என்னைத் தவறாக நினைக்கக் கூடாது" என்ற பயம் ஆழமாகப் பதியும். ஒப்புதல் தேடுதல் வாழ்க்கையாகிறது. தன்னம்பிக்கை, எல்லை, சுயமரியாதை — எல்லாம் மங்குகின்றன. வெளியாட்களுக்கு அவர் குழப்பமானவராகவும், தயங்குபவராகவும் தோன்றுகிறார். உண்மையில் அவர் கெட்டவர் இல்லை; தொடர்ந்து தன்னை நிரூபிக்க முயன்றதால் இயல்பான வலிமையை இழந்துவிட்டார். இது நீண்டகால மனவியல் அழுத்தத்தின் விளைவு, அவரின் தவறல்ல.

அதனால் "energy vampire" என்ற வார்த்தை கற்பனை அல்ல, அது நார்சிஸ்ட் மனிதர்களால் பாதிக்கப்பட்டவர்கள் உலகம் முழுவதும் ஒரே மாதிரி அனுபவிக்கும் ஒரு துல்லியமான உவமை. இதை அனுபவிக்காதவர்கள் இதை எளிதில் புரிந்துகொள்ள முடியாது.

வாலியின் பலம்

ராமாயணம் என்னும் மகாகாவியம் வெறும் கதை மட்டுமல்ல — அது மனித இயல்பின் ஆழத்தை அளந்து காட்டும் ஒரு தர்ம நூல். அதில் நம்மை சிந்திக்க வைக்கின்ற பல தருணங்களில் மிகவும் விவாதிக்கப்படும் ஒன்று வாலி வதம். ஆயிரம் ஆண்டுகளாகவும் இன்றுவரையிலும் இந்த நிகழ்வு பலரின் மனதில் கேள்விகளை எழுப்பிக் கொண்டே இருக்கிறது. தர்மத்தின் அவதாரம் என போற்றப்படும் ஸ்ரீராமன், வாலியோடு நேரடியாக போரிடாமல், ஒரு மரத்தின் பின் மறைந்து நின்று அம்பெய்தினார். இதை இன்றளவும் சிலர் யுத்தநீதிக்கு எதிரானதாகக் கருதுகின்றனர். காயமடைந்து தரையில் விழுந்த வாலி, “இது தர்மமா?” என்று பல கேள்விகளை எழுப்பினான்.

காயம்பட்ட வாலி எழுப்பிய கேள்விகளை விட, மற்ற பிறர் எழுப்பிய கேள்விகள் இங்கு ஏராளம் ஏராளம். இந்த விவாதத்தின் சரி–தவறு பக்கங்களில் நாம் தங்க வேண்டியதில்லை ஏனெனில் வாலி “நீ ராமன் என்பதனால் இந்த செயல் தர்மமாகத்தான் இருக்கவேண்டும் என்று ஏற்றுக்கொள்கிறேன்” என்று மன அமைதியடைந்தான், மேலும் இறப்பதற்கு முன் தன்மகன் அங்கதனை ராமனிடம் ஒப்படைத்தபின் தன் மரணத்தை ஏற்கிறான் வாலி. ஆனால் இந்தக் கதையின் உள்ளே மறைந்திருக்கும் ஒரு ஆழமான உண்மை நமக்கு முக்கியமான பாடத்தை அளிக்கிறது.

வாலிக்கு ஒரு அசாதாரண வரம் இருந்தது. அவனை நேரடியாக எதிர்த்து நிற்பவரின் பலம் பாதியாகக் குறைந்து, அந்த சக்தி வாலியிடமே சென்று சேரும். அதாவது, எவ்வளவு வலிமையான வீரன் வந்தாலும், வாலியின் முன் எதிர்த்த நொடியிலேயே தனது ஆற்றலின் சரிபாதியை

இழந்துவிடுவான். இதனால் வாலியை நேருக்கு நேர் வெல்வது என்பது சாத்தியமற்ற ஒன்றாகிவிட்டது. அதனால்தான் ராமர் நேரடி மோதலைத் தேர்ந்தெடுக்கவில்லை.

இந்த நிகழ்வை வெறும் புராண கற்பனையாக மட்டும் பார்க்க வேண்டியதில்லை. நவீன உலகிலும் இதுபோன்ற "வாலி தன்மை" கொண்டவர்கள் நம்மிடையே இருக்கிறார்கள். அலுவலகங்களில் அதிகாரம் கொண்டவர்கள், குடும்பங்களில் செல்வாக்கு செலுத்துபவர்கள், சமூகத்தில் ஆளுமை கொண்டவர்கள் — இவர்களை நேரடியாக எதிர்க்க முயற்சிக்கும் பலர், போராட்டம் தொடங்குவதற்குமுன்பே மனதளவில் சோர்ந்து போய்விடுவார்கள். இது உடல் வலிமையால் நடக்கும் யுத்தமல்ல; வார்த்தைகள், மௌனம், சூழ்நிலை கட்டுப்பாடு, உணர்ச்சி தாக்கங்கள் ஆகியவற்றால் நடைபெறும் ஒரு நுட்பமான உளப்போர். நீங்கள் திட்டமிட்டு முன்னேறும்போது, அவர்கள் ஒரு வார்த்தையிலேயே உங்கள் நம்பிக்கையை சிதறடிக்கலாம்; நீங்கள் திரட்டி வைத்திருக்கும் ஆற்றலை, ஒரு சிறிய செயலில் அதை முழுவதும் வெறுமையாக்கிவிடலாம்.

நவீன உளவியல் இதுபோன்றவர்களைத்தான் "Energy Vampires" என்று குறிப்பிடுகிறது. Gaslighting, emotional manipulation, covert control போன்ற உளவியல் விளைவுகள் இவர்களுடன் தொடர்புடையவை. ஒருவர் தன்னம்பிக்கை பெறத் தொடங்கும் தருணத்தில் அதை உடைத்துவிடுவது, ஒருவரின் உள்ளசக்தியை மெதுவாக சிதறடிப்பது போன்ற செயல்கள் இவர்களிடம் இயல்பாகவே நிகழ்கின்றன. வெண்ணை திரண்டு வரும் நேரத்தில் மோர்சட்டியை உடைப்பதுபோல், ஒருவர் எழுந்து நிற்கும்

தருணத்தில் அவர்களின் ஆற்றலை தளர்த்திவிடுவது இவர்களின் மறைமுக வலிமையாகும்.

இதிலிருந்து கிடைக்கும் முக்கியமான பாடம் தெளிவானது. இத்தகையவர்களை நேரடியாக, ஆத்திரத்தோடு, திட்டமில்லாமல் எதிர்கொள்வது பல நேரங்களில் நம்மையே பலவீனப்படுத்தும். வாலி வதத்தில் ராமன் எடுத்த முடிவு கோழைத்தனமல்ல; அது சூழ்நிலையை புரிந்த ஞானத்தின் விளைவு. எந்த எதிரியை எந்த வழியில் எதிர்கொள்ள வேண்டும் என்பதை அறிதலே உண்மையான வலிமை.

ஆகவே நம் வாழ்க்கையிலும் இதுபோன்ற "நவீன வாலிகளை" சந்திக்கும் போது, முதலில் அவர்களின் தன்மையை புரிந்துகொள்ள வேண்டும். பின்னர் பொறுமையுடனும் தெளிவுடனும் செயல்பட வேண்டும். அனுபவமுள்ளவர்களின் ஆலோசனையும், சரியான தூரமும், சரியான நேரமும் இத்தகைய சூழல்களில் முக்கியமானவை. அறிவும் திட்டமும் இல்லாமல் இந்தப் போரில் இறங்குவது, வெற்றிக்காக அல்ல — தோல்விக்காகவே செல்லும் ஒரு நடைபாதை ஆகிவிடும்.

ராமாயணம் நமக்கு தரும் பாடம் எளிதானது, ஆனால் ஆழமானது: தீயசக்திகளை வெல்ல வெறும் வலிமை போதாது; ஞானமும் தந்திரமும் தேவை. ஆத்திரத்தால் அல்ல, தெளிவால் செயல்பட வேண்டும். பல நேரங்களில் வெற்றி என்பது நேரடி மோதலில் இல்லை — சூழ்நிலையை அறிந்து செயல்படும் அறிவில்தான் இருக்கிறது.

குழந்தைகளை கட்டுப்படுத்தும் நார்சிசிஸ்டின் கொடூர நுட்பங்கள்

துணையை கட்டுப்படுத்துவது நார்சிசிஸ்டின் ஒரு முகம் எனில், குழந்தைகளை கட்டுப்படுத்துவது அதன் மறுமுகம். குழந்தைகள் தங்கள் பெற்றோரை நம்பி, அவர்களை சார்ந்து வாழ்கின்றனர். இந்த நம்பிக்கையையே நார்சிசிஸ்ட் தங்கள் நோக்கங்களுக்காக பயன்படுத்துகிறார். சின்ன மனதில் விதைக்கப்படும் காயங்கள் வாழ்நாள் முழுவதும் வடுக்களாக தங்கிவிடும்.

பொன் குழந்தையும் பலிகடாவும்

ஒரே குடும்பத்தில் இரண்டு குழந்தைகள் இருந்தால், நார்சிசிஸ்ட் பெற்றோர் ஒருவரை "பொன் குழந்தை" என்றும் மற்றொருவரை "பலிகடா" என்றும் நியமிப்பார். "என் மகன் அற்புதமானவன், எல்லாவற்றிலும் சிறந்தவன். ஆனால் இந்த பெண்ணுக்கு புத்தி கிடையாது, எதுவும் சரியாக செய்யத் தெரியாது" என்று ஒரே வீட்டில் இரு குழந்தைகளுக்கு இரு வேறு உலகங்கள் உருவாக்கப்படும். பொன் குழந்தை பாராட்டுகளில் மூழ்கடிக்கப்படுவார், ஆனால் அவருக்கும் விலை உண்டு - எப்போதும் பெற்றோரின் எதிர்பார்ப்புகளை பூர்த்தி செய்ய வேண்டும் என்ற பளு. பலிகடா குழந்தை தொடர்ந்த விமர்சனங்களிலும் புறக்கணிப்பிலும் சிக்கி, தன் தகுதியின்மையை நம்ப ஆரம்பிப்பார்.

குழந்தையை பெற்றோராக மாற்றுதல்

பத்து வயதிலேயே, "உன் அப்பா என்னை கஷ்டப்படுத்துகிறார், நீ தான் என் ஆறுதல். நீ தான் என்னை புரிந்து கொள்கிறாய்" என்று தாய் அல்லது தந்தை

சொல்வார். குழந்தை தன் குழந்தைத்தனத்தை இழந்து, பெற்றோரின் உணர்ச்சி ஆதரவாளராக மாறுவார். தன் பிரச்சனைகளை சொல்ல முடியாது, தன் தேவைகளை கேட்க முடியாது, எப்போதும் பெற்றோரை கவனித்துக் கொள்ள வேண்டும் என்ற பொறுப்பு சுமந்து, குழந்தைப் பருவமே நழுவிப் போகும்.

நிபந்தனையுடன் கூடிய அன்பு

"நூறு மதிப்பெண் வந்தால் தான் நான் உன்னை பெருமையாக உணர்வேன்", "நீ வெற்றி பெற்றால் தான் எனக்கு உன்னை பிடிக்கும்" என்று சொல்லி, குழந்தையின் செயல்திறனுக்கு ஏற்ப மட்டுமே பாசம் காட்டப்படும். குழந்தை புரிந்து கொள்வது: நான் எப்படி இருக்கிறேன் என்பதற்காக அல்ல, நான் என்ன சாதிக்கிறேன் என்பதற்காக மட்டுமே என்னை நேசிக்கிறார்கள். இது குழந்தையின் சுய மதிப்பை முழுவதும் வெளி சாதனைகளில் மட்டுமே கட்டமைக்கிறது.

உணர்ச்சி ரீதியான கையாளுதல்

கண்ணீர் வடித்தல், அனுதாபம் தேடல், குற்ற உணர்வை உண்டாக்குதல் - இவை அனைத்தும் குழந்தை கீழ்ப்படிய வைப்பதற்காக பயன்படுத்தப்படும். "நீ இப்படி நடந்து கொண்டால் நான் உடம்பு சரியில்லாமல் போயிடுவேன்", "நீ எனக்கு கஷ்டம் கொடுத்து என் வாழ்க்கையை கெடுத்துவிட்டாய்" என்று சொல்லி குழந்தை தன் சாதாரண தேவைகளை கூட கேட்க பயப்படும்.

தன் குறைகளை குழந்தை மீது போடுதல்

"நீ சோம்பேறி, நீ பலவீனம், நீ பயந்தாங்கொள்ளி" என்று தினமும் சொல்லப்படும் வார்த்தைகள் குழந்தையின் மனதில் ஆழமான காயங்களை உண்டாக்கும். ஆனால் உண்மையில் இவை நார்சிசிஸ்டின் சொந்த குறைகள். அவர் தன்னை பற்றி உணரும் பலவீனத்தை குழந்தை மீது போட்டு, தன்னை வலிமையானவராக உணர முயற்சி செய்கிறார்.

உடன்பிறந்தவர்களிடையே போட்டியை உருவாக்குதல்

ஒரு குழந்தையை பாராட்டி மற்றொன்றை தாழ்த்துதல், அவர்களை ஒருவருக்கொருவர் எதிராக நிறுத்துதல், "உன் அண்ணன் பார் எவ்வளவு நன்றாக இருக்கிறான், நீயும் அவரைப் போல் ஏன் இருக்க முடியவில்லை?" என்று சொல்லுதல் - இவை உடன்பிறந்தவர்களிடையே அன்பை அழித்து, வாழ்நாள் முழுவதும் நீடிக்கும் பொறாமையையும் போட்டியையும் விதைக்கும்.

குழந்தையின் நினைவையே மாற்றுதல்

"நான் சத்தம் போடவே இல்லை, நீயே நாடகம் போடுகிறாய்", "அப்படி நடக்கவே இல்லை, நீ கனவு கண்டிருப்பாய்" என்று சொல்லி குழந்தை தன் சொந்த அனுபவங்களையே சந்தேகிக்க ஆரம்பிக்கும். இது குழந்தையின் யதார்த்த உணர்வை அழித்து, வாழ்க்கை முழுவதும் தன்னை நம்பமுடியாத நிலைக்கு தள்ளும்.

சுய மதிப்பை அழித்தல்

"உன் எழுத்து மோசமானது", "உன்னால் எதுவும் சரியாக செய்ய முடியவில்லை", "நீ நம் குடும்பத்திற்கு ஒரு வெட்கம்" - இந்த வார்த்தைகள் தினமும் மீண்டும் மீண்டும் சொல்லப்படும்போது, குழந்தையின் சுய மதிப்பு முழுவதும் சிதறுண்டு போகும். அவர்கள் முயற்சி செய்வதை நிறுத்திவிடுவார்கள், ஏனெனில் எப்படியும் தோல்வியே என்று நம்பி விடுவார்கள்.

குழந்தையை துணைக்கு எதிராக பயன்படுத்துதல்

"உன் அம்மா என்னை பற்றி என்ன சொன்னார்?", "உன் அப்பா எங்கே போனார்?" என்று குழந்தையை ஒற்றராக பயன்படுத்துவது. குழந்தை இரு பெற்றோர்களுக்கும் இடையில் சிக்கி, யாருக்கு உண்மை சொல்வது, யாருக்கு மறைப்பது என்ற குழப்பத்தில் வாழும். இது குழந்தையின் மனதில் தொடர்ந்த பதட்டத்தையும் குற்ற உணர்வையும் உண்டாக்கும்.

பரிசுகள் மூலம் விசுவாசத்தை வாங்குதல்

உள்ளே புறக்கணிப்பு, வெளியே விலையுயர்ந்த பரிசுகள். குழந்தை குழம்புவார் - பெற்றோர் என்னை நேசிக்கிறார்களா இல்லையா? இந்த குழப்பமே நார்சிசிஸ்டின் நோக்கம். குழந்தை பரிசுகளை பார்த்து விசுவாசமாக இருப்பார், ஆனால் உள்ளுக்குள் காலியாக உணர்வார்.

பொது இடத்தில் புகழ், வீட்டில் துன்புறுத்தல்

வெளியில் "என் குழந்தை சிறந்தவர், நான் ரொம்ப அன்பான பெற்றோர்" என்று காட்டிக் கொள்வார். ஆனால் வீட்டிற்குள் உணர்ச்சி ரீதியான வன்முறை, அடக்குமுறை, விமர்சனம். குழந்தை புரிந்து கொள்ள முடியாது - வெளியில் காட்டப்படும் உருவமும் வீட்டில் அனுபவிக்கும் வதையும் ஏன் இவ்வளவு வித்தியாசம்?

பயம் அடிப்படையிலான கீழ்ப்படிதல்

அன்பால் அல்ல, பயத்தால் குழந்தையை கீழ்ப்படிய வைப்பது. கோபம், அச்சுறுத்தல், உடல் அல்லது மன வன்முறை - இவை குழந்தையை அமைதியாக வைத்திருக்கும், ஆனால் உள்ளுக்குள் நொறுக்கப்பட்ட ஆன்மாவுடன் வளர்வார்.

நிறைவேற்ற முடியாத எதிர்பார்ப்புகள்

"நீ சிறந்தவராக இருக்க வேண்டும், எல்லாவற்றிலும் முதலாக வர வேண்டும்" என்ற எதிர்பார்ப்புகள் குழந்தையை நொறுக்கும். எவ்வளவு முயற்சி செய்தாலும் போதாது, எப்போதும் இன்னும் அதிகம் எதிர்பார்க்கப்படும்.

எல்லைகளை மீறுதல்

குழந்தையின் தனிமை, அவர்களின் உடைமைகள், அவர்களின் உடல் - இவை எதுவும் மதிக்கப்படமாட்டாது. அவர்களின் நாட்குறிப்பை படிப்பது, அறைக்குள் அனுமதியில்லாமல் நுழைவது, அவர்களின் நண்பர்களை தேர்வு செய்வது - எல்லாம் நார்சிசிஸ்ட் பெற்றோரின் உரிமை என்று நினைப்பார்கள்.

அதிர்ச்சி பிணைப்பு

அடியும் அன்பும் மாறி மாறி வரும்போது, குழந்தை குழம்பிப் போவார். பெற்றோரை வெறுக்கவும் முடியாது, விட்டு விலகவும் முடியாது. இந்த அதிர்ச்சி பிணைப்பு வாழ்நாள் முழுவதும் ஆரோக்கியமற்ற உறவுகளை தேடும் பழக்கத்தை உண்டாக்கும்.

விரிந்த குடும்பத்தில் நார்சிசிஸ்டின் விளையாட்டு

நார்சிசிஸ்டின் கட்டுப்பாடு தன் நெருங்கிய குடும்பத்தில் மட்டும் நின்றுவிடுவதில்லை. விரிந்த குடும்பத்திலும் அவர்களின் விஷ விதைகள் பரவும். மாமனார்-மாமியார், மைத்துனர்-மைத்துனிகள், உடன்பிறந்தவர்கள் - எல்லா உறவுகளிலும் அவர்கள் தங்கள் ஆட்சியை நிறுவ முயற்சி செய்வார்கள்.

மருமக்களிடம் நிகழும் கட்டுப்பாடு

மருமகன் அல்லது மருமகள் குடும்பத்தில் புதிதாக சேரும்போது, நார்சிசிஸ்ட் அவர்களை எப்போதும் வெளியாளாகவே பார்ப்பார். தன் பிள்ளையின் அன்பையும் கவனத்தையும் பகிர்ந்து கொள்ள வேண்டும் என்பதை பொறுத்துக் கொள்ள மாட்டார். மருமகளை அல்லது மருமகனை தொடர்ந்து குறை சொல்வது, அவர்களின் குடும்பத்தை தரம் தாழ்த்திப் பேசுவது, விழாக்களில் அவமானப்படுத்துவது - இவை வழக்கமான நடத்தைகள். சில சமயம் தேர்ந்தெடுக்கப்பட்ட கூட்டணிகள் உருவாக்கப்படும் - சில மருமக்கள் ஆதரிக்கப்படுவார்கள், மற்றவர்கள்

புறக்கணிக்கப்படுவார்கள். வதந்திகள் பரப்பப்படும், தன்னை பாதிக்கப்பட்டவராக காட்டிக் கொள்வார், சிறிய விஷயங்களில் பெரிய சண்டைகளை உருவாக்குவார். விழாக்களையும் நிகழ்வுகளையும் தன் கட்டுப்பாட்டில் வைத்திருக்க விரும்புவார், குழந்தைகளை தனக்கு சாதகமாக பயன்படுத்த முயற்சி செய்வார். ஆரம்ப கட்டத்தில் இவையனைதும் சிறிதும் பிசகில்லாமல் ரகசியமாக நடக்கும், ஆனால் ஒரு கட்டத்தில் அனைத்தும் வெளிப்படும். பல குடும்பங்களில் கணவன்-மனைவி பிரிவிற்கு மாமியார் முக்கிய காரணகர்த்தாவாக இருக்கின்றார்கள்.

தன் சொந்த குடும்பத்திலும் நாடகம்

தன் சொந்த சகோதர சகோதரிகளிடையேயும் நார்சிசிஸ்ட் நாடகங்களை உருவாக்குவார். ஒருவருக்கு எதிராக மற்றொருவரை நிறுத்துவது, உடன்பிறந்தவர்களை பிரித்து வைப்பது, பணம் மற்றும் சொத்து விஷயங்களில் கட்டுப்பாட்டை நிலைநாட்டுவது, வரலாற்றை தன் சாதகமாக மாற்றி எழுதுவது - "நான் மட்டும் தான் பெற்றோரை கவனித்துக் கொண்டேன்", "நீங்கள் யாரும் உதவவில்லை" என்ற கதைகளை உருவாக்குவது. தன்னை எப்போதும் நல்லவராகவும், மற்ற அனைவரையும் சுயநலக்காரர்களாகவும் சித்தரிப்பார்.

வேலை இடத்தில் நார்சிசிஸ்ட்: அலுவலகத்தில் அசுரன்

பண்டைய நூல்களில் அசுரர்கள் தங்கள் ஆட்சியை நிலைநிறுத்த பல்வேறு மாயாஜால ஆயுதங்களைப் பயன்படுத்தியதாக வருணிக்கப்படுகிறது. நவீன

அலுவலகங்களிலும் கார்ப்பரேட் உலகிலும் நார்சிசிஸ்ட் மனிதர்கள் அவ்வாறே பல்வேறு உளவியல் ஆயுதங்களைப் பயன்படுத்தி தங்கள் கட்டுப்பாட்டை நிலைநிறுத்துகின்றனர். இவர்களின் நடத்தைகளை நவீன உளவியல் ஆராய்ச்சிகள் விரிவாக ஆய்வு செய்துள்ளன. உலகெங்கிலும் ஆயிரக்கணக்கான தொழிலாளர்கள் மீது நடத்தப்பட்ட ஆய்வுகள், நார்சிசிஸ்ட் தலைவர்களின் செயல்பாடுகள் ஒரு குறிப்பிட்ட முறையைப் பின்பற்றுவதை தெளிவாக காட்டுகின்றன.

ஆதிக்கமும் பயமுறுத்தலும்

நார்சிசிஸ்ட்டின் முதல் ஆயுதம் ஆதிக்கமும் பயமுறுத்தலும். ஒரு துறைத் தலைவர் கூட்டங்களில் தொடர்ந்து உரத்த குரலில் பேசுவார், இளைய ஊழியர்கள் பேசும்போது நடுவில் குறுக்கிட்டு நிறுத்துவார், "உன் கருத்து எனக்கு தேவையில்லை" என்று எதிர் கருத்துக்களை முற்றிலும் நசுக்கி விடுவார். அவரது அறைக்கு அழைக்கப்படும் ஊழியர்கள் உடல் ரீதியாக பதட்டமடைவதை உணர்கிறார்கள் என்று ஆய்வுகள் தெரிவிக்கின்றன. இது வெறும் கோபம் அல்ல, மாறாக ஒரு கணக்கிடப்பட்ட உத்தி. நார்சிசிஸ்ட்டின் பலவீனமான ஆன்மா தன்னை பாதுகாத்துக் கொள்ள இந்த ஆக்கிரமிப்பு நடத்தையை கருவியாக பயன்படுத்துகிறது. அவர்களுக்கு தொடர்ந்த அங்கீகாரம் தேவை, எனவே அதிகார படிநிலையை வலுவாக நிறுவுவதன் மூலம் தங்கள் முக்கியத்துவத்தை உறுதி செய்து கொள்கிறார்கள். இந்த நடத்தை முறை பல நாடுகளில் நடத்தப்பட்ட ஆராய்ச்சிகளில் தொடர்ந்து காணப்படுகிறது.

பெருமையைத் திருடும் கலை

ஒரு சந்தைப்படுத்தல் மேலாளர் தனது இளைய ஊழியர் உருவாக்கிய விளம்பர திட்டத்தை நிர்வாகிகளிடம் தனது சொந்த பெயரில் சமர்ப்பித்தார். ஊழியர் எதிர்ப்பு தெரிவித்தபோது, "அது எப்போதுமே என் கருத்தாக்கம் தான், நீ வெறும் செயல்படுத்துதலில் உதவினாய்" என்று மாற்றி விட்டார். இது நார்சிசிஸ்ட்டின் பொதுவான நடத்தை முறை. அவர்களின் பெருமைபாராட்டும் மனநிலை மற்றவர்களின் உழைப்பும் தங்களுக்கே சொந்தம் என்று நம்ப வைக்கிறது. மிகைப்படுத்தப்பட்ட சுய முக்கியத்துவமும் பச்சாதாபமின்மையும் இணைந்து இந்த நடத்தையை உருவாக்குகின்றன. குழு சாதனைகளுக்கு முழு பெருமையை எடுத்துக் கொள்வது, கீழ்நிலை ஊழியர்களின் யோசனைகளை தம் சொந்தமாக கூட்டங்களில் முன்வைப்பது, அறிக்கைகளில் மற்றவர்களின் பங்களிப்புகளை குறைத்து காட்டுவது அல்லது அழித்து விடுவது, திட்ட வரலாறுகளை மீண்டும் எழுதி தங்களை மையமாக வைப்பது, எதிர்கொள்ளப்படும்போது "நான் தான் அதை கண்டுபிடித்தேன்" என்று கூறுவது - இவை அனைத்தும் உலகம் முழுவதும் காணப்படும் வடிவங்கள்.

பழியை மாற்றும் பாம்பு

ஒரு திட்ட மேலாளர் மோசமான திட்டமிடலால் இறுதி நாளை தவறவிட்டார். ஆனால் குழு கூட்டத்தில் அவர் கூறியது: "நான் கேட்டது போல் குழு முன்னெடுப்புடன் இருந்திருந்தால், நாம் இந்த நிலையில் இருக்க மாட்டோம். சிலர் கேட்பதே இல்லை." உளவியல் ஆய்வுகள் இந்த பழி மாற்றுதல் நார்சிசிஸ்ட்டின் முக்கிய பாதுகாப்பு கருவி என்று விளக்குகின்றன. அவர்களின் பலவீனமான சுய மதிப்பை

பாதுகாக்க, தவறுகளுக்கான பொறுப்பை வெளிப்படுத்துவது அவசியம். விமர்சனத்தை எதிர்கொள்ளும்போது நார்சிசிஸ்ட்டின் மூளையில் ஆபத்து உணர்வு தூண்டப்படுகிறது. இது பாதுகாப்பு நரம்பு பாதைகளை செயல்படுத்தும் அதே நேரத்தில், நெதிக ரீதியான சிந்தனை மையங்களை செயலிழக்க செய்கிறது. எனவே அவர்கள் தங்கள் தவறுகளையே மற்றவர் மீது போட்டு குற்றம் சாட்டுவார்கள். கையும் களவுமாக பிடிபட்டாலும், யதார்த்தத்தையே மாற்றி எழுதி பழியை திசை திருப்புவார்கள். முறையான தலைமை அமைப்புகள் தோல்விக்கு பலிகடாக்களை உருவாக்குவது, நடந்த நிகழ்வுகளை பற்றி தவறான கதைகளை உருவாக்குவது, தெளிவான சான்றுகள் இருந்தாலும் பொறுப்பை மறுப்பது - இவை அனைத்தும் சர்வதேச ஆய்வுகளில் ஆவணப்படுத்தப்பட்டுள்ளன.

சக ஊழியர்களை சிதைக்கும் சூழ்ச்சி

ஒரு மூத்த ஆய்வாளர் வேண்டுமென்றே உயர் தரமாக செயல்படும் சக ஊழியரை வாடிக்கையாளர் கூட்டங்களுக்கு அழைக்க "மறந்து விடுகிறார்". பின்னர் நிர்வாகத்திடம் அந்த சக ஊழியர் "வாடிக்கையாளர் உறவுகளில் ஆர்வம் காட்டவில்லை" என்று புகாரளிக்கிறார். இது நார்சிசிஸ்ட்டின் திட்டமிட்ட நாசவேலை. அவர்கள் தங்கள் மேன்மைக்கு அச்சுறுத்தலாக தெரியும் எவரையும் அழிக்க முயற்சி செய்வார்கள். வேலை இட உறவுகளை பூஜ்ஜிய-தொகை போட்டிகளாக பார்க்கிறார்கள் - மற்றவர்களின் வெற்றி தங்கள் அந்தஸ்தை குறைக்கும் என்று நம்புகிறார்கள். முக்கியமான தகவல்களை சக ஊழியர்களிடமிருந்து மறைப்பது, சூட்சுமமான குறுக்கீடுகளால் அவர்களின்

திட்டங்களை சீர்குலைப்பது, நற்பெயரை சேதப்படுத்த வதந்திகளை பரப்புவது, சக ஊழியர்கள் தோல்வியடைய செயல்கள் செய்வது, சாத்தியமற்ற பணிகளை கொடுத்து தோல்விக்கு அமைப்பது, வெற்றிக்கு தேவையான வளங்களுக்கான அணுகலை தடுப்பது - இவை அனைத்தும் பல்வேறு நாடுகளில் நடத்தப்பட்ட ஆய்வுகளில் ஆவணப்படுத்தப்பட்ட நடத்தை முறைகள்.

மேலதிகாரிகளை மயக்கும் மந்திரம்

ஒரு துறைத் தலைவர் தலைமை நிர்வாக அதிகாரிக்கு மிகுந்த நம்பிக்கை அளிக்கும் முன்னேற்ற அறிக்கைகளை அனுப்புகிறார், அதே நேரத்தில் அவரது குழு அவர் ஒப்புக்கொள்ள மறுக்கும் சாத்தியமற்ற இறுதி நாள்களுடன் போராடுகிறது. அவர் மாதம்தோறும் தலைமை நிர்வாக அதிகாரியை மதிய உணவுக்கு அழைத்துச் செல்கிறார், அதே சமயம் சோர்வடைந்த ஊழியர்களின் விடுமுறை கோரிக்கைகளை மறுக்கிறார். இது நார்சிசிஸ்ட்டின் பல முகம் கொண்ட தன்மை. அதிகாரத்தின் படிநிலையை அடிப்படையாக கொண்டு அவர்கள் தங்கள் நடத்தையை மாற்றிக் கொள்கிறார்கள் - மேலதிகாரிகளிடம் கவர்ச்சிகரமாகவும், கீழ்நிலை ஊழியர்களிடம் கொடூரமாகவும். அதிகாரம் உள்ளவர்களிடம் மிகைப்படுத்தப்பட்ட முகஸ்துதி மற்றும் கவர்ச்சி, மேலதிகாரிகளிடம் மூலோபாய சுய விளம்பரம், ஏமாற்றத்தின் மூலம் திறமையின் தோற்றத்தை உருவாக்குதல், தலைவர்களின் கருத்துக்களுடன் பகிரங்கமாக சேர்ந்து கொள்ளுதல் - தனிப்பட்ட கருத்து எதுவாக இருந்தாலும், இரகசிய தகவல்களை மூலோபாயமாக பயன்படுத்துதல், தலைமைத்துவத்திற்கும் ஊழியர்களுக்கும் இடையில்

முக்கோணமாக்குதல் - இவை அனைத்தும் பல்வேறு கார்ப்பரேட் ஆய்வுகளில் அடையாளம் காணப்பட்டுள்ளன.

நீண்ட கால சூழ்ச்சித் திட்டங்கள்

ஒரு நடுத்தர மட்ட மேலாளர் பதவி உயர்வுக்கான தனது போட்டியாளரை அடையாளம் காண்கிறார். அடுத்த ஆறு மாதங்களில், அவர் முறையாக முக்கிய பங்குதாரர்களுடன் போட்டியாளரின் உறவுகளை சாதாரண எதிர்மறை கருத்துக்கள் மூலம் சிதைக்கிறார், அதே நேரத்தில் தன்னை ஒத்துழைக்கும் மாற்றாக நிலைநிறுத்துகிறார். இது நார்சிசிஸ்ட்டின் மேக்கியவெல்லியன் தன்மை. தங்களை மேம்படுத்திக் கொள்ள நீண்ட கால உத்திரீதியான திட்டமிடல், வெறும் பயன்பாட்டின் அடிப்படையில் கூட்டணிகளை உருவாக்குதல், தனிப்பட்ட ஆதாயத்திற்காக நிறுவன அரசியலை சுரண்டுதல், தகவல் ஓட்டங்களை மூலோபாயமாக கையாளுதல், கணக்கிடப்பட்ட உறவு மேலாண்மை மூலம் அதிகார தளங்களை உருவாக்குதல், மற்றவர்களை மிதித்து மேலே செல்வது - ஆனால் நம்பத்தகுந்த மறுப்புடன் - இவை ஆராய்ச்சியாளர்கள் "கரும் முக்கோணம்" என்று அழைக்கும் ஆளுமைப் பண்புகளின் ஒரு பகுதி.

குழுக்களுக்குள் பிளவுகளை உருவாக்குதல்

ஒரு குழுத் தலைவர் ஊழியர் அ-விடம் சொல்கிறார்: "ஊழியர் ப நீ உன் பங்கை செய்யவில்லை என்று நினைக்கிறார்." அதே நேரத்தில் ஊழியர் ப-விடம்: "ஊழியர் அ எப்போதும் உன் வேலையைப் பற்றி புகார் செய்கிறார்" என்று கூறுகிறார். இரு ஊழியர்களும் ஒருவருக்கொருவர் விரோதமாக மாறுகிறார்கள், அதே நேரத்தில் "நேர்மையான கருத்துக்காக" தலைவரை சார்ந்திருக்கிறார்கள். இது

"பிரித்து ஆளும்" உத்தி. நார்சிசிஸ்ட் முக்கோணமாக்கலை பயன்படுத்துகிறார் - மற்றவர்களுக்குள் மோதல்களை உருவாக்கி தன்னை இன்றியமையாத மத்தியஸ்தராக அல்லது உயர்ந்த அதிகாரமாக நிலைநிறுத்துகிறார். தேர்ந்தெடுக்கப்பட்ட முறையில் ரகசிய தகவல்களைப் பகிர்ந்து சந்தேகத்தை உருவாக்குதல், வெவ்வேறு நபர்களுக்கு முரண்பாடான வழிமுறைகளை வழங்குதல், ஒத்துழைப்பை விட போட்டியை வளர்ப்பது, விசுவாசத்தின் அடிப்படையில் "உள்-குழுக்கள்" மற்றும் "வெளி-குழுக்கள்" உருவாக்குதல், சக ஊழியர்களுக்கு இடையிலான உறவுகளை சேதப்படுத்த வதந்திகளை பரப்புதல் - இவை உலகளாவிய ஆய்வுகளில் ஆவணப்படுத்தப்பட்டுள்ளன.

போலி பச்சாதாபம்

ஒரு மேற்பார்வையாளர் ஒரு ஊழியரின் குடும்ப போராட்டங்களைப் பற்றி விரிவான கேள்விகளை கேட்கிறார், மிகுந்த அக்கறை காட்டுவது போல் தெரிகிறது. பின்னர், ஊழியர் நெகிழ்வுத்தன்மையை கோரும்போது, மேற்பார்வையாளர் அதை மறுக்கிறார் மற்றும் பகிரப்பட்ட தகவலை செயல்திறன் மதிப்பாய்வுகளில் ஊழியரின் "அர்ப்பணிப்பை" கேள்விக்குள்ளாக்க பயன்படுத்துகிறார். இது நார்சிசிஸ்ட்டின் தேர்ந்தெடுக்கப்பட்ட பச்சாதாபம். நவீன மூளை ஆய்வுகள் காட்டுவது: நார்சிசிஸ்ட்கள் அறிவாற்றல் பச்சாதாபத்தை காட்டுகிறார்கள் - மற்றவர்களின் உணர்ச்சிகளை புரிந்து கொள்ளும் திறன் - ஆனால் உணர்வு பச்சாதாபம் இல்லை - அக்கறை உணர்வு. இது கவனமுள்ளதாக தெரியும் கையாளுதல் நடத்தையை

அனுமதிக்கிறது. மேலோட்டமான அக்கறை வெளிப்பாடுகள் உண்மையான கவனிப்பு இல்லாமல், மற்றவர்களின் பாதிப்புகளை பற்றிய அறிவை மூலோபாயமாக பயன்படுத்துதல், பொருத்தமான உணர்ச்சி பதில்களை பின்பற்றுதல், தனிப்பட்ட நலன்களுக்கு சேவை செய்யும்போது மட்டுமே பச்சாதாபத்தை காட்டுதல், இனி பயனுள்ளதாக இல்லாதபோது ஆதரவை திரும்பப் பெறுதல் - இவை பன்னாட்டு ஆய்வுகளில் அடையாளம் காணப்பட்டுள்ளன.

இளைஞர்களை சுரண்டுதல்

ஒரு மூத்த கூட்டாளர் தொடர்ந்து ஒரு இளைய கூட்டாளிக்கு இரண்டு மணி நேர அறிவிப்புடன் வார இறுதி வேலையை ஒதுக்குகிறார், கூட்டாளி தனிப்பட்ட வேலைகளை நிர்வகிக்க வேண்டும் என்று கோருகிறார், மற்றும் பிற துறைகளுக்கு "அவர்கள் இன்னும் தயாராக இல்லை" என்று கூறுவதன் மூலம் கூட்டாளியின் மாற்றல் கோரிக்கைகளை தடுக்கிறார். இது நார்சிசிஸ்ட்டின் சுரண்டல் தன்மை. பச்சாதாபமின்மை மற்றும் உரிமை நம்பிக்கைகள் இணைந்து கீழ்நிலை ஊழியர்களின் சுரண்டலை உருவாக்குகின்றன. குறைந்த அதிகாரம் உள்ளவர்களை மனிதர்களாக பார்ப்பதற்கு பதிலாக வளங்களாக பார்க்கிறார்கள். விசுவாச சோதனைகளாக ஊதியமில்லாத கூடுதல் நேரத்தை கோருதல், கீழ்நிலை ஊழியர்களின் வேலைக்கு முறையாக பெருமை எடுத்துக் கொள்ளுதல், இளைய ஊழியர்களை தனிப்பட்ட உதவியாளர்களாக பயன்படுத்துதல், தங்களை அச்சுறுத்தக்கூடிய திறமையான கீழ்நிலை ஊழியர்களின் தொழில் முன்னேற்றத்தை தடுத்தல், அதிர்ச்சி பிணைப்பு மூலம் உணர்ச்சி சுரண்டல், இடை இடையே வெகுமதிகள்

மூலம் சார்பு உருவாக்குதல் - இவை பன்முக ஆய்வுகளில் பதிவு செய்யப்பட்டுள்ளன.

நுண்ணிய மேலாண்மையின் சிறை

ஒரு துறைத் தலைவர் ஊழியர்கள் ஒவ்வொரு மின்னஞ்சலிலும் தன்னை நகல் எடுக்க வேண்டும் என்று கோருகிறார், மணிநேர நிலை புதுப்பிப்புகளை வழங்க வேண்டும், வழக்கமான வாடிக்கையாளர் கேள்விகளுக்கான பதில்களுக்கு ஒப்புதல் பெற வேண்டும் என்று கோருகிறார். ஊழியர்கள் அடிப்படை முடிவுகளை எடுக்க முடியாமல் உணர்கிறார்கள் என்று தெரிவிக்கின்றனர். இது கட்டுப்பாட்டு தேவைகள் மற்றும் மற்றவர்கள் மீதான அவநம்பிக்கையிலிருந்து உருவாகும் அதிகப்படியான மேற்பார்வை. ஆராய்ச்சிகள் இதை நார்சிசிஸ்ட்களின் பிரதிநிதித்துவம் செய்ய இயலாமையுடன் இணைக்கின்றன - தங்களால் மட்டுமே விஷயங்களை சரியாக செய்ய முடியும் என்ற நம்பிக்கை காரணமாக. கீழ்நிலை ஊழியர்களின் வேலையை அதிகமாக கண்காணித்தல், சாதாரண விஷயங்களில் நிலையான புதுப்பிப்புகளை கோருதல், அர்த்தமுள்ள பொறுப்புகளை பிரதிநிதித்துவம் செய்ய மறுத்தல், பிரதிநிதித்துவம் செய்த பின்னரும் முடிவுகளை ரத்து செய்தல், தங்களை மையமாக கொண்ட விரிவான ஒப்புதல் செயல்முறைகளை உருவாக்குதல், தொடர்ந்த விமர்சனம் மூலம் கீழ்நிலை ஊழியர்களின் நம்பிக்கையை குறைத்தல் - இவை பல்கலைக்கழக ஆய்வுகளில் ஆவணப்படுத்தப்பட்டுள்ளன.

கருத்துக்களுக்கான நார்சிசிஸ்ட் கோபம்

ஒரு செயல்திறன் மதிப்பாய்வின் போது "வளர்ச்சிக்கான பகுதிகள்" குறிப்பிடப்பட்டதும், ஒரு மேலாளர் சிவந்த முகத்துடன் மேசையை அறைந்து கூச்சலிடுகிறார்: "என்னை தீர்ப்பளிக்க நீ யார்? நீ எப்போதும் சாதிக்காத அளவுக்கு நான் சாதித்திருக்கிறேன்!" பின்னர் மனித வள துறைக்கு வழக்கு அச்சுறுத்தல்கள் வருகின்றன. இது நார்சிசிஸ்ட் கோபம். விமர்சனத்தை ஆன்ம-மரண அச்சுறுத்தலாக அனுபவிக்கிறார்கள். நரம்பியல் அறிவியல் ஆய்வுகள் காட்டுவது: சுய-பிம்பத்தின் மீதான தாக்குதல்களாக உணரப்படும்போது அதிகரித்த மூளை தூண்டுதல் மற்றும் குறைந்த முன்னணி கட்டுப்பாடு. ஆக்கபூர்வமான விமர்சனத்திற்கு வெடிக்கும் கோப பதில்கள், கருத்து வழங்குபவர்களுக்கு எதிராக ஆக்கிரமிப்பு பழிவாங்குதல், உணர்ச்சி ஏற்ற இறக்கம் மற்றும் கணிக்க முடியாத தன்மை, விமர்சகர்களை பகிரங்கமாக அவமானப்படுத்துதல், எதிர்மறை மதிப்பாய்வுகளுக்கு பின்னர் பழிவாங்கும் நடத்தை, எதிர் தாக்குதல்களுடன் கருத்துக்களை முழுமையாக நிராகரித்தல் - இவை உலகளாவிய நிறுவன ஆய்வுகளில் பதிவு செய்யப்பட்டுள்ளன.

தகவல் பதுக்கல் — அவர்களின் ஆயுதம்

பணியிடங்களில் நார்சிஸ்ட்கள் தகவலையே ஒரு ஆயுதமாக பயன்படுத்துவார்கள். அத்தியாவசியமான செய்திகளை வேண்டுமென்றே மறைப்பார்கள், செயல்முறைகளை ஆவணப்படுத்த மறுப்பார்கள், தங்களை யாரும் இல்லாமல் போக முடியாத இன்றியமையாத நபராக காட்டிக்கொள்வார்கள். யாரேனும் தகவல் கேட்டால் அதை

அதிகாரத்திற்கு சவாலாகக் கருதி நுட்பமான தண்டனை கொடுப்பார்கள். அதிகாரம் தங்கள் கையில் இருக்க வேண்டும் என்பதற்காக தகவல் தடைகளை திட்டமிட்டு உருவாக்குவது — இது பல மனநல ஆய்வுகளில் விவரிக்கப்பட்ட நார்சிசிஸ்டிக் நடத்தையின் மிக முக்கியமான பண்பு.

இதிலும் கொடுமையான விஷயம் என்னவென்றால், இவர்கள் வேண்டுமென்றே தகவல்களை மறைத்து, அதன் விளைவாக ஏற்படும் இழப்புகளுக்கு மற்றவர்களையே பலிகடாவாக்குவார்கள். "உன்னால்தான் இது தோல்வியடைந்தது, அந்த நபருக்கு போதிய அறிவோ கவனமோ இல்லை" என்று பெயரை கெடுப்பார்கள். இந்த முறையில் ஒருவரின் மனதில் தோல்வி பயத்தை விதைத்து, அந்த பயத்தின் மூலம் அதிகாரத்தை கட்டுப்படுத்துவது இவர்களின் உத்தி.

குடும்பத்திலும் நட்பிலும் இதே தந்திரம் வேறொரு வடிவில் தொடரும். இவர்கள் மற்றவர்களின் தனிப்பட்ட தகவல்களை கவனமாக திரட்டி வைத்திருப்பார்கள் — அதை பின்னாளில் அதிகாரம் செலுத்தவோ, கட்டுப்படுத்தவோ, அல்லது தேவைப்படும் தருணத்தில் ஆதாயம் பெறவோ பயன்படுத்துவார்கள். ஆனால் மற்றவர்களுக்கு தேவையான எந்த தகவலையும் இவர்கள் தாமாக முன்வந்து கொடுக்கமாட்டார்கள். தகவல் என்பது இவர்களிடம் பரிமாற்றப்படுவதல்ல — அது கட்டுப்பாட்டின் கருவி.

சுருக்கமாகச் சொன்னால்: தகவல் கட்டுப்பாடு மூலம் அதிகார சமநிலையின்மையை உருவாக்குவதும், தோல்விகளை மற்றவர்கள் மீது சுமத்துவதும் நார்சிஸ்ட்களின் கைவந்த கலை.

பெருமைபாராட்டும் சுய விளம்பரம்

ஒரு ஆலோசகர் ஒவ்வொரு வாடிக்கையாளர் கூட்டத்தையும் தனது கல்வி, கடந்த வாடிக்கையாளர்கள் மற்றும் விருதுகளைப் பற்றிய பதினைந்து நிமிட ஒற்றையாட்சியுடன் தொடங்குகிறார். சக ஊழியர்கள் அவர் மற்றவர்களின் விளக்கக்காட்சிகளை குறுக்கிட்டு "நான் இதே போன்று ஆனால் சிறப்பாக செய்தபோது" என்று பகிர்வதாக தெரிவிக்கின்றனர். இது நார்சிசிஸ்ட் ஆளுமைக் கோளாறின் முக்கிய கண்டறியும் அளவுகோல். மிகைப்படுத்தப்பட்ட சுய-பிம்பத்திற்கு நிலையான வெளிப்புற அங்கீகாரம் தேவை, இது அதிகப்படியான சுய-விளம்பரம் மற்றும் சாதனைகளை உயர்த்திக் காட்டலுக்கு வழிவகுக்கிறது. தனது சாதனைகளைப் பற்றி நிலையான விவாதம், நற்சான்றிதழ்கள் மற்றும் சாதனைகளை மிகைப்படுத்துதல், பெயர் குறிப்பிடுதல் மற்றும் அந்தஸ்து சமிக்ஞை செய்தல், வெற்றிகளைப் பற்றிய உரையாடல்களை ஏகபோகமாக்குதல், தொடர்ந்து பாராட்டுகளுக்காக மீன் பிடித்தல், விதிவிலக்கான திறமையின் கதைகளை உருவாக்குதல் - இவை DSM-5 மனநல கோளாறு கையேட்டில் பட்டியலிடப்பட்டுள்ளன.

நோயியல் ரீதியான பொய்யுரைத்தல்

ஒரு குழுத் தலைவர் தனது லிங்க்ட்இன் சுயவிவரத்தில் திட்டத்தின் "திருப்பத்தை வழிநடத்தியதாக" கூறுகிறார், ஆனால் திட்டம் அவர் குழுவில் சேருவதற்கு முன்பே வெற்றி

பெற்றது. காலவரிசை சான்றுகளுடன் எதிர்கொள்ளப்படும்போது, "எல்லோரும் தவறாக நினைவு கூர்கிறார்கள்" என்று வலியுறுத்துகிறார் மற்றும் முந்தைய கட்டத்தில் "தொலைதூரத்தில் ஆலோசனை" வழங்கியதாக கூறுகிறார். நார்சிசிஸ்ட்கள் மிகைப்படுத்தப்பட்ட சுய-பிம்பத்தை பராமரிக்கவும் பொறுப்புக்கூறலை தவிர்க்கவும் பொய் சொல்கிறார்கள். ஆராய்ச்சி குறைந்த குற்ற உணர்வு / வெட்கப்படுதல் பதில்கள் மற்றும் ஏமாற்றுதலின் மேம்படுத்தப்பட்ட நியாயப்படுத்தலை காட்டுகிறது. சாதனைகள் மற்றும் தகுதிகளை கற்பனை செய்தல், தவறுகளில் சிக்கியபோது கவனிக்கக்கூடிய உண்மைகளைப் பற்றி பொய் சொல்லுதல், விரிவான தவறான கதைகளை உருவாக்குதல், மற்றவர்களை அவர்களின் உணர்வுகளை சந்தேகிக்க வைக்கும் யதார்த்த திரித்தல், சான்றுகள் இருந்தபோதிலும் முந்தைய அறிக்கைகளை மறுத்தல், தெளிவான நன்மை இல்லாமல் பிரதிபலனமாக பொய் சொல்லுதல் - இவை பன்னாட்டு ஆய்வுகளில் ஆவணப்படுத்தப்பட்டுள்ளன.

உணர்ச்சி ரீதியாக நச்சு வேலை சூழல்

ஒரு முழு துறையும் அதிக விகிதத்தில் ஊழியர் விலகல் (ஆண்டுக்கு 40%), மன அழுத்தம் சார்ந்த நோய் விடுப்பு மற்றும் மூன்று முறையான துன்புறுத்தல் புகார்களை அனுபவிக்கிறது. வெளியேறும் நேர்காணல்கள் தொடர்ந்து நார்சிசிஸ்ட் இயக்குனரின் "மனநிலை மாற்றங்கள்", "விருப்பமான அமைப்பு" மற்றும் "பய கலாச்சாரம்" பற்றி குறிப்பிடுகின்றன. இது நார்சிசிஸ்ட் நடத்தைகளின் ஒட்டுமொத்த விளைவு. கணிக்க முடியாத உணர்ச்சி ஏற்ற இறக்கம் பயத்தை உருவாக்குதல், மறைமுக-ஆக்கிரமிப்பு

தொடர்பு, பகிரங்க அவமானம் மற்றும் தரம் தாழ்த்தல், அமைதியான நடத்தை மற்றும் தொடர்பு திரும்பப் பெறுதல், நிலையான விமர்சனத்தின் சூழ்நிலையை உருவாக்குதல், ஒத்துழைப்பை விட போட்டியை வளர்த்தல், அவமரியாதை மற்றும் எல்லை மீறல்களை இயல்பாக்குதல் - இவை உளவியல் பாதுகாப்பு, நம்பிக்கை மற்றும் ஒத்துழைப்பின் அரிப்பை ஆவணப்படுத்துகின்றன. உலகளாவிய வேலை இட துன்புறுத்தல் ஆய்வுகள் இந்த நடத்தைகளின் நீண்ட கால தாக்கத்தை விரிவாக பதிவு செய்துள்ளன.

நிறுவனங்களுக்கு நார்சிசிஸ்ட் ஏற்படுத்தும் பேரழிவு

ஒரு தனிமனிதனின் நடத்தை மட்டுமல்ல, ஒரு முழு நிறுவனத்தையும் சிதைக்கும் ஆற்றல் நார்சிசிஸ்ட் தலைமைத்துவத்திற்கு உண்டு. உலகம் முழுவதும் நூற்றுக்கணக்கான நிறுவனங்களில் நடத்தப்பட்ட ஆய்வுகள் இந்த அழிவின் பரிமாணங்களை அளவிடும் முயற்சியில் ஈடுபட்டுள்ளன. அவர்கள் கண்டுபிடித்தது திடுக்கிட வைக்கிறது.

உற்பத்தித்திறன் இழப்பு

ஒரு ஆலோசனை நிறுவனத்தின் உற்பத்தி அளவீடுகள் நார்சிசிஸ்ட் கூட்டாளி நிர்வாக இயக்குனராக பதவி உயர்வு பெற்ற பின்னர் முப்பத்தைந்து சதவீத குறைவை காட்டுகின்றன. ஆய்வு வெளிப்படுத்துவது: வாடிக்கையாளர்கள் மற்றும் ஊழியர்களுடனான கூட்டாளியின் மோதல்களை நிர்வகிக்க வாரத்திற்கு இருபதுக்கும் மேற்பட்ட மணிநேரம் "அவசர கூட்டங்களில்" செலவிடப்படுகிறது என்பது. இது நார்சிசிஸ்ட்

தலைமைத்துவத்தின் நேரடி விளைவு. குழுக்கள் உற்பத்தி வேலைகளுக்கு பதிலாக நார்சிசிஸ்ட் உருவாக்கிய மோதல்களை நிர்வகிப்பதில் முப்பது முதல் நாற்பது சதவீதம் நேரத்தை செலவிடுகின்றன. ஊழியர்கள் "பாதுகாப்பு வேலையில்" ஈடுபடுகிறார்கள் - புதுமைகளை உருவாக்குவதை விட தங்களை பாதுகாத்துக் கொள்வதற்கான ஆவண பாதைகளை உருவாக்குதல். நார்சிசிஸ்ட் கோபத்தின் பயம் காரணமாக முடிவெடுத்தல் முடக்கம் உருவாகிறது. விமர்சனத்தின் பயம் காரணமாக படைப்பாற்றல் ரீதியான ஆபத்து எடுத்தல் குறைகிறது. நார்சிசிஸ்ட் சீரற்ற முறையில் நிராகரிக்கும் வேலையை மீண்டும் செய்வதில் நேரம் செலவிடப்படுகிறது. செயல்திறனை விட தோற்றத்தை நிர்வகிப்பதில் ஆற்றல் செலவிடப்படுகிறது. நானூற்றைந்து கார்ப்பரேட் ஊழியர்களின் ஆய்வு நார்சிசிஸ்ட் தலைமைத்துவம் வேலை செயல்திறன் மற்றும் உற்பத்தி அளவீடுகளுடன் குறிப்பிடத்தக்க அளவில் எதிர்மறையாக தொடர்புடையது என்று கண்டறிந்தது. பாகிஸ்தான் வங்கித் துறை ஆராய்ச்சி நார்சிசிஸ்ட் தலைமைத்துவம் மற்றும் ஊழியர் செயல்திறனுக்கு இடையில் எதிர்மறை உறவை காட்டியது.

குழு சிதைவு

ஒரு மென்பொருள் மேம்பாட்டு குழு நார்சிசிஸ்ட் ஸ்க்ரம் மாஸ்டர் நியமனத்திற்கு பின்னர் ஆறு மாதங்களுக்குள் விருது பெற்ற ஒத்துழைப்பிலிருந்து முழுமையான செயலிழப்புக்கு செல்கிறது. குழு உறுப்பினர்கள் ஒருவருக்கொருவர் உதவுவதை நிறுத்துகிறார்கள், தகவலை பதுக்கி வைக்கிறார்கள், ஜோடி நிரலாக்கத்தில் பங்கேற்க மறுக்கிறார்கள். நார்சிசிஸ்ட்கள் முக்கோணமாக்கல்,

உறவுகளை போட்டி வடிவில் கட்டமைத்தல் மற்றும் உளவியல் பாதுகாப்பை அரித்தல் மூலம் குழு ஒற்றுமையை முறையாக அழிக்கிறார்கள். குழு உறுப்பினர்களுக்கு இடையில் நம்பிக்கையின் அழிவு, குறைந்த தகவல் பகிர்வு மற்றும் ஒத்துழைப்பு, விரோத பிரிவுகளின் உருவாக்கம், கூட்டு பிரச்சினை தீர்ப்பின் முறிவு, தனிப்பட்ட மோதல்களில் அதிகரிப்பு, கூட்டு அடையாளம் மற்றும் பகிரப்பட்ட நோக்கத்தின் இழப்பு - இவை அனைத்தும் ஆராய்ச்சியாளர்களால் ஆவணப்படுத்தப்பட்டுள்ளன. எண்பத்தேழு நிறுவன குழுக்களின் ஆய்வு மேற்பார்வையாளர்களின் கரும் முக்கோண பண்புகள் குழு செயல்திறன் மதிப்பீடுகளை எதிர்மறையாக பாதித்தன மற்றும் சேதமடைந்த உறவு இயக்கவியல் மூலம் புதுமைகளை குறைத்தன என்று கண்டறிந்தது.

உயர் விகித ஊழியர் விலகல்

ஒரு முதலீட்டு வங்கியின் தொழில்நுட்ப பிரிவு நார்சிசிஸ்ட் தலைமை தொழில்நுட்ப அதிகாரியின் கீழ் ஆண்டுக்கு அறுபத்தைந்து சதவீத ஊழியர் விலகலை அனுபவிக்கிறது. மாற்று செலவுகள் ஆண்டுக்கு பன்னிரண்டு மில்லியன் டாலர்களை தாண்டுகின்றன. உயர் செயல்திறன் கொண்டவர்கள் தொடர்ந்து வெளியேறும் நேர்காணல்களில் "தலைமைத்துவ நச்சுத்தன்மை" என்று குறிப்பிடுகிறார்கள். நார்சிசிஸ்ட் தலைமைத்துவம் சுயாதீன விலகலின் வலுவான முன்னறிவிப்பாளர்களில் ஒன்று. ஊழியர்கள் நச்சு சூழலிலிருந்து தப்பிக்க வெளியேறுகிறார்கள். மாற்று செலவுகள் ஆண்டு சம்பளத்தின் ஐம்பது முதல் இருநூறு சதவீதம் என மதிப்பிடப்படுகிறது. நார்சிசிஸ்ட் வழிநடத்தும் குழுக்களில் இரண்டு முதல் மூன்று மடங்கு அதிக விலகல்

விகிதங்கள், நிறுவன அறிவின் இழப்பு, நிலையான ஆட்சேர்ப்பு மற்றும் பயிற்சி செலவுகள், குழு தொடர்ச்சியின் சீர்குலைவு, முதலில் வெளியேறும் உயர்-செயல்திறன் கொண்டவர்கள் - மற்ற இடங்களில் அதிக விருப்பங்கள் உள்ளவர்கள், எஞ்சியிருப்பவர்கள் பெரும்பாலும் வெளியேற முடியாத குறைந்த செயல்திறன் கொண்டவர்கள் - இவை பாகிஸ்தான் மற்றும் சீன நிறுவன ஆய்வுகளில் விரிவாக ஆவணப்படுத்தப்பட்டுள்ளன.

துன்புறுத்தல் கலாச்சாரம்

ஒரு சுகாதார நிறுவனத்தின் நர்சிங் ஊழியர்கள் துறைத் தலைவரிடமிருந்து முறையான துன்புறுத்தலை தெரிவிக்கின்றனர். கலாச்சாரம் பரவுகிறது - மூத்த செவிலியர்கள் இளைய செவிலியர்களை நோக்கி தலைவரின் உத்திகளை ஏற்றுக் கொள்கிறார்கள். வேலை இட துன்புறுத்தல் நிறுவன ஆய்வு நாற்பத்தேழு சதவீத ஊழியர்கள் துன்புறுத்தலை அனுபவித்ததாக கண்டறிகிறது, தேசிய சராசரியான பத்தொன்பது சதவீதத்துடன் ஒப்பிடும்போது. நார்சிசிஸ்ட் தலைவர்கள் துன்புறுத்தல் நடத்தைகளை மாதிரியாக்குகிறார்கள் மற்றும் இயல்பாக்குகிறார்கள். சமூக கற்றல் கோட்பாடு நச்சு நடத்தைகள் நிறுவன படிநிலை வழியாக ஏற்றுக்கொள்ளக்கூடிய நடத்தையாக எவ்வாறு பரவுகின்றன என்பதை விளக்குகிறது. வாய்மொழி துஷ்பிரயோகம் இயல்பாக்கப்படுதல், ஆக்கிரமிப்பு தொடர்பு "நேரடி கருத்து" என்று ஏற்றுக் கொள்ளப்படுதல், பொது அவமானம் "ஊக்குவிப்பு" என்று பார்க்கப்படுதல், மிரட்டல் உத்திகள் நடுத்தர-மேலாண்மைக்கு பரவுதல், துன்புறுத்தலின்

இலக்குகள் பெரும்பாலும் தாங்களே துன்புறுத்துபவர்களாக மாறுதல் - அதிர்ச்சி மீண்டும் நிகழ்தல், மனித வள புகார்கள் புறக்கணிக்கப்படுதல் அல்லது ஆயுதமாக்கப்படுதல் - இவை சர்வதேச வேலை இட துன்புறுத்தல் நிறுவனத்தின் ஆய்வுகளில் பதிவு செய்யப்பட்டுள்ளன.

ஊழலின் பரவல்

ஒரு நடுத்தர அளவிலான நிறுவனத்தின் தலைமை நிர்வாக அதிகாரி நிறுவன நிதியை தனிப்பட்ட தேவைக்கு பயன்படுத்துகிறார், அதை "பொழுதுபோக்கு செலவு" என்று நியாயப்படுத்துகிறார். தலைமை நிதி அதிகாரி எதிர்ப்பு தெரிவிக்கும்போது, தலைமை நிர்வாக அதிகாரி அவரை பணிநீக்கம் செய்கிறார். நார்சிசிஸ்ட்களின் உரிமை உணர்வு மற்றும் நிதி கட்டுப்பாடுகள் இல்லாமை அவர்களை ஊழல் நடைமுறைகளுக்கு முன்னோடியாக்குகிறது. நார்சிசிஸ்ட் தலைமை நிர்வாக அதிகாரிகளை நிதி தவறான அறிக்கை மற்றும் விதி மீறல்களுடன் ஆராய்ச்சி இணைக்கிறது. நிதி மோசடி மற்றும் மோசடி, கணக்கியலை கையாளுதல், தனிப்பட்ட நன்மைக்காக நிறுவன வளங்களை தவறாக பயன்படுத்துதல், லஞ்சம் மற்றும் தள்ளுபடிகளை ஏற்றுக்கொள்ளுதல், கொள்கை மீறல்களை "சிறப்பு சூழ்நிலைகள்" என்று நியாயப்படுத்துதல், "முடிவுகள் வழிமுறைகளை நியாயப்படுத்துகின்றன" என்ற கலாச்சாரத்தை உருவாக்குதல் - இவை கணக்கியல் ஆராய்ச்சியில் விரிவாக ஆவணப்படுத்தப்பட்டுள்ளன.

மனித வள அமைப்புகளை கையாளுதல்

ஒரு விற்பனை இயக்குனர் துன்புறுத்தல் புகாருக்கு முகம் கொடுக்கும்போது, கற்பனையான செயல்திறன் சிக்கல்களுடன் பல பக்க போலி "எதிர் புகார்" சமர்ப்பிக்கிறார். மனித வள புலனாய்வாளர் (HR), புதியவர், பயமுறுத்தப்பட்டவர் அல்லது வேறு ஆசை கொண்டவர், நார்சிசிஸ்டின் ஊழல் அல்லது மாய வலையில் எளிதில் மயங்கிவிடுவார். அவர் அசல் புகாரை விட இயக்குனரின் ஆவணத்தில் கவனம் செலுத்துகிறார், புகார் தெரிவித்தவர் இறுதியில் ராஜினாமா செய்கிறார். நார்சிசிஸ்ட்கள் ஊழியர்களை பாதுகாக்க வடிவமைக்கப்பட்ட மனித வள அமைப்புகளில் விளையாடுவதில் சிறந்தவர்கள். அவர்கள் கொள்கைகளை சுரண்டுகிறார்கள், இலக்குகளுக்கு எதிராக காகித பாதைகளை உருவாக்குகிறார்கள், விசாரணைகளை கையாளுகிறார்கள். கீழ்நிலை ஊழியர்களுக்கு எதிராக மனித வள கொள்கைகளை ஆயுதமாக்குதல், அவர்களை சவால் செய்பவர்களுக்கு எதிராக அற்பமான புகார்கள், செயல்திறன் மதிப்பாய்வு அமைப்புகளை கையாளுதல், பழிவாங்குதல் மூலம் நியாயமான புகார்களை தடுத்தல், மற்றவர்களின் மோசமான செயல்திறனின் ஆவணப்படுத்தப்பட்ட "சான்றுகளை" உருவாக்குதல், வசீகரம் அல்லது மிரட்டல் மூலம் மனித வள ஊழியர்களை இணைத்துக் கொள்ளுதல் - இவை நிறுவன ஆய்வுகளில் விவரிக்கப்பட்டுள்ளன.

முடிவெடுத்தல் முடக்கம்

ஒரு தொழில்நுட்ப தொடக்க நிறுவனத்தின் தயாரிப்பு மேம்பாடு நார்சிசிஸ்ட் தலைமை நிர்வாக அதிகாரியின் கீழ் நின்று போகிறது. பொறியாளர்கள் தலைமை நிர்வாக அதிகாரி ஒப்புதல் இல்லாமல் சிறிய முடிவுகளை எடுக்க

மாட்டார்கள். தலைமை நிர்வாக அதிகாரி அடிக்கடி ஒப்புதலளிக்கப்பட்ட முடிவுகளை திருப்புகிறார், பொறியாளர்களை பகிரங்கமாக குறை கூறுகிறார். சந்தைக்கு நேரம் முந்நூறு சதவீதம் அதிகரிக்கிறது. நார்சிசிஸ்ட்கள் கணிக்க முடியாத முடிவெடுத்தல், அடிக்கடி மாற்றங்கள் மற்றும் முன்முயற்சியின் தண்டனை மூலம் நிறுவன முடக்கத்தை உருவாக்குகிறார்கள். குழுக்கள் ஆபத்து-வெறுப்பு கொண்டவையாக மாறுகின்றன மற்றும் வெளிப்படையான அனுமதிக்காக காத்திருக்கின்றன. மெதுவான முடிவெடுத்தல் செயல்முறைகள், கீழ் மட்டங்களில் அதிகாரமளித்தல் இல்லாமை, அதிகப்படியான ஒப்புதல் தேவைகள், பய அடிப்படையிலான முடிவு தவிர்த்தல், சுறுசுறுப்பு மற்றும் பதிலளிக்கும் தன்மையின் இழப்பு, தாமதமான செயல்களிலிருந்து போட்டி பாதகம் - இவை பல ஆய்வுகளில் பதிவு செய்யப்பட்டுள்ளன.

நற்பெயர் சேதம்

ஒரு உணவக சங்கிலியின் நார்சிசிஸ்ட் நிறுவனரின் நடத்தை ஒரு ஊழியர் அவரை ஊழியர்களை திட்டுவதன் காணொளியை இடுகையிட்ட பின்னர் வைரலாகிறது. காணொளி எட்டு மில்லியன் பார்வைகளை பெறுகிறது. நிறுவனம் முக்கிய உரிமை ஒப்பந்தங்களை இழக்கிறது மற்றும் விண்ணப்பங்களில் நாற்பது சதவீத வீழ்ச்சியை அனுபவிக்கிறது. நார்சிசிஸ்ட் தலைமைத்துவத்திலிருந்து பல சேனல்கள் மூலம் நிறுவன நற்பெயர் பாதிக்கப்படுகிறது: ஊழியர் புகார்கள் பொது வெளியில் வருதல், வாடிக்கையாளர் சேவை தோல்விகள், நெறிக ஊழல்கள், சமூக ஊடக வெளிப்பாடு. எதிர்மறை முதலாளி மதிப்புரைகள், பொது ஊழியர் புகார்கள் மற்றும்

அம்பலப்படுத்துதல்கள், ஊழல்களின் ஊடக கவரேஜ், நிர்வாக நடத்தை பற்றிய வாடிக்கையாளர் புகார்கள், உயர் திறமையை ஆட்சேர்ப்பதில் சிரமம், வணிக கூட்டாண்மைகளின் இழப்பு - இவை ஆராய்ச்சிகளில் ஆவணப்படுத்தப்பட்டுள்ளன.

ஒழுக்க மீறல்கள்

ஒரு மருந்து நிறுவன நிர்வாகி விற்பனை குழுவை மருந்து பயன்பாட்டை லேபிளுக்கு வெளியே ஊக்குவிக்க அழுத்தம் கொடுக்கிறார், இணக்கமின்மைக்காக பணிநீக்கத்தை அச்சுறுத்துகிறார். இறுதியில் ஐந்நூறு மில்லியன் டாலர் உணவு மற்றும் மருந்து நிர்வாகம் அபராதம் மற்றும் குற்றவியல் குற்றச்சாட்டுகளுக்கு வழிவகுக்கிறது. கரும் முக்கோண ஆராய்ச்சி தொடர்ந்து நார்சிசிஸ்ட்கள் குறைந்த ஒழுக்க கட்டுப்பாடுகள், நியாயப்படுத்தல் திறன் மற்றும் உரிமை நம்பிக்கைகள் காரணமாக அதிக ஒழுக்கமற்ற நடத்தையில் ஈடுபடுவதை காட்டுகிறது. முறையான ஒழுக்க குறைபாடுகள், தரநிலைகளை மீற ஊழியர்கள் மீது அழுத்தம், விசில் ஊதுபவர்களுக்கு எதிராக பழிவாங்குதல், ஒழுக்க தெளிவின்மையின் கலாச்சாரத்தை உருவாக்குதல், விதி-மீறலை இயல்பாக்குதல், சட்ட பொறுப்பு மற்றும் ஒழுங்குமுறை மீறல்கள் - இவை மெட்டா-பகுப்பாய்வுகளில் விரிவாக ஆய்வு செய்யப்பட்டுள்ளன.

ஊழியர்களில் உளவியல் அதிர்ச்சி

நார்சிசிஸ்ட் நிர்வாகியின் முன்னாள் ஊழியர் வேலை தொடர்பான சிக்கலான அதிர்ச்சி மன அழுத்த கோளாறுக்காக பதினெட்டு மாத அதிர்ச்சி சிகிச்சை தேவைப்படுகிறது. மின்னஞ்சல் அறிவிப்புகளால்

தூண்டப்படும் பீதி தாக்குதல்களை அனுபவிக்கிறார், முதலாளி பற்றிய கனவுகள், புதிய வேலை இடத்தில் மிகை விழிப்புணர்வு. பெக் பதட்ட விவரப்பட்டியல் மதிப்பெண்கள் "கடுமையான" வரம்பில் உள்ளன. நார்சிசிஸ்ட் துஷ்பிரயோகத்தின் நீண்ட வெளிப்பாடு சிக்கலான அதிர்ச்சி மன அழுத்த கோளாறு, பதட்ட கோளாறுகள் மற்றும் மன இறுக்கத்தை ஏற்படுத்துகிறது. நரம்பியல் ஜீவ ஆராய்ச்சி மிகை விழிப்புணர்வு, விலகல் மற்றும் உணர்ச்சி சீர்குலைவு உட்பட அதிர்ச்சி பதில்களை காட்டுகிறது. மருத்துவ பதட்டம், சிக்கலான அதிர்ச்சி மன அழுத்த கோளாறு அறிகுறிகள், பெரும் மன இறுக்க கோளாறு, பீதி தாக்குதல்கள் மற்றும் பயங்கள், தூக்க கோளாறுகள் மற்றும் கனவுகள், உடல்நிலை அறிகுறிகள், அதிர்ச்சி பிணைப்பு மற்றும் அறிவாற்றல் சிதைவுகள் - ஐநூறு நார்சிசிஸ்ட் துஷ்பிரயோக உயிர்வாழ்பவர்களின் ஆய்வு இந்த தாக்கங்களை விரிவாக ஆவணப்படுத்தியுள்ளது.

அரசியலில் நார்சிசிஸ்ட்: நவீன சர்வாதிகாரத்தின் மனோவியல் வேர்கள்

வேலை இடத்தில் நார்சிசிஸ்ட் ஒரு குழுவை அழிக்கலாம் என்றால், அரசியலில் நார்சிசிஸ்ட் ஒரு முழு நாட்டையும் சிதைக்க முடியும். வரலாறு இதற்கு பல கொடூரமான சாட்சிகளை தந்துள்ளது. இருபதாம் நூற்றாண்டின் மிக மோசமான சர்வாதிகாரிகள் பலர் நார்சிசிஸ்ட் ஆளுமை பண்புகளை கொண்டிருந்தனர் என்பதை உளவியல் ஆய்வுகள் உறுதிப்படுத்துகின்றன. ஜனநாயக ஆராய்ச்சியாளர்கள் தெரிவிப்பது: உலக மக்கள்தொகையில் மூன்றில் ஒரு பகுதிக்கும் மேல் சர்வாதிகார ஆட்சியின் கீழ் வாழ்கிறது. உளவியல் ஆய்வுகள் காட்டுவது: ஜனநாயக

தலைவர்களுடன் ஒப்பிடும்போது சர்வாதிகார தலைவர்களில் உயர்த்தப்பட்ட நார்சிசிஸ்ட் பண்புகள் தெளிவாக வெளிப்படுகின்றன. மருத்துவ நார்சிசிசம் மற்றும் அரசியல் சர்வாதிகாரத்திற்கு இடையில் ஆளுமை கட்டமைப்புகளில் வலுவான ஒன்றுடன் ஒன்று உள்ளது என்பதை ஆராய்ச்சிகள் ஆவணப்படுத்துகின்றன.

ஊடக கட்டுப்பாடு: யதார்த்தத்தையே மாற்றியமைக்கும் ஆயுதம்

ஒரு நார்சிசிஸ்ட் அரசியல்வாதியின் முதல் இலக்கு தகவல் ஓட்டத்தையே கட்டுப்படுத்துவது. அவர்கள் ஊடகங்களை மூன்று வழிகளில் கையாளுகிறார்கள்: வாங்குதல், மிரட்டுதல், அல்லது முற்றிலும் புறக்கணித்தல். செய்தித்தாள்கள், தொலைக்காட்சி சேனல்கள், இணைய ஊடகங்கள் - இவை அனைத்தும் நேரடியாகவோ மறைமுகமாகவோ அரசு கட்டுப்பாட்டுக்குள் கொண்டு வரப்படுகின்றன. ஸ்டாலின் எப்படி அனைத்து சோவியத் ஊடகங்களையும் கட்டுப்படுத்தி வரலாற்றையே மீண்டும் எழுதினாரோ, ஹிட்லரின் கோயபல்ஸ் எப்படி அனைத்து தகவல்களையும் கையாண்டாரோ, அதே உத்திகள் இன்றும் பல்வேறு சர்வாதிகார ஆட்சிகளில் பயன்படுத்தப்படுகின்றன. விமர்சனம் செய்யும் பத்திரிகையாளர்களுக்கு முறையான அழுத்தம் கொடுக்கப்படுகிறது: அரசு விளம்பரங்கள் நிறுத்தப்படுதல், வரி விசாரணைகள், அவதூறு வழக்குகள், சிறையடைப்பு, உடல் மிரட்டல்கள் கூட. நார்சிசிஸ்ட் தலைவர்கள் விமர்சனத்திற்கு விகிதாசாரமற்ற விரோதத்துடன் பதிலளிப்பதை உளவியல் ஆய்வுகள் தொடர்ந்து பதிவு செய்துள்ளன. இதன் மூலம் மற்ற பத்திரிகையாளர்களுக்கு ஒரு தெளிவான செய்தி

அனுப்பப்படுகிறது: விமர்சனம் ஆபத்தானது, மௌனமே பாதுகாப்பானது.

அதே நேரத்தில், தங்களுக்கு சாதகமான "நட்பு" ஊடகங்கள் அரசு ஊக்குவிப்புகளால் வளர்க்கப்படுகின்றன. இந்த கைக்கூலி ஊடகங்கள் தலைவரை கடவுள் போல் சித்தரிக்கின்றன - அவர் செய்யும் எல்லாமே சரி, அவர் சொல்வதெல்லாம் வேதவாக்கு. எதிரிகள் எப்போதும் பயங்கரமானவர்கள், நாட்டுக்கு துரோகிகள் என்று சித்தரிக்கப்படுகிறார்கள். மீண்டும் மீண்டும் உணர்ச்சி கையாளுதலுடன் ஒரே செய்தியை பரப்புவதன் மூலம், பொய்கள் கூட உண்மையாக தெரிய ஆரம்பிக்கின்றன. கோயபல்ஸ் கண்டுபிடித்த உத்தி இன்றும் செயல்படுகிறது: ஒரு பொய்யை நூறு முறை சொன்னால் அது உண்மையாகிவிடும். நவீன காலத்தில் இந்த கையாளுதல் சமூக ஊடகங்களுக்கும் நீட்டிக்கப்பட்டுள்ளது. போட்கள், ட்ரோல் படைகள், இனையதள கைகூலி அடியாள் படைகள் (பரக்கும் குரங்கு படை) - இவை அனைத்தும் தவறான தகவல்களை பரப்ப பயன்படுத்தப்படுகின்றன. உண்மையான செய்திகளை "போலி செய்திகள்" என்று முத்திரை குத்துவதும், தவறான தகவல்களை உண்மைகள் என்று முன்வைப்பதும் இந்த கையாளுதலின் இரு முனைகள். இதன் மூலம் யதார்த்தமே சிதைக்கப்படுகிறது, ஒரு "மாற்று யதார்த்தம்" உருவாக்கப்படுகிறது. தலைவர் என்ன சொல்கிறாரோ அதுவே சத்தியம், அவர் எதை மறுக்கிறாரோ அது பொய் - இப்படி மக்களின் சிந்தனை முறையே மாற்றியமைக்கப்படுகிறது.

பிரித்தாளும் கொள்கையும் ஊழலும்

மக்களை ஒன்றிணைப்பதற்கு பதிலாக பிரிப்பதில் தான் அதிகாரம் இருக்கிறது என்பதை நார்சிசிஸ்ட் அரசியல்வாதிகள் நன்கு அறிவார்கள். அவர்கள் மதம், சாதி, மொழி, பிராந்தியம் போன்ற அடையாளங்களை கூர்மையான ஆயுதங்களாக மாற்றுகிறார்கள். "நாம்" மற்றும் "அவர்கள்" என்ற பிரிவினையை தொடர்ந்து வலுப்படுத்துகிறார்கள். "நம் சமூகம் ஆபத்தில் உள்ளது", "அவர்கள் நமது வாய்ப்புகளை பறிக்கிறார்கள்", "நமது கலாச்சாரத்தை அழிக்க சதி நடக்கிறது" என்ற கதைகளை கட்டமைக்கிறார்கள். இதன் நோக்கம் உண்மையான பிரச்சினைகளை மறைப்பது. ஊழல், மோசமான ஆட்சி, வசதிகளின் பற்றாக்குறை, வேலையின்மை - இவை அனைத்தும் பின்னணிக்கு தள்ளப்படுகின்றன. மக்கள் தங்கள் உண்மையான பிரச்சினைகளை மறந்து, யார் "நம்மவர்கள்", யார் "அயல்நாட்டவர்கள்" என்ற சண்டையில் சிக்கிக் கொள்கிறார்கள். பிரித்தானிய காலனித்துவ ஆட்சி இந்தியாவில் இந்து-முஸ்லிம் பிரிவுகளை எப்படி பயன்படுத்தியதோ, அதே உத்தி இன்றும் பல்வேறு நார்சிசிஸ்ட் தலைவர்களால் பயன்படுத்தப்படுகிறது.

இந்த பிரிவினை மூடுபனிக்குள், ஊழல் செழிக்கிறது. நார்சிசிஸ்ட் தலைவர்கள் பெருமை உரிமை உணர்வு காரணமாக அரசு வளங்களை தனிப்பட்ட சொத்தாக பார்க்கிறார்கள். மார்கோஸ் பிலிப்பைன்ஸில் பில்லியன் கணக்கான டாலர்களை திருடினார், பெர்லுஸ்கோனி இத்தாலியில் வழக்கு தொடர்வதை தவிர்க்க அரசியல் அதிகாரத்தை பயன்படுத்தினார் - இவை வரலாற்று உதாரணங்கள். திட்டங்களில் கமிஷன், கொள்முதல்களில்

லஞ்சம், நிலம் மற்றும் சொத்து ஊழல்கள் முறையான செயல்பாடுகளாக மாறுகின்றன. தலைவர் நார்சிசிசம் மற்றும் அரசாங்க ஊழலுக்கு இடையில் ஆராய்ச்சி வலுவான தொடர்பை காட்டுகிறது. இந்த ஊழல் வெறும் பணம் களவாடுவது மட்டுமல்ல, அது முழு சமூகத்தையும் விஷமாக்குகிறது. மோசமான சாலைகள், மருத்துவமனைகளில் மருந்துகள் பற்றாக்குறை, பள்ளிகளில் தகுதியற்ற ஆசிரியர்கள் - இவை அனைத்தும் ஊழலின் நேரடி விளைவுகள். மெதுவாக "எல்லோரும் செய்கிறார்கள்" என்ற மனநிலை பரவுகிறது, சமூகத்தின் ஒழுக்க முதுகெலும்பே முறிகிறது. மாநில நிதிகளின் தனிப்பட்ட பயன்பாடு, உறவினர் ஆதரவு, கிளெப்டோக்ரசி, சட்ட விலக்கு உருவாக்குதல் - இவை வெளிப்படைத்தன்மை சர்வதேச ஆராய்ச்சியில் தெளிவாக ஆவணப்படுத்தப்பட்டுள்ளன.

சமூகத்திற்கு விளையும் ஆழமான சேதம்

நார்சிசிஸ்ட் அரசியல் தலைமைத்துவம் சமூக கட்டமைப்பு, ஜனநாயக நிறுவனங்கள், மக்கள் நல்வாழ்விற்கு அளவிடக்கூடிய தீங்கை ஏற்படுத்துகிறது. ஜனநாயக அரிப்பு முதலில் தொடங்குகிறது - நிறுவனங்கள், சட்டத்தின் ஆட்சி, சுதந்திர பத்திரிகை ஆகியவை பலவீனப்படுத்தப்படுகின்றன. சமூக துருவமுனைப்பு அதிகரிக்கிறது, குழுக்களுக்கு இடையில் விரோதம் வளர்கிறது, நாகரீக உரையாடலின் முறிவு நிகழ்கிறது. பொருளாதார சேதமும் கூட: ஊழல் மொத்த உள்நாட்டு உற்பத்தியை குறைக்கிறது, வளங்களின் தவறான ஒதுக்கீடு நடக்கிறது, வெளிநாட்டு முதலீடு குறைகிறது. ஒரு ஊழல் மற்றும் குற்றவியல் கலாச்சாரம் நிறைந்த சமூகத்தில் பெண்கள் மற்றும் குழந்தைகள் மிகவும்

பாதிக்கப்படுகிறார்கள். சட்டம் பலவீனமாக இருக்கும்போது, பெண்கள் மீதான வன்முறை, குழந்தை தொழிலாளர், பாலியல் வன்கொடுமை ஆகியவை அதிகரிக்கின்றன.

இதைவிட மோசமானது: நார்சிசிஸ்ட் சர்வாதிகார ஆட்சியின் கீழ் வாழ்வது மக்களுக்கு ஆழமான உளவியல் அதிர்ச்சியை ஏற்படுத்துகிறது. அதிகரித்த பதட்டம் மற்றும் மன இறுக்க விகிதங்கள், கூட்டு அதிர்ச்சி மன அழுத்த கோளாறு, இயல்பாக்கப்பட்ட துஷ்பிரயோகத்தை ஆராய்ச்சி ஆவணப்படுத்துகிறது. சோவியத்துக்கு பிந்தைய மக்கள் உயர்த்தப்பட்ட அதிர்ச்சி மன அழுத்த கோளாறு விகிதங்களை காட்டினர், நாஜிக்கு பிந்தைய ஜெர்மனி தலைமுறைகளுக்கு கூட்டு சிகிச்சை தேவைப்பட்டது. சர்வாதிகார ஆட்சியின் கீழ் வாழும் நவீன மக்கள் அதிகளவு மன சுகாதார சிக்கல்களை சந்திக்கிறார்கள் என்பதை புள்ளிவிவரங்கள் தெளிவாக காட்டுகின்றன. கற்றறிந்த அறிஞர் பலர் இருந்தும் நாட்டை வளர்ச்சிபாதையில் கொண்டு செல்ல இயலாமை, ஜனநாயக குறியீடுகளின் வீழ்ச்சி - இவை அனைத்தும் நார்சிசிஸ்ட் சர்வாதிகார தலைவர்கள் உள்ள நாடுகளின் நிலையை வெளிப்படுத்துகின்றன.

பண்டைய ஞானமும் நவீன அறிவியலும் ஒன்றிணையும் இடம் பழங்கால இந்திய நூல்களில் வரும் அசுரர்கள், பிசாசுகள், பேய்கள் என்பவை வெறும் கற்பனைக் கதைகள் அல்ல. அவை மனித அனுபவத்தின் ஆழமான உண்மைகளைக் குறியீட்டு மொழியில் விளக்கும் முயற்சிகள். இன்றைய உளவியல் அறிவியல் அந்தப் பண்டைய ஞானத்திற்கு ஆதாரம் தருகிறது.

நார்சிசிஸ்ட் ஆளுமைக் கோளாறு உள்ளவர்கள் பற்றிய நவீன ஆய்வுகள் வெளிப்படுத்துவது: இவர்கள் உண்மையில் மற்றவர்களின் ஆற்றலை உறிஞ்சி வாழும், அவர்களின் சுய உணர்வை அழிக்கும், அவர்களின் யதார்த்த உணர்வையே சிதைக்கும் ஆற்றல் கொண்டவர்கள். உலகம் முழுவதும் நடத்தப்பட்ட ஆயிரக்கணக்கான ஆய்வுகள், பல்லாயிரக்கணக்கான பாதிக்கப்பட்டவர்களின் அனுபவங்கள், மூளை இமேஜிங் தொழில்நுட்பங்கள் — இவை அனைத்தும் ஒரே குரலில் சொல்கின்றன: நார்சிசிஸ்ட் ஆளுமை கொண்டவர்கள் பண்டைய நூல்கள் வர்ணித்த அசுரர்களின் நவீன அவதாரங்கள்.

குடும்பத்தில் மறைந்திருக்கும் அசுரர்கள்

"பசும் தங்கம் புது வெள்ளி...
மாணிக்கம் மணிவைரம்...
அவை யாவும் ஒரு தாய்க்கு ஈடாகுமா..."

என்ற பாடல் வரிகளை நினைவுபடுத்திப் பாருங்கள். ஆனால் வாழ்க்கையின் கொடூரமான யதார்த்தம் என்ன? சில narcissist தாய்களின் கொடுமையைப் பாதிக்கப்பட்ட மகனோ, மகளோ மற்றவர்களிடம் கூறினால், பெரும்பாலும் அவர்கள் நம்பமாட்டார்கள். "எப்படி ஒரு தாய் தன் குழந்தைக்குத் தீங்கு செய்வாள்?" என்று மறுப்பார்கள்.

ஆனால் உண்மை என்ன? தங்களின் உடல் இச்சைக்காகத் திருமணம் மீறிய உறவுகளை ஏற்படுத்திக்கொண்டு, அதன் விளைவால் தான் பெற்ற குழந்தைகளையே கொலை செய்த பெண்களைச் செய்திகளில் காண முடிகிறதல்லவா? இது போன்ற பெண்கள் தாய்களா அல்லது பேய்களா? சிந்தித்துப் பாருங்கள். தாய் அல்லது தந்தை இது போன்ற கடுமையான

துன்பங்களையும் இன்னல்களையும் சொந்த வாரிசுகளுக்கே கொடுத்துக்கொண்டிருக்கின்றனர்.
இவர்களுக்கு மனநோய் என்று புதிய பெயர் வைக்கலாம். ஆனால் இது போன்றவர்களுக்கு அக்காலத்துப் பெயர் "பேய் பிடித்தவர்கள்". வார்த்தைகள் வேறு; நிகழ்வு ஒன்றே.

பண்டைய எச்சரிக்கைகளும் நவீன ஆதாரங்களும்

பண்டைய நூல்கள் "பிடித்தல்" அல்லது "ஆவேசம்" என்று வர்ணித்ததை, இன்றைய மூளை ஆய்வுகள் அளவிடக்கூடிய மூளை மாற்றங்களாகவும் அதிர்ச்சிப் பதில்களாகவும் காட்டுகின்றன. பண்டைய ஞானிகள் சொன்னார்கள்: தீய சக்திகளிலிருந்து பாதுகாத்துக்கொள்ள எல்லைகள் வேண்டும், பாதுகாப்பு சக்கரங்கள் வேண்டும். நவீன உளவியல் சொல்கிறது: narcissists்களிடமிருந்து பாதுகாத்துக்கொள்ளத் தெளிவான எல்லைகள் வேண்டும், நிறுவன பாதுகாப்புகள் வேண்டும், விழிப்புணர்வு வேண்டும். இரண்டும் ஒரே உண்மையைச் சொல்கின்றன — வெவ்வேறு மொழிகளில்.

இந்த நூலின் நோக்கம்

இந்தப் புத்தகத்தின் நோக்கம் யாரையும் குறிப்பிட்டுப் பழி சுமத்துவதோ, வெறுப்பைப் பரப்புவதோ அல்ல. மாறாக, ஒரு கண்ணுக்குத் தெரியாத ஆபத்தைக் கண்ணுக்குத் தெரியும்படி செய்வது, பழங்கால ஞானத்தையும் நவீன அறிவியலையும் இணைத்து முழுமையான புரிதலைத் தருவது. நம் முன்னோர்கள் குறியீட்டு மொழியில் எச்சரித்த ஆபத்துகள் இன்றும் நம் மத்தியில் உள்ளன — அரசியலில், நிறுவனங்களில், குடும்பங்களில்.

Narcissist அரசியல்வாதிகளின் கையாளுதல் தந்திரங்களைப் புரிந்துகொண்டால், அவற்றின் சக்தி குறைகிறது. அடையாள அரசியல் பிரிவினை என்பதை அறிந்து, உண்மையான பிரச்சினைகளில் கவனம் செலுத்தலாம். ஊடகக் கையாளுதலை அறிந்து, பல மூலங்களிலிருந்து தகவல் சேகரித்துச் சரிபார்க்கலாம். ஊழல் மற்றும் குற்றவியல் இணைப்புகளை அம்பலப்படுத்தக் கேள்விகள் கேட்கலாம். ஒவ்வொரு குடிமகனும் கேள்விகள் கேட்பவராக, விமர்சன சிந்தனையாளராக, செயலூக்கமுள்ள பங்கேற்பாளராக மாறும்போதுதான், narcissist அரசியலின் பிடியிலிருந்து விடுபட முடியும்.

அறிவே ஆயுதம், விழிப்புணர்வே கவசம், புரிதலே விடுதலை.

அத்தியாயம் 3 : தீயசக்திகளிடமிருந்து பாதுகாப்பு

தீய சக்திகளிடமிருந்து பாதுகாப்பு பெற முதலில் நாம் செய்ய வேண்டியது, நம் முன்னோர்கள் கூறியதை ஏற்றுக்கொள்வது. கண்ணுக்குத் தெரியாத துர்சக்திகள் நம்மைச் சுற்றி உள்ளன என்றும், அவை நம்மைப் பற்றிக்கொண்டு நம்முள் பாதிப்புகளை ஏற்படுத்தவோ அல்லது நம் செயல்களில் தாக்கங்களை ஏற்படுத்தவோ முடியும் என்றும் அவர்கள் எச்சரித்தனர்.

இவற்றை ஏன் "தீய ஆவிகள்" அல்லது "நெருப்பெற்ற புகையினால் தோன்றியவை", "காற்று", "கருப்பு" என்று அழைத்தார்கள் என்று சிந்தித்தால் நேரடியான விளக்கம் கிடைக்கிறது. "ஆவி" என்றால் என்ன? திட அல்லது திரவ நிலையில் இருக்கும் பொருள் காற்றில் கரைந்துபோய்

உள்ள நிலையை "ஆவி" என்கிறோம். உதாரணமாக, நீர் ஆவியாகி விட்டது. எனவே "ஆவி" என்பதன் பொருள் காற்றில் கலந்துள்ள ஏதோ ஒன்றைக் குறிக்கிறது. இது கிருமிகள் காற்றில் கலந்துள்ளன, காற்றின் மூலமாகப் பரவும் தன்மையுள்ளன என்னும் இன்றைய அறிவியலுடன் நேரடியாக ஒத்துப்போகின்றது.

ஈமச்சடங்குகளின் உண்மைப் பொருள்

சுடுகாடும் பேய்களும்: பேய், பிசாசு, பூதம் போன்றவை எங்கே வாழ்கின்றன? அவை பெரும்பாலும் சுடுகாட்டில் வசிப்பதாக நம்பப்பட்டன. இதனாலேயே சுடுகாடுகள் எப்போதும் ஊருக்கு வெளியே, ஒதுக்குப்புறமாக அமைக்கப்பட்டன. மக்கள் சுடுகாட்டிற்குச் செல்வதைத் தவிர்த்தனர்; ஈமச் சடங்குகள் செய்வதற்காக மட்டுமே, அதுவும் பெரும்பாலும் சூரிய ஒளி இருக்கும் பகல் நேரத்தில் மட்டுமே சென்றனர். இரவு நேரங்களில் சுடுகாட்டிற்குச் செல்வது மிகப்பெரிய ஆபத்து; அங்கு அலைந்து திரியும் பேய்கள் மனிதர்களைப் பிடித்துக்கொள்ளும் என்று அஞ்சப்பட்டது.

கடுமையான தூய்மை விதிகள்: இறுதிச்சடங்கில் கலந்துகொண்டு வரும் நபர் "தீட்டுப்பட்டவர்" ஆகக் கருதப்பட்டார். அவரது ஆடைகள் வீட்டின் வெளியே துவைக்கப்பட வேண்டும் என்பது கட்டாயம். மரணம் நிகழ்ந்த வீட்டிற்கோ மயானத்திற்கோ சென்று வருபவர், குளிக்காமல் வீட்டுக்குள் நுழையக்கூடாது, மற்றவர்களைத் தொடவும் கூடாது என்பது கடுமையாகப் பின்பற்றப்பட்ட விதிகளாக இருந்தன. இந்தப் பழக்கங்களை இன்றளவும் நாம் தொடர்ந்து கடைப்பிடித்து வருகிறோம்.

ஒரு மனிதன் இறந்தவுடன், காது, வாய் மற்றும் மூக்குத் துவாரங்களைப் பஞ்சு அல்லது துணியால் அடைப்பது வழக்கமாக உள்ளது. இதன் பொருள் என்ன? இறந்த உடலிலிருந்து வெளிப்படும், கண்களுக்குத் தெரியாத ஆவிகள் மற்றவர்களைப் பாதிக்கக் கூடாது என்பதற்காகவே இந்த முறையான சடங்குகள் வடிவமைக்கப்பட்டன.

நவீன அறிவியல் உறுதிப்படுத்துவது

இன்று உலக சுகாதார அமைப்பும் நோய் கட்டுப்பாட்டு மையமும் தொற்றுநோயாளிகளின் (கோவிட்-19, ஈபோலா, ஆந்த்ராக்ஸ்) உடல்களை மிகக் கவனமாகக் கையாள வேண்டும் என்று வழிகாட்டுகின்றன. தனிநபர் பாதுகாப்பு உடைகளான கையுறை, மேலங்கி, முகக்கவசம் ஆகியவற்றை அணிந்துதான் இந்த உடல்களைத் தொட வேண்டும். மருத்துவக் கட்டுகள் மற்றும் குழாய்கள் அகற்றப்பட வேண்டும், வாய் மற்றும் மூக்கு மூடப்பட வேண்டும், ஒரு சதவீத குளோரின் கரைசலால் சுத்தம் செய்யப்பட்டு இறுக்கமாக மூடி அடைக்கப்பட வேண்டும்.

தகனம் செய்வதே மிகவும் விரும்பத்தக்கது, ஏனெனில் உடல் திரவங்கள் சிதறாமல் இருப்பதால் தொற்றுப் பரவல் முழுமையாகத் தடுக்கப்படுகிறது. புதைப்பு அனுமதிக்கப்பட்டால், உலோகப் பெட்டியில் மட்டுமே, பாதுகாப்பு உடைகளுடன் செய்யப்பட வேண்டும்.

பண்டைய அறிவியல்

முறையான தகனம் அல்லது அடக்கம் செய்வது பொது சுகாதாரத்திற்கு அவசியம் என்பதை முன்னோர்கள் நன்கு

அறிந்திருந்தனர். புராணங்கள், வேதங்கள் மற்றும் பிற மத நூல்களும் ஈமச்சடங்குகளை வலியுறுத்துகின்றன. காலப்போக்கில் சில மூடநம்பிக்கைகள் கலந்திருக்கலாம்; ஆனால் அதன் மையக் கருத்து அறிவியல் பூர்வமானதே.

எது மூடநம்பிக்கை - ஒரு முக்கியமான கேள்வி

இன்று நாம் ஏற்றுக்கொள்கிறோம்: கோவிட்-19, ஈபோலா, ஆந்த்ராக்ஸ் கிருமிகள் இறந்தவரின் உடலிலிருந்து காற்றில் ஆவியாகக் கலந்து மற்றவரைப் பீடிக்க இயலும் என்று. அப்படியானால், ஏன் இறந்தவரின் "நிறைவேறாத ஆசைகள்" என்று அழைக்கப்பட்ட ஆவிகள் மற்றவரைப் பீடிக்க இயலாது?

எதற்காக இறுதிச்சடங்கில் கலந்துகொண்டு வரும் நபர் "தீட்டுப்பட்டவர்" ஆகக் கருதப்பட்டார்? எதற்காக வாய், மூக்கு, காதுகள் அடைக்கப்பட்டன? எதற்காக உடனடியாகக் குளிக்க வேண்டும் என்று கட்டாயம்?

அக்கால அறிஞர்கள் இதைத் துல்லியமாகக் கணித்தே, கண்களுக்குப் புலனாகாத காற்றில் கலந்துள்ள பொருளை விவரிக்க "ஆவி" என்ற வார்த்தையைப் பயன்படுத்தியுள்ளார்கள். நம் முன்னோர்கள் "ஆவி" என்று சொன்னார்கள். நாம் இன்று "airborne pathogen" என்கிறோம். வார்த்தைகள் வேறு; உண்மை ஒன்றே. முன்னோர்கள் சொன்னதன் பொருளை முழுமையாக ஆராய்ந்து அறியாமல், தங்களைத் தாங்களே அறிஞர்கள் என்று கூறிக்கொள்வோரின் பேச்சைக் கேட்டு அவற்றை மூடநம்பிக்கை என்று கண்மூடித்தனமாக ஒதுக்குவதே உண்மையான மூடநம்பிக்கை.

3.1 மெதுவாகப் பரவும் ஆபத்து : விழிப்புணர்வின் அவசியம்

ஒரு நோய் மனித உடம்புக்குள் நுழையும்போது அது தனி மனிதனை மட்டும் பாதிக்காது; குடும்பம், சமூகம், நாடு வரை பரவக்கூடிய சக்தி கொண்டதாக மாறும். கொரோனா, பிளேக், எய்ட்ஸ் போன்ற தொற்றுநோய்களுக்கு மருந்தை விட முக்கியமானது விழிப்புணர்வுதான் என்பதை வரலாறு நமக்குக் கற்றுக்கொடுத்துள்ளது.

கொரோனா காலத்தில் "இது சாதாரணக் காய்ச்சல்தான்" என்ற அலட்சியம் ஆயிரக்கணக்கான உயிர்களை எடுத்தது. பிளேக் நோய் வந்த காலத்தில் சுத்தம், தனிமைப்படுத்தல், தொற்றின் வழிகள் பற்றிய அறிவு இல்லாததால் நகரங்களே அழிந்தன.

ஆனால் இன்னொரு வகை நோய்கள் இருக்கின்றன — அவை மெதுவாகப் பரவி, படிப்படியாக உடம்பைப் பாதித்து, நீண்ட காலத்தில் வாழ்க்கையையே மாற்றிவிடும். நீரிழிவு நோய் (Diabetes) அந்த வகையைச் சேர்ந்தது. ஆயிரக்கணக்கான ஆண்டுகளுக்கு முன்பே அறியப்பட்ட இந்த நோய், அப்போது அரிதாக இருந்தது.

கடந்த மூன்று தசாப்தங்களில் இந்தியாவில் நீரிழிவு நோயாளிகளின் எண்ணிக்கை வியக்கத்தக்க வகையில் உயர்ந்துள்ளது. 1990-களுக்கு முன்பு பணக்காரர்களின் நோயாகக் கருதப்பட்ட நீரிழிவு, இன்று பணக்காரர்–ஏழை என்ற வேறுபாடு இல்லாமல் எல்லாச் சமூகத்தையும் தாக்குகிறது. தற்போது இந்தியாவில் சுமார் 10 கோடிக்கும்

மேற்பட்டோர் இந்நோயால் பாதிக்கப்பட்டிருக்கலாம் என்று மதிப்பிடப்படுகிறது.

இந்த வேகமான பரவலுக்கு விரைவான நகரமயமாக்கல், மாறிவரும் வாழ்க்கை முறைகள், உடல் உழைப்பு குறைதல், உணவுப் பழக்க மாற்றங்கள், உடல் பருமன் போன்ற காரணிகள் பங்களிப்பதாகக் கருதப்படுகிறது. வரலாற்று ரீதியாக நகர்ப்புறங்களில் அதிகமாக இருந்த இந்நோய், இப்போது கிராமப்புறங்களிலும் வேகமாகப் பரவி வருகிறது. 2031 ஆம் ஆண்டிற்குள் பாதிப்பு விகிதம் மேலும் உயரலாம் என்று கணிப்புகள் தெரிவிக்கின்றன. இன்றுவரை இதற்கு முழுமையான நிரந்தரச் சிகிச்சை இல்லை; மருந்துகள் நோயைக் கட்டுப்பாட்டில் வைத்திருக்க மட்டுமே உதவுகின்றன.

நீரிழிவு நோயின் உடல்ரீதியான பாதிப்புகள் பலவிதமானவை. இரத்தத்தில் அதிகப்படியான சர்க்கரை இதயம் மற்றும் இரத்த நாளங்களைச் சேதப்படுத்தி, மாரடைப்பு, பக்கவாதம், உயர் இரத்த அழுத்தம் போன்ற உயிருக்கு ஆபத்தான நிலைகளை உண்டாக்கலாம். காலப்போக்கில், கட்டுப்பாடற்ற சர்க்கரை அளவு சிறுநீரகத்தைச் சேதப்படுத்தி செயலிழப்பை (Nephropathy) ஏற்படுத்துவதோடு, விழித்திரையைப் பாதித்து பார்வை இழப்பையும் (Retinopathy) உண்டாக்கக்கூடும். நரம்புகள் பாதிக்கப்படுவதால் (Neuropathy) கை, கால்களில் உணர்வின்மை அல்லது வலி ஏற்படும்; இதனால் பாதங்களில் ஏற்படும் காயங்கள் கவனிக்கப்படாமல் போய், தீவிரத் தொற்று ஏற்பட்டு உறுப்புகளை அகற்ற வேண்டிய நிலை கூட வரலாம். இரத்த ஓட்டம் மற்றும் நரம்புகள்

பாதிக்கப்படுவதால், ஆண் மற்றும் பெண் இருபாலருக்கும் பாலியல் ஆரோக்கியம் பாதிக்கப்படக்கூடும்.

உடல் ஆரோக்கியத்தோடு நின்றுவிடாமல், நீரிழிவு மனநலத்தையும் பாதிக்கிறது. இரத்த சர்க்கரை அளவு திடீரென ஏறி இறங்கும்போது மூளையின் வேதியியல் சமநிலை மாறி, தேவையற்ற எரிச்சல், கோபம், முன்தூண்டுதல் (Impulsive) நடத்தை போன்றவற்றை உண்டாக்கலாம் என்று அறியப்படுகிறது (Diabetic Rage). நீரிழிவு நோயாளிகளுக்கு மனச்சோர்வு (Depression) ஏற்படும் வாய்ப்பு அதிகம் என்பதும், வாழ்நாள் முழுவதும் மருந்துகளை உட்கொள்ள வேண்டிய சூழல் நீரிழிவு மன உளைச்சலை (Diabetes Distress) உண்டாக்குவதாகவும் மருத்துவ ஆய்வுகள் தெரிவிக்கின்றன.

நீண்ட கால நீரிழிவு ஞாபக மறதி மற்றும் சிந்திக்கும் திறனைப் பாதித்து, முதுமையில் அறிவாற்றல் குறைபாடுகளை ஏற்படுத்தக்கூடும் என்றும் சில ஆய்வுகள் சுட்டிக்காட்டுகின்றன.
மனநிலை மாற்றங்கள் மற்றும் கோபம் காரணமாகக் குடும்ப உறுப்பினர்களுடன் அடிக்கடி மோதல்கள் ஏற்படலாம். இது கணவன்-மனைவி இடையேயான புரிதலைப் பாதித்து, உறவுகளில் விரிசலை ஏற்படுத்தக்கூடும். சோர்வு, வெறுப்பு, உடல் மற்றும் மன நிலைப் பாதிப்பு, உறவுகளில் பிரிவு, நிம்மதியின்மை — இவையனைத்தும் நமது முன்னோர்கள் தீய சக்திகளின் செயல்பாடாகக் குறிப்பிட்ட அறிகுறிகளுடன் வெகுவாக ஒத்துப்போவதை நம்மால் காண முடிகிறது.

மேலும் ஆச்சரியமான விஷயம் என்னவெனில், நீரிழிவு நோய்க்கும் (Type 1, Type 2 இரண்டுக்கும்) குடல் மைக்ரோபையோம் மாற்றங்களுக்கும் இடையே ஏதேனும்

தொடர்பு இருக்கலாமா என்று தற்போது தீவிர ஆய்வுகள் நடைபெற்று வருகின்றன. பல ஆய்வுகள் Type 2 நீரிழிவு (T2DM) நோயாளிகளில் குடல் மைக்ரோபையோம் அமைப்பு ஆரோக்கியமானவர்களை விட வேறுபட்டிருப்பதைக் காட்டியுள்ளன. "நீரிழிவு நோய்க்கு குறிப்பிட்ட பாக்டீரியா காரணம்" என்று மருத்துவம் இன்னும் உறுதியாகச் சொல்லவில்லை; ஆனால் குடல் மைக்ரோபையோம் சமநிலைக் குலைவு (dysbiosis), சில நீண்டகால தொற்றுகள், அவற்றின் வளர்சிதை மாற்ற உற்பத்திப் பொருட்கள் (metabolites) போன்றவை T1, T2 நீரிழிவு ஆபத்து மற்றும் நோய்ப்போக்கில் முக்கியமான மாற்றியங்களாக (modifying factors) இருக்கலாம் என்பதற்கான குறிப்பிடத்தக்க அறிகுறிகள் இருக்கின்றன.

நீரிழிவு நோயின் மேலாண்மையில் உணவு கட்டுப்பாடு, உடற்பயிற்சி, மனஅழுத்தக் கட்டுப்பாடு ஆகியவை தனிப்பட்ட சிகிச்சையாக மட்டும் போதுமானவை அல்ல. இருப்பினும், மருந்து சிகிச்சையுடன் இணைந்து யோகா, தியானம், மூச்சுப் பயிற்சி போன்றவை மனஅழுத்த ஹார்மோன்களின் தாக்கத்தைக் குறைத்து, இன்சுலின் செயல்திறனை மறைமுகமாக மேம்படுத்தக் கூடும் என்று சில அறிவியல் ஆய்வுகள் சுட்டிக்காட்டுகின்றன. அதேபோல் நீண்டகால கோபம், பழிவாங்கும் எண்ணம், மனக்கசப்பு போன்ற மனநிலைகள் உடலில் அழற்சி செயல்பாடுகளை அதிகரித்து, சர்க்கரை சமநிலையைப் பாதிக்கக்கூடும் என்றும் ஆய்வாளர்கள் குறிப்பிடுகின்றனர். எனவே, மருந்து சிகிச்சையுடன் சேர்த்து மனநிலை சீராக்கம், ஒழுக்கமான வாழ்வியல் நடைமுறைகள், நன்றியுணர்வு போன்றவை நீரிழிவு மேலாண்மையில் துணை சக்திகளாகச்

செயல்படலாம் என்று தற்போதைய ஆராய்ச்சிகள் தெரிவிக்கின்றன.

இந்திய அரசு தற்போது நீரிழிவு நோயைக் கட்டுப்படுத்த பல முனைகளில் முயற்சிகளை மேற்கொண்டு வருகிறது. தேசிய சுகாதார இயக்கத்தின் கீழ் இயங்கும் NPCDCS என்ற திட்டம் மூலம் நாடு முழுவதும் அரசு மருத்துவமனைகள், PHC, CHC, மாவட்ட மருத்துவமனைகள் வரை இலவச ஸ்கிரீனிங், பரிசோதனை, மருந்தளிப்பு, பின்தொடர் சிகிச்சை ஆகியவை வழங்கப்படுகின்றன. பொதுமக்களுக்கு உணவு பழக்கம், உடற்பயிற்சி, புகைபிடித்தல், மது, உடல் பருமன் போன்றவற்றைப் பற்றி விழிப்புணர்வு ஏற்படுத்த ஊரக சுகாதார ஊழியர்கள், பள்ளிகள், ஊடகங்கள் மூலம் பிரசாரங்கள் நடத்தப்படுகின்றன. ICMR-INDIAB போன்ற தேசிய ஆய்வுகள் மூலம் இந்தியர்களில் நீரிழிவு பரவல் மற்றும் காரணிகள் பற்றிய தரவுகளைச் சேகரித்து, அதன் அடிப்படையில் புதிய கொள்கைகளும் சிகிச்சை வழிகாட்டுதல்களும் உருவாக்கப்படுகின்றன. சமீபத்தில் சென்னை மையமாக இந்தியாவின் முதல் Diabetes Biobank உருவாக்கப்படுவதற்கும் அரசின் ஆய்வு நிதி மற்றும் நிறுவனங்கள் இணைந்து செயல்படுகின்றன. மாநில அளவிலும் (உதாரணத்திற்கு தமிழ்நாடு) தனித்த நொடித்தொற்று (NCD) களச் சிகிச்சை மையங்கள், நீரிழிவு கிளினிக்குகள், முகாம்கள் ஆகியவற்றின் மூலம் நோயைக் கட்டுப்படுத்தும் முயற்சிகள் தொடர்ந்து நடைபெற்று வருகின்றன.

இந்த மெதுவாகப் பரவும் நோய்களின் உண்மையான வலிமை என்னவென்றால், "இப்போ ஒன்னும் இல்லையே" என்ற அலட்சியம்தான். அறிகுறி இல்லாத காலத்தில்தான் நோய்

உடம்புக்குள் வேரூன்றுகிறது. பாதிப்பு வெளியில் தெரியும்போது, பல சேதங்கள் ஏற்கனவே நடந்திருக்கும்.

மனதைப் பாதிக்கும் மெதுவான நோய்

நார்சிஸிஸம் போன்ற ஆளுமைக் கோளாறுகளும் இதே வகையைச் சேர்ந்தவை. இவை உடலை அல்ல, மனதையும் உறவுகளையும் பாதிக்கும் மெதுவான தொற்று. கொரோனாவைப் போல் சில நாட்களில் பாதிப்பைக் காட்டாது; நீரிழிவைப் போல் ஆண்டுகளாக அமைதியாக வளரும். ஆரம்பத்தில் "அவர் கொஞ்சம் அகங்காரம் அதிகம்", "கொஞ்சம் self-centered" என்று நினைப்போம். ஆனால் காலப்போக்கில், அந்த நபரைச் சுற்றி இருப்பவர்களின் வாழ்க்கையே சிதைந்திருக்கும்.

வேகமாக வரும் நோய்களைப் பயம் தடுக்கலாம். ஆனால் மெதுவாக வரும் நோய்களை அறிவு மட்டுமே தடுக்க முடியும். அதனால்தான் நார்சிஸிஸம் போன்ற மனநோய்களில் விழிப்புணர்வு என்பது இன்று மட்டும் அல்ல — நாளைய தலைமுறைக்கான பாதுகாப்பு.

முன்னோர் அறிவைத் தூக்கி எறியாதீர்கள்

நாம் செய்ய வேண்டியது என்னவென்றால், அகங்காரம், பொறாமை, கோபம், நம்பிக்கை துரோகம், பழிவங்குதல், சுயநலம் போன்றவற்றை "சாதாரண மனிதனின் குணநலன்கள்" என்று முத்திரை குத்துவதை நிறுத்திவிட்டு, இவை அனைத்தும் தீய சக்தியின் குணங்கள் என்றும், அவற்றைத் தடுக்க வேண்டும் என்றும் விழிப்புணர்வை ஏற்படுத்த வேண்டும். எப்போது இவற்றை நாம் சாதாரணக்

குணங்கள் என்று முத்திரை குத்துகிறோமோ, அப்போது இது போன்ற தீமைகள் அதிகரித்துக்கொண்டே செல்லும்.

ஏற்கனவே காலம் காலமாகப் பல ஆயிரம் ஆண்டுகள், உலகம் முழுவதும் சான்றோர் பெருமக்களாலும் ஞானிகளாலும் அவர்களின் ஆழ்ந்த அனுபவ அறிவினால் கற்றுக்கொடுக்கப்பட்ட பாடத்தை நாம் முழுமையாக ஆராயாமல் "மூடநம்பிக்கை" என்று தூக்கி எறிந்துவிட்டோம். அதன் பலனாக அந்தத் தீய சக்திகள் பல்கிப் பெருகி, இப்போது சமுதாயத்தில் மனித ஆரோக்கியத்திலும் நல்வாழ்விலும் பெருங்கேட்டை ஏற்படுத்துவதோடு, எதிர்காலச் சந்ததிகளின் வாழ்க்கையும் கேள்விக்குறியாக்குகிறது.

செம்மல்வைஸ் 1847ல் கண்டுபிடித்த "கைகளைக் கழுவுங்கள்" என்ற எளிய தீர்வை இன்றும் WHO பிரசாரம் செய்துகொண்டிருக்கிறது. தமிழர்கள் அம்மை நோயை "தெய்வம்" என்று கூறி நடைமுறைப்படுத்திய தனிமைப்படுத்தல், மஞ்சள் சுத்தம், வேப்பிலைப் பயன்பாடு — இவை அனைத்தும் இன்று நவீன மருத்துவம் உறுதிப்படுத்தும் அறிவியல். பண்டைய அறிவு "மூடநம்பிக்கை" அல்ல; அது அவர்களின் மொழியிலும் காலத்திலும் பதிவு செய்யப்பட்ட அனுபவ அறிவியல்.

மத போதனைகளின் உண்மைப் பொருள்

அனைத்து மதங்களும் போதிப்பது என்னவென்றால், தீய சக்திகள் நம் அருகிலேயே, நம்மைச் சுற்றியும் நமக்குள்ளேயும் இருந்து செயல்படும் என்றும், அவை எவ்வாறு நம்மை ஆட்கொள்கின்றன என்பதை எளிதில் கண்டுகொள்ள முடியாது என்றும், எனவே மிகுந்த

எச்சரிக்கை தேவை என்றும் கூறுகின்றன. அதுபோலவே அவற்றிலிருந்து நம்மைக் காத்துக்கொள்ள முறையான இறை வழிபாடு மிகவும் அவசியம் என்று கூறுகின்றன.

இதில் மிக முக்கியமான விஷயம் என்னவென்றால், அவை பாதிப்பிற்குப் பின் இறைவனின் கருணையை வேண்டிச் செல்லச் சொல்லவில்லை. மாறாக, சிறுவயதிலிருந்தே இறை வழிபாடு மற்றும் நல்லொழுக்கத்தைப் போதித்து, தீயச் செயல்களைத் தவிர்க்க வேண்டும் என்று வலியுறுத்துகின்றன. இது நோய் வந்த பின் மருந்து அல்ல; நோய் வராமல் தடுக்கும் விழிப்புணர்வு. "தடுப்பதே சிறந்த சிகிச்சை" என்ற கொள்கை மருத்துவத்தில் மட்டுமல்ல, ஆன்மிக வாழ்விலும் பொருந்தும்.

மத ஒற்றுமையும் புரிதலும்

இந்தியா போன்ற நாடுகளில் பல்வேறு மதங்கள் இருந்தாலும், மக்கள் பெரும்பாலும் ஒற்றுமை உணர்வோடு மாற்று மதத்தை மதித்து நடந்துகொள்கிறார்கள். ஆனால் தேவையற்ற மதத் துஷ்பிரயோகங்களும் வெறுப்பு உணர்வுகளும் அவ்வப்போது பரவலாகிக்கொண்டே இருக்கின்றன. காரணம், ஒவ்வொருவரும் அவர்களின் மதத்தை முழுமையாகத் தெரிந்துகொள்ளாத காரணத்தினால், விஷமிகள் சுயநலத்திற்காக மக்களின் உணர்வுகளை மத ரீதியாகத் தூண்டி ஆதாயம் அடைகிறார்கள்.

அனைத்து மக்களும் மற்ற மதத்தில் உள்ள நல்ல விஷயங்களையும் கருத்துக்களையும், இரு மதங்களுக்கு இடையே உள்ள ஒற்றுமைகளையும் ஓரளவேனும் அடிப்படையாகத் தெரிந்துகொள்வது, இது போன்ற

பூசல்களையும் விஷமிகளின் சுயநலக் கருத்துப் பரவலையும் வெகுவாகக் குறைக்க முடியும்.

காலத்திற்கேற்ற மாற்றங்கள்

காலம் மாறிக்கொண்டே இருக்கிறது. மனிதனும் மனித வாழ்க்கை முறையும், உணவுப் பழக்க வழக்கங்களும், கலாச்சாரமும் பல மாற்றங்களைச் சந்தித்துக்கொண்டே இருக்கின்றன. அதுபோலவே நோயை ஏற்படுத்திய கிருமிகளும் பல மாற்றங்களைச் சந்தித்து வருகின்றன. குறுகிய காலத்திலேயே சில கிருமிகள் (mutation) தங்களை மாற்றி அமைத்துக்கொள்வதை நாம் காண்கிறோம்.

எனவே அறிவியல் வளர்ச்சிக்கு ஏற்ப வாழ்க்கை முறைகளையும் வழிபாட்டு முறைகளையும் சடங்குகளையும் அறிவியல் நோக்கில் மாற்றி அமைக்க வேண்டியது அவசியம். இல்லையெனில், பல மூடநம்பிக்கைகள் அந்த இடத்தை ஆட்கொள்வதை நம்மால் காண முடிகிறது.

ஆனால் இந்த மாற்றங்களை மேற்கொள்ளும்போது, அடிப்படை உண்மைகளை இழக்கக் கூடாது. செம்மல்வைஸ் காலத்தில் "கிருமிக் கோட்பாடு" இல்லை; ஆனால் "சுத்தம்" என்ற அடிப்படை உண்மை இருந்தது. தமிழர்களுக்கு "நுண்ணுயிரியல்" தெரியாது; ஆனால் "மஞ்சள், வேப்பிலை கிருமி நாசினி" என்ற அனுபவ உண்மை தெரிந்திருந்தது. அதேபோல, பழங்கால ஞானிகளுக்கு "நார்சிஸிஸ்டிக் பர்சனாலிட்டி டிஸார்டர்" என்ற பெயர் தெரியாது; ஆனால் "அகங்காரம், சுயநலம், பொறாமை போன்றவை தீய சக்திகள்" என்ற அடிப்படை உண்மை தெரிந்திருந்தது.

விழிப்புணர்வின் உண்மை நோக்கம்

விழிப்புணர்வு என்பது பயம் காட்டுவது அல்ல. "உனக்குத்தான் வரும்" என்று அச்சுறுத்துவது அல்ல. மாறாக, "உடலையும் மனதையும் கவனிக்கவும், அறிகுறிகளைப் புரிந்துகொள்ளவும், எதிர்காலம் குறித்து அறிவுடன் நடக்கவும்" என்று மனிதனைத் தயார்ப்படுத்துவதுதான் விழிப்புணர்வு. எனவே நம் முதல் பணி, பேய்கள் பற்றிய முன்னோர்களின் எச்சரிக்கையை மக்களுக்குத் தெளிவாக விளக்கிச் சொல்லி, கட்டுக்கதைகள் மூலமும் திரைப்படங்கள் மூலமும் தவறாகச் சித்தரிக்கப்பட்டுள்ள மூடநம்பிக்கைகளையும், பகுத்தறிவின் பார்வையில் "பேய் என்பதே மூடநம்பிக்கை" என்று பரப்பப்பட்ட தவறான கருத்துக்களையும் மக்கள் மனதிலிருந்து அகற்ற வேண்டும்.

3.2 கண்திருஷ்டி அறிகுறிகள் மற்றும் தீர்வு

ஒருவரின் வளர்ச்சி, செல்வம், அழகு, வெற்றி, மகிழ்ச்சி ஆகியவற்றைப் பார்த்து மற்றவர்கள் பொறாமையுடன், வெறுப்புடன், கெட்ட எண்ணத்துடன் பார்க்கும்போது, அந்தப் பார்வை "திருஷ்டி" என்று அழைக்கப்படுகிறது. திருஷ்டியுடன் தொடர்புடைய 'தாண்டு குணம்' என்பது நாட்டுப்புற நம்பிக்கைகளில் முக்கியமான ஒன்றாகக் கருதப்படுகிறது. ஒருவருக்கு ஏற்பட்ட திருஷ்டியைக் கழிக்கப் பயன்படுத்தப்படும் பொருட்கள் — எலுமிச்சை, மிளகாய், பூசணிக்காய் அல்லது சிதறடிக்கப்பட்ட குங்குமம் — வீதியிலோ அல்லது நாற்சந்திகளிலோ போடப்பட்டிருக்கும்போது, அதை அறியாமல் மிதிப்பதையோ அல்லது தாண்டிச் செல்வதையோ மக்கள் தவிர்ப்பார்கள். இவ்வாறு திருஷ்டி கழித்த பொருட்களைத் தாண்டும்போது,

மற்றவருக்கு இருந்த எதிர்மறை ஆற்றல் அல்லது தீய அதிர்வுகள் தாண்டியவரைப் பற்றிக்கொள்ளும் என்பதே இந்த 'தாண்டு குணம்' பற்றிய நம்பிக்கையாகும்.

திருஷ்டி பட்டவர்களுக்குத் தோன்றும் அறிகுறிகள்: தொடர்ச்சியான உடல் மற்றும் மனச்சோர்வு, அசதி, இல்லாததைக் கற்பனை செய்து பயப்படுதல், எரிச்சல், மனம் ஒன்றிலும் லயிக்காத நிலை, வீட்டில் இடையறாதுப் பிரச்சினைகள், சின்ன விஷயத்திலும் தகராறு, உறவினர்களுடன் தேவையற்ற மோதல்கள், பசியின்மை, தூக்கமின்மை, கெட்ட கனவுகள், உடல் ஒவ்வாமை, தோல் அரிப்பு. இவை அனைத்தும் இன்று அறிவியல் கூறும் நாள்பட்ட மன அழுத்தம், லேசான அழற்சி, குடல் நுண்ணுயிரி சமநிலைக் குறைபாடு, தூக்கமின்மை, மனச் சுமை அதிகரிப்பு, தோல்-மூளை தொடர்பு இடையூறு ஆகியவற்றோடு ஒத்துப்போகின்றன.

தோல், நரம்பு அமைப்பு, மனநிலை — மூன்றும் நெருக்கமாக இணைந்தவை. தோல் நுண்ணுயிரி சமநிலை சீர்குலைந்தால், உடல் அழற்சி அதிகரிக்கும், மன அழுத்த ஹார்மோன்கள் உயரும், மனநிலை குறையும், மோதல் சுழற்சி தொடங்கும். நம் முன்னோர்கள் இதைத் தீய சக்திகள் அல்லது திருஷ்டி என்று விளக்கினர். அறிவியல் இதை உயிரியல் என்று விளக்குகிறது. ஆனால் நிகழ்வு ஒன்றுதான்.

உப்பு நீர் குளியல் - மூடநம்பிக்கையா?

இந்த அறிகுறிகளுக்கு நம் முன்னோர்கள் சொன்ன தீர்வு, குளிக்கும் நீரில் உப்பு சேர்த்து குளிப்பது. இது வெறும் மூடநம்பிக்கை அல்ல, நேரடியான பலனளிக்கும் உயிரியல்

தீர்வு. உப்பு நீர் உடலின் மேற்பரப்பில் உள்ள நுண்ணுயிரிகளைக் கட்டுப்படுத்துகிறது (சவ்வூடு பரவல் விளைவு மூலம்). தோல் எரிச்சல் குறைகிறது, அரிப்பு குறைகிறது. மக்னீசியம் போன்ற கனிமங்கள் தசை இறுக்கத்தைத் தளர்த்துகின்றன, நரம்பு மண்டலத்திற்கு அமைதியூட்டும் விளைவை அளிக்கின்றன. இது வேகஸ் நரம்புக்கு மறைமுக தூண்டுதலை வழங்குவதால் மூச்சு ஆழமாகிறது, இதயத் துடிப்பு அமைதியடைகிறது, மனம் புத்துணர்ச்சி பெறுகிறது. அதனால்தான் "உப்பு கலந்த நீரில் குளித்தேன், உடல் லேசாகிவிட்டது" என்று மக்கள் சொல்லும் உண்மையான விளைவு அறிவியலுக்கும் பொருந்துகிறது.

ஆக, திருஷ்டி அறிகுறிகள் என்ற பட்டியல் உண்மையில் ஒரு மன அழுத்த சுமை அதிகரிப்பு → தோல்/நுண்ணுயிரி சமநிலைக் குறைபாடு → மனநிலை இடையூறு சுழற்சியின் விளக்கமே. நம் முன்னோர்கள் அதை ஆன்மீக மொழியில் விவரித்தனர்; இன்று நாம் உயிரியல் மூலம் புரிந்துகொள்கிறோம். ஆனால் தீர்வு இரண்டிலும் ஒரே மாதிரி: தூய்மை, உப்பு நீர் குளியல், ஓய்வு, மன அமைதி, குடும்ப இணக்கம். இவை "திருஷ்டி நீக்கம்" என்ற பெயரில் கூறப்பட்டாலும், அறிவியல் ரீதியாகவும் ஒரு மனநல மீட்பு சிகிச்சைதான்.

உப்பு: தீய சக்திகளுக்கு எதிரான உலகளாவிய பாதுகாப்பு

மேற்கத்திய மரபுகளில் உப்பு வெறும் "சாதாரண கனிமம்" அல்ல. பல நூற்றாண்டுகளாக இது தீய சக்திகளுக்கு எதிரான, பேய்களுக்கு எதிரான பாதுகாப்பு கனிமமாகக் கருதப்பட்டது. ரோமானியர்கள் முதல் நடுக்கால கிருத்தவர்கள் வரை, வீட்டின் நுழைவாயிலில் உப்பு தூவுவது,

குழந்தைகளின் தொட்டில் கீழ் உப்பு பை வைப்பது, இறந்த உடல் சுத்திகரிப்புக்கு உப்பு பயன்பாடு - எல்லாமே ஒரே கருத்தை வலியுறுத்தின: உப்பு தீய ஆற்றலைத் தடுக்கிறது.

இதை வெறும் மூடநம்பிக்கை என்று மட்டும் சொல்ல முடியாது. ஏனென்றால் அந்தக் காலத்திலேயே மனிதர்கள் உப்புக்கு நுண்ணுயிரி எதிர்ப்பு பண்பு இருப்பதை அவதானிப்பு மூலம் உணர்ந்து விட்டார்கள். வினோதமான ஆனால் உண்மையான விஷயம் - ரோமானிய படை வீரர்களுக்கு "சலாரியம்" என்ற சொல்லில் இருந்துதான் "சம்பளம்" என்ற கருத்து வந்தது. அவர்கள் போருக்கு உப்பு பையை எடுத்துச் செல்வார்கள், ஏனென்றால் அது காயம் சுத்தம் செய்வதற்கும், நீர் சுத்திகரிப்புக்கும், தீய சகுனங்களைத் தடுப்பதற்கும் பயன்படுத்தப்பட்டது. பின்னர், ஐரோப்பிய பேய் சாஸ்திரத்திலும் உப்பு முதல் "பேய்களை விரட்டும் பொருள்" ஆக இருந்தது - சிலுவை, புனித நீர், உப்பு - மூன்றும் சமான அந்தஸ்து பெற்றிருந்தன.

இது மேற்கு மட்டுமல்ல. எகிப்தியர்களுக்கு உப்பு உடலைப் பாதுகாக்கும் புனித பொருள். ஜப்பானிய ஷின்டோ மதத்தில் "ஷியோ-ஹரை" என்கிற நிச்சயமான சடங்கு சுத்திகரிப்பு உள்ளது - வீட்டுக்குள் நெருக்கடி சக்தி வந்தது போல இருந்தால் உப்பு வட்டங்கள் போடுவார்கள்; சுமோ மோதல் வளையத்திற்கும் சுத்திகரிப்பு உப்பு தூவுவார்கள். மத்திய கிழக்கு மற்றும் யூத மரபுகளில் உடன்படிக்கை உப்பு (பாதுகாப்பு உப்பு) உள்ளது - தீய ஆவிகள் உப்பைத் தவிர்க்கின்றன என்பது வலுவான கலாச்சார நம்பிக்கை. ஆப்பிரிக்க பழங்குடியினர், மாயன் கலாச்சாரங்கள், வேத காலத்திற்கு முந்தைய தமிழகக் கடலோர மக்கள் -

அனைவரும் உப்பை "தூய்மை-ஆரோக்கியம்-பாதுகாப்பு" என்ற நேரடி குறியீட்டுப் பொருளில் பயன்படுத்தினர்.

உப்பு ஏன் "தீய சக்திகளுக்கு எதிரானது" ?

பல கலாச்சாரங்களில் உப்பு = மலட்டுத்தன்மை, சுத்தம், நுண்ணுயிரிக் கொல்லி, உணவு பாதுகாப்பு, அழுகல் தடுப்பு என்ற நேரடி தாக்கம் இருந்தது. இதைக் கண்ட மக்கள் இதையே ஆன்மீக பாதுகாப்பாக மாற்றினர். ஆகவே உப்பு "தீய சக்திகளுக்கு எதிரானது" என்று ஆனது மூடநம்பிக்கையால் அல்ல, மாறாக அது உண்மையில் அழுகல், தொற்று, சிதைவு ஆகியவற்றை எதிர்க்கிறது - இவையே 'தீமையின்' உடல் வடிவங்கள்.

தீட்டு: கிருமித் தொற்று தடுப்புக்கான பாரம்பரிய நெறிமுறை

தீட்டு என்ற கருத்தாக்கம்:

பண்டைய தமிழ் சமூகத்தில் "தீட்டு" என்ற கருத்து பல சூழல்களில் பயன்படுத்தப்பட்டது. இறுதிச்சடங்கில் கலந்துகொண்ட நபர், மயானத்திற்குச் சென்று வந்த நபர், முடி வெட்டிவிட்டு வந்த நபர், குழந்தை பிறந்த தாய், மாதவிடாய் காலத்தில் உள்ள பெண்கள் - இவர்கள் அனைவருக்கும் ஒரு பொதுவான விதி இருந்தது: குளிக்காமல் வீட்டிற்குள் வரக்கூடாது, வேறு எவரையும் தொடக்கூடாது. மேலும், தீட்டுப்பட்ட ஒருவரை வேறு யாராவது தொட்டால், அவரும் தீட்டுப்பட்டவராகக் கருதப்பட்டு உடனடியாக குளிக்க வேண்டும் என்று அறிவுறுத்தப்பட்டது.

அறிவியல் விளக்கம் - கண்ணுக்குத் தெரியாத கிருமித் தொற்று:

இவை நேரடியாக எதைக் குறிக்கின்றன என்றால், கண்ணுக்குப் புலப்படாத கிருமித் தொற்றைத் தடுப்பதையே குறிக்கின்றன. கவனிக்க வேண்டிய முக்கிய விஷயம் என்னவென்றால் - "குளித்தால் தீட்டு போகும்" என்று கூறப்பட்டது. இது தெளிவாகக் காட்டுகிறது: தீட்டு என்பது ஆன்மீக சாபமோ மாய சக்தியோ அல்ல, மாறாக உடலின் மேற்பரப்பில் ஒட்டியிருக்கக்கூடிய கிருமிகள் அல்லது தொற்று காரணிகளே.

வெவ்வேறு சூழல்களின் அறிவியல் காரணங்கள்:

இறுதிச்சடங்கு/மயான தீட்டு: இறந்த உடலில் இருந்து பாக்டீரியா, வைரஸ், பூஞ்சை வித்துக்கள் வெளியேறும். சிதைவு செயல்முறையில் பல நோய்க்கிருமிகள் காற்று வழியாகவும் தொடுதல் வழியாகவும் பரவும். அதனால் மயானத்திலிருந்து வந்தவர்கள் குளித்து, உடைகளை வீட்டிற்கு வெளியே துவைக்க வேண்டும் என்ற கட்டாயம் ஏற்படுத்தப்பட்டது - இது நேரடியான தொற்று நோய் கட்டுப்பாடு முறை.

பிரசவ தீட்டு: பிரசவத்தின்போது இரத்தம், வெளியேற்றங்கள், பிறப்புறுப்பு திரவங்கள் ஆகியவை பல நுண்ணுயிரிகளுக்கு இடமளிக்கும். அன்றைய காலத்தில் மருத்துவ வசதிகள் குறைவாக இருந்ததால், தொற்று ஏற்படும் வாய்ப்பு அதிகம். தாயையும் குழந்தையையும் தனிமைப்படுத்தி, அவர்களைத் தொடுபவர்கள் குளிக்க வேண்டும் என்பது தொற்று பரவலைத் தடுக்கும் நடைமுறை.

மாதவிடாய் தீட்டு: மாதவிடாய் காலத்தில் இரத்தம் மற்றும் கருப்பை உள்ளறை திசுக்கள் வெளியேறும். இவை நுண்ணுயிரிகளுக்கு உகந்த சூழலை உருவாக்கும். சுகாதார வசதிகள் போதாத காலத்தில், இது தொற்று பரவுவதற்கான சாத்தியத்தை உயர்த்தும். அதனால் அந்தக் காலத்தில் தனிமைப்படுத்தலும் குளியல் விதிகளும் உருவாக்கப்பட்டன.

முடி வெட்டுதல் தீட்டு: முடி வெட்டும் இடங்களில் பல நபர்களின் முடி, தோல் செல்கள், வியர்வை ஆகியவை காற்றிலும் தரையிலும் உள்ளன. கத்திகள் பல நபர்களுக்குப் பயன்படுத்தப்படும். இவை தோல் நோய்கள், பூஞ்சை தொற்றுகள் பரவுவதற்கான வாய்ப்புகளை உருவாக்கும். அதனால் முடி வெட்டிவிட்டு வந்தவர்கள் குளிக்க வேண்டும் என்பது தொற்று தடுப்பு நடவடிக்கை.

தீண்டாமை - சுகாதாரத்திலிருந்து சமூக அநீதிக்கு:

இங்கு ஒரு முக்கியமான வேறுபாட்டைப் புரிந்துகொள்ள வேண்டும். ஒரு காலகட்டத்தில், சில தொழில்களில் ஈடுபட்ட மக்கள் - இறந்த விலங்குகளைக் கையாள்பவர்கள், கழிவுகளை அகற்றுபவர்கள், தோல் தொழில் செய்பவர்கள் - தொடர்ச்சியாக நோய்க்கிருமிகளுக்கு வெளிப்படும் நிலையில் இருந்தார்கள். அதிக அளவிலான நுண்ணுயிரி வெளிப்பாடு, தோல் நோய்கள், தொற்றுகள் போன்றவை இவர்களிடம் பொதுவாக இருந்திருக்கலாம். ஆரம்பத்தில் இவர்களிடமிருந்து தொற்று பரவுவதைத் தடுக்கவே தூரம் பேணும் வழக்கம் தோன்றியிருக்கலாம்.

ஆனால் பிற்காலத்தில் இது கொடூரமான சமூக அநீதியாக மாறியது. சுகாதாரம் சார்ந்த நடைமுறை, சாதி

அடிப்படையிலான பாகுபாடாக மாறி, மனித உரிமைகளை மறுக்கும் ஒடுக்குமுறை அமைப்பாக வளர்ந்தது. குறிப்பிட்ட சமூக மக்கள் அடிமைப்படுத்தப்பட்டு, மிகக் கொடூரமாக நடத்தப்பட்டனர். **இதை நாம் இங்கு எந்த விதத்திலும் நியாயப்படுத்தவோ மறுக்கவோ விரும்பவில்லை.** தீண்டாமை என்பது மனிதகுலத்தின் மீதான கொடூரமான குற்றம், அது முழுமையாக ஒழிக்கப்பட வேண்டியது.

இருப்பினும், **அனைத்து "தீட்டு" நெறிமுறைகளையும் ஒன்றாக நோக்கும்போது ஒரு பொதுவான அறிவியல் உண்மை வெளிப்படுகிறது.** கண்ணுக்குத் தெரியாத நோய்க்கிருமிகள் பரவுவதைத் தடுப்பதற்கான பாதுகாப்பு நடவடிக்கைகள் என்ற மூல நோக்கம். குளியல், தனிமைப்படுத்தல், தொடுதலைத் தவிர்த்தல், உடைகளைத் துவைத்தல் - இவை அனைத்தும் நவீன தொற்று நோய் கட்டுப்பாட்டு நெறிமுறைகளோடு ஒத்துப்போகின்றன.

நம் முன்னோர்கள் "மைக்ரோஸ்கோப்" என்ற சொல்லைத் தெரியாவிட்டாலும், "கண்ணுக்குத் தெரியாத ஏதோ ஒன்று நோயை பரப்புகிறது" என்ற அவதானிப்பை அனுபவம் மூலம் பெற்றிருந்தனர். "தீட்டு" என்ற கருத்தாக்கம் அதன் ஆன்மீக வெளிப்பாடாக இருந்தது. துரதிர்ஷ்டவசமாக, காலப்போக்கில் இது சமூக அநீதிகளுக்கும் மூடநம்பிக்கைகளுக்கும் பயன்படுத்தப்பட்டது. **ஆனால் அதன் மூல நோக்கம் தொற்று நோய் பரவலைத் தடுக்கும் பொது சுகாதார நடவடிக்கையே** - இன்றும் நாம் கோவிட்-19 போன்ற நோய்களுக்கு பயன்படுத்தும் தனிமைப்படுத்தல், தூய்மைப்படுத்தல், குளியல் நெறிமுறைகளின் பழங்கால வடிவம்.

பழங்கால ஞானம் அறிவியல் உண்மைகளைக் கொண்டிருந்தது, ஆனால் அதை ஆன்மீக மொழியில் வெளிப்படுத்தியது. நாம் அதன் உண்மையான நோக்கத்தை மதித்து, சமூக அநீதிகளை நிராகரித்து, அறிவியல் அடிப்படையைப் புரிந்துகொள்ள வேண்டும்.

கடல் நீர் குளியல்: பாவம் கழிப்பதா, மன-உடல் மீட்சியா?

ராமேஸ்வரத்தின் புனித நீராடல்: ராவணனைக் கொன்ற பாவத்திலிருந்து தன்னைத் தூய்மைப்படுத்திக் கொள்ள ராமேஸ்வரத்தில் கடலில் ராமர் நீராடியதாக நம்பப்படுகிறது. இந்த நம்பிக்கையே இன்றளவும் ராமேஸ்வரத்தில் பெரும் திரளான பக்தர்கள் கடலில் புனித நீராடும் சடங்கிற்கு அடிப்படையாகும். இது வங்காள விரிகுடாவில் உள்ள அக்னி தீர்த்தத்தில் தொடங்கி, பின்னர் ராமநாதசுவாமி கோயிலுக்குள் உள்ள 22 புனித கிணறுகளிலும் நீராடப்படுகிறது. இந்த சடங்கு பாவங்களிலிருந்து தன்னைத் தூய்மைப்படுத்திக் கொள்ளவும், உடல், மனம் மற்றும் ஆன்மாவைத் தூய்மைப்படுத்தவும் செய்யப்படுகிறது.

அறிவியல் விளக்கம்:

பண்டைய இந்து மரபுகளில் "கடலில் நீராட்டு எடுத்தால் பாவம் கழியும்" என்கிற கருத்து வெறும் வழிபாடு முறையோ மூடநம்பிக்கையோ இல்லை. மனிதன் உடலிலும் மனதிலும் சேரும் சுமைகளை அகற்றுவதற்கான ஒரு உடல்-உளவியல் முறைதான் அது. நம் முன்னோர்கள் அறிவியல் சொற்கள் தெரியாத காலத்தில் கூட, எது உடலை இலகுவாக்குகிறது, எது மனதைத் தெளிவாக்குகிறது என்பதை நுண்ணுணர்வால் கண்டுபிடித்து விட்டார்கள்.

கடல் நீரின் உப்பு, மக்னீசியம், கால்சியம், பொட்டாசியம் போன்ற கனிமங்கள் தோலில் படும்போது, அது தோல் அழற்சியைக் குறைத்து, தசை வலியைத் தணித்து, இரத்த ஓட்டத்தைத் தூண்டி, உடலை ஒரு "புத்துணர்ச்சி நிலைக்கு" தள்ளும். இந்த உடல் தளர்வு நேரடியாக மனத்தையும் சீராக்கும்.

தோல் நுண்ணுயிரி - மனநிலை தொடர்பு

இன்றைய அறிவியல் கூறுவது என்னவென்றால், நம்முடைய தோலில் ஒரு தனி நுண்ணுயிரி உலகம் இயங்குகிறது. இலட்சக்கணக்கான நுண்ணுயிர்கள் தோலில் வாழ்கின்றன. இந்த தோல் நுண்ணுயிரி சமூகம் உடலின் பாதுகாப்பு அமைப்போடும், அழற்சி கட்டுப்பாட்டோடும், நரம்பியல் செயல்பாடுகளோடும் தொடர்பில் உள்ளது. தோலில் நீண்டகால அழற்சி, அரிப்பு, தொற்று அல்லது சமநிலைக் குறைபாடு ஏற்பட்டால், உடலுக்குள் stress-சார்ந்த வேதிப்பொருட்கள் அதிகரிக்கலாம். இதன் விளைவாக மனஅழுத்தம், எரிச்சல், பதற்றம் போன்ற மனநிலை மாற்றங்கள் ஏற்படக்கூடும். இதனால் “skin–brain axis” எனப்படும் தோல்–மூளை தொடர்பு இன்று அறிவியல் ஆய்வுகளின் முக்கிய பகுதியாக மாறியுள்ளது.

நம் முன்னோர்களுக்கு நுண்ணுயிரி சமூகம் என்ற வார்த்தை தெரியாது. ஆனாலும் "உடல் தூய்மை → மன தூய்மை" என்பது அனுபவம் மூலம் தெரிந்த உண்மை. உப்பு நீரில் குளிப்பதால் சவ்வூடு பரவல் விளைவு மூலம் பல நுண்ணுயிரிகளை அழித்து அல்லது அடக்கி வைக்கிறது. அனைத்தையும் கொல்லாது, ஆனாலும் தோல் மேற்பரப்பில்

உள்ள நுண்ணுயிரி சுமை குறையும். அதன் மேல் உள்ள கனிமங்கள் தோல் நரம்பு முனைகள் மீது அமைதியூட்டுகின்றன. மக்னீசியம் தோல் உறிஞ்சுதல் மூலம் தசை இறுக்கம் குறைகிறது - இதுதான் "குளித்துவிட்டு வந்தேன், மனசு லேசாக இருக்கு" என்ற அந்த உடனடி தளர்வு.

இதே காரணத்திற்காகத்தான் நவீன மருத்துவ மையங்களும் எப்சம் உப்பு குளியல், கனிம குளியல், கடல் சிகிச்சை போன்ற சிகிச்சைகளைப் பயன்படுத்துகின்றன. இதைப் பார்த்தால் பண்டைய கடல் குளியல் சடங்கு ஒரு உயிரியல் மனநிலை சீரமைப்பு முறைதான்.

"பாவம் கழியும்" என்ற மொழி நம் முன்னோர்கள் பயன்படுத்திய உளவியல் குறியீட்டு மொழி. அன்றைய காலத்தில் மனச்சோர்வு, பதட்டம், மனநிலைக் கோளாறு, தோல்-நுண்ணுயிரி சமநிலைக் குறைபாடு போன்ற தொழில்நுட்ப கருத்துக்கள் இல்லை - ஆனால் ஒருவன் மன-உடல் சுமை தாங்காமல் தள்ளாடும்போது, அவன் சமநிலை திரும்ப கடல் குளியல் உதவும் என்பதை அவர்கள் அனுபவ அறிவு மூலம் தெரிந்து வைத்தார்கள்.

அதனால்தான் தீமைகள் மற்றும் துக்கம் தீர்க்க கடலில் நீராடுவது ஒரு பாவம் போக்கும் புனித சடங்காக இருந்தது. இது மூடநம்பிக்கை அல்ல; அது ஒரு எளிய முறை சிகிச்சை. இன்றும் அறிவியல் கூறுவது அதே - "உடல் சுத்தம், தோல் சமநிலை, கனிம தொடர்பு → மூளை அமைதி". நம் முன்னோர்கள் அதை கர்ம கணக்குகளால் விளக்கினார்கள்; நாம் உயிரியலால் புரிந்துகொள்கிறோம். ஆனாலும் பொருள் ஒன்றுதான்.

ஒருவர் வெறுமனே "கங்கையில் மூழ்கினால் பாவம் போகும், ராமேஸ்வரத்தில் குளித்தால் பரிகாரம் ஆகும்" என்று எண்ணி, புனித நீரில் மூழ்கி எழுவதால் மட்டும் எந்தப் பாவமும் நீங்காது. புராணங்கள் இதை மிகத் தெளிவாகச் சொல்லியுள்ளன. அவை வெறும் சடங்குகள் அல்ல என்பதை நமது முன்னோர் அன்றே உணர்ந்திருந்தனர்.

புனித நீரில் மூழ்குவதற்கு முன், முழுமையான அர்ப்பணிப்புடன் இறைவழிபாட்டில் ஈடுபட வேண்டும். தான் செய்த பாவங்களுக்கு உண்மையாக வருந்த வேண்டும். இனி மனதாலும், சொல்லாலும், செயலாலும் யாருக்கும் தீங்கு செய்யாத மனநிலைக்கு வர வேண்டும். இறைவனிடம் முழு அர்ப்பணிப்புடன் மன்னிப்பு வேண்டி, மனமுருகி வழிபட்டு, அதன்பின் புனித நீரில் மூழ்கினால் மட்டுமே உண்மையான பலன் கிடைக்கும் என்று புராணங்கள் தெளிவாக விளக்குகின்றன. உள் மாற்றமே உண்மையான சடங்கு என்பதை அவர்கள் அறிந்திருந்தனர்.

3.3 மூதேவி விடுதலை: பாரம்பரிய வழிகளும் நவீன வழிகளும்

நம் முன்னோர்கள் தினமும் சில அன்றாடக் கடமைகளை ஒதுக்கி இருந்தனர். காலையில் எழுந்தவுடன் வாசலைச் சுத்தம் செய்வது, கோலம் போடுவது, வீட்டைச் சுத்தம் செய்வது, குளித்து இறைவழிபாடு செய்வது என்று கால அளவுகளுடன் தெளிவான விதிகள் இருந்தன.

இதன் உண்மையான நோக்கம் என்ன? மனிதனுக்குள் நோயோ சோம்பேறித்தனமோ ஊடுறுவும்போது, இந்த

வழக்கமான செயல்களில் தடை ஏற்படும். அதன் மூலம் ஆரம்பக் கட்டத்திலேயே பிரச்சினையை அறிந்துகொள்ளலாம். மேலும், இது போன்ற ஒழுக்கமான பழக்கவழக்கங்கள் நமக்கு மன வலிமையையும் கட்டுப்பாட்டையும் ஏற்படுத்துகின்றன.

இன்று உலகம் முழுவதும் பரவலாகப் பேசப்படும் "Atomic Habits" என்ற நூலில், ஜேம்ஸ் கிளியர் ஒரு எளிய உண்மையைச் சொல்கிறார்: சிறிய பழக்கங்களை விடாமல் தொடர்வதே பெரிய வெற்றிகளுக்கு வழி. ஆனால் இந்த உண்மையை நம் முன்னோர்கள் தினசரி வாழ்க்கை விதிகளாக ஆயிரம் ஆண்டுகளுக்கு முன்பே வடிவமைத்திருந்தனர்.

மூதேவி - ஒரு எச்சரிக்கை

புராணங்கள் சொல்வது போல், வாழ்க்கையில் சோம்பல், சிக்கல், அலட்சியம் மேலெடுக்கும்போது மூதேவி தோன்றி நம்மை விழித்தெழ எச்சரிக்கை செய்கிறாள். அவள் கூறுவது: "நீங்கள் உழைப்பை மறந்தால், ஒழுக்கத்தை இழந்தால், சுத்தத்தைப் புறக்கணித்தால், நான் வந்து நிற்பேன்." அவள் வருகை நாம் நமது பாதையை மாற்றிக்கொள்ள வேண்டிய நேரம் வந்துவிட்டது என்பதைக் காட்டும் அறிகுறி. ஆரம்பத்திலேயே இடம் கொடுக்கக் கூடாது; அவள் பிடியில் சிக்கினால் மீண்டு வருவது சுலபமான காரியம் அல்ல.

மூதேவி "அசாத்தியம்" என்ற எண்ணத்தின் உருவம். அவள் தோன்றும்போது மனதில் சுயநிந்தை, சோர்வு, ஈர்ப்புக்குறை, பொறாமை, சண்டை ஆகியவை பெருகும். நவீன மனநல அறிவியல் பார்வையில், இது எதிர்மறை மனநிலை, நாள்பட்ட அவநம்பிக்கை, மனச்சோர்வின் (Depression) ஆரம்பக்

கட்டங்கள். "எதுவும் சரியாகாது" என்ற எண்ணம், "நான் திறமையற்றவன்" என்ற சுய-நிந்தை, முயற்சி செய்ய வேண்டும் என்ற ஆற்றல் இல்லாமை — இவை அனைத்தும் அவளது அறிகுறிகள். மனதில் நம்பிக்கை குறைதல், முயற்சி குறைதல், சுத்தம் குறைதல், ஒழுக்கம் குறைதல் — இதுவே அவள் நுழைவின் அர்த்தம்.

மூதேவிக்கு மருந்து: ஒழுங்கு, சுத்தம், பிரார்த்தனை

நம் முன்னோர்கள் மூதேவியிலிருந்து மீளும் வழி மூன்று என்று கூறினார்கள். முதலாவது ஒழுங்கு — தினசரி வாழ்க்கையில் நிலையான முறையைக் கடைபிடித்தல். இரண்டாவது சுத்தம் — உடல், சுற்றுப்புறம், மனம் ஆகிய மூன்றிலும் தூய்மை. மூன்றாவது பிரார்த்தனை — நம்பிக்கையும் நன்றி உணர்வும். இந்த மூன்றும் ஸ்ரீதேவியின் சக்திகளை மீண்டும் உயிர்ப்பிக்கும் மருந்துகள்.

சுத்தம் - முதன்மை மருந்து

தினசரி வீட்டுச் சுத்தம் வெறும் கடமை மட்டுமல்ல — அது ஸ்ரீதேவியை அழைக்கும் ஆன்மீகச் செயல். வீட்டை தினமும் துடைத்தல், குப்பையை உடனடியாக அகற்றல், பாத்திரங்களைக் கழுவிவைத்தல், அழுக்குத் துணிகள் சேராமல் பார்த்துக்கொள்ளுதல், தண்ணீரைச் சுத்தமாக வைத்தல் — இவை அன்றாட வாழ்க்கையின் அங்கங்களாக இருந்தன. பாரம்பரிய முறையில் சாணம் தெளிப்பது இயற்கை கிருமி நாசினியாகச் செயல்பட்டது. கல்உப்பு கலந்த தண்ணீரில் வீட்டைத் துடைப்பது மங்களகரமான நேர்மறை ஆற்றலைக் கொண்டுவரும் என நம்பப்பட்டது.

உடல், ஆடை, மனம் என்ற மூன்றிலும் தூய்மை அவசியம். தொடர்ந்து குளித்தல், சுத்தமான ஆடைகள் அணிதல் என்பது உடல் சுத்தம். ஆனால் இதை விட முக்கியமானது மனத்தூய்மை — கோபம், கவலை, பயம், வெறுப்பு, பொறாமை போன்ற தீய எண்ணங்களை மனதிலிருந்து அகற்றி, தூய எண்ணங்களை வளர்த்தல். புனித வாசனைகளும் முக்கியம் — தூபம், சந்தனம், துளசி, கற்பூரம் ஆகியவை மன அமைதியை ஏற்படுத்தி, தெளிவான சிந்தனைக்கு வழிவகுக்கும்.

விரதம் மற்றும் உணவு முறைகள்

மூதேவியால் பாதிக்கப்பட்ட குடும்பம் காத்திருக்காமல் உடனடியாக அஷ்டலக்ஷ்மி அல்லது மஹாலக்ஷ்மி விரதம் இருக்கும். விரதத்தை முடிந்தவரை வெளியில் யாருக்கும் சொல்லாமல் இருப்பது நன்மை பயக்கும் என்று கருதப்பட்டது — தீய சக்திகள் தடையை ஏற்படுத்திவிடும் என்ற நம்பிக்கை இருந்தது.

உணவு முறைகளில் மிகுந்த கவனம் செலுத்தப்பட்டது. இரவு உணவை மாலை ஏழு மணிக்குள் முடித்தல், பழைய உணவுகளை முற்றிலும் தவிர்த்தல், அதிக காரம், உப்பு, புளிப்பு குறைத்தல், சாத்வீக உணவுகளை உண்ணுதல், கடை உணவுகளைத் தவிர்த்தல், பழங்கள் மற்றும் காய்கறிகளை அதிகமாகச் சேர்த்தல் — இவை அவசியம். உணவே வழிபாடு என்ற அணுகுமுறை இருந்தது.

தினசரி வழிபாட்டு முறைகள்

காலையில் நேரத்துக்கு எழுந்து குளித்துவிட்டு விளக்கேற்றி வழிபாடு செய்ய வேண்டும். முடிந்தவரை தினமும் சிறிதளவு

மலர்கள் வாங்கி இறைவனுக்கு அலங்காரம் செய்தல், ஊதுபத்தி, சாம்பிராணி, கற்பூர தீபம் ஏற்றி மணி அடித்து வழிபடுதல் — காலை மாலை இரு வேளைகளிலும் இது சிறப்பு.

பிரார்த்தனை முறைகள்: ஒரு குறிப்பிட்ட பிரார்த்தனையை எழுதி வைத்துக்கொள்ள வேண்டும். செய்த தவறுகளுக்கு மனமார மன்னிப்பு கேட்க வேண்டும், இறைவன் கொடுத்துள்ள அனைத்திற்கும் நன்றி சொல்ல வேண்டும், தினமும் அதே பிரார்த்தனையை மட்டுமே சொல்ல வேண்டும் — நிலையான பிரார்த்தனை சக்திவாய்ந்தது. பிரச்சினைகளை இறைவனிடம் ஒப்படைத்துவிட்டு முழு நம்பிக்கையுடன் கடமைகளைச் செய்ய வேண்டும்; திரும்பத் திரும்ப எண்ணிக்கொண்டிருக்கக் கூடாது.

பிற வழிபாட்டு முறைகள்: முடிந்தவரை ஜெபமாலை அல்லது யந்திரம் அணிந்திருத்தல், முன்னோர்களுக்கு வழிபாடு செய்து காக்கைக்காவது உணவு வைத்தல், ஏழை எளியவர்களுக்கு உணவளித்தல், தான தர்மங்கள் செய்தல் — இவை மூதேவியை விரட்டும் சக்திவாய்ந்த செயல்கள். முடிந்தவரை ஒருவேளையாவது ஆலய தரிசனம் செய்ய வேண்டும், தினமும் ஒரே நேரத்தில் செல்ல முயற்சிக்க வேண்டும் — நிலைத்தன்மை மிக முக்கியம்.

நவீன புரிதலும் தீர்வுகளும்

மூதேவியின் நவீன அறிகுறிகள்: குப்பை குவிந்த வீடு, ஒழுங்கற்ற அறைகள், சுத்தம் செய்யப்படாத கழிவறைகள், பழுதடைந்த பொருட்கள் — இவை மூதேவியின்

வசிப்பிடங்கள். நவீன உளவியல் தெளிவாகக் கூறுவது: குழப்பமான சூழல் குழப்பமான மனம் உருவாக்குகிறது (Chaotic environment creates chaotic mind). மனச்சோர்வு (Depression), பதற்றம் (Anxiety), நம்பிக்கையின்மை (Hopelessness) — இவை அனைத்தும் அவளது வெளிப்பாடுகள். எந்த வேலைக்கும் தாமதம், திட்டமிடாத நாட்கள், முடிவெடுக்க முடியாத நிலை, முடிக்காத பழக்கம் — இவை அனைத்தும் மூதேவியின் செய்தி.

நவீன தீர்வுகள் — பழைய உண்மைகள், புதிய பெயர்கள்: நவீன உளவியலும் மனநல அறிவியலும் கண்டறிந்த தீர்வுகள் நம் பாரம்பரிய முறைகளின் நவீன பெயர்கள்தான்.

1. மனநிலைத் தூய்மை (Mental Hygiene): கவனத்துடன் இருத்தல் (Mindfulness) — நம் முன்னோர்கள் தியானம் மற்றும் பிரார்த்தனையின் மூலம் கற்பித்தது. நன்றியுணர்வு பயிற்சி (Gratitude practice) — நம் பாரம்பரிய வழிபாட்டு முறையின் அங்கம். நேர்மறை உறுதிமொழிகள் (Positive affirmations) — மந்திரங்களின் நவீன வடிவம்.

2. உடல் சுத்தம் (Physical Hygiene): தனிப்பட்ட சுகாதாரம், சுற்றுச்சூழல் சுத்தம், முறையான உடற்பயிற்சி, யோகாசனம், தியானம், ஆரோக்கியமான உணவு — இவை அனைத்தையும் நம் ஆயுர்வேதமும் யோகமும் நூற்றாண்டுகளுக்கு முன்பே கூறிவிட்டன.

3. அறிவாற்றல் நடத்தை சிகிச்சை (CBT): எதிர்மறை எண்ணங்களை மாற்றி நேர்மறை நடத்தைகளை வளர்ப்பது — இதுவே நமது புராண மரபில் "மூதேவியை விரட்டி ஸ்ரீதேவியை அழைத்தல்" என்று ஆயிரம் ஆண்டுகளுக்கு முன்பே கூறப்பட்டது.

வடிவங்கள் வேறுபட்டாலும், அடிப்படை உண்மை ஒன்றே.

3.4 இறை வழிபாட்டின் அடிநாதம்: தூய்மை

தீய சக்திகளிலிருந்து விடுபட அனைத்து மதங்களும் ஒரே வழியைச் சுட்டிக்காட்டுகின்றன: இறை வழிபாடு. இந்து மரபில் மந்திரங்களும் யாகங்களும், கிறிஸ்தவத்தில் பரிசுத்த ஆவியின் சக்தியும், இஸ்லாமில் குர்ஆன் வசனங்களும் — எல்லாம் தீமையை விரட்டும் ஆயுதங்கள். ஆனால் இந்த வழிபாடுகள் எல்லாம் ஒரு அடிப்படையைக் கோருகின்றன: தூய்மை. தூய்மை இல்லாத வழிபாடு, சத்தம் மட்டுமே; ஆழமல்ல. இறை வழிபாட்டில் தூய்மை என்பது எல்லா மதங்களிலும் எவ்வாறு வலியுறுத்தப்படுகிறது என்பதைப் பார்ப்போம். இந்த தூய்மை இரண்டு பரிமாணங்களைக் கொண்டது: வெளிப்புற தூய்மையும் அகத் தூய்மையும். முதலில் வெளிப்புற தூய்மையைப் பார்ப்போம்.

உடல் சுத்தம்

இந்து மதத்தில் "சௌசம்" அல்லது "சுத்தி" என்பது உடல், மனம், இடம் அனைத்தும் சுத்தமாக இருப்பதைக் குறிக்கிறது. ஸ்நானம், சுத்தமான உடை, ஆச்சமனம் (கை, கால், வாய் கழுவுதல்) ஆகியவை வழிபாட்டுக்கு முன் அவசியம். வேத, ஸ்மிருதி, ஆகம மரபுகள் யஜ்ஞ மேடை, பூஜை பாத்திரங்கள், நிவேத்யம் ஆகியவற்றை தனித்த சுத்திகரிப்பு விதிகளால் (அபிஷேகம், மந்திரம்) புனிதமாக்க வேண்டும் என்று விரிவாக விதிக்கின்றன.

இஸ்லாமில் "தஹாரா" என்பது உடல், ஆடை, இடம் எல்லாமே சுத்தமாக இருப்பதைக் குறிக்கிறது. தொழுகைக்கு முன் "வுழூ" (Wudu) — கை, வாய், மூக்கு, முகம், கைமுட்டு வரை, தலை, கால்கள் ஆகியவற்றை ஒரு குறிப்பிட்ட வரிசையில் கழுவும் சடங்கு — கட்டாயம். குர்ஆன் (5:6) இதை நேரடியாகக் கட்டளையிடுகிறது. சில உடல் நிலைகளால் (பாலியல் உறவு, மாதவிடாய்) சடங்கு ரீதியான தூய்மை கெடுகிறது என்று கருதி, அப்போது முழு குளியல் "குஸ்ல்" (Ghusl) அவசியம்.

கிறிஸ்தவத்தில் பாப்திஸ்மா (Baptism) — நீர் மூலம் ஆன்மீக சுத்திகரிப்பு — என்ற பெரிய அடையாளச் சடங்கு உள்ளது. பழைய கால கிறிஸ்தவ ஆலயங்களில் உள்ளே வருவதற்கு முன் குளிக்க அல்லது கைகளைக் கழுவிக்கொள்ள "fountain" அல்லது "cantharus" போன்ற வசதிகள் இருந்தன. ரோமன் கத்தோலிக்க வழக்கத்தில் பாதிரியார் திருப்பலிக்கு முன் கைகளை அலம்புவது, பொதுமக்கள் ஆலயத்தில் நுழையும்போது புனித நீரைத் தட்டி எடுப்பதும் சுத்திகரிப்பின் சின்னங்கள்.

ஜப்பானில் ஷிண்டோ மதத்தில் "பவித்திரம்" மையக் கருத்து. கோயில் செல்வதற்கு முன் வாயிலில் "தெமிசுயா" (temizuya) என்ற நீர் தாழ்வாரத்தில் கைகளையும் வாயையும் கழுவுதல் கட்டாயம். பல சடங்குகளே "ஹராய்" (harai) என்ற சுத்திகரிப்பு: நீர், உப்பு, புகை, காகிதத் தாள்கள் கொண்டு "கெகாரே" (மாசு, துன்பம்) அகற்றப்படுகிறது. முழு உடல் நீர்சுத்திகரிப்பு "மிசோகி" (misogi) என்ற சடங்கும் உள்ளது. ஜப்பான் கலாச்சாரத்தில் குளியல், வீடு சுத்தம், பொது இட சுத்தம் ஆகியவை ஆன்மிக–சமூக மரியாதையோடு இணைத்துப் பார்க்கப்படுகின்றன.

சீன பாரம்பரிய மதங்களில் (கன்ஃபூசிய, தாவோ மரபுகள்) பெரிய சடங்குகளுக்கு முன்னால் "ஜாய்" (zhai) என்று கூறப்படும் நோன்பு, சில உணவுகளைத் தவிர்த்தல், குளியல் அல்லது கழுவுதல் போன்ற சுத்திகரிப்பு வழக்குகள் உண்டு. இது தவறு அல்லது பாவம் ஆகியவற்றுக்கான பரிகாரம், உடல்–மன முன்னேற்பாடு என்று விளக்கப்படுகிறது.

இட மற்றும் பொருள் சுத்தம்

இந்து மதத்தில் பூஜை இடம் சுத்தம், புனித நீர், தீ, தூபம் முதலியவை வழிபாட்டுக்கு முன் செய்யப்படும் சுத்திகரிப்புகள். யஜுர்வேதம் போன்ற நூல்கள் யாக மண்டபம், அர்ச்சகர் உடல் மற்றும் உடையல் ஆகியவற்றின் சுத்தியை விரிவாக விதிக்கின்றன.

இஸ்லாமில் தொழுகை செய்யும் இடம், பிரார்த்தனை விரிப்பு, உடை — அனைத்தும் சுத்தமாக இருக்க வேண்டும் என்பது முக்கியம். மசூதிக்குள் நுழைவதற்கு முன் காலணிகளை கழற்றுதல், தரையைச் சுத்தமாக வைத்திருத்தல் போன்றவை கடைப்பிடிக்கப்படுகின்றன.

சீன மரபுகளில் ancestral altar, வீட்டுச் சன்னதி, ஆலயங்கள் ஆகியவற்றைச் சுத்தமாக வைத்திருப்பது, ஒழுங்காகச் சாமி படம், காணிக்கைகள் வைப்பது, புகை, தூபம், தீப்பந்தம் போன்றவற்றை நன்றாகப் பராமரிப்பது முக்கியம்.

இந்த வெளிப்புற சுத்திகரிப்புகள் மூன்று நோக்கங்களுக்காக வடிவமைக்கப்பட்டன:

புனித எல்லை: "இது சாதாரண இடம் இல்லை; இதுக்குள் நுழைய ஒரு ஒழுங்கு வேண்டும்" என்ற மன-எல்லை

உருவாகும். இறைவழிபாடு என்பது வாழ்க்கையில் ஒரு தனித்த, புனிதமான கணம் என்பதை உணர்த்துகிறது.

மனவியல் தயார்ப்பு: கை, கால், முகம் கழுவுதல் போன்ற செயல்கள் மனதை "கவனம் மற்றும் பக்தி" நிலைக்கு மாற்றும். சாதாரண வாழ்க்கையிலிருந்து வழிபாட்டு நிலைக்கு மாறுவதற்கான ஒரு உடல்-மன பாலம்.

பொது சுகாதார நன்மை: சுத்தம், கூட்டத்தில் நுழைவதற்கு முன் கழுவுதல், இடம்-பாத்திரங்கள் சுத்தம் — இவை நடைமுறையில் நோய் பரவலைக் குறைக்க உதவும். அந்தக் காலத்தில் கிருமிக் கோட்பாடு தெரியாதபோதும், "சுத்தம் = பாதுகாப்பு" என்ற அனுபவ அறிவு இருந்தது.

அகத் தூய்மை: மனம், எண்ணம், நோக்கம்

வெளிப்புற சுத்தம் மட்டும் போதாது என்பதை எல்லா மதங்களும் வலியுறுத்துகின்றன. உண்மையான வழிபாடு உள்ளார்ந்த தூய்மையிலிருந்துதான் வர வேண்டும்.

மன சுத்தி

இந்து மதத்தில் வெளிப்புற சுத்தத்துக்கு இணையாக "மன சுத்தி" மிக முக்கியம். காமம், க்ரோதம் (கோபம்), லோபம் (பேராசை), மோகம், மதம், மாத்சர்யம் (பொறாமை) ஆகிய "அறுவகைப் பகைவர்களிலிருந்து" விலகி, நல்ல சிந்தனை, சாத்துவிக உணவு, சத்சங்கம் போன்றவை முக்கியம் என்று பல தமிழ் மற்றும் சமஸ்கிருத நூல்கள் வலியுறுத்துகின்றன. இதை "அந்தர்செளசம்" (அகத்தூய்மை) என்று குறிப்பிடுவார்கள். பகவத் கீதையிலும், "மனமே வழிபாட்டின்

கருவி" என்று சொல்லப்படுகிறது. தூய மனம் இல்லாமல் செய்யப்படும் பூஜை, வெளிப்படையான சடங்காக மட்டுமே மாறிவிடும்.

இஸ்லாமில் சஃபி மரபு மற்றும் சூஃபி விளக்கங்கள், இந்த உடல் சுத்தம் "இதயச் சுத்தம், நிய்யத் (நோக்கம்) சுத்தம்" எனும் உள்ளக ஒழுக்கத்தோடு இணைக்கப்பட வேண்டும் என்று கூறுகின்றன. உடல் சுத்தம் மன மற்றும் ஆவிச் சுத்தத்தை நினைவுபடுத்தும் சின்னம் மட்டுமே; உண்மையான தூய்மை உள்ளத்தில் இருக்க வேண்டும். "அல்லாஹ் உங்கள் உருவத்தையோ செல்வத்தையோ பார்ப்பதில்லை; உங்கள் இதயங்களையும் செயல்களையும் பார்க்கிறான்" என்ற ஹதீஸ் இதை தெளிவாக்குகிறது. இந்த மன தூய்மைக்கு "இக்லாஸ்" (ikhlās) — கலப்படமற்ற நோக்கம் — என்றும், "கல்ப்-இ-சலீம்" (Qalb-e-Saleem) — சுத்தமான இதயம் — என்றும் பெயர். பொறாமை, அகங்காரம், வெறுப்பு, தீங்கிழைக்கும் எண்ணங்கள் உள்ள மனநிலையில் செய்யப்படும் தொழுகை முழுமையான இறைநெருக்கத்தைத் தராது.

கிறிஸ்தவத்தில் மன தூய்மை மிகவும் மையமான கருத்து. இயேசு வெளிப்படையாகச் சொல்கிறார்: "மனதிலிருந்து வரும் தீமைதான் மனிதனை மாசாக்கும்; வெளியிலிருந்து உட்செல்வது அல்ல." மலையோற்பிரசங்கத்தில் அவர் கூறுகிறார்: "இருதயம் சுத்தமுள்ளவர்கள் பாக்கியவான்கள்; அவர்கள் தேவனைக் காண்பார்கள்." இங்கே "சுத்த இதயம்" என்பது கடவுள் நோக்கி முழுமையாக ஒருசிலையாகத் திரும்பிய, கலக்கமற்ற உள்ளம் என்று விளக்கப்படுகிறது. மன்னிப்பு, பணிவு, பிறரிடம் இரக்கம் — இவை இல்லாமல் செய்யப்படும் பிரார்த்தனை வெறும் சொற்களாகவே

இருக்கும். இதுதான் பின்னர் "cleanliness is next to godliness" (சுத்தம் தெய்வீகத்திற்கு அடுத்தது) போன்ற வாசகங்களுக்குப் பின்னணி.

ஜப்பானில் ஷிண்டோ மரபில், "கெகாரே" (மன அசுத்தம்) என்ற கருத்து முக்கியமானது. கோபம், பொய், வெறுப்பு, தீய எண்ணங்கள் மனத்தில் சேரும்போது, மனிதன் தன் இயல்பான ஒழுங்கை இழக்கிறான் என்று நம்பப்படுகிறது. வழிபாட்டுக்கு முன் மன அமைதி, நிதானம், உள்ளார்ந்த சுத்தம் அவசியம். இதை "மகோக்கொரோ" (magokoro) — உண்மையான இதயம் — என்று அழைக்கிறார்கள். வெளியில் நீர் சுத்திகரிப்பு நடந்தாலும், அதன் உண்மையான நோக்கம் மனத்தை அமைதிக்குள் கொண்டு வருவதே. வஞ்சனை, போலித் பக்தி இல்லாமல், நேர்மையாக, தன்னால் முடிந்த சிறந்த பணியை, நல்ல உறவை, இயற்கை மற்றும் தெய்வங்களை மரியாதையோடு நடத்தும் நெஞ்சே தூய்மையான மனம்.

சீன பாரம்பரிய மதங்களில் (கன்ஃபூசிய, தாவோ மரபுகள்) மன ஒழுங்கே வழிபாட்டின் அடிப்படையாகக் கருதப்படுகிறது. "சின்" (xin, 心) — இதயமும் மனமும் சேர்ந்தது — என்ற கருத்தில் இது வெளிப்படுகிறது. மனம் அமைதியாக இல்லாவிட்டால், எந்தச் சடங்கும் பயன் தராது என்று சொல்லப்படுகிறது. அதனால்தான் தியானம், சுயக்கட்டுப்பாடு, உணர்ச்சிகளைச் சமநிலையில் வைத்திருத்தல் ஆகியவை முக்கியமாகக் கற்பிக்கப்படுகின்றன. தாவோ மற்றும் புத்த செல்வாக்கு வந்த பிறகு, "இதயம்–மனம் இயல்பாகவே தூய்மையானது; மயக்கம், ஆசை, தவறான கருத்துகள் தளர்ந்தால் அந்த இயல்பான தூய்மை வெளிப்படும்" என்ற கருத்து

வலுப்பெற்றது. மனம் குழம்பியிருந்தால், மனிதன் தெய்வத்தோடும் இயற்கையோடும் ஒத்திசைவிழக்கும்.

இரண்டும் ஒன்று

இவ்வாறு பார்க்கும்போது, மதங்கள் வேறுபட்டாலும் ஒரு உண்மை ஒரே மாதிரியாக மீண்டும் மீண்டும் சொல்லப்படுகிறது — கடவுளை அணுகுவது என்பது வெளிப்புறச் சடங்கு அல்ல; உள்ளார்ந்த நிலை. மனம் அமைதியாகும்போதே வழிபாடு தொடங்குகிறது. மனம் சுத்தமாகும்போதே இறை நெருக்கம் ஏற்படுகிறது.

அதனால்தான் உலகம் முழுவதும் ஒரு பொதுவான உண்மை உருவாகியுள்ளது: மன தூய்மை இல்லாமல் செய்யப்படும் வழிபாடு சத்தமாக இருக்கலாம்; ஆனால் ஆழமில்லை. மன தூய்மை இருந்தால், சொல்லாமலேயே வழிபாடு நிகழ்கிறது.

மொத்தத்தில் பார்த்தால், எல்லா மரபிலும் உடல் சுத்தம் + உள்ளார்ந்த சுத்தம் + இட/பொருள் சுத்தம் — மூன்றும் வேறுவேறு வலியுறுத்தலோடு வருகிறது. சில மரபுகளில் (இந்து, இஸ்லாம், ஷிண்டோ) வெளிப்புற சடங்கு ரீதியான தூய்மைக்குப் பட்டியலான விதிகள் உள்ளன. சில மரபுகளில் (கிறிஸ்தவத்தின் கண்ணோட்டம், கன்ஃபூசிய மரபு) தார்மீக மற்றும் உள் தூய்மை அதிகமாக வலியுறுத்தப்படுகிறது. ஆனால் இரண்டிலும் ஒரு அடிப்படை உண்மை பொதுவானது: வெளிப்புற சுத்தம் உள்ளார்ந்த சுத்தத்தின் சின்னம்; இரண்டும் சேர்ந்துதான் உண்மையான வழிபாடு.

வார்த்தைகள் வேறு — சௌசம், தஹாரா, harai, zhai — ஆனால் செய்தி ஒன்றே: இறைவனை நெருங்க, நம்

உடலையும் மனதையும் தூய்மைப்படுத்திக்கொள்ள வேண்டும்.

**“மனத்துக்கண் மாசிலன் ஆதல் அனைத்தறன்
ஆகுல நீர பிற.”**

3.5 பழிவாங்குதலும் மன்னிப்பும்: பாரம்பரியமும் நவீன உளவியலும்

நமது ஆசைக்கோ விருப்பத்திற்கோ தடையாக யாரேனும் ஒருவர் செயல்படும்போது, நமக்கு அவர் மீது கோபம் உண்டாகிறது. அவருக்கு உடல் அளவிலோ, மன அளவிலோ, பொருள் அளவிலோ பாதிப்பை ஏற்படுத்த வேண்டும் என்ற எண்ணம் தோன்றுகிறது. இது உடனடியாகவோ, சில நாட்கள் அல்லது வருடங்கள் கழித்தோ நிகழலாம். அதுவரை அந்த நிகழ்வு அந்த மனிதரின் மனதில் கசந்துகொண்டே இருக்கிறது.
நவீன உளவியல் இதை 'அசைபோடுதல்' (Rumination) என்று அழைக்கிறது - ஒரு துன்பகரமான நிகழ்வை மீண்டும் மீண்டும் நினைத்து, அதை ஆராய்ந்து, கோபத்தை வளர்த்துக்கொள்வது. சாதாரண கருத்து வேறுபாடுகள் அல்லது நிராகரிப்புகளை ஒரு நபர் அவமானமாக கருதி, அதைக் கடந்து செல்லாமல் மனதிலேயே சேமித்து வைப்பதை 'பகைமை சேமிப்பு' (Grudge-holding) என்கிறோம்.

ஆராய்ச்சிகள் காட்டுவது என்னவெனில், பழிவாங்கும் எண்ணங்கள் மூளையின் வெகுமதி அமைப்பை

தூண்டுகின்றன. பழிவாங்கும் எண்ணம் உருவாகும்போது, மூளையில் டோபமைன் வெளியிடப்படுகிறது - இது ஒரு வகையான இன்பத்தை தருகிறது. இதனால்தான் சிலர் பழிவாங்கும் எண்ணங்களில் மூழ்கிவிடுகிறார்கள்.

உடல் மற்றும் மன ஆரோக்கியத்தில் பாதிப்புகள்

பழிவாங்கும் உணர்வு ஒருவரின் மனநிலையை மட்டுமல்ல, உடல் ஆரோக்கியத்தையும் நேரடியாக சீர்குலைக்கிறது. நீண்டகால கோபமும் பழிவாங்கும் எண்ணங்களும்:

- இதய நோய் அபாயத்தை சுமார் 19% வரை அதிகரிக்கிறது
- தொடர்ச்சியான மன அழுத்தத்தால் கார்டிசால் ஹார்மோன் சுரப்பு அதிகரித்து, நோய் எதிர்ப்பு சக்தி குறைகிறது
- தூக்கமும் செரிமான மண்டலமும் பாதிக்கப்படுகின்றன
- மன்னிக்கும் குணம் இல்லாதவர்களுக்கு உயர் இரத்த அழுத்தம் ஏற்படுவதற்கான வாய்ப்புகள் அதிகம்
- தீராத மனச்சோர்வு, பதற்றம், தூக்கமின்மை போன்ற பாதிப்புகள் ஏற்படுகின்றன

பழிவாங்குவதையே வாழ்க்கையின் நோக்கமாக மாற்றிக்கொள்ளும் தீவிர வெறிக்கட்டாய நடத்தை (Obsessive Behavior) கொண்டவர்கள், ஒரு கட்டத்தில் சமூகத்திற்கு ஆபத்தானவர்களாக மாறுகிறார்கள். கட்டுப்படுத்த முடியாத வன்முறை எண்ணங்கள் அவர்களை கொலை போன்ற கொடூரமான குற்றங்களை செய்யத் தூண்டி, இறுதியில் சிறை வாழ்க்கைக்கு இட்டுச் செல்கின்றன.

மத மரபுகளில் மன்னிப்பின் மகிமை

உலகின் பெரும்பாலான மத மரபுகள் மன்னிப்பின் முக்கியத்துவத்தை வலியுறுத்துகின்றன.

கிறித்தவம் : மன்னிப்பு என்பது இறைவனின் கட்டளையாகவும், நிபந்தனையற்ற அன்பின் வெளிப்பாடாகவும் உள்ளது. இயேசுவிடம் பேதுரு, "என் சகோதரன் எனக்கு எதிராக பாவம் செய்தால் எத்தனை முறை மன்னிப்பது? ஏழு முறையா?" எனக் கேட்டபோது, இயேசு, "ஏழு முறை அல்ல, எழுபது முறை ஏழு முறை" என்று பதிலளித்தார். அதாவது, மன்னிப்புக்கு எல்லை இல்லை என்று.

"நீங்கள் மற்றவர்களை மன்னிக்காவிட்டால், பரலோகத் தந்தை உங்களை மன்னிக்க மாட்டார்" (மத்தேயு 6:14-15) என்று வேதாகமம் கூறுவதன் மூலம், இறைவனின் மன்னிப்பைப் பெற நாம் பிறரை மன்னிப்பது அவசியம் என வலியுறுத்துகிறது.

இஸ்லாம் : இஸ்லாமிய நீதி முறையில் கிஸாஸ் (குற்றத்திற்கு சமமான தண்டனை) வலியுறுத்தப்பட்டாலும், பழிவாங்கும் உணர்வை இஸ்லாம் ஊக்குவிக்கவில்லை. "நீங்கள் தண்டிப்பதாக இருந்தால், உங்களுக்கு இழைக்கப்பட்ட தீமைக்கு சமமாகவே தண்டியுங்கள்" என்று குர்ஆன் வழிகாட்டினாலும், ஷைத்தான் உங்களை எல்லை மீறி பழிவாங்க தூண்டுவான் என்று எச்சரிக்கிறது. நீதி என்பது முறையாக இருக்க வேண்டுமே தவிர, தனிப்பட்ட ஆவேசமாக இருக்கக்கூடாது.

இஸ்லாமிய நம்பிக்கையின்படி, ஷைத்தான் மனிதனின் இரத்த நாளங்களில் ஓடுகிறான் என்று சொல்லப்படுகிறது. அவன் மனிதனின் உள்ளத்தில் கோபத்தை ஊதி, நிதானம் இழக்கச் செய்து பழிவாங்கும் உணர்வை தூண்டுவான். பழிவாங்கும் உணர்வு 'ஷைத்தானிய தீண்டுதல்' என்று விவரிக்கப்படுகிறது. கோபம் அல்லது பழிவாங்கல் போன்ற தவறான எண்ணங்கள் மனதில் ஊசலாடினால், உடனே இறைவனிடம் பாதுகாப்பு தேட வேண்டும் என்று அறிவுறுத்தப்படுகிறது.
மாறாக, மன்னிப்பதன் மாண்பையும் உயர்வையும் குர்ஆன் தெளிவாக எடுத்துரைக்கிறது. மன்னிப்பவர்களுக்கு அல்லாஹ்விடமிருந்து சிறந்த பலன் கிடைக்கும் என்று வாக்களிக்கப்படுகிறது.

இந்து மதம் : கர்ம வினை கொள்கையின்படி, மன்னிப்பதால் கர்ம வினைகள் அறுபடும். பழிவாங்கும் எண்ணம் கர்மாவை வளர்க்கும். பிறர் நமக்கு செய்யும் தீமை நம் முன்வினைப்பயன் என்று ஏற்றுக்கொண்டு மன்னிப்பதே ஆன்மீக முதிர்ச்சி என இந்து மதம் கூறுகிறது.

பௌத்தம்: மன்னிப்பு என்பது கோபத்தை விடுவித்தல் மற்றும் கருணை தொடர்பானது. மெட்டா (Metta) - அனைத்து உயிர்களிடமும் அன்பு செலுத்துதல். "கோபத்தை மனதில் வைத்திருப்பது, எரியும் கரியை கையில் எடுத்து பிறர் மீது வீச நினைப்பது போன்றது; முதலில் சுடுவது உங்கள் கைதான்" என்று புத்தர் போதித்தார்.

கன்பூசியஸ் நெறி: கன்பூசியஸிடம் வாழ்நாள் முழுவதும் பின்பற்ற வேண்டிய ஒரு வார்த்தை கேட்டபோது, அவர் "மன்னிப்பு" (அல்லது பரிவு) என்று பதிலளித்தார்.

முதல் வழி - மன்னிப்பின் மாபெரும் சக்தி

பழிவாங்கும் சுழலிலிருந்து வெளியேறுவதற்கான முதல் வழி மன்னிப்பு. இது மிகவும் கடினமான பாதை, ஆனால் மிக சக்தி வாய்ந்த பாதை. உங்களுக்கு தீங்கு செய்தவரை மன்னிப்பது என்பது அவருக்கு செய்யும் உதவி அல்ல - உங்களுக்கே நீங்கள் செய்யும் மிகப்பெரிய உதவி.

ஸ்டான்போர்ட் பல்கலைக்கழகத்தின் மன்னிப்பு ஆய்வுத்திட்டம் ஒரு அற்புதமான கண்டுபிடிப்பை வெளிப்படுத்தியது. மன்னிக்க கற்றுக்கொண்டவர்களின் இரத்த அழுத்தம் குறைந்தது, தூக்கம் மேம்பட்டது, மன அழுத்தம் கணிசமாக குறைந்தது. உடல் ரீதியாகவே அவர்கள் ஆரோக்கியமானார்கள்.

நவீன உளவியலும் இதையே மீண்டும் மீண்டும் உறுதிப்படுத்துகிறது - மன்னித்தல் அல்லது விடுவித்தல் என்பது, நமக்கு தீங்கு செய்தவரை நாம் விடுவிப்பது அல்ல, நம்மையே பழிவாங்கும் சங்கிலியிலிருந்து விடுவிப்பது. அந்த விடுதலையே உண்மையான வெற்றி.

இரண்டாவது வழி - கடவுளிடம் ஒப்படைத்தல்

மன்னிப்பது மிகவும் கடினம் என்று நீங்கள் உணர்ந்தால், நம் முன்னோர்கள் இன்னொரு வழியை காட்டினார்கள். கோவிலுக்கு சென்று ஒரு சடங்கு செய்து, பழிவாங்கும் வேலையை கடவுளிடம் விட்டுவிடு என்று அவர்கள் அறிவுறுத்தினார்கள். "இனி இந்த பழிவாங்கும் வேலை உன் கையில்; நான் இதிலிருந்து விடுதலை பெறுகிறேன்" என்று கடவுளிடம் ஒப்படைத்துவிடு.

"கடவுளிடம் விட்டுவிடு" என்ற இந்த பழைமையான ஆலோசனையின் உண்மையான அர்த்தம் என்ன? பழிவாங்கும் சுமையை நீ சுமக்காதே, அதை விட்டுவிடு என்பதே அதன் சாரம். இது வெறும் மதப்பூர்வமான அறிவுரை மட்டுமல்ல - இது ஆழ்ந்த உளவியல் ஞானம். கடவுளோ, இயற்கையோ, பிரபஞ்சமோ - எந்த பெயரில் அழைத்தாலும் பரவாயில்லை. அதனிடம் விட்டுவிட்டு, நீ உன் வாழ்வை வாழு என்பதே செய்தி.

மனதின் சுமை இறக்குதல் - உளவியல் ரகசியம்

இதன் பின்னால் இருக்கும் ஆழமான உளவியல் என்ன? கடவுள் உண்மையில் அந்த ஏமாற்றிய நபரை பழிவாங்குகிறாரா இல்லையா என்பது இங்கே முக்கியமல்ல. முக்கியமானது என்னவெனில், பழிவாங்கும் உணர்விலிருந்து நமக்கு விடுதலை கிடைக்கிறது. இது ஒரு வகையான 'மனச்சுமை இறக்குதல்' (Cognitive Offloading). நாம் நம் மனதில் பல ஆண்டுகளாக சுமந்த பழிவாங்கும் பொறுப்பை வேறு எங்கேயோ வைத்துவிடுகிறோம். அதன் மூலம் நமக்கு மன அமைதி கிடைக்கிறது.

நவீன உளவியல் இதையே 'விடுவித்தல்' (Letting Go) அல்லது 'உணர்வு விடுதலை' (Emotional Release) என்று அழைக்கிறது. ஒரு சடங்கு, ஒரு செயல், ஒரு முறையான முடிவு - இவை நம் மனதிற்கு "இது முடிந்தது, இனி நான் இதை நினைக்க வேண்டாம்" என்று தெளிவாக சொல்லும் வாய்ப்பை தருகின்றன. நம் மூளைக்கு ஒரு 'முடிவு புள்ளி' (closure) தேவை. அந்த முடிவு புள்ளியை கோவில் சடங்குகளோ, பிரார்த்தனைகளோ, மன்னிப்பு

செயல்முறைகளோ வழங்குகின்றன. இது நம் முன்னோர்களின் மிக நுட்பமான உளவியல் புரிதல்.

பழிவாங்கும் எண்ணம் நமக்கு தீங்கு செய்தவரை விட நமக்கே அதிகம் தீங்கு செய்கிறது. பழிவாங்கும் எண்ணங்களை மனதில் சுமப்பது, விஷத்தை நாம் குடித்துவிட்டு மற்றவர் இறப்பார் என்று எதிர்பார்ப்பது போன்றது. மன்னிப்பு என்பது உடல் மற்றும் மன ஆரோக்கியத்தை மேம்படுத்தும் மருந்து.

3.6 மன அழுத்தமும் செயலின்மையும்: அன்றும் இன்றும்

செயலிழக்கச் செய்யும் தீய சக்திகள்: பாரம்பரிய நம்பிக்கைகளில், சில தீய சக்திகள் நமது உடல் இயக்கத்தையே முடக்கிவிடும் ஆற்றல் கொண்டவை என்று கூறப்படுகிறது. இவை நம்மை சோர்வடையச் செய்கின்றன, செயல்படாமல் தடுக்கின்றன, கல்வி, தொழில், வேலை போன்றவற்றில் முடக்கத்தை ஏற்படுத்துகின்றன. நல்ல எண்ணங்களை சிந்திக்க விடாமல் செய்கின்றன, கோவிலுக்கு செல்வதைத் தடுக்கின்றன. பாதிக்கப்பட்டவரின் முகத்தில் எந்த உற்சாகமும் இல்லை; எதிர்மறை சிந்தனை மட்டுமே நிறைந்திருக்கும். கடுமையான மன அழுத்தம், மனச்சோர்வு (depression) போன்றவை இதன் அறிகுறிகள் என்று நம் முன்னோர்கள் கண்டறிந்தார்கள்.

இன்று நாம் இதை என்ன என்கிறோம்? பெரும் மனச்சோர்வு நோய், நாள்பட்ட சோர்வு நோய், பருவகால உணர்வு நோய் - இவையெல்லாம் அறிவியல் பூர்வமாக அடையாளம் காணப்பட்ட மனநல நிலைகள். ஆனால் அறிகுறிகள் அப்படியே உள்ளன - தொடர்ந்த சோர்வு, செயலற்ற தன்மை,

எதிர்மறை எண்ணங்கள், சமூகத்திலிருந்து விலகல். மாறியது பெயர்கள் மட்டும்.

இருளும் ஒளியும் - வைட்டமின் டி மற்றும் மனநலம் : ” வெளிச்சத்தில் இரு, பிசாசு அல்லது பேய்கள் இருளில் பிடிக்கும்" என்று நம் முன்னோர்கள் கூறினார்கள். இதில் ஆழ்ந்த அறிவியல் உண்மை உள்ளது. போதுமான அளவு சூரிய ஒளி கிடைக்காமல் போகும்போது, உடலில் வைட்டமின் டி பற்றாக்குறை ஏற்படுகிறது. இது மனச்சோர்வு மற்றும் மனநலத்துடன் நேரடியாக தொடர்புடையது என்பதை பல்வேறு நவீன ஆய்வுகள் நிரூபித்துள்ளன. 2013-ல் பிரிட்டிஷ் மனநல மருத்துவ இதழில் வெளியான பெரிய ஆய்வு இதை உறுதிப்படுத்தியது - வைட்டமின் டி அளவு குறைவாக உள்ளவர்களுக்கு மனச்சோர்வு அபாயம் கணிசமாக அதிகம். வைட்டமின் டி நமது மூளையில் செரோடோனின், டோபமைன் போன்ற மகிழ்ச்சி வேதிப்பொருட்களை ஒழுங்குபடுத்துகிறது என்பதே இதற்கு காரணம்.

பருவகால உணர்வு நோய் (Winter Blues): குளிர்காலத்தில் சூரிய ஒளி குறைவாக இருக்கும் நாடுகளில், மக்கள் அதிகமாக மனச்சோர்வுக்கு ஆளாகிறார்கள். இதற்கு பருவகால உணர்வு நோய் என்று பெயர். இதற்கான சிகிச்சையில் முக்கியமானது ஒளி சிகிச்சை - செயற்கை வெளிச்சத்தில் குறிப்பிட்ட நேரம் அமர்ந்திருப்பது. இது வைட்டமின் டி உற்பத்தியை அதிகரிக்கிறது, உடல் கடிகாரம் சீராகிறது, மனநிலை மேம்படுகிறது. எனவே, "வெளிச்சத்தில் இரு" என்ற பழமொழி வெறும் உருவகம் அல்ல - அது அறிவியல் பூர்வமான மருத்துவ அறிவுரை.

நம் முன்னோர்கள் பரிந்துரைத்த பல நடைமுறைகள், இன்று நவீன மனநல மருத்துவத்தில் சிறந்த நடைமுறைகளாக ஏற்றுக்கொள்ளப்படுகின்றன.

அதிகாலை எழுந்திருப்பது: இது நமது உடல் கடிகாரத்தை சீராக வைத்திருக்கிறது. காலை சூரிய ஒளி மெலடோனின் என்ற தூக்க வேதிப்பொருளை ஒழுங்குபடுத்துகிறது, இதனால் இரவில் நல்ல தூக்கம் வருகிறது. ஜான்ஸ் ஹாப்கின்ஸ் மருத்துவ ஆய்வு காட்டியது - ஒழுங்கான தூக்க-விழிப்பு சுழற்சி மனச்சோர்வு அபாயத்தை நாற்பது சதவீதம் வரை குறைக்கிறது.

குளிர்ந்த நீராடுவது: குளிர்நீர் சிகிச்சை இன்று மனநல மருத்துவத்தில் பயன்படுத்தப்படுகிறது. குளிர்ந்த நீர் நமது அனுதாப நரம்பு மண்டலத்தை தூண்டுகிறது, உற்சாக வேதிப்பொருட்களை வெளியிடுகிறது, மனநிலையை உயர்த்துகிறது. 2007-ல் மருத்துவ கருதுகோள்கள் இதழில் வெளியான ஆய்வு காட்டியது - தினசரி குளிர்ந்த நீர் குளியல் மனச்சோர்வு அறிகுறிகளை குறைக்கிறது.

வீட்டை சுத்தமாக வைத்திருப்பது: சுற்றுப்புறச் சுத்தம் மனநலத்தை நேரடியாக பாதிக்கிறது. பிரின்ஸ்டன் பல்கலைக்கழக நரம்பியல் ஆய்வகம் கண்டறிந்தது - ஒழுங்கற்ற, குப்பை நிறைந்த சூழல் மன அழுத்த வேதிப்பொருளை உயர்த்துகிறது, கவனச்சிதறலை அதிகரிக்கிறது, மனதில் பதற்றத்தை தூண்டுகிறது. பார்வைக் குப்பை மனதில் சுமையை உண்டாக்குகிறது என்பதே இதன் சாரம்.

வழிபாட்டிற்கு செல்வது: இது வெறும் மதச்சடங்கு அல்ல - சமூக இணைப்பு, நோக்க உணர்வு, தியானம் , சமூக ஆதரவு

போன்றவற்றின் கலவை. American Journal of Psychiatry இதழில் வெளியான நீண்டகால ஆய்வு காட்டியது - வாரம் ஒருமுறை மத அல்லது ஆன்மீக கூட்டங்களில் கலந்துகொள்பவர்களுக்கு மனச்சோர்வு அபாயம் 30% குறைவு.

மன ஒழுக்கமும் மனவலிமையும்

இந்த எல்லா நடைமுறைகளும் 'மன ஒழுக்கம்' (mental discipline) அல்லது 'Self-regulation' உருவாக்குகின்றன. ஒரு குறிப்பிட்ட நேரத்தில் எழுவது, குளிப்பது, வீட்டை சுத்தம் செய்வது, வெளியில் செல்வது - இவை எல்லாம் Structure (கட்டமைப்பு) மற்றும் Routine (வழக்கமான செயல்முறை) உருவாக்குகின்றன. மனச்சோர்வால் பாதிக்கப்பட்டவர்களுக்கு முதலில் தொலைவது இந்த Structure தான். எதிலும் ஆர்வம் இல்லாமல், படுக்கையிலேயே கிடந்துவிடுகிறார்கள். இது மேலும் மனச்சோர்வை அதிகரிக்கிறது - ஒரு கொடிய சுழற்சி.

நவீன மனநல சிகிச்சையில் இதை 'Behavioral Activation' (நடத்தை செயல்படுத்தல்) என்கிறோம். நோயாளிக்கு ஒரு தினசரி அட்டவணை கொடுத்து, குறிப்பிட்ட நேரத்தில் எழுவது, குளிப்பது, நடைபயிற்சி செய்வது போன்ற எளிய செயல்களை செய்யச் சொல்கிறோம். இது மன ஒழுக்கத்தை மீண்டும் உருவாக்குகிறது, மனவலிமை அதிகரிக்கிறது.

உடற்பயிற்சி: இயற்கையான மனநல மருந்து

சோர்வு, சோம்பேறித்தனம் போன்றவை நம்மை மேலும் மேலும் மன அழுத்தத்தில் தள்ளுகின்றன. இதற்கான தீர்வாக நடைபயிற்சி மற்றும் உடற்பயிற்சி நவீன மருத்துவர்களால்

உடல்நலம் மற்றும் மனநலனுக்காக வலுவாக பரிந்துரைக்கப்படுகிறது.

உடற்பயிற்சியின் அறிவியல்:

- **Endorphins வெளியீடு**: உடற்பயிற்சி மூளையில் endorphins எனப்படும் 'இயற்கையான வலி நிவாரணிகளை' வெளியிடுகிறது. இவை இன்ப உணர்வைத் தருகின்றன.
- **Neurotransmitters சமநிலை**: உடற்பயிற்சி செரோடோனின், டோபமைன், norepinephrine போன்ற மனநிலை ரசாயனங்களை அதிகரிக்கிறது.
- **Neurogenesis**: ஆச்சர்யமாக, உடற்பயிற்சி மூளையில் புதிய நரம்பணுக்கள் வளர உதவுகிறது, குறிப்பாக hippocampus பகுதியில் - இது நினைவாற்றல் மற்றும் உணர்வு ஒழுங்குபடுத்தலுக்கு முக்கியம்.

Harvard Medical School ஆய்வு காட்டியது - வாரத்திற்கு 150 நிமிடம் மிதமான உடற்பயிற்சி மனச்சோர்வு அபாயத்தை 26% குறைக்கிறது. சில ஆய்வுகள் உடற்பயிற்சி மனச்சோர்வு மருந்துகளைப் போலவே பயனுள்ளதாக இருக்கிறது என்று காட்டுகின்றன!

தொடர்ந்த உற்சாகமின்மை: நோயா அறிகுறியா?

தொடர்ந்து உற்சாகம் இல்லாமல் இருப்பது ஒரு நோய் என்று நாம் கொள்ள வேண்டும். இது வெறும் 'சோம்பேறித்தனம்' அல்ல - மூளை ரசாயன சமநிலையின்மை. Major Depressive Disorder என்பதின் முக்கிய அறிகுறிகளில் ஒன்று 'Anhedonia' - எதிலும் மகிழ்ச்சி இல்லாத நிலை. முன்பு

ரசித்த விஷயங்களில் கூட ஆர்வம் இல்லாமல் போவது. இது ஒரு மருத்துவ நிலை, தார்மீகக் குறைபாடு அல்ல.

DSM-5 (Diagnostic and Statistical Manual of Mental Disorders) படி, இரண்டு வாரங்களுக்கு மேல் தொடர்ந்த சோர்வு, ஆர்வமின்மை, எதிர்மறை எண்ணங்கள் இருந்தால், அது மனச்சோர்வு நோயின் அறிகுறிகள். மருத்துவ உதவி தேவை.

3.7 ஐயப்பன் விரதம்: இழந்த மெய்ப்பொருள்

மோகினி அல்லது காமம் சார்ந்த பிரச்சினைகளுக்கான தீர்வு விழிப்புணர்வின் மூலமே ஏற்படுத்த முடியும். குழந்தைகளுக்கு எதிரான பாலியல் குற்றங்கள், கற்பழிப்பு, அலட்சியத்தால் பரவும் பால்வினை நோய்கள், திருமணம் மீறிய உறவுகளால் நேரும் வன்முறை மற்றும் கொலைகள் — இவை அனைத்திற்கும் முதல் தீர்வாக இருக்க வேண்டியது விழிப்புணர்வும் தனிமனித ஒழுக்கமும் மட்டுமே. இதை ஆயிரக்கணக்கான ஆண்டுகளுக்கு முன்பே போதித்தவர் பகவான் ஐயப்பன்

ஐயப்பன் கதையில் உள்ள சூட்சுமம்

புராணங்களில் கூறப்பட்டுள்ள ஹரிஹர புத்திரன் ஐயப்பன் வரலாற்றை சற்று ஆழ்ந்து நோக்கினால், நமக்கு சில உண்மைகள் புலப்படுகின்றன. ஈசனிடம் வரம் பெற்ற பஸ்மாசுரன் மோகினி பிடியில் அழிந்து போகிறான். சிவன் மோகினி அழகில் மயங்கி, அதன் விளைவாக ஐயப்பன் தோன்றியதாகக் கூறப்படுகிறார். இந்தக் கதைகள் ஒரு

செய்தியை நமக்கு உணர்த்துகின்றன: காமம் என்பது மிகப் பெரிய சக்திகளைக் கூட அழித்துவிடும் அளவுக்கு வலிமையானது; அதை வெல்வதற்கு கடுமையான மன ஒழுக்கமும் கட்டுப்பாடும் அவசியம்.

ஐயப்பன் விரதம்: மன–ஒழுக்கப் பயிற்சி

ஐயப்பன் விரதம் என்பது உடல் வழிபாட்டை விட மன–ஒழுக்கப் பயிற்சி ஆகும். பிரமச்சாரிய விரதம் பொதுவாக 41 நாட்கள் கடைப்பிடிக்கப்படுகிறது. இந்தக் காலத்தில் மனிதன் தன்னைத் தானே கட்டுப்படுத்திக் கொண்டு, உள்ளார்ந்த தூய்மையை வளர்க்க வேண்டும் என்பதே அதன் அடிப்படை நோக்கம். சரியான குருசாமி ஒருவரைத் தேர்ந்தெடுத்து அவரிடம் மாலை அணிந்துகொள்ள வேண்டும்.

விரதக் காலத்தில் கடைப்பிடிக்க வேண்டிய ஒழுக்கங்கள்:

வெளிப்புற ஒழுக்கம்: அதிகாலை மற்றும் மாலை குளிர்ந்த நீரில் குளியல், கருப்பு அல்லது காஷாய உடை அணிதல், காலை–மாலை ஐயப்பன் பூசை, நாமம் ஜபம் செய்தல், மது, புகை, மாமிசம், போதைப் பொருட்கள் முற்றிலும் தவிர்த்தல்.

உள்ளார்ந்த ஒழுக்கம்: காமம், கோபம், அகங்காரம் போன்ற எண்ணங்களைக் கட்டுப்படுத்தல், பொய், வஞ்சகம், தீங்கு செய்தல் தவிர்த்தல், பிறரை "சுவாமி" என்று அழைத்து சமநிலை உணர்வு வளர்த்தல்.

சமூக ஒழுக்கம்: குழுவினருடன் பஜனை, பிரார்த்தனை போன்ற செயல்களில் ஈடுபடுவது, ஏதேனும் சோர்வோ

பலவீனமோ ஏற்படும்போது குருசாமியிடம் ஆலோசனை பெற்றுக்கொள்வது.

இந்த விரதத்தில் உடல் கட்டுப்பாடு மூலம் மன கட்டுப்பாடு உருவாகிறது. தினசரி வாழ்க்கையில் ஆசை, அவசரம், கோபம் போன்றவை அடங்கும்போது மனிதன் உள்ளார்ந்த அமைதியை அடைகிறான் என்பதே இதன் கருத்து. 41 நாட்கள் விரதம் முடிந்த பிறகு, இருமுடி கட்டி சபரிமலைக்குச் சென்று, தன்னைக் காத்து நின்ற இறை சக்திக்கு நன்றி செலுத்தும் அடையாளமாகப் பார்க்கப்படுகிறது.

பாரம்பரியம் vs தற்போதைய யதார்த்தம்

நாம் இங்கு ஒரு முக்கியமான விஷயத்தைப் பதிவு செய்வதும் அவசியம். சபரிமலை ஐயப்பன் கோவில் வரலாறு கிட்டத்தட்ட 1000 ஆண்டுகளுக்கு முன்பு தோன்றியதாக இருக்கலாம் என்று நம்பப்படுகிறது. ஆனால் தற்போதுள்ள கோயில் சுமார் 75 ஆண்டுகளுக்கு முன்பு ஏற்பட்ட தீ விபத்திற்குப் பின்பு புனரமைக்கப்பட்டது. பக்தர்களின் வருகையும் அதற்குப் பின்பே பிரபலம் அடைய ஆரம்பித்தது.

1990-க்கு முன்: மிகக் குறைந்த யாத்திரீகர்கள் — பெரும்பாலும் கேரளா, தமிழ்நாடு, ஆந்திரா எல்லைப் பகுதிகளிலிருந்து மட்டும். மலைப் பாதை, காடு, கடின நடை, வசதி இல்லாமை காரணமாக ஆண்டுக்கு சில ஆயிரங்கள் மட்டுமே சென்ற காலம்.

1990–2000: பெரிய மாற்றம் ஆரம்பம். மாநிலங்களுக்கு இடையே பேருந்து வசதி, திரைப்படங்கள், பக்தி நிகழ்ச்சிகள், ஐயப்பன் மாலா கலாச்சாரம் பரவல், அரசாங்க

வசதிகள் — இதனால் சபரிமலை கேரளக் கோவிலிலிருந்து அகில இந்திய யாத்திரையாக மாறியது.

2000–2010: ஆண்டுக்கு 1–2 கோடி பக்தர்கள், ஒரு நாளில் 3–5 லட்சம். 2010-க்குப் பிறகு (இன்றைய நிலை): மண்டல–மகரவிளக்கு காலத்தில் தினமும் 4–6 லட்சம், நெருக்கடியான நாட்களில் 8–12 லட்சம் வரை. இது கடைசி 25-30 ஆண்டுகளில் உருவான நிலை.

இழந்த மெய்ப்பொருள்: யாக பூனைக் கதை மீண்டும்

இதில் சிக்கல் என்னவென்றால், உண்மையான மெய்ப்பொருளைத் தவறவிட்டோம். நாம் ஏற்கனவே பார்த்த யாகத்திற்குத் தடையாக இருந்த பூனையைக் கட்டிப் போட்ட கதை போல் இங்கும் நடந்துகொண்டிருக்கிறது.

அசல் நோக்கம்: கார்த்திகை–மார்கழி மாதங்களில் விரதம் இருந்து மலைக்குச் சென்றது பெரும் பலனைக் கொடுக்கும் என்று நம்பப்பட்டது. மார்கழி இறை வழிபாட்டிற்காகவே ஒதுக்கப்பட்ட புனித மாதமாகப் பார்க்கப்பட்டது. 41 நாட்கள் முழுமையான விரதம் — உடல் மற்றும் மன ஒழுக்கம் — அதன் மூலம் உள்ளார்ந்த மாற்றம்.

தற்போதைய யதார்த்தம்: வரும் பக்தர்களின் பெரும்பாலோர் முறையாக 41 நாட்கள் விரதம் இருப்பதில்லை. இது அவர்களின் தனிப்பட்ட சூழ்நிலைகளையும் படிநிலைகளையும் பொறுத்தது; அதை யாரும் குறை சொல்ல முடியாது. முழுமையான விரதம் இருந்தால் முழுமையான பலன் கிட்டும் — இது தனிப்பட்ட விஷயம்.

ஆனால் உண்மையான பிரச்சனை: கூட்ட நெரிசல். பக்தர்கள் 20-30 மணி நேரம் காத்து நின்று வேதனைப்படுகிறார்கள். இது பக்தி அல்ல — இது வேதனை. கூட்ட நெரிசல் சுகாதாரமற்ற சூழலையும் ஏற்படுத்துகிறது. பல தசாப்தங்களுக்கு முன்பு வெகு சில ஆயிரம் பக்தர்களே சென்றதால், கோயில் திறந்திருக்கும் காலம் குறைவாக இருந்தது. ஆனால் அதே கால அளவை வைத்துக்கொண்டு கோடிக்கணக்கான பக்தர்களை நெருக்கடிக்கு உள்ளாக்குவது அறிவுக்கும் பக்திக்கும் புறம்பான செயல். கூட்ட நெருக்கடி பக்தர்களின் உயிரைக் கூடப் பறிக்கும் அளவு ஆபத்தையும் கொண்டிருக்கிறது.

தீர்வு: பூனையைத் தேடாமல் யாகத்தைத் தொடங்குங்கள்

அரசும் கோயில் நிர்வாகமும் கோவில் திறந்திருக்கும் நாட்களை நீட்டிக்க வேண்டும். இந்த எளிய மாற்றம் கூட்ட நெரிசலை உடனடியாகக் குறைத்து, பக்தர்கள் அமைதியாக இறைதரிசனம் செய்ய வழி செய்யும்.

ஆனால் என்ன நடக்கிறது? "சடங்கு, சம்பிரதாயம்" என்ற பெயரில் அவசியமான மாற்றங்களைச் செய்யாமல், கூட்ட நெரிசலை எவ்வாறு கையாள்வது என்று தெரியாமல், பக்தர்களையும் காவலர்களையும் பெரும் நெருக்கடிக்கு உள்ளாக்குகிறார்கள். இது யாகம் நடத்துவதை நிறுத்திவிட்டு, "கட்டப் பூனையைக் காணவில்லையே" என்று தேடித் திரிவதற்குச் சமம்.

விரதத்தின் மெய்ப்பொருள்: மன ஒழுக்கம், உடல் கட்டுப்பாடு, உள்ளார்ந்த தூய்மை, காமம்–கோபம்–அகங்காரம் ஆகியவற்றை வெல்லுதல். இதுதான் அசல் நோக்கம்.

கூட்ட நெரிசல்: இது இலக்கல்ல; இது பிரச்சினை. மெய்ப்பொருளை இழந்துவிட்டு வெறும் சடங்கை மட்டும் பிடித்துக்கொண்டிருப்பது — இதுதான் நாம் தவிர்க்க வேண்டியது.

3.8 முடிவுரை - ஒரு சமச்சீர் பார்வை

இந்நூல் மருத்துவ நோய் கண்டறிதல் கையேடு அல்ல. இது யாரையும் "பேய் பிடித்தவர்" அல்லது "narcissist" என்று முத்திரை குத்துவதற்கான வழிகாட்டியும் அல்ல. உங்களுக்கோ அல்லது குடும்பத்தில் யாருக்கோ மகிழ்ச்சியற்ற சூழல், மன அழுத்தம், விரக்தி, தொடர் தோல்விகள், பண இழப்பு, அசாதாரண நடத்தை மாற்றங்கள், குடும்ப உறவுகளில் சிக்கல் அல்லது தொடர் ஆரோக்கியப் பிரச்சினைகள் இருந்தால், உடனடியாக தகுதியான நிபுணரை அணுகுங்கள். இது மிக முக்கியம். இது போன்ற பிரச்சினைகளின் மூலத்தை ஆராய்ந்து கண்டறியாமல் சரியான தீர்வுகள் கிடைப்பது கடினம்.

இந்நூலின் நோக்கம் பண்டைய ஞானத்திற்கும் நவீன அறிவியல் கண்டுபிடிப்புகளுக்கும் இடையில் ஒரு பாலம் அமைப்பது. ஆயிரக்கணக்கான ஆண்டுகளாக நம் முன்னோர்கள் "தீய சக்திகள்" என்று விவரித்தவை, இன்று நாம் "மனநல கோளாறுகள்", "தொற்றுநோய்கள்", "நடத்தை மாற்றங்கள்" என்று அழைக்கிறோம். வார்த்தைகள் வேறு; அவதானிப்புகள் ஒன்றே. இந்த இணைப்பைக் காட்டுவதே இந்நூலின் முதன்மை நோக்கம். பழமையை மூடநம்பிக்கை

என்று புறம்தள்ளி நவீனமே சிறந்தது என்பதோ அல்லது நவீனத்தைக் குற்றம் சொல்லி பழமைவாதம் பேசுவதோ அல்ல இது.

விழிப்புணர்வுதான் இந்நூலின் மையக்கருத்து. கண்ணுக்குத் தெரியாத சக்திகள் — அது கிருமிகளாக இருந்தாலும், மன அழுத்தமாக இருந்தாலும், தீய மனிதர்களாக இருந்தாலும் — நம்மை எவ்வாறு பாதிக்கும் என்பதை அறிந்துகொள்வது. அறிவுதான் நமக்கு முதல் பாதுகாப்பு. "இது எனக்கு வராது" என்ற அலட்சியம் நம்மையும் நம் குடும்பத்தையும் ஆபத்தில் சிக்கவைக்கும். விழிப்புணர்வு இருந்தால், ஆரம்பக் கட்டத்திலேயே பிரச்சினையை அடையாளம் கண்டு, சரியான நபர்களிடம் சரியான உதவியைப் பெற முடியும்.

குடல் நுண்ணுயிர்கள்: அறியப்படாத சாத்தியங்கள்

நம் குடலில் லட்சக்கணக்கான, கோடிக்கணக்கான நுண்ணுயிர்கள் வாழ்கின்றன என்பது இன்று நிரூபிக்கப்பட்ட உண்மை. இந்த நுண்ணுயிர்கள் பல்வேறு வேதிப்பொருட்களை உற்பத்தி செய்கின்றன, அவை மூளையின் செயல்பாட்டையும் மனநிலையையும் பாதிக்கக்கூடியவை என்பதும் நவீன அறிவியல் ஏற்கனவே கண்டறிந்துள்ளது. செரோடோனின் (serotonin), டோபாமின் (dopamine), காபா (GABA) போன்ற மூளையின் முக்கிய வேதிப்பொருட்களின் உற்பத்தியில் குடல் நுண்ணுயிர்கள் பங்கு வகிக்கின்றன என்பது ஆய்வுகளால் நிரூபிக்கப்பட்டுள்ளது. ஆனால் இங்கே ஒரு முக்கியமான உண்மை இருக்கிறது: நம் குடலில் உள்ள அனைத்து நுண்ணுயிர்களையும் அவற்றின் செயல்பாடுகளையும் நாம் இன்னும் முழுமையாக ஆராய்ந்து முடிக்கவில்லை. உண்மையில், நவீன அறிவியல் இதுவரை ஆராய்ந்தது மனித

குடல் நுண்ணுயிர்களின் 5-10% மட்டுமே. மீதமுள்ளவை இன்னும் ஆராயப்படாமலேயே உள்ளன.

இதன் சிக்கலான தன்மையைப் புரிந்துகொள்வது அவசியம். குடல் நுண்ணுயிர்கள் தினமும் மாறிக்கொண்டே இருக்கின்றன — நாம் உண்ணும் உணவு, நம் தூக்கம், மன அழுத்தம், சூழல் அனைத்தும் இவற்றைப் பாதிக்கின்றன. ஒரே நுண்ணுயிர் வெவ்வேறு மனிதர்களில் வெவ்வேறு விதமாகச் செயல்படலாம். நுண்ணுயிர்களின் கலவை விகிதம் மாறினாலும், அவற்றின் எண்ணிக்கை மாறினாலும், விளைவுகள் மாறுகின்றன. மேலும், இந்த நுண்ணுயிர்கள் தொடர்ந்து தங்கள் அமைப்பை மாற்றிக்கொள்கின்றன. இந்த அளவுக்குச் சிக்கலான அமைப்பை முழுமையாகப் புரிந்துகொள்வதற்கு இன்னும் பல தசாப்தங்கள் ஆராய்ச்சி தேவைப்படும் என்று முன்னணி விஞ்ஞானிகளே ஒப்புக்கொள்கிறார்கள்.

எனவே, தற்போதைய அறிவியல் சொல்வது இதுதான்: குடல் நுண்ணுயிர்கள் மனநிலை, உணர்ச்சிக் கட்டுப்பாடு, மன அழுத்த எதிர்வினை போன்றவற்றைப் பாதிக்கக்கூடும் என்பது நிரூபிக்கப்பட்டுள்ளது. ஆனால் நார்சிசம் (narcissism), தற்கொலை எண்ணங்கள், அதீதப் பாலியல் நடத்தை அல்லது குற்றச் செயல்கள் போன்ற குறிப்பிட்ட நடத்தைகளுக்குக் குறிப்பிட்ட நுண்ணுயிர்கள் காரணம் என்பதற்கு இன்னும் நேரடி ஆதாரங்கள் கிடைக்கவில்லை. ஆனால் இதன் அர்த்தம் "இது சாத்தியமில்லை" என்பதல்ல; "இன்னும் கண்டுபிடிக்கவில்லை" என்பதே. நாம் ஆராய்ந்தது மிகச் சிறிய பகுதி மட்டுமே என்பதால், இன்னும் கண்டுபிடிக்கப்படாத உயிரியல் காரணிகள் இருக்கலாம் என்பது முற்றிலும் சாத்தியமான அறிவியல் நிலைப்பாடு.

எதிர்காலத்தில், குறிப்பிட்ட நுண்ணுயிர் அமைப்புகள், அழற்சிப் பாதைகள், நரம்பியக்கி சமநிலையின்மை போன்றவை தாக்குதல் குணம், உந்துவிசைக் கட்டுப்பாடின்மை, விரக்தி போன்ற நடத்தைகளுடன் தொடர்புபடுத்தப்படலாம். பல ஆராய்ச்சியாளர்கள் ஏற்கனவே கூறுவது: மனநலப் பிரச்சினைகள் முற்றிலும் உளவியல் மட்டுமல்ல, உயிரியல் கூறுகளும் உண்டு என்று. முழு உயிரியல் வரைபடம் இன்னும் தெரியவில்லை, அவ்வளவுதான்.

இந்தப் புரிதல் நமக்கு என்ன சொல்கிறது? நம் முன்னோர்கள் "கண்ணுக்குத் தெரியாத சக்திகள் மனிதனின் நடத்தையைப் பாதிக்கும்" என்று சொன்னபோது, அவர்கள் முற்றிலும் தவறாக இருக்க வேண்டிய அவசியமில்லை. அவர்கள் நுண்ணுயிர்கள் என்ற வார்த்தையை அறியவில்லை; ஆனால் அவர்களின் அவதானிப்பு சரியாக இருந்திருக்கலாம். "பேய்" என்று அவர்கள் சொன்னது, இன்று நாம் "குடல் நுண்ணுயிர் சமநிலையின்மை" என்று சொல்லலாம். "ஆட்கொள்ளுதல்" என்று அவர்கள் விவரித்தது, இன்று நாம் "நடத்தை மாற்றும் நோய்க்கிருமிகள்" என்று புரிந்துகொள்ளலாம். வார்த்தைகள் வேறு; அவதானிப்பு ஒன்றே.

"எல்லாம் அறிவியல் ரீதியாக நிரூபிக்கப்பட்டுவிட்டது, பண்டைய அறிவு வெறும் மூடநம்பிக்கை" என்று நினைப்பதும் அறியாமையே. உண்மை இதுதான்: நாம் இன்னும் மிகச் சிறிய பகுதியை மட்டுமே அறிந்திருக்கிறோம்; அறியப்படாதது மிக அதிகம். கொஞ்சம் படித்துவிட்டு, ஏதோ எல்லாம் தனக்குத்தான் தெரியும் என்று பேசுபவர்களைக் கண்டு ஆயிரம் ஆண்டுகளுக்கு முன்பு அவ்வையார் பாடிய

பாடல் நினைவிருக்கிறதா: "கற்றது கைம்மண் அளவு, கல்லாதது உலகளவு".

போலி ஆன்மீகவாதிகள்: ஒரு எச்சரிக்கை

இங்கே நாம் மிக முக்கியமான, கசப்பான உண்மையைச் சொல்ல வேண்டும். பேய் விரட்டுபவர்கள், தீய சக்திகளை அகற்றுபவர்கள், சாமியார்கள், சித்தர்கள், குரு என்று தங்களை அறிவித்துக்கொள்ளும் பலரில் போலிகள் அதிகம். இவர்கள் பாதிக்கப்பட்டவர்களின் அச்சத்தையும் நம்பிக்கையையும் பயன்படுத்தி, பணம், நேரம், ஆற்றல், மன அமைதி அனைத்தையும் கொள்ளையடிக்கிறார்கள்.

இன்னும் மோசமானது: இவர்களில் பலர் பாலியல் குற்றங்களில் ஈடுபடுகிறார்கள். "நிர்வாண பூஜை", "தனிமையில் சிகிச்சை", "ரகசிய மந்திரங்கள்" என்ற பெயரில் பெண்களைப் பாலியல் வன்கொடுமைக்கு உள்ளாக்குகிறார்கள். செய்திகளில் நாம் அடிக்கடி பார்க்கிறோம் — சாமியார்கள் கைது செய்யப்படுகிறார்கள், பெண்கள் குற்றம் சாட்டுகிறார்கள், பல ஆண்டுகளாக நடந்த கொடுமைகள் வெளிவருகின்றன. இவை வெறும் தனிநபர் குற்றங்கள் மட்டுமல்ல — இவை உண்மையான ஆன்மீகத்திற்கும், மத நம்பிக்கைகளுக்கும் கெட்ட பெயரை ஏற்படுத்துகின்றன.

எனவே, யாராவது "நான் உங்கள் பிரச்சினையை ஒரே நாளில் தீர்க்கிறேன்", "எனக்கு மட்டுமே இந்த சக்தி உண்டு", "ரகசியமாக வாருங்கள், யாருக்கும் சொல்லாதீர்கள்", "இவ்வளவு பணம் கொடுத்தால் அல்லது இந்த பூஜை செய்தால் பேய் போய்விடும்" என்று சொன்னால், உடனே

விலகிவிடுங்கள். இவர்கள் ஆபத்தானவர்கள். உண்மையான ஆன்மீக வழிகாட்டிகள் உடனடி அதிசயங்களை அல்லது மிகைப்படுத்தப்பட்ட வாக்குறுதிகளை அளிப்பதில்லை.

ஆன்மீக பயிற்சிகளின் யதார்த்தம்: நேரமும் நிலைத்தன்மையும்

இப்போது உண்மையான ஆன்மீக பயிற்சிகள் பற்றிய யதார்த்தத்தைப் பார்ப்போம். மன அழுத்தம், பதற்றம், கோபம், பயம், அகங்காரம், பொறாமை போன்ற "தீய சக்திகள்" நம் மனதிலிருந்து அகலுவதற்கு நேரம் எடுக்கும். குறைந்தபட்சம் பல மாதங்கள் தேவைப்படும். சில வாரங்களில் அல்லது சில நாட்களில் முழுமையான மாற்றம் எதிர்பார்ப்பது யதார்த்தமல்ல. ஏனெனில் நாள்பட்ட தீய சக்திகள் உங்களின் ஆழ்மனதிலும், குடல், ரத்தம் மற்றும் நாடிகள் போன்ற பகுதிகளிலும் வேரூன்றியிருக்கலாம்.

மதுபானம், போதைப்பொருள், சூதாட்டம் போன்ற அடிமைத்தனங்களிலிருந்து மீள்வது எளிதல்ல, ஏனெனில் அவை மூளையின் "reward system"-ஐ நேரடியாகக் கட்டுப்படுத்துகின்றன. ஆரம்பத்தில் கடும் ஆசை, எரிச்சல், கவலை, வெறுமை உணர்வு தோன்றும். ஆனால் தொடர்ச்சியான விலகல், ஆதரவு, கட்டுப்பாடு மற்றும் நேரம் கிடைத்தால், மூளை மெதுவாக மீண்டும் சமநிலைக்கு வரும். சில மாதங்களில் ஆசையின் தீவிரம் குறையும்; காலப்போக்கில் பழைய பழக்கம் சக்தி இழக்கும். மீட்பு என்பது ஒரே நாளில் நடப்பதல்ல — ஆனால் ஒவ்வொரு நாளும் எடுக்கும் சிறிய கட்டுப்பாடுகளே முழு விடுதலைக்கு வழி வகுக்கும்.

அதுபோலவே narcissistic உறவு சாதாரண காதல் அல்லது குடும்பப் பிணைப்பு அல்ல; அது trauma bond எனப்படும் மனப் பிணைப்பாக மாறிவிடுகிறது. அன்பு–அவமதிப்பு–மீண்டும் அன்பு என்ற சுழற்சி மூளையில் டோபாமின் மற்றும் பயத்தை ஒரே நேரத்தில் உருவாக்கும். இதனால் "விட வேண்டும்" என்று தெரிந்தும், "இன்னும் ஒருமுறை மாறுவார்" என்ற நம்பிக்கை உருவாகிறது. Gaslighting காரணமாக பாதிக்கப்பட்டவர் தன் உணர்வுகளையே சந்தேகிக்கத் தொடங்குகிறார். அதனால் இந்த உறவை விட்டு வெளியே வருவது மனதளவில் ஒரு பழக்கத்திலிருந்து விடுபடுவது போலவே கடினமாகிறது.

Narcissist ஒருவரின் தாக்குதலிலிருந்து மீளுவது உடனடியாக நடக்கக்கூடிய விஷயம் அல்ல. இது மனதை மட்டுமல்ல, நரம்பு அமைப்பையே குழப்பும் ஒரு உளவியல் காயம். பொதுவாக 3–6 மாதங்கள் மனக் குழப்பம், தன்னைத் தானே சந்தேகப்படுத்தல், பயம், தூக்கமின்மை போன்றவை இருக்கும். 6–12 மாதங்களில் உண்மை தெளிவாகத் தோன்றத் தொடங்கி, தன்னம்பிக்கை மெதுவாகத் திரும்பும். 1–2 ஆண்டுகளுக்குப் பிறகே மனமும் உடலும் முழுமையாகச் சமநிலைக்கு வரும். இந்தக் கால தாமதம் பலவீனம் அல்ல — தொடர்ச்சியான gaslighting, blame shifting, emotional control காரணமாக மூளை பாதுகாப்பு நிலையில் இருந்ததின் விளைவு. மீட்பு நேரம் எடுத்தாலும், அதைக் கடந்து வந்தவர்கள் மனதளவில் அதிகமாக உறுதியானவர்களாகவும், இனி யாராலும் எளிதில் கட்டுப்படுத்த முடியாத அளவிற்கு விழிப்புணர்வுடனும் மாறுவார்கள்.

பிரார்த்தனை, தியானம், யோகா, மந்திரம், விரதம் — இவை அனைத்தும் மிகச் சக்திவாய்ந்த கருவிகள். ஆனால் இவை வேலை செய்ய நேரம் வேண்டும். ஒரு மாதம் தியானம் செய்தால், மனம் கொஞ்சம் அமைதியாகும். மூன்று மாதங்கள் தொடர்ந்தால், கோபம் குறையும். ஆறு மாதங்கள், ஒரு வருடம், இரண்டு ஆண்டுகள் — இப்படி நிலைத்து நடந்தால்தான் உண்மையான, ஆழமான மாற்றம் வரும். இது ஒரு பயணம்; இலக்கல்ல.

பணம் செலவழித்து விரைவான விடுதலையை எதிர்பார்ப்பது ஆபத்தானது. "இந்த யாகம் செய்தால் பத்து லட்சம் ரூபாய் — உடனே பிரச்சினை தீரும்" என்று சொன்னால், உங்கள் பணம் போகும்; பிரச்சினை நீடிக்கும். மாறாக, தினமும் இலவசமாகச் செய்யக்கூடிய எளிய பயிற்சிகள் — காலை பிரார்த்தனை, சுத்தம், சத்சங்கம், நல்ல புத்தகங்கள் வாசித்தல், நல்லவர்களுடன் நேரம் செலவிடுதல், தானதர்மம் செய்தல் — இவை நீண்டகாலத்தில் உண்மையான மாற்றத்தை ஏற்படுத்தும்.

இந்த நேரத்தில் சரியான வழிகாட்டுதல் மிக முக்கியம். ஒரு நல்ல குரு, ஆசிரியர், அல்லது மனநல ஆலோசகர் — யாராவது ஒருவர் உங்கள் பயணத்தில் உங்களுக்கு வழிகாட்ட வேண்டும். தனியாக முயற்சிக்கும்போது சோர்வு வரும், சந்தேகம் வரும், விட்டுவிட வேண்டும் என்று தோன்றும். அப்போது ஒரு நல்ல வழிகாட்டி உங்களை ஊக்குவித்து, சரியான பாதையில் தொடர வைப்பார். ஆனால் நினைவில் கொள்ளுங்கள்: உண்மையான குரு ஒருபோதும் உங்கள் பணத்தைக் கேட்கமாட்டார், உங்கள் சுயாதீனத்தைப் பறிக்கமாட்டார், அல்லது உங்களைத் தன்னைச் சார்ந்திருக்க வைக்கமாட்டார். நல்ல குரு

உங்களுக்குள் இருக்கும் சக்தியை வெளிக்கொண்டு வர உதவுவார்; உங்களைத் தன்னிடம் கட்டிவைக்கமாட்டார்.

நம்பிக்கையும் நிலைத்தன்மையும் — இவை இரண்டும் இணைந்தால்தான் முன்னேற்றம். "இன்று செய்தேன், நாளை விடுகிறேன், மறுநாள் மீண்டும் ஆரம்பிக்கிறேன்" என்று ஆடிக்கொண்டிருந்தால் எந்த மாற்றமும் வராது. ஒவ்வொரு நாளும், ஒரே நேரத்தில், ஒரே பயிற்சிகளை — சிறியதாக இருந்தாலும் சரி — தொடர்ந்து செய்யுங்கள். இதுதான் வெற்றியின் ரகசியம்.

தற்காப்புக் கலைகள்: பயிற்சிதான் சக்தி

இப்போது நாம் ஒரு முக்கியமான உண்மையைப் பார்ப்போம். மதங்களில் கூறப்பட்டுள்ள இறை பயிற்சிகள் (தவம், விரதம், வழிபாடு) ஒரு வகையில் தற்காப்புக் கலைகள் போன்றவை. அதாவது தற்காப்புக் கலைகள் மத வழிபாடுகளின் ஒரு சிறிய வடிவம் எனலாம். கராத்தே, குங்ஃபூ, சிலம்பம், குஸ்தி — இவை அனைத்தும் உங்கள் உடல் வலிமையை, சகிப்புத்தன்மையை, எதிர்ப்பு சக்தியை, தற்காப்பு திறனை மேம்படுத்துகின்றன. ஆனால் எப்படி? புத்தகத்தில் படித்தால் மட்டுமா? இல்லை. வாய்விட்டுப் பெருமை பேசினால் மட்டுமா? இல்லை. தினமும் பயிற்சி செய்தால்தான். அதுவும் தொடர்ந்து சில ஆண்டுகள்.

ஒருவர் கராத்தே பற்றிய அனைத்து புத்தகங்களையும் படித்திருக்கலாம். ஒவ்வொரு நடவடிக்கையையும் மனப்பாடம் செய்திருக்கலாம். ஆனால் ஒரு நாள் கூடப் பயிற்சி செய்யாமல், சண்டைக்கு வந்தால் என்ன ஆகும்? தோற்றுவிடுவார். ஏன்? அறிவு இருந்தது; அனுபவம் இல்லை. பயிற்சி இல்லை. உடல் தயாராக இல்லை.

அதேபோல், மதம் என்பது ஒரு முறை. ஒரு பயிற்சி அமைப்பு. இந்து மதம், இஸ்லாம், கிறிஸ்தவம், புத்தம், ஜைனம் — எல்லாமே உங்கள் மன வலிமையை, சகிப்புத்தன்மையை, இரக்கத்தை, பணிவை, தன்னடக்கத்தை வளர்க்க வடிவமைக்கப்பட்ட பயிற்சிகள். ஆனால் இவையும் பயிற்சி செய்தால்தான் வேலை செய்யும்.

வெறுமனே "நான் இந்து" என்று சொன்னால் போதாது. தினமும் பிரார்த்தனை செய்ய வேண்டும், தியானம் செய்ய வேண்டும், நல்லவராக வாழ வேண்டும். "நான் முஸ்லிம்" என்று சொன்னால் போதாது. ஐந்து வேளை தொழுகை, இரக்கம், நேர்மை, கருணை — இவற்றை வாழ்க்கையில் நடைமுறைப்படுத்த வேண்டும். "நான் கிறிஸ்தவன்" என்று சொன்னால் போதாது. அன்பு, மன்னிப்பு, சேவை — இவற்றைச் செயலில் காட்ட வேண்டும்.

வெறும் வாய் வார்த்தைச் சண்டை பயனற்றது. "என் மதம் உயர்ந்தது", "உன் மதம் தாழ்ந்தது" என்று வாதிட்டுக்கொண்டிருப்பது, கராத்தே VS குங்ஃபூ எது சிறந்தது என்று பேசிக்கொண்டிருப்பது போன்றது. உண்மையில் சக்தி எங்கே இருக்கிறது? எந்த முறையில் அல்ல — எந்த மனிதனில். எவ்வளவு தீவிரமாக, எவ்வளவு நேர்மையாக, எவ்வளவு நிலைத்து அவர் பயிற்சி செய்கிறார் என்பதில்.

ஒரு நபர் கிறிஸ்தவமாக இருக்கலாம், ஆனால் தினமும் பிரார்த்தனை செய்யவில்லை, மன்னிப்பு கொடுக்கவில்லை, சேவை செய்யவில்லை, இறைவனை நினைக்கவில்லை என்றால், அவருக்கு முழுமையான பலன் கிடைப்பதில்லை. இன்னொருவர் இந்துவாக இருக்கலாம், ஆனால் தினமும்

யோகா செய்கிறார், தியானம் செய்கிறார், நல்லவராக வாழ்கிறார் என்றால், அவருக்கு மிகப்பெரிய பலன் கிடைக்கும். ஒரு நபர் இறைவனிடமிருந்து பெறும் சக்தி அந்த வழிபாட்டு முறையைச் சார்ந்ததல்ல; எவ்வளவு உண்மையான பக்தியுடனும் நம்பிக்கையுடனும் பயிற்சி செய்கிறார் என்பதைச் சார்ந்தது.

மேலும், நீங்கள் பயிற்சி செய்யும்போது, அது உங்களை மட்டும் மேம்படுத்துவதில்லை. உங்களைச் சுற்றியுள்ளவர்களையும் மேம்படுத்துகிறது. ஒரு நபர் அமைதியாக, பணிவாக, கருணையுடன் இருக்கும்போது, அவரது குடும்பம் அமைதியாகிறது. அவரது அலுவலகம் நல்ல சூழல் ஆகிறது. அவரது சமூகம் மேம்படுகிறது. ஒரு விளக்கு ஒளிர்ந்தால், அதைச் சுற்றியுள்ள இருள் குறைகிறது.

இன்னும் ஒரு அழகான விஷயம்: நீங்கள் பயிற்சி செய்யும்போது, வாய் வார்த்தை குறையும். "என் மதம் பெரியது" என்று சத்தம் போடுவதை விட, அமைதியாக, நல்லவராக வாழ்வீர்கள். இதனால் என்ன நடக்கும்? மதங்களுக்கு இடையிலான மோதல்கள் குறையும். ஏனெனில் யாரும் வாதிடுவதில்லை; எல்லோரும் வாழ்கிறார்கள். ஒருவர் இன்னொருவரது வாழ்க்கையைப் பார்த்து மதிக்கிறார்கள். "உன் மதம் உயர்ந்ததா? என் மதம் உயர்ந்ததா?" என்ற கேள்வி இல்லாமல் போகிறது. "நீ நல்லவனா? நான் நல்லவனா?" என்ற கேள்வி மட்டும் இருக்கிறது.

எனவே இதுதான் இறுதி உண்மை: மதங்களை வெறும் அடையாளங்களாக வைத்திருப்பதை விட்டுவிட்டு, வாழும் பயிற்சிகளாக மாற்றுங்கள். வாதம் குறையும்; வாழ்க்கை மேம்படும். வார்த்தைகள் குறையும்; அமைதி பெருகும்.

நம் பயணம் தொடர்கிறது

இந்நூல் முடிவடைகிறது; ஆனால் நம் பயணம் தொடர்கிறது. நாம் இங்கே பார்த்த உண்மைகளை — பாரம்பரிய அறிவும் நவீன அறிவியலும் ஒன்று, தீய சக்திகள் என்பவை உண்மையான அச்சுறுத்தல்கள், விழிப்புணர்வே முதல் பாதுகாப்பு, பயிற்சியே உண்மையான சக்தி — இவற்றை நம் வாழ்க்கையில் நடைமுறைப்படுத்துவது நம் கையில் உள்ளது.

நம் முன்னோர்கள், சித்தர்கள் மற்றும் ஞானிகள் தங்களின் தவ வலிமையால், எந்த ஒரு நவீன கருவிகளும் இல்லாமலேயே பல நுட்பமான உண்மைகளைக் கண்டறிந்துள்ளனர். சூட்சுமம் மற்றும் ஸ்தூல சக்திகளின் இயக்கங்களையும் இறைத் தத்துவங்களையும் விளக்கியுள்ளனர். பல சூட்சும விவரங்களையும் விளக்கங்களையும் நாம் இங்கு தவிர்த்திருக்கின்றோம், ஏனெனில் அவை தவறாகப் புரிந்துகொள்ளப்படலாம், தவறாகப் பயன்படுத்தப்படலாம், பகுத்தறிவிற்கு அப்பார்பட்டது போல் தோன்றலாம் அல்லது வேறு சிக்கல்களை ஏற்படுத்தலாம் என்ற காரணத்தினால்.

நாம் இங்கு விவாதித்த விஷயங்கள் பெரும்பாலும் நவீன கண்டுபிடிப்புகளின் தொடர்புகளை வைத்தே சராசரி மனிதர்களுக்குப் புரியும்படி விளக்கமுடியும். கிருமிக் கோட்பாடு இல்லையெனில், இங்கு விவாதித்தவை முற்றிலும் மூடநம்பிக்கையாகத் தோன்றும். தீய சக்திகளின் உலகக் கலாச்சாரத் தொடர்புகளை ஒப்பு நோக்காவிட்டால், இவை மானுடர்கள் சந்தித்த உண்மையான பிரச்சினைகள் என்ற நம்பிக்கை ஏற்படாது. மாறாக, "இங்கு மாரியம்மா காப்பாற்றினால், சீனா, ஜப்பான் நாடுகளில் மாரியம்மா யார்

என்றே தெரியாதே, அங்கு எப்படி இது சாத்தியம்?" என்பது போன்ற அடிப்படைப் புரிதல் இல்லாத மேம்போக்காகப் புத்திசாளித்தனம் போல் தோன்றும் கேள்விகள் எழும்.

பெயர்கள் மற்றும் உருவங்களின் விளக்கங்கள் பெரும்பாலும் உவமைகளே. அவை சாதாரண மக்களுக்கு ஓர் புரிதலைக் கொடுக்க ஏற்படுத்தப்பட்ட சூழல் உதாரணங்கள். வார்த்தைகள் வேறு; உண்மை ஒன்றே.

கண்ணுக்குத் தெரியாத சக்திகள் உண்மையானவை. அவை கிருமிகளாக இருக்கலாம், மன அழுத்தமாக இருக்கலாம், தீய எண்ணங்களாக இருக்கலாம், தீய மனிதர்களாக இருக்கலாம். ஆனால் நாம் அவற்றை எதிர்கொள்ளும் சக்தியும் உண்மையானதே. அந்தச் சக்தி நம்முள்ளேயே இருக்கிறது. நாம் அதை வெளிக்கொண்டு வர வேண்டும் — தியானம், பிரார்த்தனை, சுத்தம், ஒழுக்கம், நல்ல சிந்தனை, நல்ல செயல்கள் மூலம்.

நம் முன்னோர்கள் விட்டுச் சென்ற அறிவை மதிப்போம். நவீன அறிவியல் கண்டுபிடித்த உண்மைகளை வரவேற்போம். இரண்டையும் இணைத்து, ஒரு சமச்சீர் வாழ்க்கையை வாழ்வோம். இதுவே இந்நூலின் இறுதிச் செய்தி.

அஞ்சுவ தஞ்சாமை பேதைமை அஞ்சுவது
அஞ்சல் அறிவார் தொழில்.

அஞ்ச வேண்டியவைகளுக்கு அஞ்சாமல் நடப்பது அறிவில்லாத தன்மை ஆகும்; அஞ்ச வேண்டியதற்கு அஞ்சி விலகி நடப்பதே அறிவுடையவர் செயலாகும்

நன்றி - பரமசிவம்

இந்நூல் உங்களுக்குப் பயனுள்ளதாக இருந்தால், உங்கள் கருத்துக்களைப் பகிர்ந்துகொள்ளுங்கள்.

(paramashivam.arunachalam@gmail.com)

www.ingramcontent.com/pod-product-compliance
Lightning Source LLC
LaVergne TN
LVHW100249210926
848480LV00003B/874
* 9 7 9 8 9 0 5 1 0 7 8 0 1 *